ചിതറിയ ചിത്രങ്ങൾ

chithariya chitrangal
novel

•

m raghavan

•

first edition
november 2006

•

second edition
november 2008

•

typesetting and published
chintha publishers, thiruvananthapuram

•

printed

•

cover
shahul aliyar

വിതരണം

ദേശാഭിമാനി ബുക്ക് ഹൗസ്

H O തിരുവനന്തപുരം–695 001

ബ്രാഞ്ചുകൾ

ദേശാഭിമാനി റോഡ് തിരുവനന്തപുരം • ഓവർബ്രിഡ്ജ് തിരുവനന്തപുരം • കെ എസ് ആർ ടി സി ബസ് സ്റ്റേഷൻ ആലപ്പുഴ • കെ എസ് ആർ ടി സി ബസ് സ്റ്റേഷൻ എറണാകുളം • ഐ ജി റോഡ് കോഴിക്കോട് • മാവൂർ റോഡ് കോഴിക്കോട് • എൻ ജി ഒ യൂണിയൻ ബിൽഡിങ് കണ്ണൂർ • സെൻട്രൽ ബസ് ടെർമിനൽ കോംപ്ലക്സ് താവക്കര കണ്ണൂർ • മച്ചിങ്ങൽ ലെയ്ൻ തൃശൂർ

CR - 878 / 2149

ചിതറിയ ചിത്രങ്ങൾ

നോവൽ

എം രാഘവൻ

ചിന്ത പബ്ലിഷേഴ്സ്
തിരുവനന്തപുരം-695 001
വില : 120.00 രൂപ

എം രാഘവൻ

മയ്യഴിയിൽ 1930–ൽ ജനനം. ഫ്രഞ്ച് മാധ്യമത്തിൽ വിദ്യാഭ്യാസം. 1954 മുതൽ 83 വരെ ദില്ലിയിൽ ഫ്രഞ്ച് എംബസിയുടെ സാംസ്കാരിക വിഭാഗം സെക്രട്ടറി.

നങ്കീസ്, അവൻ, യാത്രപറയാതെ എന്നീ നോവലുകളും, *നനവ്, വധു, സെപ്റ്റംബർ അകലെയല്ല, ഇനിയുമെത്ര കാലം* എന്നീ കഥകളും, *ചതുരംഗം, കർക്കിടകം* എന്നീ നാടകങ്ങളും, *ഇളക്കങ്ങൾ* എന്ന ചലച്ചിത്ര കഥയും അദ്ദേഹത്തിന്റെ പ്രധാന കൃതികളിൽ ചിലതാണ്. *ദോറയുടെ കഥ* ഫ്രഞ്ചിൽ നിന്ന് വിവർത്തനം ചെയ്തിട്ടുണ്ട്.

ഫ്രഞ്ച് വിദ്യാഭ്യാസ മന്ത്രാലയം നൽകിയ പുരസ്കാരം, പോണ്ടിച്ചേരി സർക്കാർ നൽകിയ മലയാളരത്ന അവാർഡ്, അബുദാബി ശക്തി അവാർഡ് എന്നീ ബഹുമതികൾക്കും അർഹനായിട്ടുണ്ട്.

ഭാര്യ : അമ്മു

മക്കൾ : പീയൂഷ്, സന്തോഷ്

വിലാസം : മണിയമ്പത്ത് വീട്
മാഹി – 673 310
ഫോൺ: 2333029

ഉള്ളടക്കം

സമർപ്പണം

പേരമകൻ

അംഗദിന്

1

കണ്ണൻമാസ്റ്ററുടെ ലിഖിതങ്ങൾ

'**വി**പ്ലവം ജയ'

ചുമരിൽ പ്രത്യക്ഷപ്പെട്ട ആ അക്ഷരങ്ങൾ വിദ്യാലയത്തെയാകെ പിടിച്ചുകുലുക്കി. ഫ്രഞ്ച് സ്കൂളിന്റെ പിന്നിലത്തെ ചുമരിൽ..... അക്ഷരങ്ങൾ. കാലത്ത്, മുറ്റം അടിച്ചുവാരാൻ വന്ന സൗദാമിനിയാണ് ആദ്യം കണ്ടത്. എങ്കിലും കണ്ണിൽ വന്നുകുത്തിയപ്പോഴും ആ രണ്ട് വാക്കുകൾ അവളിൽ പെട്ടെന്ന് ഒരു ചലനവുമുണ്ടാക്കിയില്ല. നീണ്ടുകിടക്കുന്ന കളിസ്ഥലത്തിൽ കുനിഞ്ഞ്, ഒരു കൈ പിന്നിൽ ഏറ്റിവെച്ച്, ഈറ്റനുകൊണ്ട് പൂഴിമണ്ണിൽ അർധവൃത്താകൃതിയിലുള്ള വരകളുണ്ടാക്കവേ.....

അവളുടെ തലയിലൂടെ ഒരു മിന്നൽപിണർ.....

"എന്റമ്മോ.."

അവൾ നേരെ നിന്നു, തിരിഞ്ഞു നോക്കി. ചുമരിലേക്ക്.. വിപ്ലവം. കേട്ടിട്ടുണ്ട് എവിടെയോ. കുഴപ്പമാ. സംശയമില്ല.

സൗദാമിനി ചൂൽ താഴെയിട്ടു. കൈ പാവാടയിൽ തുടച്ചു. കെട്ടിടത്തിലെ കോലായിലൂടെ ഓടി. വലിയ പടവുകൾ ചാടിയിറങ്ങി. മുന്നിലെ പള്ളിയിൽ, കൂറ്റൻ മണിയടിക്കാൻ തുടങ്ങിയ കപ്യാർ കയറിലെ പിടിവിട്ടു നിരത്തിലിറങ്ങി, എന്തുപറ്റി എന്നു ചോദിച്ചു, സൗദാമിനിയോട്. തൂപ്പുകാരിക്കുട്ടി കൈകൊണ്ട് എന്തോ ചിലതുകാട്ടി. പറയേണ്ടത് പറയേണ്ട ആളോടാവണം. പകുതിപ്പണിക്കാരിയായ തനിക്ക് എട്ടുറുപ്പിക–അതേ, മാസത്തിൽ തന്നെ–കനിഞ്ഞു തരുന്ന ദെലഗേ* യോടാണ് തന്റെ കൂറ്. അതായത് കണ്ണൻ മാസ്റ്ററോട്.

അവൾ ഓടി. നിരത്തുകളിൽ ആളുകളില്ല, ഭാഗ്യത്തിന്. അല്ലെങ്കിൽ സകലരും വിളിച്ചുചോദിക്കും. 'എന്താടോ ഞ്ഞി പായുന്നെ. സ്കൂളിന്ന് തീപ്പിടിച്ചോ.'

---

* ദെലെഗേ – പ്രാദേശിക വിദ്യാലയങ്ങളുടെ ഭരണാധികാരി

കണ്ണൻമാസ്റ്ററുടെ ഭവനത്തിന് മുന്നിൽ നിന്നു. "മാഷേ" സൗദാമിനി നിലവിളിച്ചു. താടി രോമങ്ങൾ പകുതിമാത്രം വടിച്ചു കഴിഞ്ഞതായിരുന്നു മാസ്റ്റർ. മറ്റേ പകുതിയിൽ പതച്ചുപൊങ്ങിയ സോപ്പുമായി ആൾ കോലായിൽ വന്നുനിന്നു.

"മാഷേ"

"എന്താടോ, പറയ് വേഗം."

"വിപ്ലവം."

"ഹെന്ത്?"

"ങ്ഹാ, മാഷേ. സ്കൂളിൽ. മുറ്റത്തെ ചുമരിൽ.... എഴുതീനും വിപ്ലവം ജയ."

"വിപ്ലവം ജയാന്നോ?"

"ങ്ഹാ, മാഷേ. വല്യ.... ഇതാ, ഇത്ര വല്യ അക്ഷരം. നൂറുകലക്കിയാ എഴുത്യത്."

"നീ പോയ്ക്കോ. ഞാനിതാ എത്തിപ്പോയി."

മാസ്റ്റർ അകത്തേക്ക് കുതിച്ചു. താടിയുടെ മറ്റേ പകുതിയിൽ കത്തി പായിച്ചു. വെള്ളംകോരി തലയിലൊഴിച്ചു. ഒന്നും കഴിക്കാതെ പോകാൻ തുടങ്ങിയതായിരുന്നു. പക്ഷേ, സഹധർമ്മിണി പിടിച്ചു വെച്ചു. രണ്ട് വെള്ളപ്പം, പഞ്ചസാര വിതറിയത്, മാത്രം വായിലാക്കി. ചായയും ഇറക്കി. ധൃതിയിൽ ഇറങ്ങി നടന്നു. ഷർട്ടും മുണ്ടും മേലെയൊരു കോട്ടും. എല്ലാ സർക്കാരുദ്യോഗസ്ഥരുടെയും സ്ഥിരം വേഷം.

കണ്ണൻമാസ്റ്റർ ആപ്പീസ് മുറിയിൽ കയറി ആദ്യം ചെയ്തത് മേശവലിപ്പ് വലിച്ചു തുറന്ന് ചൂരൽ കയ്യിലെടുക്കുകയായിരുന്നു. എന്നിട്ട് മുറ്റത്ത് കാലുകുത്തി. മാസ്റ്റർക്ക് വഴികാട്ടിയായി സൗദാമിനി മുന്നിൽ നടന്നു.

"വിപ്ലവം ജയ...."

ദെലെഗേ അല്പം ശാന്തനായി. വിപ്ലവം ജയ. ഇതെന്താ ഭജനപ്പാട്ടോ. ബുദ്ധി പ്രവർത്തിപ്പിച്ചു. ആരാണിത് ചെയ്തത്? ആരാണിതിന്റെ പിന്നിൽ? എന്താണ് താനിപ്പോൾ ഉടൻ ചെയ്യേണ്ടത്? അദ്മിനിസ്ത്രാത്തേർ മുസ്യേ പെത്തിനെല്ലിയെ അറിയിക്കണം. പുതുശ്ശേരിയിൽ, വിദ്യാഭ്യാസവകുപ്പ് മേലധ്യക്ഷൻ മുസ്യേ റെയ്മോനേയും. പിന്നെ, പൊലീസ്....? അത് വേണോ. ചുവന്ന തൊപ്പിക്കാർ വിദ്യാലയത്തിൽ പ്രവേശിക്കണോ? മൂപ്പൻസായ്‌വോട് ചോദിച്ച് നിശ്ചയിക്കാം.

തിരിച്ചു നടന്നു ആപ്പീസ് മുറിയിലേക്ക്. അധ്യാപകരിൽ ആദ്യമായെത്തിയത് ദേവൻ മാസ്റ്റർ. പരസ്പരം ഒരു "ബോംഴൂർ*" കൈമാറി, അവർ കാര്യത്തിലേക്ക് കടന്നു. ആരാണിതിന് പിന്നിൽ? പറയുമ്പോഴേക്കും അതാ വരുന്നു, വാസുദേവൻ നമ്പ്യാർമാസ്റ്റർ. പന്തക്കലിൽ നിന്ന് ആറു കിലോമീറ്റർ നടന്നുവരുന്ന ആൾ. പാലത്തിനടുത്തെത്തിയപ്പോഴാണ് സ്കൂളിൽ വിപ്ലവം എന്ന് കേട്ടത്. മാസ്റ്റർ ആ

* ബോംഴൂർ – (പ്രഭാത) വന്ദനം

ആശയം ഉടൻ തള്ളിക്കളഞ്ഞു. യുക്തിക്ക് നിരക്കാത്തത്! എങ്കിലും എന്തോ കുഴപ്പമുണ്ട്. അതുകൊണ്ട് വാസ്തവത്തിൽ ഓടിക്കിതച്ചാണ് എത്തിയത്.

കുട്ടികൾ വന്നപാടേ പിന്നിലെ മുറ്റത്തേക്കൊഴുകുന്നു. കുറെ നേരം അക്ഷരങ്ങൾ പരിശോധിച്ചശേഷം കശപിശ തുടങ്ങുന്നു. കണ്ണൻമാസ്റ്റർ പ്രാഥമിക റിപ്പോർട്ടെഴുതി മൂപ്പൻ സായ്‌വിനെത്തിച്ചു. എന്നിട്ട് സഹപ്രവർത്തകരെ വിളിച്ചുകൂട്ടി ചർച്ച ആരംഭിച്ചു. മുഴുവൻ നടപടികളും ലീഗ് ഓഫ് നേഷൻസിന്റെ മുഖ്യ പ്രവർത്തനഭാഷയിൽ.

"ആദ്യമാണ് ഇത്തരമൊരു സംഭവം ഇവിടെ നടക്കുന്നത്." കണ്ണൻമാസ്റ്റർ പറയുന്നു. "എന്താണിതിന്റെ അർഥം, പ്രാധാന്യം, അനന്തരഫലം.....? ഇത്തരം അനിഷ്ട..."

"ഒന്നാമത്," കർത്തേസിയെന്മാരിൽ കർത്തേസിയേൻ എന്നഭിമാനിക്കുന്ന വാസുദേവൻനമ്പ്യാർ മാസ്റ്റർ എപ്പോഴും "ഒന്നാമത്" എന്ന് പറഞ്ഞുകൊണ്ടാണ് തുടങ്ങുക. മടക്കിവെച്ച വിരലുകളിൽനിന്നും പെരുവിരൽ മാത്രം കുത്തനെ ഉയർത്തി എണ്ണിക്കൊണ്ട് ആൾ പ്രഖ്യാപിക്കുന്നു: "യ എന്ന് എഴുതിക്കഴിഞ്ഞയുടൻ എഴുത്തുകാരന്റെ ശ്രദ്ധ തെറ്റിപ്പോയി. പഴയ മോന്തായത്തിന്റെ കഴുക്കോലിൽ തൂങ്ങി നിൽക്കുന്ന കൂമനില്ലേ. അവൻ മൂളിയിരിക്കും. ഊം ഊം, ഊംഊം ന്ന്. അല്ലെങ്കിൽ കുറച്ചകലേനിന്നും ഒരു കാലൻകോഴി അവനെ ഞെട്ടിച്ചിരിക്കും. അതൊന്നും വേണ്ട, ചുമരിനപ്പുറം ഉണക്കിലകളിലൂടെ രണ്ട് കുറുക്കന്മാർ ഓടിയിരിക്കും. യുക്തിക്ക് നിരക്കുന്ന ,സാധ്യതകൾ. നമ്മുടെ അതിക്രമി പേടിച്ച് ഓടി രക്ഷപ്പെട്ടു."

ദെലെഗേയും കൂട്ടരും സ്തംഭിച്ചുപോയി.

"എഴുതാൻ തുടങ്ങിയത് വിപ്ലവം ജയിക്കട്ടെ എന്ന്!"

നമ്പ്യാർ മാസ്റ്റർ നാടകീയമായി അവതരിപ്പിച്ചു, "ക്കട്ടെ" എന്ന ശബ്ദത്തിൽ ഊന്നിക്കൊണ്ട്. "കുറ്റകൃത്യം നടന്ന സ്ഥലം നന്നായി നിരീക്ഷിച്ചു ഞാൻ. അവിടെ നിലത്തു നുറു കലക്കിയ വെള്ളത്തിന്റെ അടയാളം ഇടവിട്ട് നീളത്തിൽ തെറിച്ചത് കാണാനുണ്ട്, സൗദാമിനി പൂഴിയുടെ മേൽഭാഗം അടിച്ചുമാറ്റിയിട്ടും. കള്ളൻ ഓടിയതിന് വേറെ തെളിവ് വേണോ?"

നമ്പ്യാർ മാസ്റ്റർക്ക് രണ്ടാമതും മൂന്നാമതുമായി ഒന്നും പറയാൻ തോന്നിയില്ല. പതുക്കെ പെരുവിരൽ മടക്കി, മറ്റുള്ള വിരലുകളെ സ്വതന്ത്രമാക്കി.

"എനിക്ക് പറയാനുള്ള...."

ഫ്രഞ്ച് ഭാഷയും സാഹിത്യവും പഠിപ്പിക്കുന്ന ദേവൻ മാസ്റ്റർ തുടങ്ങിയതായിരുന്നു. അതിനിടയിൽ മലയാളം വിദ്വാൻ നാരായണപ്പണിക്കർ എഴുന്നേറ്റ് ഇടയിൽ ചാടി ഉച്ചത്തിൽ:

"ആരാണ് എഴുതിയത് അതാണ് പ്രശ്നം. ജയ എന്നായാലും ജയിപ്പിച്ചു എന്നായാലും വ്യത്യാസമെന്ത്? വിപ്ലവം എന്നത് പോരെ?"

എല്ലാവരുടെയും ആലോചന പോയത് കുർ കോംപ്ലെമാംതേർ എന്ന മുതിർന്ന ക്ലാസ്സിലെ കുട്ടികളുടെ നേരെയായിരുന്നു. രണ്ടുമൂന്നുകൊല്ലം ബ്രെവേ പരീക്ഷക്കിരുന്നു പാസാകാതെ, ആർക്കും ഒരു വിലയുമില്ലാതായിട്ടും ദിവസവും ക്ലാസ്സിൽ വന്ന് ബഞ്ച് ചൂടാക്കുന്ന കരുണന്റെ നേരെയാണ് മുന തിരിഞ്ഞത്. വിപ്ലവത്തെ അനുകൂലിക്കുന്നവനാണ് ഇവനെന്ന് ആരും പറയില്ല. വല്ലവരും ഉപയോഗിക്കുകയാണോ അവനെ. ബുദ്ധിയില്ലാത്ത ആ....

"പക്ഷേ....," അവസാനവർഷ ക്ലാസ്സിന്റെ ഭാരം ചുമക്കുന്ന പുരുഷോത്തമൻ മാസ്റ്റർ ഇടപെടുന്നു. 'കയ്യക്ഷരം ഞാൻ പ്രത്യേകമായി ശ്രദ്ധിച്ചിരുന്നു. ചുമരിലെഴുതിയത്... കരുണനല്ല!"

"ആ പ്രസ്താവനയെ..." നമ്പ്യാർ മാസ്റ്റർ വീണ്ടും. "ഞാൻ പിന്താങ്ങുന്നു. കാരണമുണ്ട്. കരുണൻ സ്കൂളിലെത്തിയപ്പോൾ ഞാൻ അവനറിയാതെ അവന്റെ വിരലുകൾ ശ്രദ്ധിച്ചു നോക്കി. നൂറിന്റെ യാതൊരു ലക്ഷണവുമില്ല!"

"ഏത് വിപ്ലവത്തെപ്പറ്റിയാണ് ഇവിടെ വിവക്ഷ?" ചരിത്രം-ഭൂമിശാസ്ത്രം പറഞ്ഞുകൊടുക്കുന്ന കേളപ്പൻ മാസ്റ്റർ വിഷയത്തെ പുതിയൊരു കോണിലൂടെ സമീപിക്കുന്നു. ഫ്രഞ്ച് വിപ്ലവത്തോടെ ലോകചരിത്രം അവസാനിച്ചു എന്നാണല്ലോ ധരിച്ചത്. പിന്നെ ഇതെന്ത് വിപ്ലവം?

"അല്ലാ, മണിയടിക്കണ്ടേ?"

ആരോ ഓർമ്മിപ്പിക്കുന്നു. ഒരാൾ കോലായിൽ ചെന്ന് കുനിഞ്ഞ് തല മടക്കിയുയർത്തി പള്ളി ഗോപുരത്തിലെ കൂറ്റൻ ക്ലോക്കിലേക്ക് നോക്കി.

"അയ്യോ, ഒമ്പത് ഇരുപതായി."

ചർച്ചയുടെ ചൂടിൽ, അരമണിക്കൂറിടവിട്ട് ഘടികാരത്തിൽ നിന്ന് പുറപ്പെടുന്ന മണിയൊച്ച ആരും കേട്ടിരുന്നില്ല.

എല്ലാവരും പെട്ടന്നെഴുന്നേറ്റു.

കണ്ണൻമാസ്റ്റർ പ്യൂണിന്റെ നേരെ നോക്കി. അയാൾ ഉടൻതന്നെ പോയി കോലെടുത്ത് കിണ്ണത്തിന്മേൽ അടി തുടങ്ങി. പിള്ളേർ കോലായിലേക്ക് ഇരച്ചുകയറി, ക്ലാസുകളിൽ പ്രവേശിച്ചു.

അപ്പോൾ....

"കൊമ്മിസ്സേർ വരുന്നു!"

ഒന്നിലധികം പേർ ഒന്നിച്ച് ശബ്ദിച്ചു.

കണ്ണൻമാസ്റ്റർക്ക് സംഗതിയുടെ പോക്ക് ഒട്ടും ഇഷ്ടമായില്ല. മൂപ്പൻ സായ്വിന്റെ സെക്രെത്തേർ പൈതൽ പറ്റിച്ച പണിയാണിത്. തന്റെ ആദ്യ റിപ്പോർട്ട് അവിടെ എത്തിയ ഉടൻ അയാൾ അറിയിച്ചിരിക്കും, പൊലീസിനെ. അങ്ങനെ ചെയ്യണമെന്നായിരിക്കും അയാളുടെ ഉത്തമ വിശ്വാസം. തന്റെ കീഴിലുള്ള സ്ഥാപനങ്ങളിലെ വിദ്യാർഥി

കളെ പൊലീസുകാർ ചെറിയ മട്ടിൽപോലും ഉപദ്രവിക്കാൻ പാടില്ല. അത് മാസ്റ്റർക്ക് സഹിക്കാൻ കഴിയില്ല.

"മുസ്യേല് കൊമ്മിസ്സേർ," കണ്ണൻമാസ്റ്റർ ആവശ്യത്തിലുമധികം ഉപചാരപൂർവം തുടങ്ങിയതിന്റെ കാരണംമുകളിൽ പറഞ്ഞതായിരുന്നു. "ഈ വൃത്തികെട്ട ചുമരെഴുത്ത്..... എന്റെ കുട്ടികളാരുമല്ല ചെയ്തത്. അവരത് ചെയ്യില്ല. സഹപ്രവർത്തകന്മാർ കയ്യെഴുത്ത് പരിശോധിച്ചു, കൂലങ്കഷമായി."

പുതുശ്ശേരിക്കാരൻ കൊമ്മിസ്സേർ തലകുലുക്കി. മാസ്റ്ററുടെ ശൈലി അയാളിൽ മതിപ്പുളവാക്കി. അല്ലെങ്കിലും നേരത്തെ ഈ നാട്ടിലെ വിദ്യാഭ്യാസസ്ഥാപനങ്ങളുടെ തലവനെപ്പറ്റി അറിയാമായിരുന്നു.

"വൃത്തികെട്ട ചുമരെഴുത്ത്!" അയാൾ പതുക്കെ ഉരുവിട്ടു, വാക്കുകളുടെ ധ്വനി ആസ്വദിച്ചുകൊണ്ട്.

ദെലെഗേ അയാളെ സൂക്ഷിച്ചു നോക്കി. "മർസേൽ പ്രൂസ്ത്, കൊമ്മിസ്സേർ." മാസ്റ്റർ മനസിൽ പറഞ്ഞു.

കൊമ്മിസ്സേർ മുറ്റത്തൂടെ നടന്നു. പിന്നാലെ ബ്രിഗാദിയും. കണ്ണൻമാസ്റ്റർ കൂടെപ്പോയില്ല. ആ ബുദ്ധിമുട്ട് ഒഴിവാക്കാൻ പൊലീസ് അധികാരി പ്രത്യേകമായി ശ്രദ്ധിച്ചു. ചുമരെഴുത്തിൽ അയാൾക്ക് പ്രത്യേകമായി ഒന്നും കാണാൻ കഴിഞ്ഞില്ല. അതെങ്ങനെ? പ്രാദേശിക ഭാഷ വായിക്കാൻ അറിയില്ലല്ലോ. തിരിച്ചു വന്നു, അയാൾ വീണ്ടും ആപ്പീസ് മുറിയിൽ കയറിയിരുന്നു.

"മുസ്യേല് ദെലെഗേ," കൊമ്മിസ്സേർ ആദരവോടെ പറയുന്നു. നിങ്ങളുടെ വിദ്യാർഥികൾ നിരപരാധികൾ. സംശയമില്ല. കാരണം, നിങ്ങളാരും ഇതുവരെ അറിയാത്ത ഒരു വസ്തുതയുണ്ട്. ഈ കൃത്യം ഇന്ന് പുലർച്ചെ, വേറെ രണ്ട് പ്രധാനപ്പെട്ട സ്ഥലങ്ങളിൽ ആവർത്തിച്ചുകണ്ടു. പലേദ് ഴ്യുസ്തീസ്സിലും* മ്യുനിസിപ്പാലിത്തേയിലും! ചുമരുകളിൽതന്നെ. ഇതേ നുറുകലക്കിയ വെള്ളത്തിൽ. അപ്പോൾ, കള്ളൻ പുറത്ത്. മുസ്യേല് ദെലെഗേ, എന്റെ വ്യക്തിപരമായ അഭിപ്രായം ഇത് ഏതോ ഒരു..... ഒരു ബുദ്ധിസ്ഥിരതയില്ലാത്തവന്റെ പണിയാ."

മാസ്റ്റർ അയാളെ തറപ്പിച്ചു നോക്കി.

"എന്താണങ്ങനെ തോന്നാൻ?"

"അല്ലെങ്കിൽ...ഇവിടെ ചുറ്റുവട്ടത്തിൽ ഈ വിപ്ലവം എന്ന സാധനത്തെക്കുറിച്ച് വല്ലവർക്കും കേട്ടറിവെങ്കിലുമുണ്ടോ? പിന്നെ 'ജയിക്കട്ടെ' എന്ന് പറയുന്നതിൽ എന്തർഥം? വിരിയാത്ത കോഴിക്കുഞ്ഞിന്ന് ദീർഘായുസ് നേരുകയോ?"

കൊമ്മിസ്സേർ ഹാർദമായി ചിരിച്ചു. എന്നിട്ട് എഴുന്നേറ്റ് യാത്ര പറഞ്ഞു.

---

* പലേ ദ് ഴ്യുസ്തീസ് = നീതിപീഠം

മാസ്റ്റർമാരെല്ലാം ക്ലാസ്സുകളിൽ തിരിച്ചെത്തി. പഠിപ്പ് സാധാരണ നിലയിലായി.

അപ്പോൾ..

കണ്ണൻമാസ്റ്റർ ഒരു വലിയ കടലാസെടുത്തു എഴുതിത്തുടങ്ങി.

"ബഹുമാനപ്പെട്ട വിദ്യാഭ്യാസവകുപ്പ് മേലധ്യക്ഷൻ മുസ്യേ റെയ്മോം അവർകൾക്ക്,

ബഹുമാനപ്പെട്ട അദ്മിനിസ്ത്രാത്തേർ മുസ്യേ പെത്തിനെല്ലി മുഖേന.

താഴെ പറയുന്ന സംഗതി അവതരിപ്പിക്കാൻ അനുമതി നൽകിയാലും."

ദെലെഗേയുടെ പേനയെ ഇഷ്ടപ്പെടുന്നവരാണ് മുസ്യേ റെയ്മോനും മുസ്യേ പെത്തിനെല്ലിയും. ഈ നാട്ടിലെ ഏത് വിദ്യാഭ്യാസ വിഷയങ്ങളിലും കണ്ണൻമാസ്റ്ററുടെ എഴുത്തുകൾ പ്രത്യേകമായ തലത്തിൽ പരിഗണിക്കപ്പെടുന്നു. ചിലപ്പോൾ ആ ഭാഷാവൈഭവം ഒന്നുകൂടെ ആസ്വദിക്കാൻ വേണ്ടി മാത്രം മുസ്യേ റെയ്മോൻ കൂടുതൽ വിശദീകരണങ്ങൾ ആവശ്യപ്പെടാറുണ്ട്! ഒരുവിധം എല്ലാ അപേക്ഷകളും അംഗീകരിക്കപ്പെടുകയാണ് പതിവ്. എക്കോൽ സാംത്രാലിലെ* മുതിർന്ന ക്ലാസ്സുകളിൽ അടുത്ത കാലത്ത് നിലവിൽവന്ന മിശ്രവിദ്യാഭ്യാസ സമ്പ്രദായം ഈ നാടിന്റെ സാമൂഹ്യ ചരിത്രത്തിലെ ഉജ്ജ്വലമായ ഒരേടായിരുന്നു. ആ പരിഷ്കാരം ഉളവാക്കിയ ചൂടേറിയ വിവാദത്തിൽ മാസ്റ്ററുടെ തിളങ്ങുന്ന ലിഖിതങ്ങൾ നിർണായകമായിരുന്നു. റെയ്മോം സായ്വ് അവയുടെ പകർപ്പുകളെടുപ്പിച്ച് തന്റെ സ്വകാര്യ രേഖാശേഖരത്തിൽ സൂക്ഷിക്കുന്നുവത്രെ. ഭാവിയിൽ വല്ലപ്പോഴും ഒരു പുസ്തകമെഴുതാൻ പരിപാടിയുണ്ട്. വിഷയം:

"വിദ്യാഭ്യാസമേഖലയിലെ മുന്നേറ്റം-ഫ്രഞ്ചിന്ത്യയിൽ."

കണ്ണൻമാസ്റ്റർ ലേഖനം അവസാനിപ്പിച്ചു. ഒന്നുകൂടെ വായിച്ചുനോക്കി. എഴുന്നേറ്റു നടന്നു മൂപ്പൻ സായ്വിന്റെ ബംഗ്ലാവിലേക്ക്.

"ബോംഴൂർ, മുസ്യേലദ്മിനിസ്ത്രാത്തേർ."

സായ്വിന്റെ മുമ്പിൽനിന്നുകൊണ്ട് ദെലെഗേ വന്ദിച്ചു.

"ബോംഴൂർ, ഷേറമി."

സുഹൃത്തേ എന്നു കൂട്ടിച്ചേർക്കാതെ മുസ്യേ പെത്തിനെല്ലി മാസ്റ്ററെ സംബോധന ചെയ്യാറില്ല.

പുതുശ്ശേരിയിലെ വകുപ്പുകളിലേക്കുള്ള കടലാസുകൾ മുഴുവൻ – അവിടെന്നിങ്ങോട്ടുള്ളതും– മൂപ്പൻ സായ്വ് കാണുന്നു. അതിൽ ചെറിയൊരുപ്പു വെക്കുകയും ചെയ്യുന്നു. അതു പ്രകാരം ഇന്ന് കാലത്ത് നാട്ടിനെ പിടിച്ചുകുലുക്കിയ സംഭവത്തെക്കുറിച്ചുള്ള കണ്ണൻ മാസ്റ്ററുടെ ഏറ്റവും പുതിയ റിപ്പോർട്ട് ഫ്രഞ്ചുകാരൻ വായിച്ചുനോക്കി. "ത്രേബ്യേം ഷേറമി"– വളരെ നന്നായിട്ടുണ്ട്– എന്ന് പറഞ്ഞു, അടി

* എക്കോൽ സാംത്രാൽ = സ്ഥലത്തെ പ്രധാന ഫ്രഞ്ച് സ്കൂൾ (ആൺകുട്ടികൾ)

യിൽ ഒപ്പിട്ടു സെക്രെത്തേർ പൈതലിനെ വിളിച്ചു ഏൽപ്പിച്ചു. ഉടൻ പുതുശ്ശേരിയിലേക്ക് അയക്കാൻ നിർദേശിച്ചു.

മുസ്യേ പെത്തിനെല്ലി എഴുന്നേറ്റു.

"ഓ റ്വോർ*, ഷേറമി."

"ഓ റ്വോർ, മുസ്യേ ലദ്മിനിസ്ത്രാത്തേർ.

പാതാറിലൂടെയുള്ള തിരിച്ചുനടത്തത്തിൽ, കണ്ണൻ മാസ്റ്റർ പെട്ടെന്ന് ഉല്ലാസവാനായി. സൂര്യന്റെ ശക്തി കുറഞ്ഞിരുന്നു. മനസും ദേഹവും തണുപ്പിക്കുന്ന ഒരു കാറ്റ്.

തലയല്പം പൊക്കി, ഒന്ന് ദീർഘമായി നിശ്വസിച്ചു.

"ഒരു സുദിനത്തിന്റെ സായാഹ്നം."

മാസ്റ്റർ പിറുപിറുത്തു

"ലഫോംത്രൻ!"**

കാറ്റാടി മരം വിളിച്ചു പറഞ്ഞു, ചെറിയൊരു സീൽക്കാരം പുറപ്പെടുവിച്ചു കൊണ്ട്.

---

* ഓ റ്വോർ = യാത്ര പറയൽ

** ലഫോംത്രൻ = പ്രസിദ്ധ സാരോപദേശ കവി

2

ഒരു രാസിയുടെ കഥ

"അമ്മേ, ജാത വരുന്നു!"

സുകുമോൻ വിളിച്ചു പറഞ്ഞു.

അകലെ നിന്നും ഒരാരവം കേൾക്കുന്നു. വളരെ അകലേ നിന്ന്.

"അമ്മേ."

സുകുമോന്റെ ശബ്ദം ഉയർന്നു.

"ഈ അമ്മയ്ക്ക് ചെവി കേട്ടൂടെ." വിളിച്ചാൽ വേഗമൊന്നും ഉരിയാട്ടമില്ല.

ശാരദ കിണറ്റിൽ നിന്നും വെള്ളം കോരുകയായിരുന്നു. കപ്പിയും കയറും ഒന്നിക്കുമ്പോൾ മറ്റൊരൊച്ചയും കേൾക്കുകയില്ലല്ലോ.

"അമ്മേ, ജാത വരുന്നൂന്ന്!"

ശാരദ പെട്ടന്നു പാള വലിച്ചുകയറ്റി പടിയിന്മേൽവെച്ചു. അതോടെ മകന്റെ മൂന്നാമത്തെ വിളി അവരുടെ ചെവിയിലെത്തി.

"ഇവരുടെ ഒടുക്കത്തെ ജാഥയാ."

സുകുമോന്റെ അമ്മ ഒരു പിടിവെള്ളം കോരിയെടുത്ത് രണ്ട് കൈകളും കഴുകിയെന്നു വരുത്തി, മുണ്ടിന്റെ അറ്റത്തു തുടച്ചുകൊണ്ട് നടന്നു വന്നു.

"അമ്മേ, അദാ."

സുകുമോൻ പടിഞ്ഞാറോട്ട് നോക്കി. അവന്റെ അമ്മയും അതേ വശത്തേക്ക് തലതിരിച്ചു.

"ഓ, ഇതു മറ്റേക്കൂട്ടരാ."

"ആരാമ്മേ മറ്റേക്കൂട്ടർ?"

"വേലായുധൻ വക്കീലിന്റെ ആൾക്കാർ. അവരിപ്പം മേയർക്കെതിരാ."

"അതെന്താ?"

"അതൊന്നും ചോദിക്കണ്ടടാ. പത്മനാഭൻ വക്കീലല്ലേ മേയർ. അയാള് മൂപ്പൻ സായ്പിന്റെ വലംകയ്യാ. മൂപ്പൻ സായ്പ്... പോട്ടെ, ഞ്ഞി ചെറിയതാ. ഇതൊന്നും ചോദിക്കണ്ട. അമ്മക്കും ഒന്നും തിരീന്നില്ല."

സുകുമോൻ ശ്രദ്ധിക്കുന്നില്ലായിരുന്നു. അവന്റെ ഉള്ളിൽ അങ്ങകലെ നിന്നു വരുന്ന മുദ്രാവാക്യങ്ങൾ താളം പിടിക്കുകയാണ്. നിരത്തിന്റെ അറ്റത്തുനിന്നു കുറെപ്പേർ കൈചുരുട്ടി വിളിച്ചുപറഞ്ഞുകൊണ്ട് അടുത്തു വരുന്നു.

"പപ്പൻ വക്കീൽ...."

ഇപ്പോൾ അവരുടെ വാക്കുകൾ സുകുമോന് തിരിച്ചറിയാൻ കഴിയുന്നുണ്ട്. മുന്നിൽ നടക്കുന്ന ഒരാൾ മുഷ്ടിചുരുട്ടി കാറ്റിലിടിക്കുന്നു.

"പപ്പൻ വക്കീൽ...."

"എന്താമ്മെ അയാള്...പപ്പൻ വക്കീല്, പപ്പൻ വക്കീല്ന്ന്...?

"അതു മേയറ് പത്മനാഭൻ....അവരെല്ലാം വല്യവരാ, മോനെ. നമ്മളെപ്പോലെത്തോരു ആ പേരൊന്നും പറയേൻകൂടി പാടില്ല."

"അയാൾക്കെന്തു പറ്റി?"

"അറീല്ലെടാ"

സുകുമോൻ ചെവി കൂർപ്പിച്ചു. മുദ്രാവാക്യം തുടങ്ങുന്ന ആ മനുഷ്യന്റെ ആകാരം അവനെ വല്ലാതെ ആകർഷിച്ചു. എന്തൊരു ഉയരം. നല്ല ഉരുക്കുപോലുള്ള തടി. ഇടയ്ക്ക് ഉയർത്തിവീശുന്ന ആ കൈയിൽ മസിലുകൾ ഉരുണ്ടുകൂടിയിരിക്കുന്നു. അറിയാതെ അവൻ തന്റെ സ്വന്തം കൈത്തണ്ടയിൽ തൊട്ടുനോക്കി.

"പപ്പൻ വക്കീൽ...."

ആ തൊണ്ട വിങ്ങിപ്പൊട്ടുമ്പോലെയുണ്ട്.

'രാസി വെക്കണം!"

അനുയായികൾ ആർത്തുവിളിച്ചു. എല്ലാവരും കൂടെ കാറ്റിൽ ഇടിതന്നെ. പാവം കാറ്റ്!

"ഇവരെല്ലാം വേലായുധൻ വക്കീലിന്റെ ആള്കളാ. കണ്ടാലറിയാം. തണ്ടുവലിക്കുന്ന കൈകളാ."

അമ്മ പിറുപിറുക്കുന്നത് കേട്ടു.

സുകുമോൻ അന്ധാളിച്ചു. വ്യക്തമായൊരു ചിത്രവും ആ കുരുന്നു മനസിൽ ഉരുത്തിരിയുന്നില്ല. രണ്ടുപേരും വക്കീലൻമാർ! അതിലൊരാൾ, അതായത് മേയർ പത്മനാഭൻ, മൂപ്പൻ സായ്പിന്റെ കൂടെ. മറ്റെയാൾ, അതായത് വേലായുധൻ വക്കീൽ, സായ്പിന് എതിരും. പക്ഷേ ഒരു കാര്യം അവനു മനസിലായില്ല. മൂപ്പൻ സായ്പ് വെള്ളക്കാരനല്ലെ. അയാളുടെ കൈയിൽ തോക്കുണ്ടല്ലോ. പ്രാവുകളെ വെടിവയ്ക്കാൻ അയാൾ വലിയ തോക്കുമായി മുകളിലോട്ട് നോക്കികൊണ്ട് ഈ വഴിയിലൂടെ പോകുന്നത് കണ്ടിട്ടുണ്ട്. ഒരു ദിവസം അയാൾ ഒരു ഭ്രാന്തൻ നായയെ ഒറ്റവെടിക്ക് മലർത്തിയടിച്ചുവെന്നും

കേട്ടിട്ടുണ്ട്. നാണ്വേട്ടൻ പറഞ്ഞതാണ്. മറ്റൊരിക്കൽ പുത്തലത്തെ കുളത്തിൽ പൊങ്ങിയ വിഷംമൂത്ത ഒരു മണ്ടിലിയേയും വെള്ളുവെളുത്ത കുറിയ മനുഷ്യൻ ചാമ്പലാക്കിയത്രെ. ഇത്രയും ശക്തനായ മൂപ്പൻ സായ്പിനെ എങ്ങനെയാണ് മയ്യേക്കാർക്ക് നേരിടാൻ കഴിയുക?

ജാഥക്കാർ അപ്രത്യക്ഷരാകവേ.... സംഗതി അവന് കാണാപ്പാഠമായി. പപ്പൻ വക്കീൽ...രാസിവെക്കണം! പക്ഷേ എന്താണീ രാസി? എങ്ങനെയാണ് രാസിവെയ്ക്കുക? എന്തുകൊണ്ടാണ് പപ്പൻ വക്കീൽ കഴുത്തുപോയാലും രാസിവെക്കൂല്ലാന്നു?.....

"എന്താമ്മേ ഈ രാസി?"

അവസാനം സുകുമോൻ അമ്മയുടെ കയ്യിൽ പിടിച്ചു കുലുക്കിക്കൊണ്ട് ചോദിച്ചു.

"രാസിയല്ല, രാജിയാ."

"എന്തായീ രാജീ?"

ശാരദ കൈമലർത്തി.

ബഹളമൊക്കെ ഒന്നൊഴിഞ്ഞപ്പോൾ, അവൻ പുരയ്ക്ക് ചുറ്റും ഓടിനടന്നു. കൈചുരുട്ടി വീശിക്കൊണ്ട് അവൻ കൂക്കിവിളിച്ചു.

"പപ്പൻ വക്കീൽ...രാജിവെക്കുക! പപ്പൻ വക്കീൽ...."

"പതുക്കെപ്പറ, ചെക്കാ. ആരെങ്കിലും കേട്ടാല്......."

ശാരദ താക്കീതു ചെയ്തു.

പെട്ടെന്നു....

നിരത്തിൽനിന്ന് ഒരാൾ മുറ്റത്തുകയറി നിൽക്കുന്നത് കണ്ടു.

സുകുമോന്റെ നാണ്വേട്ടൻ!

"ഇവൻ...എന്നുമുതലാ ദേശീയവാദിയായത്?"

നാണ്വേട്ടൻ ചോദിക്കുന്നു. സുകുമോൻ അങ്ങോട്ടേയ്ക്കോടി. ചെറുപ്പക്കാരന്റെ കൈയിൽ പിടിച്ചു. അവനു ഈ ലോകത്ത് ഏറ്റവും ഇഷ്ടമുള്ള ആള്. അമ്മാമൻ. അമ്മയുടെ കൊച്ചനുജൻ. അമ്മയുടെ വീട്ടിലെ കുട്ടികളെല്ലാം നാണ്വേട്ടൻ എന്നു വിളിക്കുന്നത്കേട്ട് അവനും അതുതന്നെ ശീലിച്ചു."ഞ്ഞ്യെ ന്താ വിളിച്ചെ? ഏട്ടൻന്നോ? അമ്മാമാന്നു വിളി മോനെ". അങ്ങനെ എല്ലാവരും നിർബന്ധിക്കുകയായിരുന്നു. എന്നാലും പതിവ് മാറ്റാൻ പയ്യന് കഴിഞ്ഞില്ല.

"ങ്ഹ. നാണ്വേ? വാ"

പുകതട്ടി അല്പം ചുവന്ന മുഖവുമായി ശാരദ. അനുജൻ ഇടയ്ക്ക് അവിടം സന്ദർശിക്കുന്നു. ആ നിമിഷങ്ങൾ എല്ലാവർക്കും ആഹ്ലാദകരം. സ്കൂൾ കഴിഞ്ഞ് പണിയില്ലാതെ നടക്കുന്ന ആൾ. ഫ്രഞ്ച് സ്കൂളിൽ പഠിച്ചു. അതേ വിദ്യാലയത്തിൽ നാലാം ക്ലാസ്സിൽ പഠിക്കുന്ന സുകുമോനു അധ്യാപകരും മുതിർന്ന കുട്ടികളും അന്യഭാഷയിൽ സംസാരിക്കുന്നത് അദ്ഭുതമായിരുന്നു. പിഞ്ചുമനസ്സിൽ ഒരാഗ്രഹം ജനിച്ചിട്ടുണ്ട്. വലുതായി നാണ്വേട്ടനെപ്പോലെ ഫ്രഞ്ചിൽ

ഒന്നു വിലസണം. മൂപ്പൻസായ്പിന്റെ കൂടെ.. ഓ അതിനൊന്നും തനിക്ക് ഭാഗ്യമുണ്ടാവില്ല. എന്നാലും...“ഉയ് മുസ്യേ. നോം മുസ്യേ.” എന്തൊരു രസമാണ്.

“ഞ്ഞി മുകൊന്നു തൊടക്ക്, നാണു.”

അകത്തു പായവിരിച്ചുകൊണ്ട് അമ്മ പറയുന്നു.

നാണുവിന്റെ ചെവിക്കടുത്തൂടെ വിയർപ്പ് ഒലിക്കുന്നു. ശാരദ ഒരു തോർത്തെടുത്ത് അയാളുടെ മുഖം തുടച്ചുകൊടുക്കുന്നു.

“അല്ലാ, ശാരദേട്ത്തി” നാണുവിന്റെ ചോദ്യം. “ഈ സുകുട്ടി എപ്പാ ദേശീയവാദിയായത്?”

ശാരദ ചിരിക്കുന്നു. മകനെ അടുപ്പിച്ചു നിർത്തുന്നു.

“ഇപ്പം വേലായുധൻ വക്കീലിന്റെ ആള്കള് ഇതിലൂടെ പോയിന്. അതോടെ തൊടങ്ങിയതാ ഇവന്റെ രാജിവെക്കണം, രാജി വെക്കണം . മണ്ടി നടക്കാ പൊരക്ക് ചുറ്റും.”

“ഓ, അതാണല്ലേ.”

സുകുമോനു ഒന്നും പിടികിട്ടിയില്ല. എന്താണീ ദേശീയവാദി എന്നുവെച്ചാൽ? താനെന്നു മുതലാണ്...അവൻ ചിന്തിച്ചു. ഏതായാലും കുഴപ്പമാവുമോ? മൂപ്പൻ സായ്പ്...തോക്ക്....

നാണു എട്ത്തിയോട് എന്തൊക്കെയോ പറയുന്നു. അയാൾ വന്നാൽ എപ്പോഴും അങ്ങനെയാണ്. പറയുന്നതു മുഴുവൻ വലിയ കാര്യങ്ങൾ. ശാരദ ആസ്വദിച്ചുകൊണ്ട് കേൾക്കും. പലതും പിടികിട്ടാത്ത വിഷയങ്ങൾ. എന്നാലും നാണുവിന്റെ വാക്കുകൾ എത്ര കേട്ടാലും മതിയാവില്ല. വാസ്തവത്തിൽ സുകുമോനും ആ സംസാരം കേൾക്കാനിഷ്ടമാണ്. അർഥമൊക്കെ വലുതാകുമ്പോൾ മനസിലാക്കാമല്ലോ.

“നമ്മുടെ നാട്ടിൽ...” നാണു തുടങ്ങുന്നു.

“പുതിയൊരു കാറ്റ് വീശാൻ തുടങ്ങിയിരിക്കുന്നു.”

സുകുമോൻ വെളിയിലേക്ക് നോക്കി. തൊടിയിലെ ചെടികളൊന്നും അനങ്ങുന്നില്ലല്ലോ. എവിടെയാണ് കാറ്റ് വീശുന്നത്?

“ശങ്കരൻമാസ്റ്റർ...” നാണു തുടരുന്നു..

“മാസ്റ്റർ സ്കൂൾ വിട്ട് ഇറങ്ങിയിരിക്കുന്നു. മുഴുവൻസമയ രാഷ്ട്രീയപ്രവർത്തനത്തിന്ന്.”

അതെന്ത് പ്രവർത്തനമാണെന്ന് ചോദിക്കാൻ തോന്നി സുകുവിന്.

“അടിപിടി ആവ്വോ?”

ശാരദയാണ് മറ്റൊരു സംശയം മുന്നോട്ടു വെച്ചത്.

കാര്യങ്ങൾ അങ്ങനെയാണ് നീങ്ങുന്നതെന്ന് നാണു. ഇന്ത്യയിൽ നിന്ന് ബ്രിട്ടീഷുകാരെ പറഞ്ഞയക്കണമെന്ന് ഗാന്ധിജി പറയുന്നില്ലെ. അതുപോലെ ഇവിടെ നിന്ന് ഫ്രഞ്ചുകാരും പോകണമെന്നു ശങ്കരൻമാസ്റ്റർ. മേയർ രാജിവെക്കണമെന്നാണ് ഇപ്പോൾ ആവശ്യപ്പെടുന്നത്.

നാണുവിന്റെ ചെന്നിയിൽനിന്നും വിയർപ്പ് വീണ്ടും ഒഴുകിത്തുടങ്ങി. സുകുമോനു ആ കാഴ്ച വളരെ ഇഷ്ടമായി.

"ഏട്ത്തി..." നാണുവിന്റെ വാക്കുകൾ..." പത്മനാഭൻ വക്കീലിന്റെ ബന്ധുവല്ലെ. കുഞ്ഞമ്പു മുതലാളീ. വക്കീലിനെ വല്ലവനും തൊട്ടുകളിച്ചാൽ മുതലാളി വിടുമോ. "നെലന്തെരേം പടംപൊന്തിക്കാൻ തൊടങ്ങ്യോ" എന്നാണത്രെ അയാൾ ചോദിച്ചത്. ശങ്കരൻമാസ്റ്ററെ അടിച്ചു ചമ്മന്തിയാക്കി. പുത്തലത്തെ ഭഗവതീന്റ വാളുമായാണ് മുതലാളീന്റെ കൂലിക്കാർ വന്നത്. ശങ്കരൻമാസ്റ്റർ വീണേടത്തുനിന്നെണീറ്റ് ഇനിം അടിച്ചോളാൻ പറഞ്ഞു. പണ്ട് ഗാന്ധി ഇതുപോലെ എവിട്യോ ചെയ്തിരുന്നു. ഏട്ത്തീ, ഒരു പുതിയ ഗാന്ധി ജനിച്ചിരിക്കുന്നു. മയ്യേ നാട്ടിന്റെ ഗാന്ധി."

നാണു വല്ലാതെ ചൂടായിരിക്കുന്നു. അപ്പോൾ...

വീണ്ടും ആർപ്പുവിളി പുറപ്പെടുന്നത് കേട്ടു.

സുകുമോൻ മുറ്റത്തിറങ്ങി ഓടി.

"അത്...അതു പള്ളൂരിൽനിന്നാ." നാണു വിശദീകരിക്കുന്നു.

"ദേവരാജൻനായര്. കോയിപ്പുറത്ത് പള്ളൂരിലെ കൊല്ലും കൊലക്കാരൻ. അയാള് ഇപ്പം മൂപ്പൻ സായ്പിന്റെ കൂടെയാ. വേലായുധൻ വക്കീൽ ദേശീയവാദികളോടൊപ്പം ചേർന്നപ്പോൾ, ദേവരാജൻ നായരും അയാളുടെ അഭ്യാസികളായ ആശ്രിതരും ഫ്രഞ്ചുകാരുടെ ഭാഗത്തു ചാഞ്ഞു. വക്കീലും ദേവരാജൻ നായരും സ്ഥിരം ശത്രുക്കളാ."

നാണു എഴുന്നേറ്റു. നിരത്തു വക്കത്ത് അനന്തരവനോടൊപ്പം ചേർന്നു. ശാരദ കോലായിൽ നിന്നു നോക്കി.

തോർത്തുമുണ്ട് മുകളിലെറിഞ്ഞു പിടിച്ചുകൊണ്ടാണ് പുഴയ്ക്കപ്പുറത്തുനിന്നു വരുന്നവർ മുദ്രാവാക്യം വിളിക്കുന്നത്. സുകുമോൻ അവരെ നോക്കി. നേരത്തെ പോയവരെപ്പോലെ മസ്ലുകാരല്ല. എങ്കിലും നല്ല മെയ്വഴക്കമുണ്ട്. ധൃതിയിൽ നടക്കുമ്പോൾ കാലുകൾ മണ്ണിൽ തട്ടാത്തതുപോലെ.

"രാജി...." ഒരാൾ വിളിച്ചു പറയുന്നു.

"വെക്കൂലെടാ" മറ്റുള്ളവർ ഏറ്റുപറയുന്നു.

ജാഥ അങ്ങകലെ ചെറുതായി ഇല്ലാതായപ്പോൾ, നാണുവും മോനും തിരിച്ചുവന്നു.

"രാജി...വെക്കുല്ലെടാ."

സുകുമോൻ പിറുപിറുത്തു.

"നാണൂ, ഞാൻ കരിങ്കാപ്പിണ്ടാക്കാം. ഞ്ഞി പറഞ്ഞാ. ഞാൻ അടുക്കളേന്നു കേക്കും."

ശാരദയ്ക്കു നാണു നിർത്തിക്കളയുമോ എന്നു പേടി. അനിയൻ വീണ്ടും പായിലിരുന്നു. അയാളുടെ കാൽക്കലിരുന്നുകൊണ്ട് സുകുമോനും കഥകേട്ടു.

"ഇപ്പോ..." നാണു പുതിയതെന്തോ തുടങ്ങുന്നു. "മാസ്റ്റർക്ക് നാട്ടുകാരുടെ പിന്തുണയുണ്ട്. പ്രത്യേകിച്ചും വേലായുധൻ വക്കീലും ആശ്രിതരും അവരുടെ ഭാഗത്തുചേർന്നതോടെ."

നാണു കുടുങ്ങിയ മുറിയുടെ മച്ചില്ലാത്ത മുകളിലേക്ക് കണ്ണയച്ചു. പിന്നെ ചുമരിൽ തൂങ്ങിക്കിടക്കുന്ന പുകപുരണ്ട ഒരു മഹാലക്ഷ്മി കലണ്ടറിലും.

"മേയർ വിറച്ചു പോയെന്നാ കേൾവി. പക്ഷേ, വേലായുധൻ വക്കീലുണ്ടല്ലോ. ആൾ ഒട്ടും ശരിയല്ല. അതായത്....വിശ്വസനീയനല്ല."

ഈ നാണേട്ടൻ എന്തൊക്കെ വാക്കുകളാ വെച്ചുകാച്ചുന്നത്. സുകു ആലോചിച്ചു. ഒരുപാട് പുസ്തകങ്ങൾ വായിക്കുന്നു. അല്ലങ്കിൽ ഇത്തരം ഭാഷയൊന്നും ഇവിടെ മറ്റാരും ഉപയോഗിക്കുന്നത് കേട്ടിട്ടില്ല. സുകുവിന്റെ നെഞ്ചിൽ എന്തൊക്കയോ സുഖകരമായ ചില അലിഞ്ഞുചേരലുകൾ. നാണേട്ടൻ! സുകുട്ടി എന്നു തന്നെ വിളിക്കുന്ന മറ്റൊരാൾ കുടുംബത്തിലില്ല. എങ്കിലും ചിന്തകൾ പിന്നെയും മാറിമറിഞ്ഞു. ചില കണക്കുകൂട്ടലുകൾ ...ശങ്കരൻമാസ്റ്ററും അവരുടെയാ ദേശീയവാദികൾ എന്നു വിളിക്കുന്ന കൂട്ടരും ഒരു വശത്ത്. ഒപ്പം വേലായുധൻ വക്കീലും മല്ലന്മാരും. മറുഭാഗത്ത് പത്മനാഭൻ വക്കീലും കുഞ്ഞമ്പു മുതലാളിയും. പിന്നെ കോയിപ്പുറത്തു ദേവരാജൻ നായരും കളരിപ്പയറ്റുകാരും. ഇവരുടെ പിന്നിൽ മൂപ്പൻ സായ്പും പൊലീസും പട്ടാളവും!

അല്ലാ, ഇവളെവിടെ, കൗസു?"

നാണേട്ടൻ മരുമകളെക്കുറിച്ച് ഇപ്പളാ ഓർക്കുന്നത്!

"ഓള് കളിക്കാൻ പോയിനു, അങ്ങട്ടേന്റെ അങ്ങട്ടേല്. ഓളെ കൂടെ പഠിക്കുന്ന ഒരുത്തീണ്ടവ്ടെ."ഏതായാലും ഏട്ത്തിയുടെ വക വഴക്കായിരിക്കും, ഇന്ന്. നാണേട്ടൻ വന്നിട്ട് വിളിക്കാഞ്ഞതിനു....

കൃത്യം ഒരാഴ്ചയ്ക്കുശേഷം....ഒരുച്ചയ്ക്ക്......

അതാ വീണ്ടും ആരവം.

അന്നു കാലത്തു നാണു വന്നിരുന്നു.

'ഞാൻ പറഞ്ഞില്ലെ, അതുതന്നെ സംഭവിച്ചു."

ശാരദ കഥ കേൾക്കാൻ തയ്യാറെടുത്തു നിലത്തു പായ വിരിച്ചു. നാണു അതിലിരുന്നു. തൊട്ടടുത്ത് സുകുമോനും കൗസുവും.

"മേയർ പത്മനാഭൻ വക്കീൽ കരുനീക്കി...." ശാരദയ്ക്ക് കാര്യം ഏതാണ്ട് പിടികിട്ടി. സുകുമോൻ പടവെട്ട് കളിയിലെ കരുക്കളായ കല്ലിൻ കഷണങ്ങളെയും തീപ്പെട്ടിക്കൊള്ളിത്തുണ്ടുകളേയും ഓർത്തു.... "ആർക്കും പ്രവേശനമില്ലാത്ത ആപ്പീസു മുറിയിലിരുന്ന് മൂപ്പൻ സായ്പും ചിലതൊക്കെ ഒപ്പിച്ചൂന്നാ കേൾവി. ചിലർക്ക് കാരക്കലിലേക്കും യാനത്തേക്കും മാറ്റത്തിന്റെ ഭീഷണി. മറ്റു ചിലർക്ക്

ചില നക്കാപ്പിച്ചകൾ. ഒരാളുടെ മകനു ഫ്രാൻസിൽ പോയി പഠിക്കാൻ ഒരു "ബൂർസ്"* ഇതിന്റെയൊക്കെ ഫലം? വേലായുധൻ വക്കീൽ സർക്കാറിന്റെയും മേയറുടെയും ഭാഗത്തേക്ക് മറിഞ്ഞു. പക്ഷേ, അവർ വിചാരിക്കാത്ത മറ്റൊരു സംഭവം: വേലായുധൻ വക്കീലിന്റെ നിത്യ വൈരിയായ കോഴിപ്പുറവും മറുകണ്ടംചാടി."

മനോഹരമായ ഈ അപസർപ്പകഥ കേട്ടു അമ്മയും മക്കളും കണ്ണുകൾ മിഴിച്ചു.

അന്നുച്ചയ്ക്ക്...

അതാ, വീണ്ടും ആരവം.

ശാരദയും മകനും നിരത്തിന്നരികിൽ ചെന്നുനോക്കി.

"പപ്പൻ വക്കീൽ...രാജിവെക്കണം."

അക്കരെയിൽനിന്നും പാലം കടന്നുവരുന്ന ദേവരാജൻനായരുടെ ശിങ്കിടികൾ മുദ്രാവാക്യം വിളിക്കുന്നു.

"അമ്മേ. ഇവരു രാജിവെക്കൂല്ലാന്നു പറഞ്ഞോരല്ലേ?"സുകുമോൻ തലയുർത്തി അമ്മയെ നോക്കി.

അരമണിക്കൂറിനുശേഷം.......

വേലായുധൻ വക്കീലിന്റെ തല്ലുകാരുടെ ഊഴം.

"രാസി...വെക്കുല്ലെടാ"

അവരും ചുവട് മാറ്റി അലറി.

* ബൂർസ് - സ്കോളർഷിപ്പ്

3

കപ്പൽ വഴി വരുന്നത്

“ഈ മയ്യേനാടിന്റെ മുഖംതന്നെ മാറാൻ പോവ്വാ.”

ബ്രവേ വരെ പഠിച്ച് പരീക്ഷയിൽ പലതവണ തോറ്റ ലക്ഷ്മണൻ ഇത്തവണ മയ്യേക്കാരുടെയിടയിൽ തിളങ്ങി.

യാതൊരു പ്രതിഫലേച്ഛയുമില്ലാതെ, തികച്ചും വിശ്വസനീയമായ ഉറവിടങ്ങളിൽനിന്ന് വിവരങ്ങൾശേഖരിച്ച്, നാട്ടുകാരിലേക്ക് കൈമാറുന്ന രണ്ടുപേർ സ്ഥലത്ത് പ്രവർത്തിക്കുന്നുണ്ട്. അതിലൊരാൾ ലക്ഷ്മണൻ. മറ്റേത് ഒരു റൊബേറും. അവരുടെ ലക്ഷ്യം: മയ്യേക്കാരുടെ മാനസികമായ ഉല്ലാസം, ഉന്നമനം!

വിദ്യുച്ഛക്തി, അതാണു വരാൻ പോകുന്നത്. അതിനെക്കുറിച്ച് നാട്ടുകാർ കേട്ടിട്ടേയുള്ളൂ. ആദ്യമായി എത്തുന്നത് മൂപ്പൻ സായ്പിന്റെ ബംഗ്ലാവിൽ. അല്ലാതെവിടെ?

ഫ്രഞ്ച് പട്ടാളത്തിൽനിന്ന് പിരിഞ്ഞു വന്നിട്ടുള്ള കുഞ്ഞിപ്പറമ്പത്തു കുങ്കിയമ്മ മകൻ മുസ്യേ കോരേൻ എന്ന വിശിഷ്ട വ്യക്തിയിൽനിന്നുമാണ് ലക്ഷ്മണൻ വിഷയത്തിൽ ആവശ്യമായ ജ്ഞാനം നേടിയത്. തന്റെ ദേഹത്തിൽ നിന്ന് വമിക്കുന്ന അരോചകമായ മണം വിയർപ്പിന്റേതല്ലെന്ന് കോരേൻ ആണയിട്ടു പറയുന്നു. യുദ്ധമുഖത്ത്, വെടിയുണ്ടകൾ നിരന്തരമായി കാറ്റിൽ പുക പരത്തുന്നു. ഏറെക്കാലം ആ പുകയേറ്റാൽ, തൊലിയിൽ ചില മാറ്റങ്ങൾ സംഭവിക്കും. അതു കാരണമാണ് ഈ മണം. ഇത് സാധാരണക്കാർക്ക് അരോചകമായി ത്തോന്നും. വീരപുരുഷന്മാർക്ക് അത് അഭിമാനകരം.

“ഒരു ബട്ടനിൽ വിരല്കൊണ്ടു തൊടുക. ഇതാ, ഇങ്ങനെ. മുറിയിൽ നിറയെ ഒറ്റയടിക്ക് വെളിച്ചം! യാതൊരു കലർപ്പുമില്ലാത്ത, മണ്ണെണ്ണയുടെ മണമില്ലാത്ത, പുകക്കരിയുണ്ടാക്കാത്ത തെളിഞ്ഞ വെളിച്ചം. കമ്പിയിൽ തൊടാതെ സൂക്ഷിക്കണം. തൊട്ടാൽ ചത്തു പോകും. ആലോചിച്ച് നോക്ക്.”

ലക്ഷ്മണൻ ഒരു വിരൽകൊണ്ട് ചുമരിൽതൊട്ട് ബട്ടൻ അമർത്തുന്നതായി കാണിച്ചു. എന്നിട്ട് കൈകൾ വിടർത്തി "ഹാ!" എന്നു പറഞ്ഞു വെളിച്ചം മുറിയിൽ പരക്കുന്നതും കാട്ടി. മുസ്യേ കോരേൻ പ്രത്യേകമായി അനുവദിച്ച അഭിമുഖത്തിനുശേഷം ലക്ഷ്മണൻ ബാർബർ ഷാപ്പിൽവെച്ചാണ് ആദ്യമായി സകലരെയും ഞെട്ടിച്ചുകൊണ്ട് ഈ പ്രഖ്യാപനം നടത്തിയത്.

"മുഴുവൻ കമ്പികളാ. മഴക്കാലത്ത് മിന്നലടിക്കുന്നില്ലെ. അതുപോലെ വിദ്യുച്ഛക്തി അടിക്യാ കമ്പികളിലൂടെ. അതിലെങ്ങാൻ തൊട്ടുപോയാലേ....കരിഞ്ഞുപോകും!"

സാധാരണക്കാർക്ക്അപ്രാപ്യമായ ഒരു കാര്യത്തെക്കുറിച്ച് ഇത്രയും ആധികാരികമായി സംസാരിക്കാൻ കഴിയുന്നതിൽ ലക്ഷ്മണൻ സ്വയം അഭിനന്ദിച്ചു. തന്റെ കൂട്ടുകാരനും എതിരാളിയുമായ റൊബേറിനെ മലർത്തിയടിക്കാൻ അവസരം കിട്ടിയതിൽ സന്തോഷിക്കുകയും ചെയ്തു.

മുസ്യേ കോരേൻ ഒരു ചിത്രകാരനായി. ലക്ഷ്മണന്റെ മുന്നിൽ പലേ സംഗതികളും വരച്ചുകാട്ടി.

ജർമൻ വിമാനങ്ങൾ പാരീസിനു മുകളിലൂടെ പറന്നടുക്കുന്നു. ചെരിഞ്ഞുകൊണ്ടാണ് ബോംബുകൾ വീഴുന്നത്. സൈറൺ വിളി ഉയരുന്നു. സകലരും സങ്കേതങ്ങളിലേക്ക് ഓടുന്നു. ചെവിയടയ്ക്കുന്ന പൊട്ടിത്തെറി. വീടുകളുടെ മേൽത്തട്ടുകൾ തകർന്നു വീഴുന്നു. ഗ്ലാസ് കഷ്ണങ്ങൾ കാറ്റിൽ ചീറിപ്പായുന്നു. വിദ്യുച്ഛക്തി നിലച്ചുപോയി. വെളിച്ചവുമില്ല. ചൂടുമില്ല. രാത്രികാലത്ത്, വെളിയിൽ മഞ്ഞുവീണ് കട്ട പിടിക്കുമ്പോൾ, തണുത്തുറഞ്ഞ മുറികളിൽ കുഞ്ഞുങ്ങൾ വിറച്ചുകൊണ്ട് ഉറങ്ങാൻ കഴിയാതെ കരയുന്നു.....

"അവ്ടെ്യാക്കെ..." ലക്ഷ്മണൻ ആവേശത്തോടെ പ്രസ്താവിച്ചു." വിദ്യുച്ഛക്തി നിന്നാൽ, ജീവിതം തന്നെ നിലച്ചു."

അയാൾ പെട്ടന്ന് മുടിവെട്ടുന്ന രാമകൃഷ്ണന്റെ അരികിലൂടെ നീങ്ങി ഒരു ചീർപ്പെടുത്തു തലമുടി ചീകി ഒതുക്കിവെച്ചു. ചീർപ്പ് തൽസ്ഥാനത്തുവെച്ച്, ആൾ നാടകീയമായി വീണ്ടും എന്തോ പറയാൻ തുടങ്ങി. സന്നിഹിതരായ അരഡസൻ പേർ ചെവി കൂർപ്പിച്ചു. എങ്കിലും ലക്ഷ്മണന് പുതുതായി ഒന്നും കിട്ടിയില്ല. അൽപ്പനേരം തപ്പിപ്പിടിച്ചു. പിന്നെ ഒന്ന് ശക്തിയായി കാർക്കിച്ചു. തൊണ്ടയിൽ നിന്നും എന്തൊക്കെയോ പിടിച്ചെടുത്തു നിരത്തിലേക്ക് വിട്ടു.

കുറെനേരം നിശ്ചലനായി നിന്ന് കഥകൾ കേൾക്കുകയായിരുന്നു രാമകൃഷ്ണൻ. ബാർബർകസേരയിലിരിക്കുന്ന സോമൻനായരും നിശ്ചലൻ. ലക്ഷ്മണന്റെ നാക്ക് വഴിമുട്ടി നിന്നപ്പോൾ രാമകൃഷ്ണൻ പെട്ടന്ന് ഈ ലോകത്തിലേക്ക് തിരിച്ചുവന്നു, വിരലുകൾ വീണ്ടും ചലിച്ചു. കത്രികയും ചീർപ്പും വീണ്ടും സോമൻനായരുടെ മുടിയിൽ പ്രവർത്തനം തുടങ്ങി.

ലക്ഷ്മണൻ ചുമരിൽ ചാരിവെച്ചിരുന്ന ചുരുട്ടിയ കുട കയ്യിലെടുത്ത് ധൃതിയിൽ ഇറങ്ങിനടന്നു. അയാൾക്ക് ഒന്നുകൂടെ മുസ്യേ കോരേനെ കാണാൻ ആഗ്രഹം തോന്നി. ചില വിശദീകരണങ്ങൾ തേടാനുണ്ട്. റൊബേർ പുതിയ വല്ലതും കണ്ടുപിടിച്ച് നാളെ രംഗത്തിറങ്ങാതിരിക്കില്ല. തൽക്കാലം അവന്റെ കാലിടറിപ്പോയി. ശരി തന്നെ. എങ്കിലും അവൻ വിടില്ല. വാർത്താ വിതരണ മേഖലയിൽ ഇന്നത്തെ ദിവസം തന്റേതാണ്. എങ്കിലും, ആ തിളക്കം നിലനിർത്തണമല്ലൊ. അതിന് ഇപ്പോൾ ഈ കോരേൻ തന്നെ രക്ഷ. അയാൾ അങ്ങ്, ആയിരം നാഴിക അകലേ, ഫ്രാൻസ് എന്ന സ്വപ്നഭൂമിയിൽ ജീവിക്കാൻ കഴിഞ്ഞ ഭാഗ്യവാൻ. ഒരു വലിയ യുദ്ധത്തിൽ പങ്കാളിയായി. ഒരു കാൽ നഷ്ടപ്പെട്ടു. അതൊടെ പട്ടാളത്തിൽനിന്നും പിരിഞ്ഞു തിരിച്ചെത്തി. ഒരു കൊട്ട പണം കൊണ്ടുവന്നിരിക്കും. അതൊക്കെ അയാൾ സൂക്ഷിക്കട്ടെ. അയാളുടെ കഥകൾ മാത്രം ഈ ലക്ഷ്മണന് തരണം. കാലില്ലാത്തതു കാരണം അയാൾക്ക് വെളിയിലിറങ്ങി നടക്കാൻ കഴിയില്ല. അല്ലെങ്കിൽ ഈ മയ്യേനാട്ടിൽ ഏറ്റവും വലിയ കഥാകാരൻ അയാളാകുമായിരുന്നു.

ഈ സമയം റൊബേറും വെറുതെയിരിക്കുകയായിരുന്നില്ല. മുറിവേറ്റ ഒരു സിംഹമായിരുന്നു അത്. ലക്ഷ്മണൻ തന്റെ സുഹൃത്തു തന്നെ. വ്യക്തിപരമായി നല്ല ബന്ധം. പക്ഷേ തൊഴിൽപരമായി രണ്ടറ്റത്തുനിൽക്കുന്നു. വാർത്ത ശേഖരിക്കുന്നതിലും കൈമാറുന്നതിലും നിർത്താതെ മത്സരം. ഇന്ന് ലക്ഷ്മണൻ തന്നെ കടത്തിവെട്ടി. ആ സൊൽദ*യെ അവൻ ആദ്യം ചെന്നുകണ്ടു. തനിക്ക് അയാളുമായി സംസാരിക്കണമെന്നുണ്ട്. എങ്കിലും അത് ശരിയല്ല. ആ ഉറവിടത്തിൽ ആദ്യം കൈവച്ചത് ലക്ഷ്മണനല്ലെ. അതിൽ ഇടങ്കോലിടുന്നത് ജോലി സംബന്ധമായ മര്യാദയല്ല.

എങ്കിലും...ദൈവമേ. ഒരു കടങ്കഥപോലുണ്ട് സംഗതി. താനൊക്കെ ആറാം ക്ലാസിലെ പാഠങ്ങളിലൂടെ അറിഞ്ഞ നിരവധി സംഗതികൾ, വസ്തുതകൾ.....പടങ്ങളിൽ കണ്ട, ചരിത്രത്തിലെ നാഴികക്കല്ലുകളായ നിരത്തുകൾ, കെട്ടിടങ്ങൾ...ഈ കോരേൻ, കുങ്കിയമ്മയുടെ മകൻ, തന്റെ കൂടെ സെർതിഫിക്കാ പരീക്ഷയിൽ തോറ്റ് തൊപ്പിയിട്ടവൻ... ഇവൻ പാരീസിൽ ചെന്ന് എല്ലാറ്റിനും സാക്ഷിയായില്ലേ. ഓരോരുത്തന്റെ തലയിലെഴുത്ത്. ഇപ്പോൾ ഒരു കാലില്ല. എന്നാലെന്ത്? ആ വെള്ളക്കാരികളെ മണത്തുകൊണ്ട്, അവിടത്തെ തെരുവുകളിലൂടെ ഒന്നു നടക്കാൻ കഴിഞ്ഞെങ്കിൽ......അതിന്റെ വിലയായി താൻ ഒരു കാലിന്റെ കൂടെ ഒരു കൈയും കൊടുക്കാം.

ഇതൊക്കെ ഇപ്പോൾ വിചാരിക്കുന്നതാണ്. വാസ്തവത്തിൽ ഫ്രഞ്ച് പട്ടാളത്തിൽ ചേരാൻ തനിക്കും അവസരം ലഭിച്ചിരുന്നു. ബോംബെയിൽ നിന്ന് കണ്ണെത്താത്ത കടലിലൂടെ, കപ്പലിൽ യാത്ര... പേടി

* സൊൽദ – പട്ടാളക്കാരൻ

തോന്നി. പട്ടിണിയും പരിവട്ടവുമായാലും തരക്കേടില്ല; ജനിച്ച മണ്ണിൽ കിടന്നു മരിക്കാം. ഇപ്പോൾ നോക്കീയാട്ടെ, ഈ റൊബേർ നാക്കിട്ടടി മാത്രം തൊഴിലാക്കി കറങ്ങുന്നു. മരണത്തെ എത്രതവണ നേരിൽ കണ്ടിരിക്കും ഈ കോരേൻ. അവനിപ്പോൾ കോരേൻ എന്ന പേരിൽ വിലസുന്നു. കുടുംബവും നാടുംവിട്ട്...ഇവനെപ്പോലുള്ളവർ...... അറിയാത്ത നാടുകളിൽ, മരുഭൂമികളിൽ, കാടുകളിൽ.... അപായവും അപകടവും നേരിടാൻ തയ്യാറായവർ. ഇതൊക്കെ സൗകര്യമായി ഒഴിവാക്കിയ തന്നെപ്പോലുള്ളവർ ഇപ്പോഴെന്തിന് കരയുന്നു,അസൂയപ്പെടുന്നു. ഇരുപത്തിനാല് മണിക്കൂർ റൊബേർ അലഞ്ഞുതിരിഞ്ഞു. ലക്ഷ്മണന്റെ മുന്നിൽ താൻ മലർന്നുകിടക്കുന്നു. തിരിച്ച് ഒരൊറ്റയടിക്ക് അവനെ മണ്ണു കപ്പിക്കണം.

അങ്ങനെ നടന്നുകൊണ്ടിരിക്കേ... കാണുന്നു, കൂടെപ്പഠിച്ച കുഞ്ഞിപ്പക്കി. 'ഇവൻ മദിരാശിയിലല്ലേ. കച്ചവടമാണെന്ന് കേട്ടിട്ടുണ്ട്. നല്ല നിലയിലാണെന്ന് കണ്ടാലറിയാം.'

"ങ്ഹാ. ഇതാര്, കുഞ്ഞിപ്പക്ക്യോ?"

ആൾ അടുത്തുവന്ന് കെട്ടിപ്പിടിച്ചു. എന്തൊക്കെയോ മണം ആ ഷർട്ടിൽ നിന്നും മൂക്കിലടിച്ചു.

"റൊബേറല്ലേ? ഹള്ളോ, വയസായിപ്പോയി."

"ഞ്ഞിപ്പം മദിരാശീലല്ലേ?"

"ങ്ഹാ. വാ, നമ്മക്ക് ഒരു ചായ കുടിക്കാം."

ചായ എന്നു പറഞ്ഞെങ്കിലും പഴയ സഹപാഠി നടക്കുന്നത് സ്ഥലത്തെ നിലവാരമുള്ള ഏക ഭക്ഷണശാലയിലേയ്ക്കാണ്. മോഡേൺ ഹോട്ടൽ. ഉടമസ്ഥൻ മാന്യനായ ദാമൂട്ടി മൂപ്പർ.

ദാമൂട്ടി മൂപ്പർ കുഞ്ഞിപ്പക്കിയെ സൂക്ഷിച്ചുനോക്കി.

"ഇത്..... ഇത്...."

"ങ്ഹാ, ഇവ്ടെ ഫ്രഞ്ച് സ്കൂളിൽ പഠിച്ചോനാ. വീട് അക്കരെ. ഇപ്പം മദിരാശീലാ."

"ഇരിക്ക്. മദിരാശീല്....?"

"ഓ, പായക്കച്ചോടാ."

"പായക്കച്ചോടോ? അതുകൊണ്ട്, ഗുണാംണ്ടോ?"

"മോശംല്ല, മൂപ്പരേ. മദിരാശീല് വെറും തരിയപ്പം വിക്കുന്നോൻ, ഇവ്ടെ മാളികയെടുക്കും."

ദാമൂട്ടിമൂപ്പരുടെ മുഖമൊന്നു വാടിയതുപോലെ തോന്നി.

മോഡേൺ ഹോട്ടലിൽ വിളമ്പുന്ന വിഭവങ്ങൾ എണ്ണത്തിൽ കുറവായിരുന്നു. പക്ഷേ ഗുണത്തിൽ ഒന്നാം നമ്പർ. ഇറച്ചികൊണ്ടുള്ള ഇഷ്ടു. ഒരറ്റം അല്പം കരിഞ്ഞു പൊങ്ങിയ ഗോതമ്പപ്പവും. ഇഷ്ടുവിൽ ഉരുളക്കിഴങ്ങിന്റെയും ഉള്ളിയുടെയും വലിയ കഷണങ്ങൾ. കറിയുടെ രുചി പ്രസിദ്ധമാണ്. അടുത്തുള്ള പലേ ദ് ഴ്യുസ്തീസ്സിൽ അതായത് കോടതിയിൽ, കേസുള്ള ദിവസം വക്കീലന്മാരും സാക്ഷികളു

മൊക്കെ മോഡേൺ ഹോട്ടലിൽ കയറാതെ പോകില്ല. ഉച്ച കഴിയും വരെ ഒരേ ഭക്ഷണം. മോഡേൺ ഇഷ്ടും അപ്പോം. കൂടെ കടുപ്പ്പു ത്തിലൊരു ചായേം. ഓർക്കുമ്പോൾ നാവിൽ വെള്ളമൂറും. ശാപ്പാടും ശീപ്പാടുമൊന്നും അവിടെ കിട്ടില്ല.

കുഞ്ഞിപ്പക്കീടെ കൂടെ കസേരയിലിരുന്നു. ഇഷ്ടും അപ്പോം എത്തുന്നതുവരെ അല്പം വർത്തമാനം.

"ഞ്ഞി ലക്ഷ്മണനെ കണ്ടോ?"

പെട്ടന്നാണ് ചോദിച്ചത്. 'ഒരുപാട് കാര്യങ്ങൾ അറിയാനുണ്ട്. മദി രാശിയിലെ വിവരങ്ങൾ ആ ലക്ഷ്മണൻ തന്നേക്കാളും മുമ്പ് കയ്യിട്ട് വാരിയോ?'

"ഏതേ...നമ്മളെ കൊളത്തിത്തൂറ്യോ?"

"ങ്ഹാ, അതന്നെ."

"ഇല്ല, കണ്ടില്ല. എന്തേനും?"

"ഒന്നൂല്ല."

വലിയ ആശ്വാസം തോന്നി.

രണ്ട് പ്ലെയ്റ്റിൽ ചൂടുള്ള ഇഷ്ടുവും ഒരു വസിയിൽ അപ്പവും വന്നു. ആവി പൊങ്ങുന്ന ചായയും.

'ദൈവമേ. ഇന്ന് ആരെയാണ് കണികണ്ടത്. ഇത്തരമൊരു രാജ കീയമായ ക്ഷണം ലഭിക്കുമെന്ന് കരുതിയതേയില്ല.'

ഏതായാലും മദിരാശിയെപ്പറ്റി ഒരുപാട് വിവരങ്ങൾ നേടി. അതല്ലേ കൂടുതൽ പ്രധാനം.

"അവ്ടെ...വിദ്യുത്...വിദ്യുച്ഛക്തി?"

ആലോചിക്കാതെയാണ് ആ ചോദ്യം നാവിൽനിന്നു വീണത്.

"വിദ്യുച്ഛക്തി അതായത് കറന്റോ"

"ങാഹാ, മദിരാശീല് കറന്റുണ്ടോ?"

കുഞ്ഞിപ്പക്കി "കി, കി" എന്ന് ഒച്ചയുണ്ടാക്കിക്കൊണ്ട് പതുങ്ങി ച്ചിരിച്ചു. മദിരാശി മുഴുവൻ കറന്റ് കൊണ്ടാ നടക്കുന്നത്. വീടുക ളിൽ മാത്രമല്ല, തെരുവു വിളക്കുകൾ, ഫാക്ടറികൾ, ആശുപത്രി കൾ, ട്രാമുകൾ...സകലതും കറന്റുകൊണ്ട്.

റൊബേർ വാ പൊളിച്ചുകൊണ്ട് കേട്ടു.

"മദിരാശീല് മാത്രമല്ല, ഇപ്പം സകല സ്ഥലത്തുണ്ട് കറന്റ്."

"സകല സ്ഥലത്തോ? കോയമ്പുത്തൂരിലുണ്ടോ? പുതുശ്ശേ രീലോ?"

"സകലടത്തും. കോയിക്കോട്ടുണ്ട്."

'എന്തൊരു അജ്ഞരാണ് നമ്മള്.' റൊബേർ മനസ്സിൽ പറഞ്ഞു. കോഴിക്കോട് വരെ എത്തിയിരിക്കുന്നു കറന്റ് എന്ന വിദ്യുച്ഛക്തി. വാസ്തവം, മയ്യേക്കാർ കോഴിക്കോട്ട് പോകുന്നത് അപൂർവ്വം. ബസ്സ് വടകര-തലശ്ശേരി മാത്രം. വണ്ടിയിലൊക്കെ കയറി പോയിവരിക ഒരു ദിവസത്തെ പണിയാണ്. പരീക്ഷക്കും പണിക്കുമായി പത്തഞ്ഞൂറ്

നാഴിക താണ്ടി പുതുശ്ശേരിയിൽനിന്ന് പോകുന്നവർ കോഴിക്കോട്ടേക്ക് പോകുന്നത് പ്രധാനമായും ചികിത്സക്കാണ്. ഒരുവിധം അവസാനമെത്തിയാലാണ് രോഗികളെ അങ്ങോട്ട് കെട്ടിയെടുക്കുക. എന്നാലും...കോഴിക്കോട്ട് കറന്റുള്ള സംഗതി താനിതുവരെ അന്വേഷിച്ചറിഞ്ഞില്ലല്ലോ. എന്നിട്ട് ആ ലക്ഷ്മണൻ അതേ, ആ കുളത്തിൽതൂറി, പാരീസിലെ കറന്റിനെക്കുറിച്ച് ബഡായിയടിക്കുന്നു. തൊട്ടാൽ കരിഞ്ഞുപോകുത്രെ. അവന്റെ.....

പിറ്റെ ദിവസം രാവിലതന്നെ, റൊബേർ എത്തി, ബാർബർ ഷോപ്പിൽ. ലക്ഷ്മണനും അവിടെയുണ്ടായിരുന്നു. നന്നായി, നാലാളുടെ മുന്നിൽ വെച്ച് തൊലിയുരിച്ച് കാട്ടണം. ഞെട്ടിപ്പിക്കുന്ന പ്രഖ്യാപനം നടത്തി. കറന്റ് സകല സ്ഥലത്തുമുണ്ട്.! മദിരാശീലും കോയമ്പത്തൂരും കോഴിക്കോട്ടും. ഇന്നോ നാളെയോ തലശ്ശേരിലും വരും. ഇതത്ര വലിയൊരു ആനക്കാര്യമല്ല. തൊട്ടാൽ കരിഞ്ഞുപോകുമെന്നൊക്കെ പറയുന്നവർ വിവരമില്ലാത്തവർ.

ലക്ഷ്മണൻ അന്ധാളിച്ചുപോയി. റൊബേറിന്റെ മേൽ നിർണ്ണായകമായ ആധിപത്യം സ്ഥാപിച്ചു കഴിഞ്ഞു എന്നല്ലെ കരുതിയത്. ഇപ്പോൾ ഒട്ടും പ്രതീക്ഷിക്കാത്ത റൊബേറിന്റെ പൂഴിക്കടകൻ......

തലച്ചോറിൽ ഒരു സ്ഫോടനമുണ്ടായതുപോലെ തോന്നി ലക്ഷ്മണന്. 'സെർതിഫിക്ക തോറ്റ ഈ റൊബേറിനോട്... ബ്രെവേ തോറ്റവനാണ് താൻ....വിട്ടുകൊടുക്കാൻ പാടില്ല.'

അയാൾ പുച്ഛമായി റൊബേറിനെ നോക്കി.

“കോയിക്കോട്ടെ കറന്റ്!” ലക്ഷ്മണൻ ചെറുതായൊന്നു ചിരിച്ചു. “മയ്യേനാട്ടിൽ വരുന്നത് ഫ്രഞ്ചുകാരുടെ കറന്റാ. അറിയോ? ആ കറന്റിന്റെ ശക്തീണ്ടല്ലോ, ഒന്നു വേറെയാ. അതിന്നിടേല് ഒരുത്തൻ വിടുന്നു, കോയിക്കോട്ടെ കറന്റ്, കോയമ്പത്തൂരിലെ കറന്റ്!”

ലക്ഷ്മണൻ ഒന്ന് നിർത്തി, എല്ലാവരേയും നോക്കി. രാമകൃഷ്ണന്റെ കത്രികയുടെ ശബ്ദം ഏറെ നേരമായി നിലച്ചിരിക്കുന്നു. റൊബേർ വിയർക്കുന്നു, ലക്ഷ്മണൻ തുടരുന്നു–

“ഫ്രാൻസീന്ന് നേരിട്ട് ഇറക്കുമതി ചെയ്യാനാ പോകുന്നത്, എലക്ത്രിസിത്തേ. കപ്പലിൽ.... തൊട്ടാലേ.... ഭസ്മമായിപ്പോകും.”

4

പെത്തിനെല്ലിയും ഗവർണറും

കൈത്തണ്ടയിൽ സൂചികുത്തുമ്പോലൊരു കടിയേറ്റതോടെ, മുസ്യേ പെത്തനെല്ലി കണ്ണുതുറന്നു. മറ്റേക്കൈകൊണ്ട് ആ സ്ഥലത്ത് ഒരടി കൊടുത്തു. കൊതുക് എവിടെ? കട്ടിലിൽ വീണുകിടക്കുന്നതായി കണ്ടില്ല. അടിക്കാനുപയോഗിച്ച ഉള്ളംകയ്യിലും കൊതുക് ചതഞ്ഞുകിടക്കുന്നില്ല. ആഘാതമേറ്റ സ്ഥാനത്തു വെളുത്ത തൊലി ചുവന്നു, അത്രമാത്രം.

"ബോം ദ്യേ!"

സായ്പ് ഉറക്കെപ്പറഞ്ഞു. 'ദൈവമേ! ഇത്തരമൊരു കൊച്ചു ജീവിയുടെ കടിയേറ്റു തന്നെപ്പോലൊരു ഉന്നത ഭരണാധികാരിയുടെ ഉറക്കം ഞെട്ടുകയോ. ആരുമില്ലേ അവിടെ?'

കിടക്കയിൽ ഇരുന്നുകൊണ്ട് അയാൾ തലതിരിച്ചുനോക്കി. അടഞ്ഞു കിടക്കുന്ന ജനലുകളിൽ ഒരു കതകുമാത്രം തുറന്നുവെച്ചിട്ടുണ്ട്. അങ്ങനെയാണ് സാധാരണ ഗംഗൻ ചെയ്യാറ്. ബംഗ്ലാവിലെ ഗർദ്യേം. അതായത് സൂക്ഷിപ്പുകാരൻ വേണ്ടുന്നതെല്ലാം ചെയ്യുന്നവൻ. പ്രധാന പണി വീടും വീട്ടുസാധനങ്ങളും തുടച്ചുമിനുക്കൽ. മേശപ്പുറത്തു ഭക്ഷണമെത്തിക്കൽ. പെത്തിനെല്ലിയുടെ വിശ്വസ്ത സേവകൻ. ജനലുകൾ മുഴുവൻ തുറന്നുവെച്ചാൽ കടൽക്കാറ്റിൽ ഒരു ജീവിക്കും പിടിച്ചുനിൽക്കാൻ കഴിയില്ല. തടിയൻ വെള്ളക്കാരനടക്കം. മുഴുവൻ അടച്ചുവെച്ചാലോ, ചെറിയൊരു ചൂടുതോന്നും.

പെത്തിനെല്ലി അൽപ്പം അമർഷത്തോടെ തുറിച്ചുനോക്കി. ഗംഗന്റെ കണക്കുകൂട്ടൽ എങ്ങനെ തെറ്റി. കാറ്റ് നന്നായടിക്കുന്നുണ്ടല്ലോ. ഈ നശിച്ച കൊതുകിന് എങ്ങനെ പ്രവേശിക്കാൻ കഴിഞ്ഞു.

തലയ്ക്ക് മുകളിൽ നീണ്ട പങ്ക നിശ്ചലമായി തൂങ്ങുന്നു. ഉരുണ്ട തടിയിൽ കെട്ടിവച്ച നീളൻ പായ. അതിന്റെ നടുവിൽ ബന്ധിച്ച ചരട് താഴെ നിന്നു ഒരാൾ വലിക്കുകയും വിടുകയും വേണം. അപ്പോൾ സാധനം അങ്ങോട്ടുമിങ്ങോട്ടും ആടുകയും കാറ്റിൽ ചലനങ്ങളുണ്ടാവുകയും

ചെയ്യും. ഏറെ സൗകര്യപ്രദമായ സംവിധാനം എങ്കിലും ആ പണി ഗംഗനെക്കൊണ്ട് ചെയ്യിക്കാനിഷ്ടമല്ല. വേറൊരാളെ നിയമിച്ചാലും അയാളുടെ സ്ഥിരമായ സാമീപ്യം തീർച്ചയായും അസുഖകരമാവും. അതുകൊണ്ട്, പുഴ കടലിൽ ലയിക്കുന്ന ഈ സ്ഥലത്ത്, വെള്ളത്തിൽ നിന്നുയരുന്ന കരിങ്കൽ മതിലിന്നിപ്പുറം, ഇരുന്നൂറ് കൊല്ലംമുമ്പ് പണിത ഈ ബംഗ്ലാവിൽ, കടൽക്കാറ്റിനെത്തന്നെ ആശ്രയിക്കേണ്ടി വരുന്നു. സാധാരണ തുറന്നുവെക്കുന്ന ഈ പൊളിപോലും മഴക്കാലത്ത് അടച്ചു വെയ്ക്കണം.

പെത്തിനെല്ലി മെല്ലെ എഴുന്നേറ്റു. ജനലിന്നടുത്തുവന്നു വെളിയിലേക്ക് നോക്കി. ആകാശത്തിൽ, കിഴക്കുവശത്തുനിന്നും പ്രകാശത്തിന്റെ കോരിച്ചൊരിയൽ തുടങ്ങിക്കഴിഞ്ഞു. ഇടത്തു, പടിഞ്ഞാറ്, കടലിന് മുകളിൽ ഇരുട്ട് ഇനിയും പിടിച്ചുനിൽക്കുന്നു. നേരെ മുൻവശം, അഴിമുഖത്തെത്തുമ്പോൾ പകുതി വീതി നഷ്ടപ്പെടുന്ന പുഴയുടെ അപ്പുറത്ത്, അഴീക്കൽ കടപ്പുറം. കണ്ണെത്തുന്നതുവരെയുള്ള സ്ഥലവും അതിനുമകലെ ആയിരമായിരം കിലോമീറ്റർ ദേശവും ബ്രിട്ടീഷുകാരുടേതാണ്. കള്ളന്മാർ, ഉപഭൂഖണ്ഡത്തിൽ നേരെത്തെ എത്തി തമ്പടിച്ചവർ. അഴീക്കൽ മണൽനിര കഴിഞ്ഞാൽ കുറെ പച്ചക്കുന്നുകൾ. അവ ഇരുളിൽനിന്നും ഇനിയും രക്ഷപെട്ടിട്ടില്ല.

ആ കുന്നുകൾ സ്വന്തം നാടിനെ ഓർമ്മപ്പെടുത്തുന്നു. കോർസ്. മെദിത്തെറാണെ കടലിലെ ദ്വീപ്. ഫ്രാൻസിന്റെ ഒരു അവയവം. ഇവിടെ മുഴുവൻ തെങ്ങിൻ വൃക്ഷങ്ങൾ. അവിടെ കുറ്റിച്ചെടികൾ!

മകൾ, ഭാര്യ... ദൈവമേ അവരൊക്കെ എന്തു ചെയ്യുകയാവും. ഇപ്പോൾ അവിടെ അർധരാത്രിയായിരിക്കും. മകൾ മറിയാന്. ഭാര്യ ക്രിസ്തീൻ. വാസ്തവത്തിൽ ക്രിസ്തീൻ മാത്രമേ അഴാക്സിയോവിൽ ഉള്ളൂ. കോർസിന്റെ പ്രധാന നഗരം. മറിയാനു പാരീസിൽ. അവിടെ സ്കൂളിൽ പഠിക്കുന്നു. വയസ് പതിനഞ്ച്. അവളെപ്പറ്റി ഓർക്കുമ്പോൾ കണ്ണുകൾ നിറയുന്നു. ഈ സ്ഥലത്തെത്തിയിട്ട് വർഷങ്ങളായി. ക്രിസ്തീൻ കൂടെ വന്നില്ല. ഇതിനുമുമ്പ് അൽഷെറി, റെയുനിയോം... ഇവിടെയൊക്കെ പണിയെടുത്തു. അവിടെ അമ്മയും മകളും കൂടെയുണ്ടായിരുന്നു. ഇന്ത്യയിലേക്ക് എന്നു പറഞ്ഞപ്പോൾ ക്രിസ്തീൻ പിന്നോട്ടടിച്ചു. അവർ മകളെ പാരീസിലേക്കയച്ചു. നല്ല വിദ്യാഭ്യാസം നേടാൻ.

"ബോംഴൂർ, മുസ്യേ"

ഓ, ഗംഗൻ ഉണർന്നോ. ഉണർന്നെന്നു മാത്രമല്ല, നല്ല കറുത്ത കാപ്പിയും കൊണ്ടാണ് വരുന്നത്.

"മെർസി, ഗംഗൻ."

സായ്പ് നന്ദി പറഞ്ഞു. കാപ്പി നുണഞ്ഞുകൊണ്ട് അയാൾ വീണ്ടും പുഴയ്ക്കപ്പുറത്തെ കുന്നുകളിലേക്ക് നോക്കി. തെളിഞ്ഞുവരുന്ന ആ കാഴ്ച എത്ര ആസ്വദിച്ചാലും അയാൾക്ക് മതിയാവില്ല. മുകളിലേക്ക് നീണ്ടുപോകുന്ന ഇവിടത്തെ തെങ്ങുകൾക്ക് ഒരു നിഗൂ

ഢതയുണ്ട്. തലപ്പത്ത്, തിങ്ങിനിൽക്കുന്ന ഒരു പറ്റം ഇലകൾ. ഇലകളും നീണ്ടു പരന്നത്. ഇവയുടെ അഗ്രങ്ങൾ താഴേക്ക് തൂങ്ങിനിൽക്കുന്നു. ചില പടങ്ങളിൽ കാണുന്ന ഇന്ത്യൻ നർത്തകിമാരുടെ കൈകൾ പോലെയുണ്ട്. അകലേനിന്ന് നോക്കുമ്പോൾ തെങ്ങിൻ തടികൾ കാണാനേയില്ല. പച്ചയിലത്തൊപ്പികൾ ഒന്നിച്ച് അത്ഭുതകരമായ ഒരു പരവതാനി സൃഷ്ടിക്കുന്നു. അങ്ങ് കോർസിലും പ്രസിദ്ധമായ കുന്നുകളും പച്ചക്കുടകളുമുണ്ട്. എങ്കിലും ഒരു താരതമ്യം സാധ്യമല്ല. അത്രയും വ്യത്യസ്തമാണ് ഈ രണ്ട് പ്രകൃതിദൃശ്യങ്ങളും.

എതായാലും മുസ്യേ പെത്തിനെല്ലിക്ക് അറിയാതെ ജന്മനാട്ടിലെത്തിയതുപോലെ തോന്നി. അഴീക്കലെ തെങ്ങുകൾക്ക് പകരം കോർസിലെ കുറ്റിച്ചെടികൾ കണ്ണിനു മുന്നിൽ. കായ്കളില്ലാത്ത ഈ ചെടികൾ കള്ളന്മാർക്കും കൊള്ളക്കാർക്കും ഒളിസങ്കേതമായി ഉപയോഗപ്പെടുന്നു. കിലോമീറ്റർ നീണ്ടുകിടക്കുന്ന ആ പൊന്തകളിൽ കയറി കഴിഞ്ഞാൽ പിന്നെ അവരെ കണ്ടുകിട്ടാൻ പ്രയാസം.

"ഗംഗൻ"

കപ്പ് തിരിച്ചെടുക്കാനായി മുഖം കാണിച്ച ഗംഗനോട് സായ്പ് പറഞ്ഞു.

"ഉയ്, മുസ്യേ"

"കോർസിനെപ്പറ്റി വല്ലതും അറിയാമോ, നിനക്ക്?"

ഗംഗൻ പരുങ്ങി. മുസ്യേ പെത്തിനെല്ലി നേരിയ ചുവന്ന ചുണ്ടുകൾ രണ്ട് വശത്തേക്കും നീട്ടിവലിച്ചു. അതാണയാളുടെ ചിരി.

"വിഷമിക്കേണ്ട. കേട്ടോളൂ...... അവിടത്തെ മുറ്റിനിൽക്കുന്ന കുറ്റിമരങ്ങളുടെയും ചെടികളുടെയുമിടയിൽ പെട്ടാൽ പെട്ടതുതന്നെ, കൊള്ളക്കാരൊക്കെ അവിടെയാണ് രക്ഷപ്പെടുക. പൊലീസുകാർ കുഴഞ്ഞുപോകും. പുല്ലിൻചാക്കിൽ സൂചി വീണതുപോലെയാണ്. ആ കുറ്റിക്കാടുകൾക്ക് മക്കി എന്നാണു പേര്. ഗംഗേൻ. നമ്മുടെ രാജ്യം ഇപ്പോൾ യുദ്ധത്തിലാണല്ലോ. ഇന്ന് നമ്മുടെ പ്രിയപ്പെട്ട ഫ്രാൻസ്.... പെത്തിനെല്ലിയുടെ ശബ്ദമൊന്നു ഇടറി.... ജർമൻകാരുടെ കീഴിലാ. മഹത്തായ റെപ്പ്യൂബ്ലിക്ക് അടിമത്തമനുഭവിക്കുകയാണ്. എങ്കിലും ചെറുത്തുനിൽപ്പ് ശക്തമാവുന്നുണ്ട്. *പറിയിലും ഗ്രാമപ്രദേശങ്ങളിലും ഫാസിസത്തിനെതിരെ ചെറുപ്പക്കാർ ഒളിപ്പോരു നടത്തുന്നു. പിടികിട്ടാത്ത അവർക്കും മക്കി എന്ന പേരു കിട്ടിയിരിക്കുന്നു."

ഫ്രഞ്ചിൽ നടത്തിയ ഈ പ്രഭാതഭാഷണം സെർതിഫിക്ക പാസായി പഠിപ്പുനിർത്തിയ ഗംഗന് ഒരുവിധം മനസിലായി. കോർസ് എന്ന സ്ഥലം കേട്ടിട്ടുണ്ട്. ഫ്രാൻസിന്റെ ഭൂമിശാസ്ത്രമൊക്കെ പഠിച്ചതല്ലെ. നദികൾ നാല്, കിഴക്ക് ആൽപ്സ് പർവ്വതങ്ങൾ. തെക്ക് പിറെനേ...അക്കൂട്ടത്തിൽ കോർസ് എന്ന ദ്വീപിനെക്കുറിച്ചും അറിഞ്ഞു.... ഏതായാലും ഇങ്ങനെയാണ് ഫ്രഞ്ച് ഗറില്ലാ സംഘങ്ങൾക്ക് ഈ പേരുകിട്ടിയത്. മക്കീ. വളരെ രസകരം.

---

* പറി-ഫ്രഞ്ച് തലസ്ഥാനത്തിന്റെ ശരിയായ ഉച്ചാരണം

"മുസ്യേ. മദ്മസേൽ?"**

കൂടുതലൊന്നും വ്യക്തമാക്കാൻ ഗംഗന് ഭാഷ ഒതുങ്ങിയില്ല. ചോദിക്കാനുദ്ദേശിച്ചത് മുസ്യേ പെത്തിനെല്ലിയുടെ മകൾ....മറിയാനു.... യുദ്ധം നടക്കുന്ന പറി എന്ന പാരീസിൽ....? സായ്പിന് കാര്യം പിടികിട്ടി. മകളെപ്പറ്റി ഗംഗൻ അന്വേഷിച്ചതിൽ അയാൾ അതീവ സന്തുഷ്ടനായി. "അവൾക്ക് സുഖം. യുദ്ധം ഇങ്ങനെയൊക്കെ തിരിയുമെന്ന് ആരെങ്കിലും കരുതിയോ. മറിയാന് പാതിരിമാർ നടത്തുന്ന ഒരു സ്ഥാപനത്തിലാണ് താമസം. അവിടെ ജർമൻകാർ കടക്കില്ല. സ്കൂൾ അടുത്തുതന്നെ. ബോംബ് വീഴലൊക്കെ സാധാരണ സംഭവങ്ങൾ. മറിയാന് എഴുതിയിരിക്കുന്നു." രണ്ടും മൂന്നും മാസം കൂടുമ്പോഴാണ് ഒരു കത്ത് വരുന്നത്.

ഗംഗൻ എല്ലാം ശ്രദ്ധിച്ചു കേട്ടു. മുസ്യേ പെത്തിനെല്ലി മയ്യേനാട്ടിന്റെ ഭരണാധികാരിയല്ലേ. എന്നാലും പറയത്തക്ക ജോലിയൊന്നുമില്ല. അതിരാവിലെ ഇങ്ങനെ കുറച്ചുസമയം ചെലവഴിക്കാൻ കഴിഞ്ഞത് നന്നായി. ഗംഗന്റെ മാതിരി ഒരു പയ്യനെ സഹായിയായി കിട്ടിയതിൽ അയാൾക്ക് സന്തോഷം തോന്നി.

അന്നു...സായ്പ് തന്റെ ആപ്പീസു മുറിയിൽ പ്രവേശിച്ച്, മേശക്ക് മുമ്പിൽ നിന്നു. ആ കസേരയിൽ പെത്തിനെല്ലിക്ക് എന്നും എന്തെന്നില്ലാത്ത ഒരു ഒരു ശാന്തത ലഭിക്കുന്നു. മേശയുടെയും കസേരയുടെയും കാലുകൾ ഒരേ രീതിയിൽ വളഞ്ഞത്. അറ്റങ്ങളിൽ ,ചില കൊത്തുപണികൾ. ഇത് ലൂയി പതിനാലാമൻ ആണോ? അതോ, പതിന്നാറാമനോ? സംശയം തീർക്കാൻ ഇവിടെ ആരുമില്ലാത്തതിൽ ദുഃഖം തോന്നി. ലൂയി പതിനഞ്ചാമന്റെ പ്രസിദ്ധമായ ആപ്പീസ് മേശയെപ്പറ്റി കേട്ടിട്ടുണ്ട്. വെർസായ് കൊട്ടാരത്തിൽ അതൊരിക്കൽ കണ്ടിട്ടുണ്ടോ എന്ന് ഇപ്പോൾ സംശയം തോന്നുന്നു. ഒബേം എന്ന ഒരാളാണത് നിർമിച്ചത്. പത്തുവർഷത്തെ പ്രയത്നം വേണ്ടിവന്നുവത്രെ. തന്റെയീ ആപ്പീസിലെ ഈ മരപ്പണി ആരു കൂട്ടിയതായിരിക്കും.

സായ്പ് പതുക്കെ ഇരുന്നു. തന്റെ തടിയൻ ദേഹത്തിന്റെ ഭാരം പെട്ടെന്ന് പതിഞ്ഞാൽ കസേരക്ക് കേടുപറ്റിയേക്കും. കൈവിരലുകളുടെ അറ്റംകൊണ്ട് മേശപ്പുറത്തു രണ്ടുതവണ കൊട്ടി. പിന്നെ വിരലുകൾ കാറ്റിൽ ഒരു നിമിഷം നിശ്ചലമായി നിന്നു. മുസ്യേ പെത്തിനെല്ലി ചിന്തയിലാഴുമ്പോൾ കാണിക്കുന്ന ചേഷ്ടകളാണിത്.

ഇപ്പോൾ ആ തലയ്ക്കകത്തു ഗംഗൻ എന്ന പയ്യനാണ്. അവൻ, പത്തൊമ്പതുറുപ്പിക മാസപ്പടി വാങ്ങുന്ന ഗർദ്യേം. തന്നെ സേവിക്കുന്നതിൽ എന്തൊരു ആത്മാർഥതയാണ് കാണിക്കുന്നത്. ഇന്നല്പം നേരത്തെ താൻ ഉണർന്നത് അവനെങ്ങനെയോ അറിഞ്ഞു. പതിവിലും ഒരു മണിക്കൂർ നേരത്തെ. നീലഗിരിയിൽ നിന്നും വരുത്തിയ കാപ്പി പാലുചേർക്കാതെ, അരസ്പൂൺ പഞ്ചസാരയിട്ട് ഇളക്കിക്കൊണ്ടു വന്നു. അതൊന്നും പ്രധാനമല്ല, അവൻ.....

** മദ്മസേൽ-മിസ്

'തന്റെ മകൾ മറിയന്ന്... വല്ലപ്പോഴും തന്റെ വായിൽനിന്നും വീഴുന്ന ഒരു പേര്..... അവളെപ്പറ്റി ഗംഗൻ അന്വേഷിച്ചില്ലേ.' പെത്തിനെല്ലിയുടെ മനം അലിഞ്ഞു. അവനുവേണ്ടി വല്ലതും......

മെല്ലേ മേശപ്പുറത്തുള്ള മണിയിൽ വിരൽകൊണ്ട് തൊട്ടു. നിമിഷങ്ങൾക്കകം ഭരണകൂടത്തിന്റെ എല്ലാമെല്ലാമായ സെക്രെത്തേർ പൈതൽ റൈറ്റർ പ്രവേശിച്ചു.

"ബോംഴൂർ, മുസ്യേ ലദ്മിനിസ്ത്രാത്തേർ"

"ബോംഴൂർ, ഷേറമി."

"എന്തുണ്ടു വിശേഷമായി?" പെത്തിനെല്ലി ചോദിച്ചു. പ്രത്യേകമായി ഒന്നുമില്ല. സ്ഥലത്ത് എല്ലാം നിയന്ത്രണത്തിൽ.

എങ്ങനെയാണ് തന്റെ പ്രശ്നം അവതരിപ്പിക്കുക എന്നു സായ്പ് ആലോചിച്ചു. പിന്നെ രണ്ടും കല്പിച്ചു പറഞ്ഞു.

"നമ്മുടെ ഗംഗേൻ. ഗംഗേനില്ലേ?"

പൈതൽ റെറ്ററുടെ പുരികമൊന്നുയർന്നോ എന്നു സംശയം

"അവനു എത്രയാ കൊടുക്കുന്നെ? അതായതു ശമ്പളം."

"പത്തൊമ്പത്. പത്തൊമ്പതുറുപ്പ്യ, എട്ടണ."

"അതു വളരെ കുറവല്ലേ?"

പൈതൽ റൈറ്റർ ശരിവെച്ചു. തലയിളക്കിക്കൊണ്ട്.

"വല്ലതും ഒരു വർധന....?"

പൈതൽ റൈറ്റർക്ക് കാര്യത്തിന്റെ ചരടുപിടിച്ചിട്ട് കിട്ടുന്നില്ല.

"ഒരഞ്ചുറുപ്പിക അധികം കൊടുത്താലോ എന്നാണ്."

റൈറ്റർ വീണ്ടും തലയിളക്കി.

"അഞ്ചുറുപ്പ്യ.... അത്രേം കൊടുത്താൽ അധികായ്പ്പോകൂല്ലെ. മറ്റുള്ളോരും ഇല്ലേ, ഇവിടെ? അടിച്ചുവാരുന്നവൾ. തോട്ടക്കാരൻ. ക്യൂസിനിയേ..."

"ശരി. എന്നാൽ ഒരു മുന്നൂറുപ്പിക കൊടുത്തേക്ക്."

സെക്രത്തേർക്ക് സംഗതി ഒട്ടും ഇഷ്ടമായില്ല. എങ്കിലും തല ചെറുതായി ചലിപ്പിച്ചുകൊണ്ട് നിന്നു. പിന്നെ...

**"ത്രേ ബ്യേം, മുസ്യേ."

എന്താണ് പെട്ടെന്നുള്ള ഈ ശമ്പളക്കയറ്റത്തിന്റെ അർഥം? ഗംഗൻ അത്തരമൊരു കയറ്റം ആവശ്യപ്പെട്ടോ? തന്നോട് സംസാരിക്കാതെ മൂപ്പൻ സായ്പിന്റെ മുന്നിൽ നേരിട്ട്...ചെക്കൻ അത്രയ്ക്കായോ?

സായ്പിന്റെ മുറിയിൽനിന്നും പുറത്തിറങ്ങവേ, പൈതൽ റൈറ്ററുടെ ബുദ്ധി പ്രവർത്തിച്ചു. ഒരു തുമ്പും കിട്ടിയില്ല.

പെത്തനെല്ലിയും ഒറ്റയ്ക്കിരുന്നുകൊണ്ട് ആലോചിച്ചു. ഇങ്ങനെയൊരു നടപടി തന്റെ ഭാഗത്തുനിന്നും ഉണ്ടായത് ശരിയായോ? ഇതൊരു വേണ്ടാത്ത കീഴ്വഴക്കമാവില്ലേ?

"മാ പെത്തീത്. മാ പെത്തീത് മറിയാന്." എന്റെ പൊന്നുമോളെ, മറിയാന്.

അയാൾ മനസിൽ മകളുടെ പേര് ഉരുവിട്ടു.

"ഇതു നിനക്കുവേണ്ടി.... ഒരു ചെറിയ സമ്മാനം!"

** ത്രേബ്യേം – വളരെ നല്ലത്

4

ചട്ടികളി

ഇന്നലെ......

ചന്തകളിൽ നല്ല തിരക്കായിരുന്നു. ചിലതു ചായക്കടകൾ. ഓല മറച്ചുണ്ടാക്കിയവ. ഒരെണ്ണത്തിൽ ഇറച്ചിക്കൂട്ടാനും വെള്ളപ്പവും വിളമ്പുന്നു. അതിലൂടെ പോകുമ്പോൾ സദുവിന്റെ കാലുകൾ മരവിച്ചു പോകുന്നു. മൂക്കിൽവന്ന് തട്ടുന്ന ആ മണം. 'ദൈവമേ'! ആ തീറ്റ സ്ഥലങ്ങളിൽ കയറിപ്പോകുന്നവരെ അസൂയയോടെ നോക്കി. കൂടെപ്പഠിക്കുന്ന ഒരു കുട്ടി അച്ഛന്റെ കൂടെ ഒരു മേശയ്ക്ക് അരികിലിരിക്കുന്നത് മാക്സിന്റെ തിളക്കത്തിൽ കണ്ടു. ഭാഗ്യവാൻ.

രാത്രി മുഴുവൻ തിറകളായിരുന്നു. പ്രസിദ്ധമായ പുത്തലംതിറയുത്സവം. കണ്ടാർമൻ, ചാന്തുവാരി കുട്ടിച്ചാത്തൻ, മാർപ്പൊലിയൻ. പുലർച്ചെ മൂന്നു മണിക്ക് തെങ്ങിന്റെ ഉയരമുള്ള മുടി തലയിൽകെട്ടിയുയർത്തി, മഞ്ഞ നിറത്തിലുള്ള കൂറ്റൻ പൊയ്മുഖമണിഞ്ഞ്, നീണ്ട രണ്ടു വടികൾ താളത്തിൽ നിലത്തുകുത്തിക്കൊണ്ട് ആടുന്ന ഗുളികൻ ദൈവത്തിന്റെ കൂടെ മണ്ഡപങ്ങൾക്കുചുറ്റും പ്രദക്ഷിണം നടത്തി. അവസാനം കണ്ണുകൾ അടഞ്ഞുപോകവേ... അടുത്തുള്ള ഇടവഴിയിലൂടെ ഓടി., വീട്ടിലേക്ക്. കൂരിരുട്ടിൽ, കാലുകൾ കരിങ്കൽക്കഷ്ണങ്ങളിൽ തട്ടിത്തടയുമ്പോൾ, പരിചയമുള്ളതുകൊണ്ടുമാത്രം വീഴാതൊപ്പിച്ചു.

ശബ്ദമുണ്ടാക്കാതെ വാതിൽ തള്ളിത്തുറന്നു. നിലത്തു വിരിച്ചുവെച്ചിരുന്ന പായയിൽ വീണു. കോഴി കൂകുന്നതാണോ കേട്ടത്? പത്തുവയസുകാരന്റെ മൂക്കിൽ വറുത്ത ഇറച്ചിയുടെയും ഉള്ളിയുടെയും മണം തങ്ങിനിൽക്കുന്നു. പോരാതെ, തലയിൽ മുഴുവൻ പുത്തലത്തെ ചന്തകളുടെ നിരയിൽ ഒരുവശം നിലത്തു നിരത്തിവെച്ചിരിക്കുന്ന കൗതുകവസ്തുക്കൾ. സോപ്പ്, ചീർപ്പ്, കണ്ണാടി. പിന്നെ പീപ്പി, ബലൂൺ... കുട്ടികൾ അച്ഛനമ്മമാരുടെ കൈയിൽ പിടിച്ചു നട

ക്കുന്നു. പലരും വാങ്ങുന്നു. റബ്ബർ പന്തുകൾ, കിലുക്കാം കുത്തുകൾ... പിന്നെ സദുവിന്റെ പിഞ്ചുമനസ്സിൽ കുറെക്കാലമായി ഒരു സ്വപ്നമായി അവശേഷിക്കുന്ന ആ, ആ വാച്ച്. കൈയിൽ കെട്ടുന്ന, അക്കങ്ങളും സൂചികളും നിറങ്ങളുമുള്ള വാച്ച്. വിരലുകൾകൊണ്ട് സൂചികൾ തിരിക്കാം. ഒരു കറുത്ത നാടയുമുണ്ട്. അത് കൈയിൽ– ഇടതു കൈയിൽ, അങ്ങനെയാണ് വാച്ചുകൾ കെട്ടുന്നതായി കണ്ടത് – കെട്ടി നടക്കുക...ഹായ്!

ഇന്ന്...ഉച്ചയ്ക്ക്...അമ്മ ചോറുവിളമ്പിയപ്പോൾ....... ചെറിയൊരു അത്ഭുതം. ഒരു വെള്ള വസിയിൽ അല്പം നിറംകുറഞ്ഞ ചോറും, മറ്റൊരു പിഞ്ഞാണപ്പാത്രത്തിൽ മീൻ കൂട്ടാനും. അതാണ് പതിവ്. മീൻ എന്നു പറഞ്ഞാൽ വിലകുറഞ്ഞ മത്തിയോ ചരുവോ. ചെറിയൊരു കഷണം. ഇന്ന്...തനിക്കേറ്റവും ഇഷ്ടമുള്ളതും വളരെച്ചുരുക്കം മാത്രം ഇവിടെ വാങ്ങിക്കുന്നതുമായ ആകോലി. പോരാതെ ഒരു തുണ്ടു പൊരിച്ചതും! പുത്തലത്തെ തിറയല്ലേ. അടുത്ത വീടുകളിലൊക്കെ വെള്ളയടിക്കൽ ജോറായി നടന്നു. ചില പിള്ളേർക്ക് പുതിയ ഷർട്ടും കളസവും. സ്വന്തം പുരയിൽ ഇതൊന്നും കണ്ടില്ല. "പീട്യേല് കച്ചോടൊക്കെ മോശാ, ദേവി."

"അച്ഛൻ അമ്മയെ അറിയിക്കുന്നത് കേട്ടിരുന്നു. "കൊല്ലത്തില് പൊര നൂറുതേക്കാനൊന്നും എന്നെക്കൊണ്ടാവൂല്ല." അച്ഛന്റെ വേദനകൾ.

ഭക്ഷണം കഴിഞ്ഞ് വീണ്ടും പുത്തലത്തേക്ക് വന്നു. വയർ വല്ലാതെ നിറഞ്ഞിരിക്കുന്നു.... വയലിലെ ഇടുങ്ങിയ പാതയിലൂടെ നടക്കവേ... വീണ്ടും ദുസ്സഹമായ ആ കാഴ്ച. കളിസാധനങ്ങൾ. അവയ്ക്കിടയിൽ.. തന്റെ വാച്ച്! ജീവിതത്തിൽ ഇതുവരെ ഒരു പന്തോ ഒരു പീപ്പിയോ വാങ്ങി കളിച്ചിട്ടില്ല. ഒരു ചില്ലറക്കാശ് കീശയിലിട്ടു നടന്നിട്ടില്ല. കൈയിൽ കെട്ടുന്ന വാച്ചിനെ കൊതിച്ചുകൊണ്ട് കഴിയുന്നു. ഇടത്തേക്കൈയിൽ, ഇതാ ഇവിടെ. ഇവിടെയാണ് കെട്ടുക. സദുവിന്റെ കണ്ണുകൾ ആ കണങ്കൈയിൽ നിന്നും മാറാതെ നിന്നു.

കുട്ടിച്ചാത്തന്റെ തിറയ്ക്ക് മുമ്പ് വെള്ളാട്ട്. ചതുരത്തിലുള്ള വലിയ തറയ്ക്ക് മുകളിലിരുന്നുകുരുതി തുടങ്ങുന്നു. ചെണ്ടകൾ തകർക്കുന്നു. വലിയ വട്ടളത്തിലെ ചുവന്ന വെള്ളം താളത്തിനൊത്ത് ഓരോ കൈകൊണ്ട് വട്ടത്തിൽ കലക്കി പുറത്തേക്ക് തെറിപ്പിക്കുന്നു. അടുത്ത കാലംവരെ കോഴിയെ കടിച്ച് ചോരകൊണ്ട് വെള്ളം ചുമപ്പിക്കുമായിരുന്നു. സദുവിനു ഓർമ്മയാവുമ്മുമ്പ് ആ ക്രൂരമായ ചടങ്ങ് നിർത്തി. അതിനെപ്പറ്റി ഇപ്പോഴും ആളുകൾ പറഞ്ഞുകേൾക്കുന്നു. മുമ്പത്തെ കുട്ടിച്ചാത്തനെപ്പറ്റിയും ധാരാളം കേട്ടിട്ടുണ്ട്. രാത്രികാലങ്ങളിൽ ഇടവഴികളിലൂടെ പെൺകുട്ടികൾ പോകാറില്ല. ആചാരങ്ങൾ ആരും തെറ്റിക്കാറുമില്ല. തെറ്റായ രീതിയിൽ പെരുമാറിയാൽ കുട്ടിച്ചാത്തൻ ആരെയും ഉറങ്ങാൻ സമ്മതിക്കില്ല. ഇരുട്ടിൽ പുരക്ക്

നേരെയും കല്ലേറിയും. ഏറ്റവും വലിയശിക്ഷ ഭക്ഷണം കഴിക്കവേ... ചോറിൽ മലക്കഷണങ്ങൾ!

കുരുതി കഴിഞ്ഞ് വട്ടളം കമഴ്ത്തിവെച്ച് വെള്ളാട്ട് വാളുമായി പരക്കേ ഓടുന്നു. ചെണ്ടക്കാരും ഇലത്താളക്കാരും കുഴലുകാരും തങ്ങളുടെ പ്രകടനം നിർത്തുന്നില്ല.

"സദൂ"

ചുമലിലൊരു കൈ തട്ടുന്നതറിഞ്ഞു സദു തിരിഞ്ഞുനോക്കി. വാദ്യഘോഷത്തിനിടയിൽ സുകുവിന്റെ ശബ്ദം കേട്ടില്ല. അല്ലെങ്കിൽ കഴുത്തുവെട്ടിച്ച് നോക്കാതെ തന്നെ കൂട്ടുകാരന്റെ വരവ് അറിയുമായിരുന്നു.

സുകു. തന്റെ പ്രിയ ചങ്ങാതി. ഫ്രഞ്ച് സ്കൂളിൽ ശിശു ക്ലാസ് മുതൽ ഒരേ ബഞ്ചിലിരുന്ന് പഠിക്കുന്നവൻ.

"ഞ്ഞി....ഇന്നലെ മോന്തിക്ക് ഇന്നെ കണ്ടില്ലാല്ലോ."

"അച്ഛൻ സമ്മതിച്ചില്ലെടൊ. നൂറുതേക്കുന്ന പണി അധികം ണ്ടിപ്പം. അതുകൊണ്ട് അച്ഛന് വല്യ ക്ഷീണാ. കൂടെ വരാൻ കഴീല്ലാന്നു പറഞ്ഞു. ഒറ്റക്ക് വിടോംല്ല്യ. നാണേട്ടനെ നോക്കീട്ട് കണ്ടതുംല്ല്യ. ഞ്ഞി ഇന്നലെ....?"

"ഗുളികൻവരെ കണ്ടു. എന്താ രസം.!"

"ഇന്റെ ഭാഗ്യം"

വെള്ളാട്ട് അടുത്തൂടെ ഒച്ചപ്പാടുണ്ടാക്കി ഓടിപ്പോയി. രണ്ടുപേരും തിരക്കിൽ ഒന്നു പിന്നോട്ടാഞ്ഞു.

"കുട്ടിച്ചാത്തനിറങ്ങാൻ...ഇനീം തമസംണ്ട്."

"വാ. നമക്ക് നടക്കാം."

സദുവും സുകുവും കൈകൾ കോർത്ത് നടന്നു. വയലുകളിൽ മീന മാസത്തിലെ തീപാറുന്ന ചൂട്. നല്ല ദാഹമുണ്ട്.

"നോക്ക്."

സുകുവിന്റെ ശ്രദ്ധക്ഷണിക്കൽ.

ഒരു വലിയ മേശയിന്മേൽ പല നിറത്തിലുള്ള കുപ്പികൾ. അതിൽനിന്നും ഒരു ദ്രാവകം ഗ്ലാസ്സിലൊഴിച്ച് വെള്ളംചേർത്ത് വിൽക്കുന്നു.

"സർബത്ത്, നല്ല് സർബത്ത്. വരീൻ, കുടിക്കീൻ." വിൽപ്പനക്കാർ ഈണത്തിൽ വിളിച്ചുപറയുന്നു. സുകു ഒരു നിമിഷം നിന്നു.

"എത്ര്യാ പോലും ഗ്ലാസ്സിന്?"

"ഇന്റടുത്ത് പൈസേണ്ടോ?"

"രണ്ടു മുക്കാലുണ്ട്. അമ്മ തന്നതാ."

"രണ്ടുക്കാലിന് ഒരു ഗ്ലാസ്സാ. ഞ്ഞി കുടിച്ചോ."

സുകുവിന് അതു സമ്മതിക്കാൻ കഴിയില്ലല്ലൊ. ഒന്നുകിൽ രണ്ടുപേരും കുടിക്കുക. അതു സാധ്യമല്ലെങ്കിൽ രണ്ടുപേർക്കും വേണ്ട!

"എന്താ മക്കളെ? ഏതാ വേണ്ട്യേ. പച്ച, ചോപ്പ്, മഞ്ഞ."

വിൽപ്പനക്കാരൻ തുപ്പൽ തെറിപ്പിക്കുന്നു.

"എന്താ, പൈസീല്ലേ?"

"രണ്ടുകാലേള്ളു"

"രണ്ടുക്കാലിന്നു....ങ്ഹാ, അവസാനത്തെ ദിവസല്ലെ, വാ."

അയാൾ നാണയം വാങ്ങി. രണ്ട് ഗ്ലാസ്സെടുത്തുവെച്ചു. കുപ്പിയെടുക്കവേ സുകു വേറൊരു നിറത്തിലേക്ക് ചൂണ്ടിക്കാട്ടി. വില്പനക്കാരൻ ആ കുപ്പിയെടുത്ത് കുലുക്കി. സദു ഒന്നും ആവശ്യപ്പെട്ടില്ല. പച്ചയോ മഞ്ഞയോ, ചുവപ്പോ എന്നു നിശ്ചയിക്കേണ്ടത് പൈസ കൊടുക്കുന്നവനല്ലെ. വിയർപ്പു തുടച്ചുനനഞ്ഞ തോർത്തു കഴുത്തിൽ ചുറ്റിക്കൊണ്ട് സർബത്തുകാരൻ പാനീയം രണ്ടു ഗ്ലാസ്സിൽ മുക്കാൽ ഭാഗം നിറച്ചു.

"കള്ളൻ"

സദു പിറുപിറുത്തു.

"രണ്ടും കൂടെ ഒന്നര ഗ്ലാസ്സായില്ലേ. രണ്ടുക്കാലിന് മോശമല്ല, സദു."

സുകു അവന്റെ ചെവിയിൽ പറഞ്ഞു.

ഒരു പറമ്പ് അകലേ..... കുറെ ആളുകൾ വട്ടംകൂടി നിൽക്കുന്നു. അവരെല്ലാവരും ആർത്തു വിളിക്കുന്നു. പരസ്പരം ഉരുമ്മിക്കൊണ്ട്. ഒരു വശത്തേക്ക് ചായുന്നു, പിന്നെ മറുവശത്തേക്ക്. അവരുടെ നടുവിൽ, നിലത്ത്...എന്താണ് നടക്കുന്നത്.

"ചട്ടികളിയാ."

സദു പറയുന്നു.

"നമ്മക്ക് പോയി നോക്കാം, വാ."

"അയ്യോ, അതു വേണ്ട, സുകു."

"അതെന്താ, ഓല് കുട്ട്യേളെ പിടിച്ചുതിന്ന്വോ?"

"അല്ലെടാ, ചട്ടീകളീള്ളേടത്ത് കുട്ട്യേള് പോകൂല്ല. നല്ലോരു ആരും പോകൂല്ല."

"അപ്പോ, അവ്ടെ കൂടിനില്ക്കുന്നോല് മുഴുവൻ മോശക്കാരാ?"

"അങ്ങോട്ടു പോകണ്ട, സുകു. അച്ഛനുണ്ടാവും അവ്ടെ."

സദുവിന്റെ തൊണ്ട ഒന്നിടറി. അച്ഛൻ ചട്ടികളിക്ക് പോകുന്നത് അമ്മക്കിഷ്ടമല്ല. അല്പം പണം കിട്ടും. ശരി തന്നെ. പുത്തലത്തെ തിറയ്ക്ക് പള്ളിയിലെ ഉത്സവത്തിന്....അച്ഛനും മറ്റുചിലരും കൂടെ ചട്ടികളി ലേലംവിളിച്ചെടുക്കുന്നു. കളിയുള്ള ദിവസങ്ങളിൽ അച്ഛൻ തന്റെ ചെറിയ കട വല്ലവനേയും ഏല്പിച്ചുപോകുന്നു.

നല്ല മിനുസമുള്ള, പരന്ന, ലോഹംകൊണ്ട് വാർത്ത വലിയ പാത്രം. അതിൽ ആനക്കൊമ്പ് രാവിയുണ്ടാക്കിയ, ആറുവശങ്ങളുള്ള ഒരു പകിട ഉരുട്ടുന്നു. അതിന്റെ മൂലകൾ മയപ്പെടുത്തിയിരിക്കും. ഓരോ വശവും ഒന്നുമുതൽ ആറുവരെ കറുത്ത കുത്തുകൾ. പകിട ഉരുട്ടിയാൽ ഏറെ നേരം പാത്രത്തിൽ കറങ്ങും. സാവധാനം വേഗത

കുറഞ്ഞ്, നടുഭാഗത്തു ചെറിയൊരു ചാഞ്ചാട്ടത്തോടെ വന്നുനിൽക്കും. തൊട്ടടുത്ത് കളങ്ങളുള്ള ഒരു വലിയ വിരിപ്പു നിവർത്തിയിട്ടിരിക്കും. കളങ്ങളിലുമുണ്ട് ഒന്നുമുതൽ ആറുവരെ അക്കങ്ങൾ. ആളുകൾ അതിൽ നാണയങ്ങളെറിയുന്നു. പകിടയുടെ മേൽവിലാസം കാണുന്ന അക്കവുമായി യോജിക്കുന്ന കളത്തിൽ പണമെറിഞ്ഞവർക്ക് നാലിരട്ടി കിട്ടുന്നു.

കളിപ്പാത്രം അല്പം ഉയരത്തിൽ ഒരു മണൽത്തട്ടിലാണ് വെക്കുക. അതിൽ പകിടയിട്ട് ഇളക്കിവിടുന്നത് അധികവും അച്ഛൻ തന്നെ. കളങ്ങളിൽ വീണ പണം മുഴുവൻ ശ്രദ്ധിക്കുന്നു. അച്ഛൻ പകിടയുടെ ചലനത്തെ നിയന്ത്രിക്കാൻ ചില സൂത്രങ്ങൾ പ്രയോഗിക്കുന്നു എന്നതാണ് മത്സരിക്കുന്നവരുടെ പരാതി. ഇതുകാരണം പലപ്പോഴും കളിക്കാരും അച്ഛനും തമ്മിൽ വഴക്കുണ്ടാകുന്നു. പക്ഷേ ആർക്കും അച്ഛന്റെ തീരുമാനം മാറ്റാൻ കഴിയില്ല. മൂന്നുദിവസത്തെ പകലും രാത്രിയുമുള്ള ഈ ചൂതാട്ടത്തിനുശേഷം കണക്കുകൾ പരിശോധിക്കുന്നു. ലാഭം പങ്കുവെയ്ക്കുന്നു. ചട്ടികളിക്കാർ എപ്പോഴും പറയുന്നത് – "കഴിഞ്ഞ കൊല്ലം കുറച്ച് ആദായം കിട്ടീനു. അതിനും വേണ്ടി ഇക്കൊല്ലം നഷ്ടാ...."

ചൂതാട്ടത്തിന്റെ പ്രവർത്തനം തന്നാലാവുംവിധം സദു വിവരിച്ചു, സുകുവിന്റെ അറിവിനായി.

"അപ്പൊ...."

എല്ലാം കേട്ടുകഴിഞ്ഞ് സുകു പറഞ്ഞു.

"ചട്ടികളി മോശാ, അല്ലേ?"

പെട്ടെന്നാണ്, നാടിനെ കുലുക്കിക്കൊണ്ടുള്ള കതിന പൊട്ടിയത്. ഒന്ന്, രണ്ട്, മൂന്ന്.

"സുകൂ. കുട്ടിച്ചാത്തൻ പുറപ്പെട്ടു."

രണ്ടുപേരും പുത്തലത്തെ മുറ്റത്തേക്കോടി.

എന്തൊരു വേഷം. വെളുത്ത മുഖത്ത് രണ്ടു കറുത്ത ചുട്ടിക്കണ്ണുകൾ. ഒരു കൈയിൽ ചെറിയ വടി. മറ്റേതിൽ ഒരു വെള്ളിക്കൊട്ട. ചെണ്ടക്കാർ മുഴുവൻ അണിനിരന്നിരിക്കുന്നു. നേർച്ചക്കാരുടെ തിക്കും തിരക്കും. പ്രദക്ഷിണം. ദീർഘമായ ആട്ടം. തുടർന്നു മീത്തു കൊടുക്കൽ. ഇടയ്ക്ക് തായമ്പക. കാരണോത്തിറയുടെ പ്രൗഢി വിളിച്ചു പറയുന്ന നടത്തം. പൂതത്തിന്റെ കോമാളിത്തരങ്ങൾ.

ഒക്കെക്കഴിഞ്ഞ് കുറെനേരം സദുവും സുകുവും വീണ്ടും വയലുകളിലൂടെ നടന്നു. ചന്തക്കാരിൽ ചിലർ കെട്ടുകെട്ടാനുള്ള ശ്രമമാണ്. തന്റെ വാച്ച് വിൽക്കുന്നവൻ....ഇല്ല, അവനു സ്ഥലംവിടാൻ ധൃതി കാണുന്നില്ല. ആ വാച്ച്.... അത് തനിക്കുവേണ്ടി കാത്തുനിൽക്കുകയാണോ? യഥാർഥ വാച്ച് ധരിക്കുന്നവർ മയ്യഴിനാട്ടിൽ വളരെ അപൂർവ്വം. അതിനിടയിൽ ഈ കളിസാധനം കയ്യിൽ, ഇടംകയ്യിൽ, കെട്ടിനടക്കുന്നതിൽ ഒരു രസമുണ്ടായിരുന്നു. വില ചോദിച്ചുവെച്ചി

ട്ടുണ്ട്. ഒരണ. ഒരണപോയിട്ട് അതിന്റെ പന്ത്രണ്ടിലൊന്നു വരുന്ന ഒരു ചില്ലിക്കാശുപോലും തന്റെ കീശയിലില്ല.

സദു കണ്ണുകൾ നനയാതിരിക്കാൻ പണിപ്പെട്ടു. അവസാനം രണ്ടുപേരും അവരവരുടെ വീടുകളിലേക്ക് മടങ്ങി.

അന്ന് രാത്രി...

അച്ഛനും ചീട്ടുകളി സംഘവും ഒത്തുചേരുന്നു. സദുവിന്റെ വീട്ടിലെ കോലായിൽ. ഒരു പായവിരിച്ച്, അച്ഛൻ കയ്യിലുള്ള വലിയ തുണിപ്പൊതി അതിൽ താഴ്ത്തിവെക്കുന്നു. സംഘാംഗങ്ങളിൽ ഒരാൾ പ്രായവും ഭാവവുംകൊണ്ട് മൂപ്പനാണെന്ന് വ്യക്തം. അച്ഛൻ സഞ്ചി അഴിക്കുന്നു. അതിലുള്ള നാണയത്തുട്ടുകളും ഏതാനും നോട്ടുകളും അയാളുടെ മുന്നിൽ ചൊരിയുന്നു. സദുവിന്റെ കണ്ണുകൾ മിഴിച്ചുപോയി.

"വരവെത്ര്യാടൊ?"

മൂപ്പൻ ചോദിക്കുന്നു. അച്ഛൻ എണ്ണുന്നു. ഏതോ ഒരു തുക പറയുന്നു.

കോലായിന്റെ അറ്റത്ത്, ചാണകം തേച്ച നിലത്തിരുന്നുകൊണ്ട് സദു എല്ലാം കണ്ടു.

"അപ്പൊ ചെലവെന്തൊക്ക്യാ?"

അച്ഛൻ ഒരു തുണ്ടു കടലാസെടുത്തു അതിൽ കുറിച്ചുവെച്ചിരിക്കുന്ന കണക്കവതരിപ്പിക്കുന്നു. ചെറിയ ചില ചർച്ചകൾ. ചിലർ ചില കാര്യങ്ങൾ മുന്നോട്ടുവെയ്ക്കുന്നു. ഒന്നുരണ്ടു തവണ ഒരാളുടെ ശബ്ദം അല്പം ഉയർന്നു. അവസാനം മൂപ്പൻ ലാഭവിഹിതത്തിന്റെ കാര്യത്തിൽ വിധി പറയുന്നു.

"മൂന്നു ദിവസം, പകലും മോന്തിക്കും, പണിയെടുത്തതല്ലെ. അതുകൊണ്ട് കുഞ്ഞിക്കണ്ണനു അഞ്ചുറുപ്പ്യ അധികം."

മൂപ്പൻ ഉറുപ്പിക എടുത്തു അച്ഛനു കൊടുക്കുന്നു. അച്ഛനത് വിനയപൂർവ്വം സ്വീകരിക്കുന്നു.

"ബാക്കീള്ളത്... കുഞ്ഞിക്കണ്ണാ, ഞ്ഞി എണ്ണി വീതിച്ചാട്ടെ. ങ്ഹാ, പിന്നെ ആ ഇരിക്കുന്ന ചെക്കൻ ഇന്റെ മോനാ? ഓൻ കൊറേ നേരായല്ലോ നോക്കി നൊണക്കുന്നു. ഒരണ ഓനു കൊടുത്തേക്ക്."

സദു വിശ്വസിക്കാൻ കഴിയാതെ എഴുന്നേറ്റു നിൽക്കുന്നു.

പിറ്റേ ദിവസം നേരം വെളുക്കുന്നേയുള്ളൂ...സദു ഓടി. പുത്തലത്തിലേക്ക്. തന്റെ വാച്ച്... ആ ചന്തക്കാരൻ... അയാൾ പോയ്ക്കഴിഞ്ഞിരിക്കുമോ....?

അവൻ ഓടി... ഒരണ... അകലേ ഭഗവതിയുടെ ആട്ടം നടക്കുന്നതു കേൾക്കാം. പുത്തലത്തെ അവസാനത്തെ തിറ.

'ഭഗവതീ. എന്റെ വാച്ച്.'

സ്ഥലത്തെത്തവേ ദൂരത്തുനിന്നും കാണുന്നു. കച്ചവടമില്ലാതെ, കളിസാധനങ്ങൾ തുണിയിൽ പൊതിഞ്ഞു പോകാൻ തുടങ്ങുന്ന വില്പനക്കാരൻ. സദു അയാളുടെ നേരെ കൈനീട്ടി വീശിക്കൊണ്ട് ഓടി.

6

ചക്രവാളത്തിനപ്പുറത്തേക്ക്

കോലായിലിരുന്നുകൊണ്ട് സുകു കിഴക്കോട്ടേക്ക് നോക്കി. കാലത്തുമുതൽ മരതകത്തിൽ ആളുകളുടെ തിരക്കാണ്. മരതകം എന്നത് കിഴക്കേതിലെ വീട്. തറവാട്ടുപേര് തയ്യിലോട്ട്, തയ്യിലോട്ട് ഭാസ്കരൻ ഡോക്ടറുടെ ഭവനം. സുകുവിന്റേത് വാസ്തവത്തിൽ ഒരു വീടല്ല. വെറുമൊരു പുര. കോണിപ്പടിയിൽ പേരൊന്നും എഴുതിവെച്ചിട്ടില്ല. ഇവിടെ തൊട്ടടുത്ത കൂറ്റൻ വീടിന്റെ പ്രവേശനകവാടത്തിൽ മരതകം എന്നു കൊത്തിവെച്ച ഒരു ഫലകം ഉറപ്പിച്ചിട്ടുണ്ട്. വാക്കിന്റെ അർഥം നാണ്വേട്ടൻ, അതായത് അമ്മാമൻ ആണ് പറഞ്ഞുതന്നത്. നിരത്തിൽനിന്ന് കുറെ പടവുകൾ കയറിയാണ് മരതകത്തിലെ വിശാലമായ മുറ്റത്തെത്തുക. മുൻവശം പറമ്പിൽ മുഴുവൻ കൊച്ചു മരങ്ങളും ചെടികളും ഇടയ്ക്ക് ആകാശം മുട്ടുന്ന ഒരു മാവ്. തടിച്ചു വീർത്തു നിൽക്കുന്ന ഒരു പ്ലാവും. പിന്നെ വേറെ രണ്ടു മരങ്ങൾ. ഒന്നു ജാതിയാണ്. മറ്റേത് സപ്പോട്ട എന്നു പറയുന്നു. സപ്പോട്ടപ്പഴം രണ്ടുമൂന്നു തവണ കിട്ടിയിട്ടുണ്ട്. വായിലിട്ട് ഒന്നു ഞെക്കിയാലുണ്ടാവുന്ന ആ രുചി.

സുകു അങ്ങോട്ടു നോക്കി. കുറെ കായകൾ ആ മരത്തിൽ കാണാനുണ്ട്. പഴുത്തിട്ടില്ല. പാകമായാൽ രാജേട്ടൻ, ഡോക്ടറുടെ മകൻ, കയറിപ്പറിക്കും. മൂന്നുനാലെണ്ണം വാഴയിലക്കീറിൽ പൊതിഞ്ഞ് അയാൾ ഈ പുരയുടെ വശത്തേക്ക് വന്നു നിൽക്കും. വീട്ടിനും പുരയ്ക്കുമിടയിൽ സാമാന്യം ഉയരമുള്ള ഒരു മതിലുണ്ട്. മരതകത്തിന്റെ അതിരാണത്. തങ്ങളുടെപുരയ്ക്ക് പ്രത്യേകമായി ഒരു അതിരില്ല. അത്തരം മതിലൊന്നും കൊച്ചുപുരയ്ക്ക് ചുറ്റും ആരും പണിയാറില്ലല്ലൊ.

"സുകൂ, സുകൂ"

രാജേട്ടൻ വിളിക്കും. പാതികേൾക്കുമ്പോഴേക്കും ഇറങ്ങി ഓടിത്തുടങ്ങും. ചരലും മണ്ണും നിറഞ്ഞു നിൽക്കുന്ന പറമ്പിലൂടെ സുകു പറക്കും. മതിലിനരികിൽ നിന്ന് രണ്ട് കൈകളും ഒന്നിച്ചു നീട്ടും.

"എന്താ മോൻ കൈ നീട്ടുന്നത്?"

രാജേട്ടൻ തമാശയായി ചോദിക്കും. എന്നിട്ട് സപ്പോട്ടയുടെ പൊതി കൈകളിലേല്പിക്കും.

"നിനക്കിഷ്ടാ സപ്പോട്ടാ, അല്ലേ?"

"ഉം"

ഇതു അടുത്തകാലത്ത് എല്ലാ വർഷവും നടക്കുന്ന ഒരു ചടങ്ങ്.....

സുകുവിന്റെ കണ്ണുകൾ നനഞ്ഞു. ആ രാജേട്ടൻ ഇന്ന്......

നാണ്വേട്ടൻ ഇടയ്ക്കു വന്നു പറയുന്ന കഥകളിൽ ചിലത് ഈ രാജേട്ടനെക്കുറിച്ചായിരുന്നു. നാണ്വേട്ടനെക്കാളും അല്പം മൂത്ത ആളാണു രാജേട്ടൻ. മയ്യേനാട്ടിൽ പഠിപ്പുകൊണ്ട് എപ്പോഴും തിളങ്ങി. ഇവിടെ വെച്ച് ബ്രെവേ പാസായി. ആദ്യത്തെ ശ്രമത്തിൽ തന്നെ. പിന്നെ പുതുശ്ശേരിയിൽ പോയി. ബക്കലോറെയായ്ക്ക് പഠിക്കാൻ. "നമ്മളൊക്കെ ചക്കച്ചൊള പിഴുതെടുത്തു വായിലിടുന്നില്ലെ, അതു പോല്യാ രാജൻ, തയ്യിലോട്ട് രാജനേയ്, ഓരോ പരീക്ഷ കടന്നു ചാടുന്നത്." നാട്ടുകാർ പറഞ്ഞു കേട്ടിരുന്നു. "അതിനു ആരാ മോൻ? രാജന്റെ അച്ഛനേയ് ഡാക്കിട്ടരല്ലേ" വാസ്തവം. രാജേട്ടന്റെ അച്ഛൻ പുതുശ്ശേരിയിലെ വലിയ ഡോക്ടരായിരുന്നു. തിരിച്ചിങ്ങോട്ട് വന്നതിൽപിന്നെ രോഗികളെ നോക്കുന്നില്ല. എന്തോ അസുഖമുണ്ട് ഡോക്ടർക്ക്. പിറന്നനാട്ടിൽ പൂർണ വിശ്രമത്തിലാണ്. ഇവിടെ ഈ വമ്പൻ വീടെടുത്തു. കുറ്റിയടിക്കുന്ന ദിവസം അഞ്ചോ ആറോ വയസു കാണും തനിക്ക്.

രാജേട്ടൻ ഇങ്ങോട്ടു കയറി വന്നു കയ്യിൽ പിടിച്ചു കൂട്ടിക്കൊണ്ടുപോയി. എന്തൊക്കെ പലഹാരങ്ങളാണ് അന്ന് തട്ടിയത്. എല്ലാം കഴിഞ്ഞപ്പോൾ ബാക്കിയുള്ളതിൽ ചിലത് പൊതിഞ്ഞു കയ്യിൽ തന്നു. "ഏട്ത്തിക്ക് കൊടുത്തേക്ക്" എന്നു പറഞ്ഞുകൊണ്ട്.

ആ രാജേട്ടൻ....... ഇന്ന്.....

"രാജൻ ബക്കലോറെയാ പാസായി ഒറ്റയടിക്ക്"

ഇയ്യിടെ ഒരിക്കൽ നാണ്വേട്ടൻ പുരയ്ക്കകത്തു പുല്ലുപായിലിരുന്നുകൊണ്ട് പറഞ്ഞു. അമ്മയും ഏട്ത്തിയും സുകുവും കണ്ണുകൾ മിഴിച്ചു....."രാജൻവല്യ ആളായിപ്പോയി അല്ലേ? " അമ്മയുടെ വാക്കുകൾ, "ഓലൊക്കെ വല്യ ആള്കള് തന്ന്യാ." ഏട്ത്തി കൂട്ടിച്ചേർക്കുന്നു. "എന്നാലും ഈ ചെക്കനോട് അയാൾക്കെന്ത് സ്നേഹാ" ശരിയാ, സുകു മനസിൽ പറഞ്ഞു. ഇത്രവലിയ കൂട്ടർ. എന്തിഷ്ടാ ചെറിയവരോട്. "അവിടത്തെ ആളുകളെല്ലാം അങ്ങനെയാ" അമ്മ കൂട്ടിച്ചേർത്തു.

രാജേട്ടന്റെ അച്ഛനും അമ്മയും എല്ലാവരും നല്ലവരായിരുന്നു. ആ വീട്ടിൽ എന്തു സംഭവിച്ചാലും അതിൽ ഈ പുരയിലുള്ളവരെ എപ്പോഴും പങ്കെടുപ്പിക്കും. ഇന്നലെയും രേവതിയമ്മ വിളിച്ചുപറയുന്നതുകേട്ടു. "ശാരദേ, നാളെ ഒന്നിങ്ങു വരണേ, രാവിലെ ലേശം സഹായം വേണം. ബന്ധുക്കാരെല്ലാം വരുല്ലേ."

"രാജന്റെ ഉള്ളിൽ" ചിന്തിച്ചുകൊണ്ട് മറ്റൊരു ദിവസം നാണ്വേട്ടൻ പറയുന്നു.. "രാജന്റെ ഉള്ളിൽ ഒരു വിപ്ലവകാരി ഒളിച്ചിരിപ്പുണ്ട്."

അമ്മ തോർത്തുകൊണ്ട് നാണ്വേട്ടന്റെ ചെന്നിയിൽ നിന്നും താഴുന്ന വിയർപ്പ് തുടച്ചു.

"ഒരു ദിവസം, ഏട്ത്തിക്ക് കേക്കണോ." നാണ്വേട്ടൻ കഥ തുടങ്ങുന്നു. "ഫ്രഞ്ചുകാരുടെ ദേശീയദിനം. ജൂലൈ പതിനാല്, പാതാറിൽ കാലത്തു എല്ലാവരും ഒത്തുചേരുന്നു. സ്വാതന്ത്ര്യപ്രതിമക്ക് ചുറ്റും കൂടി ലാ മർസയ്യേസ്* പാടുന്നു. ഉച്ചയ്ക്കുശേഷം തൂണിന്മേൽകയറ്റം. തുടർന്ന് മൂപ്പൻ സായ്പിന്റെ ബഗ്ലാവിൽ സ്വീകരണം. പ്രമുഖരെല്ലാം പങ്കെടുക്കുന്നു. അവസാനം...... രാത്രി എല്ലാം കഴിഞ്ഞപ്പോൾ ബാക്കിയുള്ള ഭക്ഷണപദാർഥങ്ങളൊക്കെ സഞ്ചിയിലാക്കി സെക്രത്തേർ വീട്ടിലേക്കു തിരിക്കുന്നു. ഇരുട്ടിന്റെ മറവിൽ ഒരുവൻ ആ സഞ്ചി തട്ടിപ്പറിച്ച് ഓടുന്നു. പാവങ്ങളായ കുട്ടികളെ വിളിച്ചുകൂട്ടി പലഹാരങ്ങൾ വിതരണം ചെയ്യുന്നു. ആരാണാ പിടിച്ചുപറിക്കാരൻ? സെക്രെത്തേർ പൈതൽ റൈറ്റർക്ക് നന്നായി അറിയാമായിരുന്നു. പൊലീസിൽ ചെറിയൊരു സൂചന നൽകി സ്റ്റേഷനിൽ വരുത്തിച്ച്, കുറ്റവാളിയുടെ ചെകിടത്ത് രണ്ട് പൊട്ടിച്ചു വിടാൻ തോന്നി. പക്ഷേ...... റൈറ്റർ ബുദ്ധിമാനാണ്. ഒന്നാമത് ഇവിടെ പ്രതി സാധാരണക്കാരനല്ല, രണ്ടാമത് വിവരം പുറത്തായാൽ....... ബംഗ്ലാവിൽ അവശേഷിച്ച ഭക്ഷണം പണിയെടുക്കുന്നവർക്കിടയിൽ ഭാഗംവെയ്ക്കാതെ താനെന്തിനു കെട്ടിപ്പൊതിഞ്ഞു സ്വന്തം വീട്ടിലേക്ക്...... മൂപ്പൻ സായ്പറിഞ്ഞാൽ ശരിയാവില്ല സംഗതി. അതുകൊണ്ട് ആൾ സംഭവം മനസിലൊതുക്കിവച്ചു. "

"ആരായിരുന്നു ആ തസ്കരൻ?' നാണ്വേട്ടൻ എല്ലാവരോടുമായി ചോദിച്ചു. "അത്... നമ്മുടെ രാജൻ തന്നെ."

സുകു കൈകൊട്ടി. ഏട്ത്തിക്കും വലിയ സന്തോഷം. "നന്നായി" അമ്മയും ചിരിച്ചു "ആ റൈറ്റർക്ക് അതു കിട്ടണം."

ആ നിമിഷം..... രാജൻ സുകുവിന്റെ മനസിൽ നിറയുകയായിരുന്നു.

ആ രാജേട്ടൻ.... സുകുവിന്റെ ആരാധനാപാത്രം....... ഇന്ന്....

സുകുവിന്റെ അമ്മ നന്നേ കാലത്തു മരതകത്തിലേക്ക് പോയിരുന്നു, രേവതിയമ്മ ആവശ്യപ്പെട്ടതനുസരിച്ച്. കഴുക്കോൽ കുത്തനെ നിർത്തിയുണ്ടാക്കിയ തൂണിൽ പിടിച്ചുകൊണ്ട് സുകു അങ്ങോട്ട് നോക്കി. കിഴക്കേവീട്ടിലത്തെ കോലായിൽ തൂൺ നാലാണ്. വട്ടത്തി

* ലാ മർസയ്യേസ് – ഫ്രഞ്ച് ദേശീയഗാനം

ലുള്ള, മുകളിലെത്തവേ വണ്ണം അല്പം കുറയുന്ന അവയുടെ ഭംഗി ഒന്നു വേറെത്തന്നെ. അവയിൽ ചാഞ്ഞുകൊണ്ട് ആരൊക്കെയോ അവിടെ നിൽക്കുന്നു. പതുക്കെ സംസാരിക്കുന്നു. വിശാലമായ മുറ്റത്ത്..... ആരാണത്? നാണ്വേട്ടനോ? നാണ്വേട്ടൻ അങ്ങോട്ടുമിങ്ങോട്ടും നടക്കുന്നു. ഒരിക്കൽ രാജേട്ടന്റെ അച്ഛൻ നാണ്വേട്ടനെ വിളിക്കുന്നതുകേട്ടു. കീശയിൽ നിന്നും കുറച്ച് നോട്ടുകളെടുത്തു കൊടുക്കുന്നു. എന്തൊക്കയോ പറയുന്നു.അങ്ങാടിയിൽ പോയി എന്തോ വാങ്ങിക്കൊണ്ടു വരാനാണ്. നാണ്വേട്ടൻ മിന്നൽ വേഗത്തിൽ പടവുകൾ ചാടിയിറങ്ങി ഓടുന്നു.

രാജേട്ടനെയും കണ്ടു. ആൾ അൽപം പരിഭ്രമിച്ചതുപോലെയുണ്ട്. "പുതുശ്ശേരിയിൽ പഠിക്കാൻ പോയകാലത്ത്.." നാണ്വേട്ടന്റെ മറ്റൊരു കഥ.... "അവിടത്തെ പാവങ്ങളിൽപ്പെട്ട..... "നാണ്വേട്ടൻ പറഞ്ഞതു തൊട്ടുകൂടാത്തവർ എന്ന്. "ഒരിക്കൽ എന്തോ കാരണത്തിനു പൊലീസുകാർ അവരുടെ കുടിലുകൾ ആക്രമിച്ചു. എല്ലാവരെയും തല്ലിച്ചതച്ചു. വഴിപോവുകയായിരുന്ന രാജേട്ടൻ പൊലീസുകാരെ തടഞ്ഞു. അവരോട് നല്ല കട്ടിയുള്ള ഫ്രഞ്ചിൽ നാലുപൊട്ടിച്ചു. ചുവന്ന തൊപ്പിക്കാർ ഞെട്ടിപ്പോയത്രെ. അന്നുമുതൽ തൊട്ടുകൂടാത്തവരുടെ ദൈവമായി രാജേട്ടൻ. അവർക്കുവേണ്ടി എന്തോ ഒന്നു ഉണ്ടാക്കുക പോലും ചെയ്തു. ഒരു സേവാസംഘം."

രാജേട്ടൻ..... ഇന്നു പോകുന്നു. വീട്ടിന്റെ മുമ്പിൽ ജഡ്ക്ക എത്തിക്കഴിഞ്ഞു. അതുകണ്ടപ്പോൾ...

സുകുവിന്റെ കാലുകൾ അറിയാതെ നീങ്ങി. പറമ്പിന്റെ അറ്റത്തേക്ക് നടന്നു. മരതകത്തിലെ ഉയർന്ന മതിലിൽ തല നീട്ടിപ്പിടിച്ചു നോക്കി. നാണ്വേട്ടൻ പോയതുപോലെ തിരിച്ചുവരുന്നതുകണ്ടു. കയ്യിൽ ചെറിയൊരു കൊട്ടനിറയെ നേന്ത്രപ്പഴം. അതു വീട്ടിനകത്തേക്ക് കൊണ്ടുപോകുന്നു.

രാജേട്ടൻ കോലായിൽ...... രേവതിയമ്മയും അടുത്തു വന്നു നിൽക്കുന്നു. ബന്ധുക്കളും പരിചയക്കാരും നിശബ്ദർ.

രാജേട്ടൻ ഇന്ന് യാത്രയാകുന്നു.പുതുശ്ശേരിയിലേക്കല്ല.

ഫ്രാൻസിലേക്ക്.

പഠിക്കാൻ.

ഈ പഠിച്ചതൊന്നും പോരേ? മയ്യേനാട്ടിൽ നിന്നും ചുരുക്കമാണത്രെ ഫ്രഞ്ചുകാരുടെ ബുർസ് വാങ്ങി പാരീസിൽ പോകുന്നവർ, ഉപരിപഠനത്തിനായി.

രാജേട്ടൻ കോലായിൽ, രേവതിയമ്മ അയാളെ കെട്ടിപിടിക്കുന്നു. ഉമ്മ കൊടുക്കുന്നു. തുടർന്ന് രാജേട്ടൻ അച്ഛനെ വന്ദിക്കുന്നു. പിന്നെ എല്ലാവരെയും നോക്കുന്നു. കോലായിൽ നിന്നും മുറ്റത്തിറങ്ങുന്നു.

പെട്ടന്നാണു ആ കണ്ണുകൾ മതിലിൽ പിടിച്ചു നിൽക്കുന്ന സുകുവിന്റെ മേൽ പതിഞ്ഞത്. ഒരു നിമിഷം അവിടെ തങ്ങി നിന്നു.

പിന്നെ...... ആൾ ഒരു കൈയുയർത്തി വീശുന്നു. "പോട്ടേ?" എന്നു ചിരിച്ചുകൊണ്ട് ഉറക്കെ ചോദിക്കുന്നു.

സുകു പൊട്ടിക്കരഞ്ഞുപോയി. താൻ വെറുമൊരു പൊട്ടച്ചെറുക്കൻ, ഈ വലിയ മനുഷ്യൻ... തന്റെ നേരെ... എന്തിനിങ്ങനെ......

ദൈവമേ.

രാജേട്ടൻ ഉച്ചക്കത്തെ മെയിലിനാണത്രെ പോകുന്നത്. മദ്രാസിൽ നിന്നു വണ്ടി മാറിക്കയറി ബോംബയിലേക്ക്. അവിടെ ഒരാഴ്ച, പിന്നെ കപ്പലിൽ....നാണേട്ടൻ പറഞ്ഞു തന്നത്, രണ്ടാഴ്ച ആകാശവും വെള്ളവും മാത്രം കണ്ടുകൊണ്ട്.... നീണ്ടയാത്ര.... നാണേട്ടൻ പടം വരച്ചു കാട്ടിത്തന്നു. ഇതാ ഇവിടെ. ആഫ്രിക്കയുടെ മുനമ്പ്. ഇതിലൂടെ ചുറ്റിച്ചുറ്റി, പുതിയൊരു കാറ്റ് ശ്വസിച്ച്....അവസാനം യൂറോപ്പിൽ മർസേയ്യ്. പിന്നെ വണ്ടിക്ക് പാരീസിൽ, ശരിക്കും തലകറങ്ങിപ്പോയി അതൊക്കെ കേട്ടപ്പോൾ.

പോകുംമുമ്പ്, മൂപ്പൻ സായ്പ് രാജേട്ടനെ വിളിപ്പിച്ചുവത്രെ. കൈകൊടുത്തു. അവധിദിവസങ്ങളിൽ തന്റെ കോർസ് ദ്വീപ് സന്ദർശിക്കണമെന്നും നിർദേശിച്ചു. കള്ളന്മാരും കൊള്ളക്കാരും ഒളിച്ചുകഴിയുന്ന കുറ്റിക്കാടുകളുടെ സമുച്ചയത്തിനു അതിന്റേതായ ഭംഗിയുണ്ടത്രെ. അവിടെച്ചെന്നു തന്റെ ഭാര്യയെ കാണണം. മദാംപെത്തിനെല്ലി. പാരീസിൽ കഴിയുന്ന മകളേയും കാണണം. അവൾക്ക് കൊടുക്കാനായി ഒരു പൊതി ഏൽപിക്കുകയും ചെയ്തു. സായ്പിന്റെ സഹായി രഹസ്യമായി നാണേട്ടനോട് പറഞ്ഞതാണിത്. രാജേട്ടൻ എല്ലാം കുത്തനേ നിന്നുകൊണ്ട് കേട്ടുവത്രെ. മയ്യേക്കാർ ചെയ്യുന്നതുപോലെ തലയൊന്നു കുനിച്ചില്ലത്രെ. നടുവൊന്നു മടക്കിയില്ലത്രെ. വിടപറയുമ്പോൾ പോലും. അതാണു രാജേട്ടൻ.

ജഡ്ക്ക പതുക്കെ നീങ്ങവേ... പിന്നിൽ നിന്നും കുതിരക്കാരന്റെ ചമ്മട്ടി വണ്ടിക്ക് മേലെ കുത്തനെ നിൽക്കുന്നതുകണ്ടു.

പിന്നാലെ കുറെപ്പേർ പിന്തുടരുന്നു. അവരിൽ നാണേട്ടനുമുണ്ട്. എല്ലാവരും സ്റ്റേഷനിലേക്കാണ്. കാൽനടയായി. അവരുടെ കൂടെച്ചേരാൻ ആഗ്രഹം തോന്നുന്നു.

ഒരു കൈയുയർത്തി "പോട്ടേ?" എന്നു ചോദിക്കുന്ന രാജേട്ടന്റെ ചിത്രം മനസിന്റെ ആഴങ്ങളിലേക്ക് താഴ്ന്നുപോകുന്നു. ആരോ അതിനെ അവിടെ എന്നെന്നേക്കുമായി ആണിയടിച്ച് ഉറപ്പിച്ചു നിർത്തുന്നു.

7

ഒണക്കേട്ടനെ കാത്ത്

"അതു കൊമ്മിസ്സാറെ കുട്ത്ത്യാ. നടക്കാൻ പോകുമ്പം ഇടുന്നെ"

ഒതേനൻ ഓർമ്മപ്പെടുത്തി. ഒച്ചീമ്മൽ ഒതേനൻ. മയ്യേനാട്ടിലെ അലക്കുകാരൻ.

"ഒന്നു നല്ലോണം കുത്തിവെളുപ്പിച്ചാളാ. ഇസ്തിരി ഇടുമ്പം മറന്നൂടണ്ട. പെട്ടി അധികം ചൂടാവാണ്ട് നോക്കണം. കേഫുന്നുണ്ടോ, മോളേ."

ഒതേനന്റെ മകൾ മാണിക്കമാണ് ഇപ്പോൾ പണി മുഴുവൻ എടുക്കുന്നത്. ഒതേനനു വയസായി. പതിവുകാരായി ഏതാനും വീടുകളുമുണ്ട്. ആഴ്ചയിൽ ഒരു തവണ എല്ലാ സ്ഥലത്തും എത്തണം. ധോബിക്ക് പണി കൊടുക്കുന്നവർ കുറവ്. എല്ലാ വീടുകളിലും കിണറുകളുമുണ്ട്. വെള്ളം വലിച്ചുകയറ്റി, തുണി സോപ്പിട്ട് കല്ലിന്മേൽ അടിച്ചു വൃത്തിയാക്കാൻ ഒരു വിധം വീടുകളിലെല്ലാം പെണ്ണുങ്ങളുമുണ്ട്. ഒതേനന്റെ പതിവുകാർ മുഴുവൻ ഉദ്യോഗസ്ഥരാണ്. അധികവും അധ്യാപകർ. അതിലയാൾക്ക് അഭിമാനവുമുണ്ട്. ഏതാണ്ടെല്ലാം പുതുശ്ശേരിയിൽനിന്നും മാറ്റമായി വന്നവർ. ചുരുക്കം ചിലർ കാരിക്കാലിൽനിന്നും.

അവരെയൊക്കെ ആദ്യമായി ചെന്നുകാണുമ്പോൾ, ഒതേനന്റെ ചോദ്യം ഒന്നുതന്നെ.

"മാഷേ. ഒരു കാര്യം പറയാനാ."

"എന്താ, ധോബീ, എന്താ? ശൊല്ലിട്" അവർ പറയും.

"അതായത്....ഇന്തോ ചൈനേന്നു വന്നോല്....ആരെങ്കിലും........."

തമിഴന്മാരായ മാസ്റ്റർമാർ ഒതേനന്റെ ചോദ്യം കേട്ട് തെല്ലൊന്ന് അത്ഭുതപ്പെടും.

"അതായത്." ഒതേനൻ കാര്യം വ്യക്തമാക്കാൻ സമയമെടുക്കും. "ഇന്തോ ചൈനേന്നു വന്നോല്......ഒന്നു അന്വേഷിക്കാനാ."

"ഏൻ അന്വേഷണം, ഒതേനാ.?"

"അതായത്...ഒണക്കൻ, ഒണക്കൻ എന്ന പേരില്...ഇന്തോ ചൈനേല്......അതായത്......ആരെങ്കിലും ആ പേര് കേട്ടിനോന്ന്."– ഒതേനന്റെ ചോദ്യം ഇപ്പോൾ ആരും ഗൗരവമായെടുക്കുന്നില്ല. ഞായറാഴ്ചകളിലാണ് പുള്ളിയുടെ പ്രവർത്തനം. മകൾ ദിവസങ്ങളെടുത്തു അലക്കിവെളുപ്പിക്കുന്ന വസ്ത്രങ്ങൾ മുഴുവൻ പ്രത്യേകമായി മടക്കി ഒരു വലിയ പൊതിയാക്കിവെക്കുന്നു. ഒതേനന്റെ തലയിൽ അതെടുത്തു വെച്ചു കഴിഞ്ഞാൽ, അവളുടെ പണി അവസാനിച്ചു. വിറക്കുന്ന കാലുകളിൽ അച്ഛൻ പടി കടന്നു പോകുമ്പോൾ അവൾ വിളിച്ചുപറയുന്നു:

"പിന്നെണ്ടല്ലോ. നെരത്തുമ്മലൂടെ പോകുമ്പം ചരയ്ക്കണം. മൂരി വണ്ടീം സൈക്കിളുമുണ്ടാവും."

"ങ്ഹാ, മോളെ. ഈ ഒതേനനു അറിയാത്തതാ മയ്യേലെ നേരത്ത് ഹി, ഹി."

"ഒന്നുടെണ്ട്. കണ്ടോലോടെല്ലാം ചോദിക്കണ്ട, ഒരു ഒണക്കേട്ടന്റെ ബിശേഷം."

ഒതേനനു അതു കേട്ടപ്പോൾ വിഷമം തോന്നി. അച്ഛൻ നടന്നകലവേ, വിഷമം മാണിക്കത്തിനായി. പാവം അച്ഛൻ , എത്ര കാലമായി ഇങ്ങനെ മറ്റുള്ളവരുടെ വിഴുപ്പ് ചുമക്കുന്നു. അച്ഛനു മകൾ. മകൾക്ക് അച്ഛൻ. ആലോചിക്കേണ്ടതാണ്. അച്ഛന്റെ കാലശേഷം ഈ അലക്കുകാരന്റെ തൊഴിലെടുക്കാൻ ആരുണ്ട്. വെളുപ്പിക്കുന്ന പണി ഈ മാണിക്കം എടുക്കും. പക്ഷേ വീടുകളിൽ ചെന്ന് മുഷിഞ്ഞ തുണികൾ ശേഖരിക്കുക പിറ്റത്തെ ആഴ്ച തിരിച്ചെത്തിക്കുക. ഇതാരു ചെയ്യും. ഈ മുപ്പതു വയസുകാരിതന്നെ ഇതും ചെയ്യേണ്ടി വരുമോ. വലിയവരുടെ വീടുകളിലൊക്കെ കയറിയിറങ്ങുക. ഛീ.

ഈ അച്ഛനു ദിവസം കഴിയുന്തോറും തലയ്ക്ക് വെളിവില്ലാതെയാകുന്നു. അതാണ് സങ്കടം. ഇരുപത്തഞ്ച് കൊല്ലം മുമ്പ് നാടു വിട്ടുപോയ ഒണക്കൻ മൂത്തച്ഛനെ ഒരിക്കലും മറക്കാൻ തയ്യാറല്ല അച്ഛൻ. "ഒണക്കേട്ടൻ ഒരൂസം ഇങ്ങെത്തും മോളെ." അച്ഛൻ വെറുതെയിരിക്കുമ്പോൾ പിറുപിറുക്കും. "അതോടെ നമ്മളെ കാലം തെളിയും. പിന്നെ ഈ അലക്കുപണിക്ക് ആളെ വേറെ നോക്കണം അക്കൂട്ടർ. എന്നിട്ടുവേണം എന്റെ മോളെ മംഗലം നടത്താൻ. ഇന്നെണ്ടല്ലോ, കഴീന്നതും മേൽജാതീപ്പെട്ടോർക്കേ കൊടുക്കു, ങ്ഹാ. പന്തലൊക്കെ കെട്ടണം....."

അച്ഛന്റെ പകൽസ്വപ്നം. ഇടയ്ക്ക് അച്ഛൻ മൂത്തച്ഛന്റെ കഥ പറയും. "അന്ന് യുദ്ധം നടക്കുന്ന കാലം. ഇപ്പളത്തെ യുദ്ധമല്ല." അച്ഛൻ വ്യക്തമാക്കും "ലോകത്തിലെ യുദ്ധം രണ്ടാ. ഒന്നാമത്തേത് ഒരു ഇരുപത്തഞ്ച് കൊല്ലം മുമ്പ്. അന്നു കപ്പൽ പോകുമായിരുന്നു, ഇടയ്ക്ക്. മയ്യേക്കടലിൽ നങ്കൂരമിടും. സായ്പന്മാരും പട്ടാളക്കാരും തോണിയിൽ

കരയ്ക്കു വരും. രണ്ടുദിവസം മൂപ്പൻ സായ്പിന്റെ കൂടെ കുടിയും തീറ്റയും. ഒരു മുസ്യേഴുർനോ ആയിരുന്നു അന്നത്തെ സായ്പ്. അയാൾക്ക് വേണ്ടുന്ന തീറ്റ സാധനങ്ങൾ പട്ടാളക്കാർ കൊണ്ടുവരും. ബോമ്പോം, ഫ്രൊമാഴ്ബേർ, വേംറൂഴ്......."പറഞ്ഞു കേട്ടതാണ്. അഞ്ചാം ക്ലാസിൽ പഠിക്കുമ്പോൾ, ഈ വാക്കുകൾ പുസ്തകങ്ങളിൽ വായിച്ചിരുന്നു. നാട്ടുകാർക്ക് രുചി നോക്കാൻ കിട്ടുന്നവയല്ല ഇതൊക്കെ. ബോമ്പോം എന്നു പറഞ്ഞാൽ മുട്ടായി. ബേർ വെണ്ണ. വേംറൂഴ് ചുവന്ന വൈൻ. ഫ്രൊമാഴ്...അറിയില്ല. ഒരുതരം പാൽക്കട്ടിയോ മറ്റോ. ഫ്രൊമാഴ് കൊത്തിക്കൊണ്ടുപറന്ന ഒരു കാക്കയുടെ കഥ പഠിച്ചതായി ചെറിയൊരോർമ്മ.

മറ്റൊരുകഥ പ്രചാത്തിലുണ്ട്. അതോർമ്മ വരുന്നു. ബംഗ്ലാവിലെ തോട്ടക്കാരന്റെ മകൻ. സായ്പും ക്യൂസിനിയേയും ഇല്ലാത്ത ഒരവസരം നോക്കി അടുക്കളയിൽ ഒരാക്രമണം നടത്തി. ഒരു റൊട്ടിക്കഷണം കയ്യിൽ കിട്ടി. സായ്പ് ചെയ്യുമ്പോലെ വല്ലതും അതിൽ പുരട്ടിയാവാം ശാപ്പിടുന്നത് എന്നു നിശ്ചയിച്ചു. നോക്കിയപ്പോൾ ഒരു കുഞ്ഞി ഡപ്പി കണ്ടു. അതു തുറന്നു. കത്തിയെടുത്തു തുടച്ചു വൃത്തിയാക്കി. അതുകൊണ്ട് കോരിയെടുത്തു പുരട്ടി. സായ്പ് ചെയ്യുമ്പോലെ. തോട്ടക്കാരൻ ഇതൊക്കെ കാണുന്നു. "നല്ലോണം പെരട്ടിക്കൊ, മോനെ. സായ്പിന്റെ നെയ്യാ." അയാൾ പറയുന്നു. ഷൂസിന്മേൽ പുരട്ടി ഉരച്ച് തിളക്കം വരുത്തുന്ന ഒരു സാധനമില്ലേ. പോളീഷ് എന്നോ മറ്റോ പറയുന്നത്. അതായിരുന്നു ചെക്കൻ പുരട്ടി വായിലാക്കിയത്.....

അക്കാലത്ത് ഒണക്കൻ മൂത്തച്ഛൻ ബംഗ്ലാവിൽ പണിയെടുക്കുമായിരുന്നു. വെള്ളക്കാരന്റെ തുണി മാത്രംതിരുമ്പി ജീവിച്ചവരായിരുന്നു മൂത്തച്ഛന്റെ പെണ്ണ്. പേരു ചപ്പില. മരിച്ചുപോയി. "ഒരിക്കൽ ഞാനിവരുടെ കൂടെപ്പോകും." മൂത്തച്ഛൻ ഇടയ്ക്ക് പറയുമായിരുന്നുവത്രെ. പട്ടാളക്കാരുടെ ധോബിയായി പോവുക. ഇന്തോച്ചൈനയിൽ. കുറെക്കാലം പണിയെടുത്തു കൈ നിറയെ കൊണ്ടുവരിക. ഉറുപ്പികയല്ല, ഫ്രാങ്ക്.....

മാണിക്കം മെല്ലെ കുളക്കരയിലേക്ക് നടന്നു. പുരയുടെ പിന്നിലുള്ള ഈ വെള്ള സംഭരണിയാണ് കുടുംബത്തിന്റെ ജീവൻ നിലനിർത്തുന്നത്. തുണി അടിച്ചു വെളുപ്പിക്കുന്ന വലിയ കല്ലിലേക്ക് നോക്കി. കഴുകിയിട്ട് വൃത്തിയായിട്ടില്ല. ഒന്നുകൂടെ വെള്ളം മുക്കിയൊഴിച്ച് അതു വീണ്ടും ഉരച്ചുവെടിപ്പാക്കി. പിന്നെ ഒരു നിമിഷം വെറുതെ നിന്നു.

ആലോചിക്കുമ്പോൾ..... ഒണക്കൻ മൂത്തച്ഛൻ ഒരു ദിവസം വന്നു കയറുമോ, വിചാരിക്കാതിരിക്കെ? എങ്കിൽ...അച്ഛനും മകളും രക്ഷപ്പെടുമായിരുന്നു. ഓരോ പിരാന്ത്. അല്ലാതെന്തു പറയാൻ.

ഒരിക്കൽ....അച്ഛന്റെ കഥ വീണ്ടും ഓർമ്മയിൽ വരുന്നു....... ഒരിക്കൽ ഒരു കപ്പൽ വന്നു. വെള്ളക്കാർ പട്ടാളക്കാർ പുഴയിൽ നങ്ങ

രായി കുളിച്ചു. നാണമില്ലാത്തവർ. രാത്രി പച്ചക്കള്ളു മോന്തി. അവർ പോകുന്നതിന്റെ തലേദിവസം.....

ഒണക്കൻ മുത്തച്ഛൻ വീട്ടിൽ വന്നില്ല. വെള്ളക്കാരുടെ വല്ലപണിയിലും സഹായിക്കുകയാവാം. ചപ്പില മൂത്തമ്മ സമാധാനിച്ചു. തോണികളിൽ കയറി പട്ടാളക്കാർ കപ്പലിലേക്ക് പോയി. മണിക്കൂറുകൾക്കുശേഷം.... അകലെ... കപ്പൽ തെക്കോട്ടേക്ക് നീങ്ങുന്നത് കരയിൽനിന്നും നാട്ടുകാർ കണ്ടു.

എവിടെ ഒണക്കേട്ടൻ? അച്ഛൻ മയ്യേനാട്ടിൽ കണ്ടവരോടൊക്കെ ചോദിച്ചു. പാതാറിലെ കോയ്യോത്തികളോടും കാറ്റാടികളോടും അന്വേഷിച്ചു. ആരും കണ്ടിട്ടില്ല, ഒണക്കേട്ടനെ. മൂപ്പൻ സായ്പിന്റെ അന്നത്തെ സെക്രെത്തേറെ കണ്ട് കരഞ്ഞുപറഞ്ഞു. അതിനിടയിൽ, ഫ്രഞ്ചുകാർ തോണികളിൽ പോകും മുമ്പ് ആൾ കടപ്പുറത്തൂടെ നടക്കുന്നതു കണ്ടതായി ഒരു വർത്തമാനം പരന്നു. "ഓൻ കപ്പലിലേക്ക് നീന്തിപ്പോയതു തന്നെ!" ആരോ ഒരാൾ ഉറപ്പിച്ചു പറഞ്ഞു.

'എന്റെ ഒണക്കേട്ടൻ പോയോ? ഇന്തോ ചൈനേല്? " അച്ഛൻ കരഞ്ഞു. നിലവിളിച്ചു. മൂത്തമ്മ നെഞ്ചത്തടിച്ചു. എന്നാലും എല്ലാവർക്കും ചെറിയൊരു ആശമാത്രം. ഒരു നാൾ ഒണക്കേട്ടൻ തിരിച്ചുവരും സഞ്ചി നിറയെ ഫ്രാങ്കുമായി.....

കാൽ നൂറ്റാണ്ടു കഴിഞ്ഞു. ഇന്നും ഒതേനൻ കാത്തുനിൽക്കുന്നു. ഒണക്കേട്ടൻ വന്നിട്ടു വേണം പൊളിഞ്ഞുവീഴാൻ പോകുന്ന പുരയുടെ മോന്തായമൊന്നു നേരെയാക്കാൻ. മാണിക്കത്തിന്റെ മംഗലവും നടത്തണം.

മയ്യേനാട്ടിൽനിന്നു ഇന്തോ ചൈനയിലേക്കും തിരിച്ചും യാത്ര ചെയ്യുന്നവർ ഏതാണ്ട് ആരുമില്ലെന്നുതന്നെ പറയാം. കുറെ മുമ്പ് ആ രാജ്യത്തുനിന്നു മടങ്ങിയെത്തിയ ഒരു കുടുംബമുണ്ട്. അവരോട് ഒതേനൻ കയറിച്ചോദിച്ചു: "അവിടെങ്ങാൻ.. നിങ്ങൾ. എന്റെ ഒണക്കേട്ടനെ കണ്ടോ?"ഒരു കൂട്ടച്ചിരിയായിരുന്നു മറുപടി.

ചിലപ്പോൾ ഒണക്കേട്ടൻ അവിടെച്ചെന്നു പട്ടാളത്തിൽ ചേർന്നിട്ടുണ്ടാവും. തടിമിടുക്കുള്ള ആളല്ലെ. കയറ്റം കിട്ടി വലിയ സ്ഥാനത്തൊക്കെ എത്തിയിരിക്കും. അങ്ങനെ എത്ര പേരുണ്ട്. ഒണക്കേട്ടൻ മുസ്യേ ഒണക്കേട്ടൻ ആയിരിക്കുമോ. മുസ്യേ ഓച്ചിമ്മൽ ഒണക്കേട്ടൻ. കാണുന്നവരോടൊക്കെ ചോദിച്ചു. "ഒന്നാമത്തെ യുദ്ധത്തിലാ. ഇപ്പളത്തേതിലല്ല. യുദ്ധം ലോകത്തിൻ രണ്ടാ. ആദ്യത്തേതിലാ ഒണക്കേട്ടൻ കടൽ കടന്നത്." ഒതേനന്റെ സ്ഥിരം പറച്ചിൽ. ഇന്തോ ചൈനയിൽ നിന്നു കപ്പലിൽ ഏട്ടൻ ഫ്രാൻസിലേക്ക് കടന്നിരിക്കുമോ? തിരിച്ചു പോകുമ്പോൾ എല്ലാ കപ്പലുകളും ഇവിടെ നങ്കൂരമിടണമെന്നില്ല. അതൊക്കെ ചോദിച്ചു മനസിലാക്കിയിട്ടുണ്ട്. ചിലപ്പോൾ കപ്പലുകൾ കൊളമ്പിൽ നിർത്തിയാൽ പിന്നെ ഒരൊറ്റയടിയാ, നാട്ടിലേക്ക്.......

മാണിക്കം മേൽ കഴുകി. പുരയ്ക്കകത്തു കയറി. അച്ഛൻ പോയിട്ട് എത്ര നേരമായി.

തുണി ഏൽപിക്കാനുള്ള വീടുകൾ ആകെ ആറേയുള്ളു. അതിൽ കൊമ്മിസ്സേറിന്റേതാണ് പ്രധാനം. വാസ്തവത്തിൽ അവിടെ തിരുമ്പാൻ ആളില്ലാഞ്ഞിട്ടല്ല. എന്നാലും പൊലീസുകാരുടെ തലവന്റെ വസ്ത്രങ്ങൾ നന്നായി തിളങ്ങണം. അതിനു അവർ അച്ഛനെ ആശ്രയിക്കുന്നു.തന്റെ മകൾ മാണിക്കമാണ് ഈ പണി ചെയ്യുന്നതെന്നു അച്ഛൻ അറിയിച്ചു. കൊമ്മീസ്സേറുടെ പൊണ്ടാട്ടിയെ വേണ്ടാത്ത പണി. ഉടൻതന്നെ അവർ ആവശ്യപ്പെട്ടുത്രെ, തന്നെ ഒരു ദിവസം അവിടെ കൂട്ടിക്കൊണ്ടുവരണമെന്ന്. അച്ഛൻ പറയുന്നതാണ് ഇതൊക്കെ, സത്യമാണോ എന്നറിയില്ല. ഏതായാലും തനിക്ക് ശേഷം വെളുത്തേടന്മാരുടെ വർഗം മയ്യേനാട്ടിൽ കുറ്റിയറ്റുപോകുമോ എന്നത് അച്ഛന്റെ ഭയങ്ങളിലൊന്നാണ്. കൊടിയുയർത്തിപ്പിടിക്കാൻ മകൾ മാണിക്കത്തിന് ശക്തിയുണ്ടെന്നാണ് വിശ്വാസം. അതിന് അവളെ വിവാഹം കഴിപ്പിക്കണം. അതു നടക്കാൻ ഒണക്കേട്ടൻ വരണം......

സന്ധ്യക്ക്..... അച്ഛൻ തിരിച്ചെത്തുന്നു. നിധി കിട്ടിയതുപോലൊരു ഭാവം. കയ്യിലൊരു കടലാസുതുണ്ട്.

''രക്ഷപ്പെട്ടു മോളെ. നമ്മൾ രക്ഷപ്പെട്ടു.''

അച്ഛനു കരച്ചിൽ വരുന്നു.

"ഇതാ, ഇതു നോക്ക്."

അച്ഛൻ നീട്ടിയ കടലാസു ശ്രുണ്ടിൽ നോക്കി. ഒരു പത്രത്തിൽനിന്നു വെട്ടിയെടുത്തത്.

ഒരു മനുഷ്യൻ. മെലിഞ്ഞു നീണ്ട്. കുറ്റിത്താടി. ഒരു മേശക്ക് ചുറ്റും കുറേ പേരുണ്ട്. എല്ലാം സായ്പന്മാർ. അവരോട് നിന്നുകൊണ്ട് സംസാരിക്കുകയാണ് ആൾ. കുപ്പായമൊക്കെ മോശം. ഇസ്തിരി അറിയുന്ന ആരുമില്ലേ ആ നാട്ടിൽ?

"നോക്ക്. ആരാ ഈ ഇരിക്കുന്നത്?"

"ആരായിത്, അച്ഛാ. എനക്കറില്ല്യ."

"ഇനിക്കെങ്ങനെ അറിയാൻ ഇനിക്ക് ഒണക്കേട്ടനെ കണ്ട ഓർമ്മണ്ടോ?"

"ഒണക്കൻ മുത്തച്ഛനെയോ?

"അതുതന്നെ. ഇതു എന്റെ മോള് മാണിക്കത്തിന്റെ ഒണക്കൻ മുത്തച്ഛനാ." അച്ഛൻ മതിമറന്നു നിൽക്കുന്നു.

"അച്ഛനെങ്ങനെ മനസിലായി. ആരാ ഇത് അച്ഛനോട് വെളമ്പ്യത്."

"നമ്മളെ വായനാശാലേലെ ആ... ഓനില്ലേ. അതുതന്നെ, ആ ദാസൻ. ഓൻ പറഞ്ഞതാ. ഓൻ എന്നെ വിളിച്ചു കാട്ടിത്തന്നു. കടലാസ് മുറിച്ചെടുത്തുതന്നു, കത്രി കൊണ്ട്.' ന്തൊക്കയാ ഈ അച്ഛൻ പറയുന്നത്.

“ദാസൻ പറഞ്ഞാല് പറഞ്ഞതന്നെ. ഇതു ഇന്തോ ചൈനേലെ വല്യ നേതാവാ. ഇന്ത്യേലെ ഗാന്ധില്ലെ. അതുപോലെ.”

ഹോ...ച്ചി...മിൻ.... അങ്ങ് പാരീസിലെ...ദാസൻ പറഞ്ഞതാ... ഇന്തോ ചൈനേന്റെ സ്വാതന്ത്ര്യം സംസാരിക്കാൻ പോയതാ. കാണുന്നില്ലേ, ഹല്ല, ഇനിക്കെങ്ങനെ മനസിലാവാനാ. ഇതു ശരിക്കും ഒണക്കേട്ടൻ തന്നെ. മുറിച്ചുവെച്ചതുപോലെണ്ട്. മോളെ. ഇനിക്ക് പേരു കേട്ടാലും തിരിയില്ലേ. ഹോചിമിൻ. നമ്മളെ കുടുംബത്തിന്റെ പേരും മറന്നോ, ഞ്ഞി. റേഷൻകാർഡില് നോക്ക്. ഊം. നോക്ക്. ഓച്ചിമ്മൽ ഓതേനൻ. ഏട്ടൻ ഓച്ചിമ്മൽ ഒണക്കൻ, ഓച്ചിമ്മൽ...ഹോച്ചിമിൻ. ഏട്ടൻ അടുത്തുത്തന്നെ ഇന്തോ ചൈനേന്റെ പ്രസിഡന്റാകും. ദാസൻ പറഞ്ഞതാ.”

അച്ഛൻ ചെറിയ ചുവടുവെപ്പുകൾ നടത്തുന്നു. വട്ടത്തിൽ, കയ്യിൽ തുണ്ട് കടലാസ്.

വിവരം വേണ്ടപ്പെട്ടവരെ അറീക്കണം.

അച്ഛൻ പെട്ടെന്ന് വെളിയിലേക്കിറങ്ങുന്നു.

“അറിയിച്ചില്ലെങ്കില് അവരു മുഷിയും.”

“അച്ഛാ.”

ആ വിളി ഒതേനൻ കേട്ടില്ല.

8

ഒളിസങ്കേതം

"എന്താ, നാണൂ, നീ... ഇപ്പഴ്... ഇവിടെ?"

റെയിൽവേ സ്റ്റേഷന് വെളിയിൽ, അങ്ങോട്ടുമിങ്ങോട്ടും നടക്കുന്ന നാണുവിനോട് പഴയ സഹപാഠി, അഴിയൂരിലെ രമേശൻ ചോദിച്ചു. സന്ധ്യമയങ്ങിക്കഴിഞ്ഞിരുന്നു. വെളിച്ചത്തിന് ഇനി വിശ്രമം. പകരം ഇരുട്ട്. സ്റ്റേഷൻ മാസ്റ്ററുടെ മുറിയിലെ മണ്ണെണ്ണ വിളക്കിന്റെ പ്രകാശം ചുമരുകൾക്കിപ്പുറം അസുഖകരമായ ഏതാനും നിഴലുകളുളവാക്കുന്നു.

നാണുവിന് പെട്ടെന്ന് ഒന്നും പറയാൻ തോന്നിയില്ല. ഒരു നിമിഷത്തിനുശേഷം അവൻ തൊണ്ടയനക്കി.

"ങ്ഹ. രമേശനോ? ഞ്ഞെന്താ കയ്യില് ടോർച്ചില്ലാണ്ട്?"

രാത്രിയിൽ വീട്ടീന്ന് പുറത്തിറങ്ങുമ്പോൾ രമേശന്റെ കൈയിൽ എപ്പോഴും വലിയൊരു ടോർച്ച് കാണും. വിദ്യാസമ്പന്നരുടെ കുടുംബത്തിലെ അംഗം. ഉന്നത കുലജാതൻ. ആലോചിച്ചുപോയി ഇവരുടെ കൂട്ടരെ എന്തേ മയ്യേനാട്ടിനുള്ളിൽ കാണാത്തത്. ചുറ്റുമുള്ള പ്രദേശങ്ങളിൽ ധാരാളമുണ്ടുതാനും. പണ്ടെപ്പോഴോ, ഏതോ ചിലർ, ഫ്രഞ്ചുകാരുടെ സഹായത്തോടെ, നാട്ടിൽനിന്നും ഇവരെ ഒന്നടങ്കം ഓടിച്ചതുപോലെയുണ്ട്. അങ്ങനെ സംഭവിച്ചിരിക്കുമോ? എങ്കിൽ കഷ്ടമായിപ്പോയി. രമേശന്റെ ബന്ധുക്കൾ ബോംബെയിൽ വലിയ ഉദ്യോഗസ്ഥരാണ്. പോരാതെ സിങ്കപ്പൂരിലുമുണ്ട് ഒരു അമ്മാവൻ. പിന്നെ മുന്തിയതരം ടോർച്ച് ലഭിക്കാനെന്ത് പ്രയാസം.

"ബേറ്ററി തീർന്നുപോയി, സുഹൃത്തെ. പുതിയത് വാങ്ങാൻ തലശ്ശേരിയിൽ പോണ്ടെ. സമയം കിട്ടീല്ല്യ. കുറെ ദിവസമായി തേങ്ങ പറിപ്പിക്കലായിരുന്നു പണി. നിയെന്താ ഈ സമയത്ത് സ്റ്റേഷനിൽ? വണ്ടിക്ക്....?"

താനെവിടെപ്പോകാൻ. എങ്കിലും ഇത്തരം ചോദ്യങ്ങക്ക് മറുപടി തയ്യാറാക്കി വെക്കേണ്ടതായിരുന്നു, മനസിൽ. എല്ലാം പഠിച്ചുവരുന്ന തേയുള്ളൂ. അപകടമൊന്നും സംഭവിക്കരുത്. അതേയുള്ളു പേടി.

“വെറുതെ നടന്നതാ, രമേശാ.”

“എന്നാ, വാ. ഞാൻ നിന്റെ നാട്ടിലേക്കാ.....”

“ഞ്ഞി നടക്കെടൊ.... ഞാൻ...പാസ്സഞ്ചർ പോയിട്ട്... നേരത്തെ പുരയിലടങ്ങിയിട്ടെന്ത് കാര്യം.”

രമേശൻ നടന്നുതുടങ്ങിയിരുന്നു. അവനെന്തോ സംശയം തോന്നിയോ. കുടുംബക്കാരെല്ലാം ഖദർ ധാരികളാണ്. മാന്യന്മാരും. അവരായിട്ട് കുഴപ്പമൊന്നും ഉണ്ടാക്കില്ല. എന്നാലും.....

സ്റ്റേഷൻ അഴിയൂർ ഗ്രാമത്തിലാണ്. റെയിൽപാതക്കപ്പുറമാണ് രമേശന്റെ വീട്. പടിഞ്ഞാറ് ഭാഗത്തേക്ക് നേരെ നടന്നാൽ മയ്യേനാട്ടിലെത്തി. അരനാഴികപോലുമില്ല ദൂരം. അതിർത്തി എന്നാണ് സ്ഥലത്തിന്റെ പേര്. ബ്രിട്ടീഷ് ഇന്ത്യയിൽപെട്ട് മദ്രാസ് പ്രൊവിൻസിന്റെ ഭാഗമായ മലബാറും ഫ്രഞ്ചുകാരുടെ മയ്യേനാടും അവിടെ തൊട്ടുനിൽക്കുന്നു. രമേശൻ ആ ദിശയിലേക്ക് നടന്നകലുന്നതു കണ്ടു. കൈയിൽ ടോർച്ചില്ലാത്തതു കാരണം അവന്റെ സ്വതവേയുള്ള താളം തെറ്റുമ്പോലെയുണ്ട്. നിമിഷങ്ങൾക്കകം അവൻ ഇരുട്ടിൽ അപ്രത്യക്ഷനായി.

വണ്ടിയുടെ വരവറിയിക്കുന്ന മണിയടി കേട്ടിരുന്നു. രണ്ടുപ്രാവശ്യം. നാണു സ്റ്റേഷനകത്തേക്ക് കയറി. പ്ലാറ്റ്ഫോമിലൂടെ നടന്നു. പെട്ടെന്നാണ് തെക്ക് വശം, വളരെയകലെ, ആകാശത്തിൽ മുറ്റിനിന്നിരുന്ന ഇരുട്ടിൽഒരു പ്രഭാപൂരം പൊട്ടിവിടർന്നത്. വണ്ടിയുടെ മുൻവിളക്ക് പ്രകാശം ചൊരിഞ്ഞുകൊണ്ടിരിക്കുന്നു. ഇപ്പോൾ, നീണ്ട റെയിൽവരികൾ നഗ്നരായിത്തീർന്നു. സ്റ്റേഷൻ മാസ്റ്റർ കൊടികളുമായി തയ്യാർ. താക്കോലുമായി പോർട്ടറും. വണ്ടിയിൽ കയറാൻ ആകെ മൂന്നുനാലുപേർ. ഇറങ്ങുന്നവർ കൂടുതൽ.

നാണു മെല്ലെ തിരിച്ചു നടന്നു. പ്ലാറ്റ്ഫോമിൽനിന്നു ഹാളിൽ. അവിടെനിന്നും വെളിയിലേക്ക്. കൈകൾ അരയുടെ രണ്ടുവശവും പിടിച്ചുകൊണ്ടു നിന്നു. തനിക്ക് ഒട്ടും പതിവില്ലാത്ത ഒരു നിൽപ്പ്. അങ്ങനെ ചെയ്യാനാണ് നിർദേശം. ഏതാനും യാത്രക്കാർ കെട്ടും പെട്ടിയുമായി വരുന്നുണ്ട്. ഇരുട്ടിൽ ജഡ്ക്കാവണ്ടിയിൽ കെട്ടിയ കുതിര ഒന്നിളകി.

ഒരാൾ.....അദ്ദേഹം ഇങ്ങോട്ടുനോക്കുന്നു. മെല്ലെ നെഞ്ചിലൊന്ന് ചൊറിയുന്നു, മൂന്നു പ്രാവശ്യം. അതാണ് അടയാളം. നാണു കൈകൾ അരയിൽനിന്നു മാറ്റി. നേരെ നടന്നു. അതിർത്തിയിലേക്ക്. ഒരിക്കൽ മെല്ലെ ഒന്നു തിരിഞ്ഞുനോക്കി. ആൾ തന്നെ പിന്തുടരുന്നുണ്ട്. ഒക്കെ ശരി, ഇതുവരെ.

അതിർത്തി അടുത്തപ്പോൾനടത്തം ഒന്നു പതുക്കെയായി. ആൾ തൊട്ടടുടത്തു വന്നു നിന്നു. വേറൊരു മനുഷ്യനും ചെവി കേൾക്കുന്ന ദൂരത്തിലില്ല.

"ഇനി നമ്മക്ക് ഒന്നിച്ചുപോകാം, സഖാവെ. പേടിക്കാനില്ല."

നാണു അറിയിച്ചു.

"പോകാം. നാണു എന്നല്ലേ?"

"ങ്ഹാ."

സഖാവിന്റെ ഭാഷ ഈ പ്രദേശത്തേതല്ലെന്ന് പെട്ടെന്ന് മനസിലായി. ആരായിരിക്കും ആൾ. വലിയനേതാവാരെങ്കിലും ആവുമോ. ആദരവ് കാട്ടിക്കൊണ്ടു നടന്നു. വലതു വശം മഞ്ചക്കൽ ദേശത്തേക്ക്. പുഴയുടെയും പാറക്കൂട്ടത്തിന്റെയും അടുത്ത്, ഏതാനും ഇടവഴികൾ കടന്നു പോകണം, സങ്കേതത്തിലേക്ക്.

ഇദ്ദേഹത്തോട് "പേടിക്ക്യേനില്ല" എന്ന് പറഞ്ഞത് അബദ്ധമായി. ഈ വലിയ ആളുകൾക്ക് എന്തു പേടി. അതും തന്നെപ്പോലുള്ള ഒരു ചെറുപ്പക്കാരനാണോ ഉപദേശിക്കാൻ.

"ഈ വഴി ഇനിയും ഇറുങ്ങുമോ, നാണൂ."അദ്ദേഹം ചോദിക്കുന്നു. വാസ്തവം, ഇപ്പോൾ ഒരാൾക്ക് നടക്കാനുള്ള വീതിയേയുള്ളൂ. നിലത്ത് നിറയെ ഉരുളൻ കല്ലുകളും മുള്ളുകളും ഒരുവശം അല്പം ചെരിഞ്ഞാൽ മൺമതിലിൽ തട്ടും.

"ഞാൻ കയ്യിൽ പിടിക്കട്ടെ, സഖാവേ?"ആൾ ചെറുതായി ചിരിക്കുന്നത് കേട്ടു.

"ശരി പിടിച്ചോളൂ."

കൈത്തണ്ടയിലാണ് വിരലുകൾ പതിഞ്ഞത്. ആരായിരിക്കും ഈ നേതാവ്. ആരുടെ വഴികാട്ടിയാണ് താനിപ്പോൾ!

"അപ്പോൾ" സഖാവിന്റെ കനത്ത ശബ്ദം. "ഇതാണ് മോറീസ് തൊറേയുടെ സാമ്രാജ്യം, അല്ലേ?"

"മോറീസ് തൊറേയുടെ.... സാമ്രാജ്യമോ, സഖാവേ?'

അദ്ദേഹത്തിന്റെ ഫലിതം തനിക്ക് പിടികിട്ടില്ലെന്ന് വിചാരിച്ചുവോ, ആവോ. മോറീസ് തൊറെയെപ്പറ്റി അസ്സലായി അറിയാം. ഫ്രാൻസിലെ മഹത്തായ പാർട്ടിയുടെ മഹാനായ നേതാവ്. എന്നിട്ടും ആ രാജ്യം ഒരു സാമ്രാജ്യംതന്നെ. കോളനികളും കൂലിപ്പട്ടാളവുമുള്ള.....

"തൽക്കാലം...." സഖാവ് ചിരിച്ചുകൊണ്ട് പറയുന്നു. "കേരളക്കരയിലെ ഈ സ്ഥലത്ത്, ഒരു താവളം കിട്ടി, നമുക്ക് അല്ലേ? ഊഫ്!"

എന്തുപറ്റി? നാണു ആകെ പരിഭ്രമിച്ചു. കാലിൽ....? മുള്ളു തറച്ചതാണോ. അതോ....? നാണു വിയർത്തു പോയി. വിഷപ്പാമ്പില്ലാത്ത സ്ഥലമല്ലല്ലോ ഇത്. കുനിഞ്ഞ് ആ കാലിൽ പിടിച്ചു.

"ഭയപ്പെടേണ്ട, നാണൂ. ആണിയോ മറ്റോ ആവും."

ഇരുട്ടിൽ മെല്ലേ പരതി. വിരൽ തട്ടിയത്... സഖാവിന് തെറ്റിയില്ല....

ആണി തന്നെ. ഉള്ളംകാലിൽ തുളച്ചു കയറിയിരിക്കുന്നു. അത് സാവധാനം വലിച്ചെടുത്തു. കാൽ വിടുംമുമ്പ് ഒന്നു തൊട്ടു. കണ്ണുകളിൽ തട്ടിച്ചു. ആരായിരിക്കും ഇത്? ഇ എം എസ് അല്ല. വിക്കില്ലല്ലോ. കൃഷ്ണപിള്ളയായിരിക്കുമോ? സാധ്യതയുണ്ട്. പക്ഷേ തനിക്ക് കിട്ടിയ നിർദേശം... സംസാരിക്കാതെ സ്ഥലത്തെത്തിക്കുക. വേദനിക്കുന്നുണ്ടോ എന്ന് ചോദിക്കണമെന്നുണ്ട്. എങ്കിലും നാണു ഒന്നും പറഞ്ഞില്ല. അദ്ദേഹവും ഒന്നുംമിണ്ടിയില്ല. അല്പം മുടന്തുന്നത് ഇരുട്ടിലും തിരിച്ചറിയാം.

ചെറിയൊരു വീട്ടിലെത്തി. ഗോപിയേട്ടന്റെ ഒരു ബന്ധുവീട്. എംഗൽസ് ഗോപി. ബീഡിത്തൊഴിലാളി. എങ്കിലും മാർക്സിനെയും എംഗൽസിനെയും ധാരാളം പഠിച്ച ആളാണ്. വായ്തോരാതെ മാർക്സിസത്തെക്കുറിച്ച് സംസാരിക്കും. മറ്റുള്ളവർക്ക്പൊതുവെ ദഹിക്കാത്ത ഒരഭിപ്രായം അയാൾ എപ്പോഴും ഊന്നിപ്പറയും. മാർക്സിസം രൂപപ്പെടുത്തുന്നതിൽ വാസ്തവത്തിൽ മാർക്സിനെക്കാളും എംഗൽസിനാണ് കൂടുതൽ വലിയപങ്ക്. ഗോപ്യേട്ടൻ ഈ ആശയം നിർത്താതെ പ്രചരിപ്പിക്കുന്നതിനിടയിൽ, അണികളിൽ അയാൾക്കൊരു പരിഹാസപ്പേര് ലഭിച്ചു. എംഗൽസ് ഗോപി!

അയാളുടെ ഒരു മച്ചുനൻ അച്ചൂട്ടിയുടെ വീട്ടുവാതിലിലാണ് മുട്ടിയത്. വാസ്തവത്തിൽ മുട്ടലും തട്ടലും ഒന്നും വേണ്ടായിരുന്നു. പഴയ വാതിലിന്റെ കുറ്റിയിടാറില്ലെന്ന് തോന്നുന്നു. അച്ചൂട്ടിയല്ലാതെ തൽക്കാലം അവിടെ ആരും താമസമില്ല. ഭാര്യ സ്വന്തം വീട്ടിലാണ്, കുട്ടികളുടെ കൂടെ. വാതിൽ ചാരിവെച്ചതിന്റെ അർഥം അച്ചൂട്ടിയും ഈ സമയം സ്ഥലത്തില്ലെന്നാണ്. അയാളുടെ ആവശ്യവുമില്ല. ഒളിവിലുള്ള സഖാവിന് വേണ്ടതായ പായയും വിരിയും തലയണയും ഒരുക്കി വെച്ചിട്ടുണ്ട്. പുരക്കകത്ത് മുഴുവൻ ബീഡിയുടെ മണം.

അടുക്കളയിൽ കയറി. ഇരുട്ടിൽ തപ്പി. തീപ്പെട്ടിയിൽ കൈതട്ടി. കുപ്പിവിളക്ക് കത്തിച്ചു. സഖാവിനെ ഒന്നു നോക്കി. തന്റെ കടമ കഴിഞ്ഞല്ലോ. ഇനി.......?

അദ്ദേഹം ആദ്യമായി തന്റെ നേരെ അല്പം തറപ്പിച്ചു നോക്കുന്നതറിഞ്ഞു. പിന്നെ അടുക്കളയിലേക്കും.

"ഇവിടെ... വിശപ്പടക്കാൻ വല്ലതും"

ദൈവമേ. തനിക്ക് ലഭിച്ച നിർദേശങ്ങളിൽ ഇത് ഉൾപ്പെടുന്നില്ലല്ലോ. ഇവിടെ ഗോപ്യേട്ടനുമില്ല, അച്ചൂട്ടിയുമില്ല ചോദിക്കാൻ.

"സാരമില്ല. കുടിക്കാൻ ഒരു ഗ്ലാസ്സ് വെള്ളം....."

വല്ലാത്ത വിഷമം തോന്നി. അടുത്തൊന്നും ഹോട്ടലില്ല. ഉണ്ടെങ്കിലും വാങ്ങാൻ കൈയിൽ പണവുമില്ല. പിന്നെ... ഈ രാത്രി, ഹോട്ടലിൽനിന്നു..... ഒളിവിൽ കഴിയുന്ന ഒരാൾക്ക് മറ്റുള്ളവരുടെ ശ്രദ്ധക്ഷണിക്കലായിത്തീരും അത്. ഈ ഗോപ്യേട്ടൻ വല്ല പ്രവർത്തകരുടെയും

കൂടെയിരുന്ന് എംഗൽസിനെക്കുറിച്ച് വായിട്ടടിക്കുകയാവും. അതിനിടയിൽ നേതാവിന്റെ ഭക്ഷണക്കാര്യത്തിന് എന്ത് പ്രസക്തി.

"സഖാവെ. സഖാവ് ഇന്ന്........"

"യാത്ര ദുഷ്കരമായിരുന്നു, നാണൂ. ഒന്നുരണ്ട് തവണ പിടിയിലായി എന്ന് തോന്നി. ഇരുപത്തിനാല് മണിക്കൂറായി ഒരു ചായപോലും. സാരമില്ല, കുടിക്കാനല്പം വെള്ളം തന്നിട്ട് പോയ്ക്കോളൂ."

അദ്ദേഹം വായിൽ നനവു വരുത്തി ഇറക്കുന്നു.

നെഞ്ചുപൊട്ടുംപോലെ തോന്നി.

'സഖാവെ. ഒരു അരമണിക്കൂർ....."

പെട്ടന്ന് വെളിയിലിറങ്ങി. ഇരുട്ടിൽ ഓടി. തൊട്ടടുത്ത ശവപ്പറമ്പിലൂടെ. മണിക്കൂറുകൾക്ക് മുമ്പ് മണ്ണിനടിയിലായ മൃതദേഹങ്ങൾ...... പെട്ടെന്ന് വയറ്റിലൊരു കാളൽ. ധൈര്യം വീണ്ടെടുത്ത് ഓടി. കുറുക്കന്മാർ പരിചയമില്ലാത്ത ഈ രാത്രീഞ്ചരന്റെ ഓട്ടത്തിൽ പരിഭ്രാന്തരായി വഴിമാറി ഒളിച്ചു. മഞ്ചക്കൽ കുന്നിൽനിന്നും ഇറങ്ങിയോടി. എങ്ങനെയാണ് ഈ കട്ടിയുള്ള ഇരുട്ടിൽ ചെരുപ്പില്ലാത്ത തന്റെ കാലുകൾക്ക് ഇങ്ങനെ ചലിക്കാൻ കഴിയുന്നത്.

സ്വന്തം വീട്ടിന്റെ മുറ്റത്തേക്ക് ചാടിക്കയറി. എല്ലാവരും ഉറക്കമായിരിക്കുന്നു, ഭാഗ്യം. പതുക്കെ വാതിൽ തള്ളിത്തുറന്നു. മുട്ടവിളക്കിന്റെ വെളിച്ചത്തിൽ, അടുക്കളയിൽ തന്റെ രാത്രിഭക്ഷണം മൂടിവെച്ചിരിക്കുന്നത് കണ്ടു. കിണ്ണത്തിൽ ചോറും ഒരു കോപ്പയിൽ അല്പം മീൻകൂട്ടാനും. കോപ്പയെടുത്ത് തുടച്ച്. ചോറിൽ അമർത്തിവെച്ചു. ചുമരിൽനിന്നും പഴയ തുണിസഞ്ചി......

'എന്താ, നാണു, ഞ്ഞി....."

അമ്മ ഉറക്കച്ചടവിൽ തുറക്കാൻ പ്രയാസപ്പെടുന്ന കണ്ണുകളോടെ മുന്നിൽ.

"അമ്മേ...അമ്മ ഒന്നും ചോദിക്കണ്ട. നാളെ ഇതിനെപ്പറ്റി ഒരാളോടും ഉരിയാടേം വേണ്ട. തിരിഞ്ഞോ?"

അമ്മക്ക് ഒന്നും തിരിഞ്ഞില്ല. അതായത് മനസിലായില്ല. എന്നാൽ എല്ലാം മനസിലായി.

സഞ്ചിയിൽ കിണ്ണം കയറ്റിവെക്കാൻ നാണുവിന് പ്രയാസം. അമ്മ മുന്നോട്ടുവന്നു സഹായിച്ചു. നാണു വെളിയിലേക്കിറങ്ങി. ഈ സാധനം കൈയിൽ പിടിച്ചുകൊണ്ട് ഓടാൻ പ്രയാസം. ആവുന്നത്ര വേഗത്തിൽ നടന്നു. കൂരിരുട്ടിൽ ഒന്നും കാണുന്നില്ല. അതുകൊണ്ട് താൻ ചെയ്യുന്നത് ആർക്കും കാണാൻ കഴിയുന്നുമില്ല. അത്രയും നന്ന്. വീണ്ടും മഞ്ചക്കൽകുന്ന്. ശവപ്പറമ്പ്...... എംഗൽസിന്റെ ബന്ധുവീട്.

സഖാവ് തന്റെ നേരെ നോക്കി. ആ നോട്ടം നെഞ്ചിനകത്തേക്ക് കയറുന്നതു പോലെ.

"ഇത്.....നാണുവിന്റെ അത്താഴം, അല്ലേ?"

"സാരമില്ല, സഖാവെ. വീട്ടിൽ ചോറ് ഇനീം ഉണ്ട്."

"കള്ളം."

"സാരല്ല്യ. സഖാവ് കൈകഴുകി ഇത് മുഴുവൻ...അധികംല്യ."

നേതാവ് ഭക്ഷണം കഴിക്കുന്ന കാഴ്ച കണ്ണുകളിൽ നനവുണ്ടാക്കി. ഇന്ന് രാത്രി പച്ചവെള്ളം കുടിച്ച് ഉറങ്ങൽ ഈ നാണുവിന്റെ വകയാവട്ടെ.

"ഏതായാലും..." സഖാവിന്റെ വാക്കുകൾ. "ഇന്നിവിടെ സമാധാനമായി ഉറങ്ങാം, അല്ലേ?"

"ഇവിടെ ഒരു പൊലീസും വരൂല്ല."

"ഫ്രഞ്ചുകാരും ബ്രീട്ടീഷുകാരും ഒരിക്കലും ഒത്തുപോകില്ല. അത് യൂറോപ്യൻ ചരിത്രം. ശത്രുവിന്റെ ശത്രു മിത്രം, അല്ലേ?"

ഒരിക്കൽകൂടെ ശവപ്പറമ്പിലൂടെ താഴോട്ടിറങ്ങവേ, നാണു ആ വാക്കുകൾ ആവർത്തിച്ചു. എന്തോ, മനസിലത് ചെറിയൊരു അസ്വസ്ഥതയുളവാക്കുന്നു.

ശത്രുവിന്റെ ശത്രു...മിത്രം.

ആര് ആരുടെ ശത്രു. ആരുടെ മിത്രം.

എന്തോ ആ ലളിതവൽക്കരിച്ച സമീകരണത്തിൽ അപകടം പതിയിരിക്കുന്നതുപോലെ തോന്നി.

9

ഗുരുവും ശിഷ്യനും

പന്ത്രണ്ട് വയസുകാരൻ വരഞ്ഞ പടമാണിതെന്നു വിശ്വസിക്കാൻ കഴിയില്ല.

ഗാന്ധിജിയെകണ്ടവരുണ്ട് ഈ മയ്യേനാട്ടിൽ. ഇന്ത്യ മുഴുവൻ ഇളക്കിവിട്ടുകൊണ്ട് വന്ന ആ അദ്ഭുത മനുഷ്യൻ ഇവിടെയും എത്തിയിരിക്കുന്നു. പൂത്തലത്താണ് കാലുകുത്തിയത്. അദ്ദേഹത്തിനുവേണ്ടി പ്രവേശനത്തിൽ പുതിയ പടവുകളുണ്ടാക്കി. താലിയും വളകളുമഴിച്ച് പെണ്ണുങ്ങൾ അദ്ദേഹത്തിന്റെ കാൽക്കൽവെച്ചു. ആളുകൾ ഇന്ത്യക്കുവേണ്ടി മരിക്കാൻ മുന്നോട്ടുവന്നു.

സദു ഇത്തരം കഥകൾ കേട്ടു വളർന്നു. ഇടയ്ക്ക് ചില ചിത്രങ്ങൾ വെറും പെൻസിൽ കൊണ്ട് വരക്കാറുണ്ട്. ഗാന്ധിജിയുടെ മുഖം കടലാസിൽ പകർത്താൻ കുറെക്കാലമായി ആഗ്രഹിക്കുന്നു. ഇപ്പോഴാണ് അത് നടന്നത്. കടലാസിനു ക്ഷാമമുള്ള കാലം. ബ്രൗൺ നിറത്തിലുള്ള ഒരുതരമാണ് വിൽപ്പനയിലുള്ളത്. നല്ല കടലാസ് തലശ്ശേരിയിൽ കിട്ടും. അവിടെപ്പോയി വാങ്ങിക്കാനാണ് വിഷമം. കുട്ടികളാരും ഒറ്റക്ക് അങ്ങോട്ടുപോകുന്ന പതിവില്ല. പിന്നെ ബസിന് പണം വേണമല്ലോ.

അങ്ങനെയിരിക്കെ...ഒരുദിവസം സ്കൂളിൽ ഒരു പൊതി വരുന്നു, പുതുശ്ശേരിയിൽനിന്ന്. അതിൽ നിറയെ തൂവെള്ളക്കടലാസ് പായകൾ. വിദ്യാഭ്യാസവകുപ്പ് തലവൻ മുസ്യേ റെയ്മോന്റെ ഒരു കുറിപ്പ് സ്കൂൾ തലവനും ദെലെഗേയുമായ കണ്ണൻമാസ്റ്റർക്ക്.

"നല്ല കടലാസ്സ് അവിടെ കിട്ടാനില്ലെന്നറിയാം... ഇതോടൊപ്പം അയക്കുന്ന ഉപഹാരം താങ്കളുടെ വിവേചനമനുസരിച്ച് ഉപയോഗിക്കുക!"

കണ്ണൻമാസ്റ്റർ ഒരു നിമിഷം ആ പൊതിയിൽ കൈവെച്ചുകൊണ്ട് ഇരുന്നു.

"ഫ്രഞ്ചുകാർക്ക് മാത്രേ....." മാസ്റ്റർ മനസിൽ പറഞ്ഞു. "ഇത്തരം....ഇത്തരം മഹാമനസ്കത കാണു!"

പുതുശ്ശേരിയിൽ നിന്ന് ഒരു പാക്കറ്റ് എത്തിയിരിക്കുന്നു, സാധനം കണ്ണൻമാസ്റ്ററുടെ മേശപ്പുറത്ത്.... വാർത്ത പരന്നതോടെ അധ്യാപകരിൽ ചിലർ മുറിയിലേക്ക് എത്തിനോക്കുന്നുണ്ടായിരുന്നു. അവർകേൾക്കെ ദെലെഗേ ഫ്രഞ്ചുകാരുടെ ഉദാരതയെ പുകഴ്ത്തി, അവരുടെ അധ്യയന ഭാഷയിൽ തന്നെ. മാസ്റ്റർ ആ പൊതി പൊക്കിയെടുത്ത് അലമാരയിൽ വെച്ച് പൂട്ടുന്നതാണ് പിന്നീട് കണ്ടത്. സാവധാനത്തിൽ തുറക്കാം, ധൃതിയെന്ത്. വിതരണം നാളെ തുടങ്ങാം. ഓരോ ക്ലാസ്സിലെയും ഒന്നാമനായ കുട്ടിക്ക് നാല് പായ്, മുതിർന്ന ക്ലാസ്സിലെ പെൺകുട്ടികൾക്ക് എല്ലാവർക്കും നാല് വീതം. അധ്യാപകർക്കും ഒരു ചെറിയ വിഹിതം. ബാക്കിയുള്ളത് ഭദ്രമായി സൂക്ഷിക്കും. തുടർന്നും ആവശ്യം വരുമല്ലോ.

പിറ്റേദിവസം... സദു കണ്ണൻമാസ്റ്ററുടെ മുറിക്ക് വെളിയിൽ ചെന്ന് നിൽക്കുന്നു. ക്ലാസ്സ് കഴിയാറായിരുന്നു.

"എന്താടോ?" മാസ്റ്ററുടെ വരണ്ട, ഒപ്പം അടുപ്പം കാണിക്കുന്ന ശബ്ദം.

"മുസ്യേ. രണ്ട്പായ കടലാസ്."

മാസ്റ്റർ അവനെ കണ്ണടക്ക് മുകളിലൂടെ നോക്കി.

"നീ.. ഒന്നാമനല്ലല്ലൊ, ക്ലാസ്സിൽ?"

"രണ്ടാമനാ, മുസ്യേ. ഇതു...ഒരു പടം വരയാനാ. ബ്രൗൺ കടലാസ്സിൽ ശരിയാവുന്നില്ല."

"പടം വരയാനോ? എന്തു പടം."

"വല്ലതും...തീർച്ച്യാക്കീട്ടില്ല."

കണ്ണൻമാസ്റ്റർ എഴുന്നേറ്റു അലമാര തുറന്നു. പകുതിയായിക്കഴിഞ്ഞ പൊതിയിൽ വിരലുകൾ കടത്തി കടലാസ് വലിച്ചെടുത്തു.

"നീ...കളിപ്പിക്ക്യല്ലാലൊ.,. വരഞ്ഞുകഴിഞ്ഞാൽ ഇവിടെകൊണ്ടന്നു കാണിക്കണം.

"ഊയ്, മുസ്യേ. മെർസി മുസ്യേ."

അങ്ങനെയാണ് പടം വരയാൻ പറ്റിയ കടലാസ് സദു സമ്പാദിച്ചത്. അവൻ നേരത്തെ ഒരു പത്രത്തിൽനിന്നും വെട്ടിയെടുത്തു സൂക്ഷിച്ചിരുന്ന ഗാന്ധിജിയുടെ പടം എടുത്തു മുന്നിൽ വെച്ചു. നന്നായി ചിന്തിച്ചു. ആവേശം കൊണ്ടു. മയ്യേ നാട്ടിലെ ദേശീയനേതാവ് ശങ്കരൻമാസ്റ്റർ പ്രസിദ്ധിയാർജ്ജിച്ചുകൊണ്ടിരിക്കുന്ന കാലമായിരുന്നു അത്. മാസ്റ്ററുടെ വീട് സദുവിന്റേതിൽ നിന്നും അധികം അകലെയല്ല. പല അവസരങ്ങളിലും ആ ദീർഘകായൻ സഹപ്രവർത്തകരോടൊപ്പം നടന്നുപോകുന്നതുകണ്ടിട്ടുണ്ട്. എന്തോ, ആ മനുഷ്യൻ ഫ്രഞ്ച്സ്കൂളിലെ എഴാം ക്ലാസ്സുകാരനെ വല്ലാതെ ആകർഷിച്ചു. അതോടെ ഗാന്ധിജിയെപ്പറ്റി സദു വായിക്കുകയും അറിയുകയും ചെയ്തു.

സദു പടത്തിന്മേൽ അളന്നു പെൻസിൽകൊണ്ട് ചില അടയാളങ്ങൾ കുറിച്ചു. താഴോട്ടും വിലങ്ങനേയും വളരെ നേരിയ വരകളുണ്ടാക്കി. അതുപോലെ കുറെക്കൂടെ വലിയ അളവിൽ കടലാസിലും കുറെവരകൾ. ഈ തയ്യാറെടുപ്പുകൾ ആരിൽനിന്നും പഠിക്കാതെ

സ്വന്തമായി കണ്ടുപിടിച്ചതായിരുന്നു. തുടർന്ന് വരയാൻ തുടങ്ങി. അതീവശ്രദ്ധയോടെ, മണിക്കൂറുകളെടുത്തു. അവസാനം....

കണ്ടവർ മൂക്കത്തു വിരൽവെച്ചു.

"ചെക്കൻ വരഞ്ഞതുകണ്ടോ?" എല്ലാവരും അദ്ഭുതപ്പെട്ടു. "ഇവനെ ചിത്രം വരയാൻ പഠിപ്പിക്കണം." പുത്തലത്ത്ഗാന്ധിജിയെ നേരിൽ കണ്ടവർ സമ്മതിച്ചു. "ഇതു ശരിക്കും മഹാത്മാവു തന്നെ!"

അടുത്തൊരു ദിവസം...കണ്ണൻമാസ്റ്ററുടെ നിബന്ധനയനുസരിച്ച്, സദു തന്റെ സൃഷ്ടി സ്കൂളിൽ കൊണ്ടുപോയി കാണിച്ചു.

"ബോം ദ്യേ, ബോം ദ്യേ."

മാസ്റ്റർ തലയിലടിച്ചു. ദൈവത്തെവിളിച്ചു.

"പുതുശ്ശേരീന്നു വന്ന കടലാസ്.. ഗാന്ധീനെ വരയാൻ... ബോംദ്യേ. അവിടെ വിവരമെത്ത്യാല്, എടാ സദു നിന്നെ സ്കൂളീന്നുപുറത്താക്കും."

സദുവിന്റെ മുഖത്ത് ഒരുനേരിയ പുഞ്ചിരി വിരിഞ്ഞു.

"അതുകൊണ്ടുതന്ന്യാ, മുസ്യേ, ഞാനാദ്യം പറയാഞ്ഞത്. ഗാന്ധിജിയെ വരയാനാന്ന്!"

അവൻ മനസിൽ പറഞ്ഞു.

"വേഗം കൊണ്ടുപോയാട്ടെ ഇവിടെന്ന്." കണ്ണൻമാസ്റ്റർ ആജ്ഞാപിക്കുന്നു. "ഇവിടെ ആരേം കാണിക്കരുത്, കേട്ടോ. പിന്നെ...." മാസ്റ്റർ ഒന്നു തണുക്കുന്നതുപോലെ "പടം........ നന്നായിട്ടുണ്ട്. ഫെലിസിത്താസ്യോം!"

സ്വന്തം കൈകൊണ്ട് വരഞ്ഞ ആ ചിത്രം... എന്തുചെയ്യണം. സൂക്ഷിക്കാൻ പറ്റിയ ഒരിടം പുരയിലില്ല. ചട്ടക്കൂട്ടിലാക്കാനൊന്നും നോക്കണ്ട. അതിനും പോകണം തലശ്ശേരിയിൽ

അതിനിടയിൽ, ഒരുദിവസം....

ആ കാഴ്ച സദുവിനെ ആകെയുലച്ചു. പെട്ടന്നവൻ വലുതായതുപോലെ തോന്നി. ഫ്രഞ്ചുകാർക്കെതിരായ അമർഷം അവന്റെയുള്ളിൽ പതച്ചുകയറി.

നിരത്തിലൂടെ പോകുന്ന, ശങ്കരൻമാസ്റ്ററും പേരറിയാത്തൊരു കൂട്ടുകാരനും രണ്ടുപേരും പരസ്പരം തൊട്ടുകൊണ്ടാണുനടക്കുന്നത്. അടുത്തുതന്നെ ഒരു ചുവപ്പുതൊപ്പിപ്പൊലീസുകാരനും. ആദ്യം സംഗതി മനസിലായില്ല. മാസ്റ്ററും കൂടെനടക്കുന്ന ആളും-രണ്ടുപേരും ഖദർധാരികൾ - എന്താണിങ്ങനെ രണ്ടുകൈകൾ തമ്മിൽ ഉരുമ്മിക്കൊണ്ട്. മാസ്റ്ററുടെ വലംകൈ മറ്റേയാളുടെ ഇടംകൈ. അടുത്തെത്തിയപ്പോൾ രണ്ടുഭാഗത്തുമുള്ള ചില കടകളിൽ നിൽക്കുന്ന നാട്ടുകാരെ അവർ അഭിവാദ്യം ചെയ്യുന്നു, കൈകളുയർത്തിക്കൊണ്ട് ഒരേ ആമത്തിൽ കൂട്ടിക്കെട്ടിയ രണ്ടുകൈകൾ!

സദു പല്ലുകടിച്ചു. ശങ്കരൻമാസ്റ്ററെ ഇങ്ങനെ അപമാനിക്കുകയോ.

കേട്ടിട്ടുണ്ട് കഥ. സ്റ്റേഷനിലേക്ക് പോകുന്ന നടയിൽ ഒരു സന്ധ്യക്ക്...അക്രമികൾ മാസ്റ്ററെ അടിച്ചുവീഴ്ത്തി. വയലിൽവീണ മാസ്റ്റർ എഴുന്നേറ്റുവന്ന് ഇരുന്നുകൊടുത്തു. ഇനിയും അടിച്ചോളാൻ പറഞ്ഞു. ഒന്നാംക്ലാസ്സുമുതൽ ഒരേ ബഞ്ചിലിരുന്നു പഠിക്കുന്ന സുകു

വിൽനിന്നും അറിഞ്ഞത്. സുകുവോട് അവന്റെ അമ്മാവൻ കമ്യൂണിസ്റ്റ് നാണുവാണുപറഞ്ഞത്. വായിച്ചിരുന്നു വേറൊരുകഥ. തെക്കേ ആഫ്രിക്കയിൽ...ഗാന്ധിജി...ഇതുപോലെ

ഇന്നെന്തായിരിക്കും ശങ്കരൻമാസ്റ്റർ ചെയ്തത്. എന്തിനാണിവരെ ജയിലിലയക്കുന്നത്.

രണ്ടു കൈകൾ കൂട്ടിക്കെട്ടി...ആമത്തിൽ... ആ മനഷ്യന്റെയൊരു തലയെടുപ്പ്. ഫ്രഞ്ചുകാരുടെ ഈ വിലങ്ങ് തനിക്ക് ലഭിക്കുന്ന ബഹുമതിയാണ് എന്നു വിളിച്ചുപറയുമ്പോലെ...

മാസങ്ങൾക്കുശേഷം...

മാസ്റ്ററെ ജയിലിൽനിന്ന് വിട്ടയച്ചതായി കേട്ടു. ഘോഷയാത്രയായിട്ടാണ് അ്ദ്ദേഹത്തെ വീട്ടിലേക്ക് ആനയിച്ചതത്രെ.

അടുത്ത ദിവസം കാലത്ത്....

ശങ്കരൻമാസ്റ്ററുടെ താമസസ്ഥലത്തേക്ക് പുറപ്പെട്ടു. സദുവിനു അദ്ദേഹത്തെ കാണണം. കഴിയുമെങ്കിൽ ഒന്നു തൊടണം.

വീട്ടുമുറ്റത്തുകയറിനിന്നു. മാസ്റ്റർ കാലത്തുതന്നെ കുളികഴിഞ്ഞ് ചാരുകസേരയിൽ കിടക്കുന്നു. പയ്യനെ കണ്ട് അദ്ദേഹം അദ്ഭുതപ്പെട്ടു. തന്നെ കാണാൻ വരുന്നവരൊക്കെ ഖദർ ധാരികളായ മുതിർന്നവരാണല്ലോ. അല്ലെങ്കിൽ പൊലീസുകാർ. കുട്ടികൾ ആരും വരാറില്ല. ഇവിടെയിതാ വെറുമൊരു ബാലൻ.

"എവിടെന്നാടോ? എന്താ വേണ്ടത്?"

സദു അടുത്തുചെന്നു. തൊട്ടടുത്തുനിന്നു. അദ്ദേഹത്തിന്റെ കണങ്കൈയിൽ ആമം ഉരഞ്ഞുണ്ടായ അടയാളം വ്യക്തമായി കണ്ടു. വിറച്ചുകൊണ്ട് സദു കൈനീട്ടി. മെല്ലെ വിരൽ ആ സ്ഥാനത്തു തട്ടിച്ചു.

മാസ്റ്റർക്ക് സംഗതിപിടികിട്ടി.

"എന്താ, മോനെ, നീ ചെയ്യുന്നത്?"

മാസ്റ്ററെ സ്പർശിച്ച വിരൽ സദു കണ്ണുകളിൽ തട്ടിച്ചു. സാവധാനത്തിൽ, മറ്റേ കൈയിൽ ചുരുട്ടിവെച്ച പത്രക്കടലാസ് അദ്ദേഹത്തിന്റെ കാൽക്കൽവെച്ചു.

മാസ്റ്റർ അതു പതുക്കെ കൈയിലെടുത്തു തുറന്നുനോക്കി. ഒരു പടം, ഗാന്ധിജിയുടേത്.

മാസ്റ്ററുടെ മുഖം തിളങ്ങി.

"ഇതാരു വരഞ്ഞതാണെടോ?"

ഒരു ചെറിയ മുഖചലനത്തിലൂടെ സദു "ഞാൻ തന്നെ" എന്നു പറഞ്ഞു.

മാസ്റ്റർക്ക് പടത്തിൽനിന്ന് കണ്ണുമാറ്റാൻ തോന്നുന്നില്ല.

"ഇങ്ങോട്ട് അടുത്തു വാ."

ശങ്കരൻമാസ്റ്റർ സദുവിന്റെ തലയിൽ കൈവച്ചു. വലംകൈ.

സദു അറിയാതെ കണ്ണടച്ചു.

ഒപ്പം അവൻ പല്ലുകടിച്ചു.

ആ കയ്യാമത്തിന്റെ ഓർമ്മ അവന്റെ ഉള്ളിൽ നിരന്തരം പുകഞ്ഞുകൊണ്ടിരിക്കുന്നു.

10

ഒറ്റക്കാലൻ കൊറ്റി

"ഗംഗേൻ"

മുസ്യേ പെത്തിനെല്ലി മെല്ലേ വിളിച്ചു.

ചുവന്ന, വലിയ ഗോളം കടലിലേക്ക് താഴ്ന്നു പോകുന്നത് ഒരു നൂറു പ്രാവശ്യം കണ്ടതാണ്. ഇന്ന് ഒരിക്കൽ കൂടി സായ്പ് അത് ആസ്വദിച്ചു. അദ്ദേഹം ആകാശത്തിൽ സംഭവിച്ചുകൊണ്ടിരിക്കുന്ന മാറ്റങ്ങളെ നിരീക്ഷിച്ചു. ഉഷ്ണകാലത്തെ വെട്ടിത്തിളങ്ങൽ അല്പം കുറഞ്ഞിരിക്കുന്നു. വടക്കുവശത്ത് രൂപപ്പെട്ടിരിക്കുന്ന കറുത്ത മേഘങ്ങളുടെ ഒരുപാളി നീളത്തിൽ പടിഞ്ഞാറുവരെ എത്തിനിൽക്കുന്നു. അതിനിടയിലൂടെയാണ് സൂര്യൻ ആത്മഹത്യ ചെയ്യാൻ തീരുമാനിച്ചിരിക്കുന്നത്.

എന്തൊരു ഭംഗിയാണ് ഈ നാടിന്ന്. ഇവിടത്തുകാർ ഇതൊന്നും കാണുന്നതേയില്ല. ജനിച്ചു വളർന്ന പ്രദേശം കാണാതിരിക്കുക സാധാരണംതന്നെ.

ഇന്നലെ രാത്രി ചെറിയൊരു മഴയുണ്ടായി. ഇന്നും പെയ്തേക്കും. സ്റ്റേഷനിലേക്ക് പോകുന്ന വഴിയിൽ രണ്ട് വശവും വയലുകൾ. വടക്കുഭാഗത്തെ കൃഷിസ്ഥലം, മഞ്ചക്കലിലെ വരമ്പ, അല്പം ഉയർന്ന , മണ്ണിനെ വലംവെച്ച് വേലിയേറ്റത്തിൽ തള്ളിവരുന്ന പുഴവെള്ളത്തെ സ്വീകരിക്കുന്നു. അതോടെ ഒരു വലിയ ചതുപ്പുനിലം അവിടെ ക്രമപെട്ടിരിക്കുന്നു. ആദ്യത്തെ മഴതന്നെ ആ നനവുള്ള പ്രദേശത്ത് മാസങ്ങളായി ഒളിഞ്ഞിരിക്കുന്ന എണ്ണിയാലൊടുങ്ങാത്ത ജലപ്രാണികളെ ഉണർത്തിവിടുന്നു. ആ സദ്യയുണ്ണാൻ വരുന്നവരിൽ പ്രമുഖർ കൊറ്റികളാണ്. അത് മൂപ്പൻ സായ്പ് നേരത്തെ പഠിച്ചുവെച്ച വസ്തുത.

"ഗംഗേൻ. നിനക്ക് നാളെ ആറു മണിക്ക് വരാൻ പറ്റ്വോ?" മുസ്യേപെത്തിനെല്ലിയുടെ ആഗ്രഹം ആജ്ഞയായി കരുതുന്നവരാണ്

ബംഗ്ലാവിലെ ജോലിക്കാർ. എന്നാലും അദ്ദേഹം എല്ലാവരോടും മൃദുലമായ സ്വരത്തിൽ സംസാരിക്കുന്നു.

"രാവിലെയല്ലേ, മുസ്യേ? വരാം"

"നമുക്ക് ചെറിയൊരു ഷാസ്സ്."

ഒരു ചെറിയ കൊറ്റിവേട്ട. ഗംഗന് വലിയ ഉത്സാഹമായി. വളരെ എളുപ്പമുള്ളതാണ് സംഗതി. ഈ മയ്യേനാട്ടിൽ നരിയും പുലിയുമില്ലല്ലോ. പിന്നെ, ഗംഗന് വേറൊരു കാര്യത്തിലും സന്തോഷിക്കാൻ വകയുണ്ട്. ഇത്തരം സംഗതികൾക്ക് ഇയ്യിടെയായി സായ്പ് വിളിക്കുന്നത് തന്നെയാണല്ലോ. ക്യുസിനിയേ, അതായത് കുശിനിക്കാരൻ, ബർനാറിന് ഇതിൽ അല്പം നീരസമുണ്ട്. എന്തിനും എപ്പോഴും ഒരു ഗംഗനുണ്ടിവിടെ വിളി കേൾക്കാൻ. ബർനാർ അരിശം മൂത്തു പിറുപിറുക്കും.

പിറ്റേ ദിവസം, അരമണിക്കൂർ നേരത്തെതന്നെ ഗംഗൻ ഹാജർ. അവൻ കാണിക്കുന്ന നിഷ്ഠയും മുസ്യേ പെത്തനെല്ലിക്ക് ഇഷ്ടമാണ്. രണ്ടുപേരും കൃത്യം ആറിന് ബംഗ്ലാവിൽനിന്നും വെളിയിലിറങ്ങി. സായ്പ് ഉഗ്രൻ വേഷത്തിൽ. മുറിയൻ കളസവും വലിയ പോക്കറ്റുകളുള്ള ഷർട്ടും ഉയർന്ന ഷൂസും തൊപ്പിയും. ചുമലിൽ സകലരേയും വിറപ്പിക്കുന്ന ആ തോക്ക്, കുത്തനേ, ആകാശത്തിലേക്ക് ചൂണ്ടിക്കൊണ്ട് മുസ്യേ പെത്തിനെല്ലി വലിയ കാൽവെപ്പുകളോടെ നടക്കുന്നു. അല്പം പിന്നിലേക്ക് മാറി ഗംഗന് ചെറിയൊരു ഓട്ടം തന്നെ വേണ്ടിവന്നു. കൊറ്റിയെ കിട്ടിയാൽ സൂക്ഷിക്കാൻ പറ്റിയ ഒരു സഞ്ചി അവൻ കരുതിയിട്ടുണ്ട്.

തന്റെ മുറിയിലെ ജനലിലൂടെ ബർനാർ ആ രംഗം ഒന്നു കണ്ടതേയുള്ളൂ. സഹിക്കാൻ കഴിയാതെ മുഖംതിരിച്ചു കളഞ്ഞു. സെക്രത്തേർ പൈതലിനും ഗംഗന്റെ വർധിച്ചുവരുന്ന സ്വാധീനത്തെക്കുറിച്ച് ആശങ്കയുണ്ട്. നായാട്ടിന്റെ കാര്യം ആരും അയാളെ അറിയിച്ചതേയില്ല. തോക്കുകൊണ്ടാണ് കളി. വല്ല അനിഷ്ട സംഭവവുമുണ്ടായെങ്കിൽ...ആരാണ് ഉത്തരവാദിയാവുക.

ജഡ്ക്കയല്ലാതെ ഇന്നാട്ടിൽ വേറെ വാഹനമില്ല. ഒരു കാർ വാടകയ്ക്കെടുക്കണമെങ്കിൽ തലശ്ശേരി തന്നെ ശരണം. അതുകൊണ്ട് ചുരുക്കം ചില സൈക്കിൾയാത്രക്കാരൊഴികെ ഇവിടെ എല്ലാവരും നടക്കുന്നു; മൂപ്പൻ സായ്പടക്കം. പാതാറിന്നരികിലൂടെ, പള്ളിയുടെ മുന്നിലൂടെ, സ്റ്റേഷനിലേക്കുള്ള പാതയിൽ നായാട്ട് സംഘം പ്രവേശിച്ചു. വേഗംതന്നെ അതിർത്തിയിലെത്തി. ഫ്രഞ്ചുകാരുടെ അധികാരം അവിടെ അവസാനിക്കുന്നു. തോക്കുമായി വര കടക്കുന്നതു നിയമവിരുദ്ധം. രണ്ട് മഹൽരാജ്യങ്ങൾ തമ്മിലുള്ള ബന്ധങ്ങളുടെ പ്രശ്നമാണത്. എന്നാലും മുസ്യേ പെത്തിനെല്ലി അക്കാര്യത്തിൽ അല്പം സ്വാതന്ത്ര്യമെടുത്തു. നനഞ്ഞ വരമ്പിലൂടെ നടന്നു.

"കാണുന്നുണ്ടോ, ഗംഗേൻ, *സിഗോഞ്ഞിനെ?"

'നോ, മുസ്യേ."

അവർ നടന്നു. പെട്ടെന്നാണ് അകലെ, തൂവെള്ള നിറത്തിലുള്ള ചിറകുകാർ കണ്ണിൽ പെട്ടത്. അഞ്ചോ ആറോ എണ്ണം. അവ മെല്ലെ നടക്കുന്നു., ഓരോ കാൽ ഉയരത്തിൽ പൊക്കിത്താഴ്ത്തിക്കൊണ്ട്. എന്തൊരു താളം. ഒരു തോട്ടിനടുത്തു കൂട്ടർ നിൽക്കുന്നു, ഇരകളെ ക്കാത്ത്. ഒരു കാൽ മടക്കിയുയർത്തുന്നു. ഇപ്പോൾ നിൽക്കുന്നത് ഒറ്റ ക്കാലിൽ.

"ക്ഷമിക്കണം, കുഞ്ഞുങ്ങളെ" പെത്തിനെല്ലി മൂളിപ്പാട്ടിന്റെ ഈണത്തിൽ പറയുന്നു. 'ക്ഷമിക്കണം, നിങ്ങളെ കൊല്ലുന്നതിൽ സങ്കടമുണ്ട്. നിങ്ങൾ പരലുകളെയും പുഴുക്കളെയും തിന്നുന്നു. പാവം ഈ മനുഷ്യനും ജിവിക്കണ്ടെ. അവൻ നിങ്ങളെ തിന്നുന്നു."

പാട്ടിനിടയിൽതോക്ക് നീട്ടലും ലക്ഷ്യംപിടിക്കലും പെട്ടെന്നു കഴിഞ്ഞു.

"ഗംഗേൻ."

ഗംഗൻ രണ്ട് കൈകൊണ്ട് ചെവിപൊത്തി. അതിർത്തി പ്രദേ ശത്തെ ഞെട്ടിച്ചുകൊണ്ട് ഒരു പൊട്ടൽ. അകലെ കൊറ്റികളിലൊ ന്നിനു വെടിയേറ്റുവോ? അതു പറന്നു പോകാൻ ശ്രമിക്കുന്നു. ബാക്കി യുള്ളവ ജീവനും കൊണ്ട് ആകാശത്തിലേക്ക് പൊങ്ങി.

സായ്പ് ഗംഗനെ നോക്കി, തന്റെ പ്രകടനം ഒട്ടും ശരിയായില്ല എന്നു സമ്മതിക്കുന്ന ഭാവത്തിൽ. ഒരു വെടിക്ക് ഒരു പക്ഷിയെങ്കിലും പിടഞ്ഞു മരിക്കേണ്ടതായിരുന്നു, യാതൊരു വളച്ചുകെട്ടുമില്ലാതെ. എങ്കിലും എവിടെ ആ ഉണ്ട തട്ടിയ പറവ? അവൻ കാറ്റിലുയർന്ന പ്പോൾ ഉടൻ താഴോട്ടുതന്നെ വരേണ്ടതായിരുന്നു. എന്നിട്ടും ശക്തി യാർജിച്ചു വടക്ക്-പടിഞ്ഞാറ് ഭാഗത്തേക്ക് പറന്നുപോയി. ഏതാ യാലും അധികമൊന്നും അവനു കാറ്റിൽചിറകിട്ടടിക്കാൻ കഴിയില്ല. മഞ്ചക്കൽ ദേശത്തു ഏതെങ്കിലുമൊരു പറമ്പിൽ വീണുകാണും.

മുസ്യേ പെത്തിനെല്ലി ഒരിക്കൽ കൂടെ ഗംഗന്റെ നേരെ നോക്കി. ഗംഗൻ കയ്യിൽ സഞ്ചിയുമായി ഒരു നിമിഷം മരവിച്ചു, പിന്നെ പറഞ്ഞു:

"ഞാൻ പോയി പരതാം, മുസ്യേ...മുസ്യേ......"

കൈകൊണ്ട് എന്തൊക്കെയോ കാട്ടി. കൊറ്റികൾ ഇനി മഷിയിട്ട് നോക്കിയാൽപോലും ഒരെണ്ണം ഈ ഭാഗത്തുവരില്ല. അതുകൊണ്ടു നിന്നിട്ടു കാര്യമില്ല. പരിക്കേറ്റു നിലംപതിച്ചവനെ ഗംഗൻ പോയി കൊണ്ടുവരട്ടെ...... ഇവിടെയാണ് നായാട്ടിനു പോകുമ്പോൾ പരിശീ ലനം ലഭിച്ച ഒരു നായയുടെ ആവശ്യം. അങ്ങനെയൊരു ജീവി ഈ നാട്ടിലില്ലല്ലൊ. തൽക്കാലം ഗംഗൻതന്നെ സഹായം.

---

* സിഗോഞ്ഞ് - കൊറ്റി

വെള്ളക്കാരൻ തിരിച്ചു നടന്നു. പോകുമ്പോൾ കാണിച്ച ചുറു ചുറുക്ക് ഇപ്പോഴില്ല. മുമ്പൊക്കെ തന്റെ ഉന്നം തെറ്റാറില്ലായിരുന്നു. ഇപ്പോൾ എന്തോ ആകെയൊരു നിരാശ. കോർസ് ദ്വീപിൽ വിരഹ ദുഃഖമനുഭവിക്കുന്ന ക്രിസ്തീനെയെക്കുറിച്ച് ആലോചിച്ചുപോയി. തുല്യദുഃഖിതനായി താനും ഇവിടെ കഴിയുന്നു. ഈ തുലഞ്ഞ യുദ്ധം കാരണം അവധിയൊന്നും കിട്ടുന്നില്ല. പാരീസിലുള്ള മറിയാന്... മോളെ കാണാൻകൊതിയാവുന്നു.

ഗംഗൻ മഞ്ചക്കൽ ദേശത്തിലുള്ള വീടുകളും പറമ്പുകളും മുഴു വൻ പരതി. എല്ലാവരെയും ചോദ്യം ചെയ്തു. സിലോണിലുള്ള അന്ത്രുമാമന്റെ വീട്ടിൽ കയറി ആ കുടുംബത്തെ ഞെട്ടിച്ചു. കൊല്ലൻ കർപ്പൂരന്റെ വീട്ടിലുമെത്തി. പുഴക്കരയിലെ ജുമാഅത്ത് പള്ളി ചുറ്റി. എവിടെ മൂപ്പൻ സായ്പിന്റെ കൊറ്റി. വെളുത്ത നീണ്ട, ചുവന്ന കൊക്കുള്ള....

ആരും കണ്ടില്ല കൊക്കിനെ . "പുഴേല് വീണു ചത്തതുതന്നെ." കച്ചവടമൊന്നുമില്ലാത്ത അരിപ്പീടികക്കാരൻ വെളുത്ത നായർ ആധി കാരികമായി പറഞ്ഞു.

ഗംഗൻ ഒഴിഞ്ഞ സഞ്ചിയുമായി ബംഗ്ലാവിൽ തിരിച്ചെത്തി. അപ്പോ ഴേക്കും മുസ്യേ പെത്തിനെല്ലിയുടെ പരാജയപ്പെട്ട വേട്ടയെക്കുറിച്ച് വാർത്ത പരന്നുകഴിഞ്ഞിരുന്നു. "ആ ഗംഗൻചെക്കനേയും കൂട്ടി പ്പോയാല്...." ക്യൂസിനിയേ ബർനാറിന്റെ വക ചെറിയൊരു പകവീ ട്ടൽ. "അങ്ങന്യേ നടക്കു." സെക്രത്തേർ പൈതേലിനും സന്തോഷ മായി. അയാൾ ഒരു നിമിഷം ചിന്തിച്ചു. ഇത്തരം കാര്യങ്ങളിൽ തന്നെ ഒഴിവാക്കിയാൽ..... ഇതു സായ്പിനു ഒരു പാഠമാകട്ടെ. എങ്കിലും അതു പോരാ. ഇതിൽ ഇടപെടണം. ഈ മയ്യേനാട്ടിലെ ഭരണത്തിൽ തന്റെ പങ്ക് അടിവരയിട്ട് കാട്ടാനുള്ള ഒരവസരമായി ഇതുപയോഗി ക്കണം. എങ്ങനെയാണ് നീങ്ങേണ്ടത്.

അരമണിക്കൂറിനുശേഷം.....

പൈതൽ റെറ്റർ പെട്ടെന്നുള്ള നടപടിയിൽ വിശ്വസിക്കുന്നു. ചെയ്യേണ്ടത് ഉടൻ ചെയ്യണം. രഹസ്യമായി അന്വേഷണം നടത്താ നായി പൊലീസിന്റെ കീഴിൽ ഒരു പെരിയ തമ്പിയുണ്ട്. യൂണിഫോ മിടാത്തവൻ. ചാരൻ. അവനെ ആളയച്ചുവരുത്തി. സായ്പിന്റെ ഉണ്ട തട്ടിയ കൊറ്റിയെ കൊണ്ടു വരണം. ജീവനോടെയോ, അല്ലാതെയോ. തൊലിയുരിച്ചു കഴിഞ്ഞതോ, അല്ലാത്തതോ.

പെരിയതമ്പി തന്നിലർപ്പിച്ച പുതിയ ദൗത്യത്തെപ്പറ്റി ഗാഢമായി ചിന്തിച്ചു. എല്ലാ വശവും പഠിച്ചു. ഗംഗൻ ചെയ്തതുപോലെ സകല വീട്ടിലും കയറിയിറങ്ങുന്നതു വങ്കത്തം. ബുദ്ധികൊണ്ടാണ് പ്രവർ ത്തിക്കേണ്ടത്.

അതിർത്തിക്കപ്പുറം...ങ്ഹാ, കിട്ടിയ വിവരങ്ങൾ സമർഥമായി ഉപ യോഗിക്കണം.... ചതുപ്പുനിലത്തിന്റെ കിടപ്പ്. വടക്ക്-പടിഞ്ഞാറേ

ദിശ....ആ വഴിയിലെ താമസക്കാരെ മുഴുവൻ പെരിയതമ്പിക്കറിയാം. നിർണായകമായ സംഗതിയിൽ അയാൾ വിരൽ തൊടുവിച്ചു. ഇവിടെ ആരോ ഒളിച്ചു കളിക്കുന്നു. സായ്പിന്റെ വെടിപൊട്ടിയ ശബ്ദം പ്രദേശത്തെ മുഴുവൻ ആളുകളും കേട്ടിരിക്കും. മുറിവേറ്റ പക്ഷി...കൊറ്റി നിലവിളിക്കില്ല. എങ്കിലും കൊക്കുകൊണ്ട് ഒരു വരണ്ട ശബ്ദമുണ്ടാക്കും. അതു വല്ലവരും കേൾക്കാതെങ്ങനെ. അപ്പോൾ...ആരോ അവനെ ഒളിപ്പിച്ചുവെച്ചിരിക്കുന്നു, പൊരിച്ചുതിന്നാൻ. ആരായിരിക്കും അത്...അത്...

കർപ്പൂരൻ!

കൊല്ലൻ കർപ്പൂരൻ. ലോകത്തിലെ സകല സൂത്രങ്ങളും കൈപ്പത്തിയിലൊളിപ്പിച്ചു നടക്കുന്ന മാന്ത്രികൻ. അവൻ ശരിക്കും മന്ത്രവാദം പഠിച്ചിട്ടുണ്ട് എന്നാണ് കേൾവി. ഒടിവിദ്യയും അറിയാമത്രെ.

പെരിയതമ്പി നേരെ കർപ്പൂരന്റെ പുരയിലേക്ക് നടന്നു. അയാളുടെ തലയിൽ തൽക്കാലം ആ പുരമാത്രമേയുള്ളൂ. പൂർണമായ ഏകാഗ്രത. ഒച്ചയുണ്ടാക്കാതെ പതുങ്ങി നടന്നു. ആക്രമണം പിൻവശത്തൂടെയാണ് നടത്തിയത്. പുരയുടെ പിന്നിലത്തെ മുറ്റത്തു നിന്നു. ഒരു പര്യവേഷണം. വെളുത്ത തൂവലുകൾ. വെട്ടിമാറ്റിയ തല. കൈകാലറ്റങ്ങൾ. വല്ലതും കാണാനുണ്ടോ. കരിപിടിച്ച ജനലിലൂടെ ഏന്തി നോക്കി. കർപ്പൂരന്റെ അടുക്കളയിൽ.

സംഗതി എത്ര എളുപ്പം!

തൊണ്ടിമുതലോടെ കള്ളനെ മുസ്യേ പെത്തിനെല്ലിയുടെ മുന്നിലെത്തിച്ചു. പൈതൽറൈറ്റർ നെഞ്ച് വിടർത്തിയും ഗംഗൻ തലതാഴ്ത്തിയും നിന്നു. സായ്പ് കർപ്പൂരനെ നോക്കി. കിണ്ണത്തിൽ മുറിച്ചു കഴുകിവെച്ച മാംസക്കഷണങ്ങളിലേക്കും.

"പൈതൽ......" സായ്പ് സെക്രത്തേറെ വിളിച്ചു. "ഇവനോട് ചോദിക്ക് കൊറ്റിയുടെ രണ്ടാമത്തെ കാലെവിടെ എന്ന്." അപ്പോഴാണ് റൈറ്റർ ശ്രദ്ധിച്ചത്. കിണ്ണത്തിൽ ഒരു കാലേയുള്ളൂ. പെരിയതമ്പിയുടെ സകലതിലും തുളച്ചുകയറുന്ന കണ്ണുകളും ആ ഇല്ലാത്ത കാലിൽ പതിയാതെ പോയി. അയാൾക്ക് കർപ്പൂരന്റെ കരണത്തിൽ രണ്ട് പൊട്ടിക്കാൻ തോന്നി.

"മുസ്യേ." കർപ്പൂരൻ സായ്പിന്റെ കാലിൽ വീണു. "കൊറ്റിക്ക് ഒരു കാലേയുള്ളൂ, മുസ്യേ."

വെള്ളക്കാരനു ദേഷ്യം വന്നു. ആരോടാണ് ഈ എമ്പെസ്സിൽ* സംസാരിക്കുന്നത്. എങ്കിലും ഉടൻ ശാന്തനായി, ചോദ്യം ചെയ്യൽ തുടർന്നു.

"എടൊ. എല്ലാ കൊറ്റികൾക്കും കാലുകൾ രണ്ടാണ്. പക്ഷികൾക്കെല്ലാം അങ്ങനെതന്നെ. നീ കണ്ടിട്ടില്ലേ പറക്കുന്നത്."

* എമ്പെസ്സിൽ –മന്ദബുദ്ധി

"മുസ്യേം പറക്കുമ്പം രണ്ടു കാണും. മുസ്യേ വെടിവെക്കുമ്പം ഒരു കാലിമ്മലല്ലെ നിന്നത്." തലചെരിച്ചുകൊണ്ട് ഗംഗന്റെ നേരെ നോക്കി.

"അല്ലേ?" എന്നു ചോദിച്ചു.

ഈ നാട്ടിൽ ക്ഷാമം വാസ്തവത്തിൽ ഫലിതത്തിനാണ്. മുസ്യേ പെത്തിനെല്ലി ഇടയ്ക്ക് തന്നത്താൻ പറയുമായിരുന്നു. ഇത്രയും രസകരമായ ഒരു തമാശ അടുത്തൊന്നും കേട്ടിട്ടില്ല. ഇവരുടെ മുമ്പിൽ പൊട്ടിച്ചിരിയൊന്നും പാടില്ലല്ലോ. അതുകൊണ്ട് സായ്പ് സ്വയം നിയന്ത്രിച്ചു. ഗംഗനും ചിരി അടക്കിപ്പിടിക്കാൻ വിഷമിക്കുന്നു. പൈതൽ റൈറ്ററും പെരിയതമ്പിയും കർപ്പൂരന്റെ മേൽ ചാടി വീണു അവനെ തുണ്ടുകളാക്കി കടിച്ചുകീറാൻ എന്തു വഴി എന്നറിയാതെ നിന്നു.

"ബ്യേം. ഫുത്തേ* ല് കാം." മുസ്യേ പെത്തിനെല്ലി പെട്ടെന്ന് പറഞ്ഞു. "ഓടിക്കോ ഇവിടന്ന്." കർപ്പൂരൻ എഴുന്നേറ്റു നടക്കാൻ തുടങ്ങി. "നോക്ക്, ഈ മാംസവും കൊണ്ട് പൊയ്ക്കോ, രണ്ട് കാലും നീ തന്നെ ശാപ്പിട്."

ഒരു നിമിഷംപോലും ഇനിയിവിടെ നിൽക്കാൻ കഴിയാതെ സായ്പ് അകത്തേക്ക് പോയി. കിടപ്പുമുറിയിൽ കടന്നു വാതിലടച്ചു. കട്ടിലിൽ വീണു ചിരിച്ചു. കണ്ണുകളിൽനിന്നും വെള്ളമൊഴുകി.

തുടർന്ന്, എഴുന്നേറ്റിരുന്നു. ഒരു കത്തെഴുതി, മകൾ മറിയാനിന്. പിന്നെ മറ്റൊന്ന്, ഭാര്യ ക്രിസ്തീനിന്. രണ്ടു പേർക്കും കഥയുടെ പൂർണമായ രൂപം നൽകി. അവരും ചിരിക്കട്ടെ–അങ്ങ് അഴാക്സിയോവിലും പാരീസിലുമിരുന്ന്....

---

* ഫുത്തേ: ഓടിക്കോ

11

ഈയാംപാറ്റകൾ

"**കി**ഴക്കേപ്പുറത്ത്...എന്താ പോലും?"

ശാരദ അങ്ങോട്ടു നോക്കി മൂക്കിൽ വിരൽവെച്ചു. എന്താണവിടെ നടക്കുന്നത്?

കൗസു വായിച്ചുകൊണ്ടിരുന്ന പുസ്തകം മാറ്റി, കോലായിൽ അമ്മയുടെ അരികിൽ വന്നുനിന്നു.

അപ്പുറത്ത്, കുറെയാളുകൾ കൂടിയിരിക്കുന്നു. അവരുടെ കൂട്ടത്തിൽ അദ്ഭുതം, നാണുവും സുകുവും! അടുത്തകാലത്ത്, സുകു ചില അവസരങ്ങളിൽ നാണുവിന്റെ കൂടെയുണ്ടാവുക പതിവായിരിക്കുന്നു.

പക്ഷേ, എന്താണിവിടെ നടക്കുന്നത്, മരതകത്തിൽ?

'ശങ്കരൻ മാഷല്ലേ, അത്?"

ശാരദ ഒന്ന് ഞെട്ടി. മാഷ് വരണമെങ്കിൽ, സംഗതിഎന്തോ പ്രധാനപ്പെട്ടതുതന്നെ. കൗസുവിന്റെ ബുദ്ധി പ്രവർത്തിച്ചു നോക്കി. അവിടന്ന് ഒരു കരച്ചിൽ.. നിലവിളി...കേൾക്കുന്നുണ്ടോ? ഭാസ്കരൻ ഡോക്ടറെ കാണുന്നില്ലല്ലോ? കോലായിൽ.

"അമ്മേ. അവ്ടെ...എന്തോ സംഭവിച്ചിരിക്കുന്നു. അമ്മ നോക്കി നിക്കാണ്ട് അങ്ങോട്ട് ചെല്ല്."

ശാരദ മുണ്ടൊന്നു ശരിയാക്കി. മേലിലിടുന്ന തുണിയെടുത്തു. പെണ്ണുങ്ങൾ മാത്രം ഉപയോഗിക്കുന്ന ഒരു വഴിയുണ്ട് പിൻവശത്ത്. രണ്ടു വീടുകൾക്കിടയിൽ, ഉയർന്ന മതിലിന്റെ അറ്റത്ത്. ശാരദ ആ വിടവിലൂടെ ഓടി.

കൗസു ഒറ്റയ്ക്ക് ഒരു പ്രതിമപോലെ നിന്നു, കിഴക്കോട്ട് നോക്കിക്കൊണ്ട്. വാസ്തവം, എന്തോ സംഭവിച്ചിരിക്കുന്നു. അതും വളരെ ഗൗരവമായത്. ആ കരച്ചിൽ...അതു രേവതിയമ്മയുടെതു തന്നെ.

ഡോക്ടറെ കണ്ടില്ലല്ലോ എവിടെയും അദ്ദേഹത്തിന്........ ദൈവമേ. തങ്കംപോലത്തെ മനുഷ്യൻ.....

കൗസു മെല്ലെ പ്രാർഥിച്ചു. “ഡോക്ടർക്ക് ഒന്നും പറ്റരുതേ.” അവൾക്കും അങ്ങോട്ട് ചെന്നു കാര്യം അറിയാൻ തോന്നി. പുരപൂട്ടി പ്പോവുക പ്രയാസം. വാതിലിന്നു പൂട്ടും താഴുമൊന്നുമില്ല.

മതിലിനപ്പുറത്ത്...നാണു സകല സ്ഥലത്തുമെത്തുന്നു. വേണ്ടത് സകലതും ചെയ്യുന്നു. സദുവും എത്തിയിരിക്കുന്നു. അവൻ ശങ്കരൻമാ സ്റ്ററുടെ അരികിൽചെന്നു നിൽക്കുന്നു. സുകു ഒരിക്കൽ സ്വന്തം വീട്ടി ലേക്കൊന്നു നോക്കി. ആ നോട്ടം അവന്റെ ഏടത്തിയുടേതിൽ തട്ടി. കൗസു കൈകൊണ്ട് അവനെ മാടിവിളിച്ചു.

സുകു അങ്ങോട്ട് ചെന്നു. കൗസുവും ഓടി. രണ്ടുപേരും മതി ലിന്റെ രണ്ട് വശത്തു നിന്നു.

“ഏട്ത്തി. താങ്ങാൻ കഴിയാത്ത വാർത്തയാ.”

“എന്താ, മോനെ. എന്തായാലും പറ.”

“നമ്മളെ രാജേട്ടൻ.”

“രാജേട്ടൻ.”

“രാജേട്ടൻ....... ജീവിച്ചിരിപ്പില്ല.”

കൗസു കേൾക്കാനാവാതെ രണ്ടു കൈകളും കൊണ്ട് ചെവിയ മർത്തിപ്പിടിച്ചു.

“ഏട്ത്തി വിഷമിക്കാതെ. ഞാൻ പോട്ടെ.”

“എങ്ങന്യാ മരിച്ചത്, സുകൂട്ടി.”

“ജർമൻ പിശാചുക്കൾ...”

“ദൈവമേ.”

സുകു തിരിച്ചുപോയി

കൗസുവും പുരയ്ക്കകത്തേക്കോടി. പായയിൽ കമിഴ്ന്നു വീണു. പതുക്കെ കരഞ്ഞു.

മരതകത്തിൽ...

വീട്ടുമുറ്റത്തു ആളുകളധികമാവുന്നു.

എല്ലാവരുടെയും ചോദ്യം ഒന്നു തന്നെ. എങ്ങനെയാണ് രാജൻ മരിച്ചത്. വെടിവെച്ചു കൊന്നുവെന്നോ?

“ഈ നാടിന്റെ അഭിമാനമാണ് രാജൻ...” ശങ്കരൻമാസ്റ്റർ ഉച്ച ത്തിൽ പറയുന്നു. “ഉന്നത വിദ്യാഭ്യാസം നേടി. നാട്ടിലും പുതുശ്ശേരി യിലും ഫ്രഞ്ചുകാർക്കെതിരെ ശബ്ദമുയർത്താൻ ധൈര്യം കാട്ടി.”

നാണുവിനും ചിലതു പറയണമെന്നുണ്ട്. എങ്കിലും ദുഃഖത്തി ലാണ്ട് കിടക്കുന്ന അച്ഛനമ്മമാരെ അകത്തിരുത്തിക്കൊണ്ട്...ഇല്ല, ഒരു പ്രസംഗം ഇവിടെ ഉചിതമല്ല. രാജനെ ഏറ്റവുമടുത്തറിയുന്ന ആളാണു താൻ. എന്നാലും....മൗനം പാലിക്കേണ്ട അവസരമാണിത്. കൂടാതെ, സ്ഥലത്തെ തന്റെ നേതാവ് ഇനിയും എത്തിയില്ല. അനുവാദമില്ലാതെ ഒച്ചപ്പാടുണ്ടാക്കുന്നതു ശരിയല്ല.

ആളുകൾ വന്നും പോയുംകൊണ്ടിരുന്നു. അകത്ത്... ഭാസ്കരൻ ഡോക്ടർ തികച്ചും അവശനായി കിടക്കുന്നു. രേവതിയമ്മ ഇടയ്ക്ക് പതുങ്ങിക്കരയുന്നു. എന്തൊരു ആത്മനിയന്ത്രണമാണവർ കാണിക്കുന്നത്. ധീരനായ ഒരു മകന്റെ ധീരയായ അമ്മ. ശാരദ അവരെ പരിചരിക്കുന്നു. സുകുവും സദുവും ഇടയ്ക്ക് മുറ്റത്തിന്റെ ഒരു വശം നിന്നു സംസാരിക്കുന്നു..

വാർത്തകൾ തികച്ചും അപൂർണ്ണമായിരുന്നു. ഏതു സാഹചര്യത്തിലാണ് രാജൻ മരിച്ചത്. ജർമൻകാർ വെടിവെച്ചു കൊന്നതാണെന്നോ? എങ്കിൽ എന്തിന്, എങ്ങനെ, എവിടെവെച്ച്..?

"ഫ്രഞ്ചുകാരുടെ കാലിനടിയിൽ കഴിയുന്ന ഈ നാട്ടിൽ നിന്നും പോയ ആൾ." അന്ന് വൈകിട്ട് നടന്ന അനുശോചനയോഗത്തിൽ ശങ്കരൻമാസ്റ്റർ പ്രസംഗിക്കുന്നു. "എന്നിട്ട് ഒരു ഞൊടിയിടയിൽ, അടിമത്തം എന്തെന്നറിഞ്ഞ അതേ ഫ്രഞ്ചുകാരുടെ മോചനത്തിനുവേണ്ടി അടരാടി. ജീവൻ കൊടുത്തു. മഹാനായ ഈ സ്വാതന്ത്ര്യ സമരഭടനെ നാമെന്നും മനസ്സിൽ കൊണ്ടുനടക്കും."

"രാജൻ ഒരു കമ്യൂണിസ്റ്റുകാരനായിരുന്നു." തുടർന്നു സംസാരിച്ച പാർട്ടിനേതാവ് ശ്രീധരൻമാസ്റ്റർ പ്രഖ്യാപിച്ചു. "നിങ്ങൾക്കറിയാം, ഫ്രാൻസിൽ കമ്യൂണിസ്റ്റുകാരുടെ നേതൃത്വത്തിലാണ് ഫാസിസ്റ്റുവിരുദ്ധ സമരം നടക്കുന്നത്. മഹത്തായ ഒരു ജനത. ഫ്രഞ്ച് വിപ്ലവത്തിന്റെ ഈറ്റില്ലം. പാരീസിൽ പഠിച്ചുകൊണ്ടിരുന്ന രാജൻ കമ്യൂണിസ്റ്റ് പ്രസ്ഥാനത്തിൽ ആകർഷിതനായി. കമ്യൂണിസ്റ്റുകാരനായി രാജൻ ഒളിപ്രവർത്തനം നടത്തി. കമ്യൂണിസ്റ്റുകാരനായി സമരം ചെയ്തു. പിടിയിലായിട്ടും ധീരത കൈവിടാതെ, ചെങ്കൊടി ഉയർത്തിപ്പിടിച്ചുകൊണ്ട് വെടിയുണ്ടയെ നേരിട്ടു, ഒരു കമ്യൂണിസ്റ്റുകാരനായി!"

"കമ്യൂണിസ്റ്റുകാരനായിരുന്നു രാജൻ എന്നതിനു തെളിവില്ല."

തുടർന്ന് പ്രസംഗിച്ച പനയോലയിൽ കുഞ്ഞുണ്ണിയുടെ വാക്കുകൾ. അയാൾ തുടർന്ന് പലതും പറഞ്ഞു.

"തിളങ്ങി നിൽക്കവേ...." തികച്ചും അപരിചിതനായ ഒരു യുവാവ് എല്ലാവരെയും അത്ഭുതപ്പെടുത്തികൊണ്ട് ഇടപെടുന്നു. 'തിളങ്ങി നിൽക്കവേ, രാജൻ സ്വന്തം ജീവിതം സമർപ്പിച്ചു–ലോകത്തിന്.

ഒളിപ്പിച്ചു കൊണ്ടുപോകുന്ന പലഹാരങ്ങൾ പിടിച്ചുപറിച്ച് പാവങ്ങളായ കുട്ടികൾക്കിടയിൽ വിതരണം ചെയ്തു. ആ ഒരൊറ്റ കർമം മതി വിപ്ലവകാരിയുടെ ഓർമ്മയെ അനശ്വരമാക്കാൻ.

നാമൊക്കെ വാക്കുകൾ കൊണ്ടു കളിക്കുമ്പോൾ മഹാനായ ആ ചെറുപ്പക്കാരൻ സ്വന്തം ജീവൻകൊണ്ടാണു കളിച്ചത്. ആ മനുഷ്യനെക്കുറിച്ച് വിധിപറയാൻ നമ്മളാര്. അയാളുടെ മുമ്പിൽ നമ്മളെല്ലാം വെറും ഈയ്യാമ്പാറ്റകൾ!

തയ്യിലോട്ടു രാജൻ....!!"

ചെറുപ്പക്കാരൻ പെട്ടന്നു ആത്മനിയന്ത്രണം വിട്ട്, അനുശോചനയോഗത്തിന്റെ പതിവുകൾ മറന്നു, കൈപൊക്കി വിളിച്ചു പറഞ്ഞു.

"തയ്യിലോട്ട് രാജൻ...

"നീണാൾ വാഴട്ടെ!!"

"തയ്യിലോട്ട് രാജൻ നീണാൾ വാഴട്ടെ"

മറ്റുള്ളവർ വിളിയേറ്റു.

രാജന്റെ കയ്യിൽ നിന്നും ഏതാനും വർഷങ്ങൾക്ക്മുമ്പ് മധുരപലഹാരങ്ങൾ വാങ്ങി നുണച്ച കുട്ടികളുടെ ശബ്ദം എല്ലാവരുടേതിനും മുകളിൽ ഉയർന്നു കേട്ടു.

12

കുളമ്പടികൾ

മദ്യേക്കാർക്ക് ഏറ്റവും ഇഷ്ടമുള്ള ശബ്ദമാണത്. കുളമ്പടികൾ. ഒരൊറ്റക്കുതിര. ഒരൊറ്റ ജഡ്ക്ക. തറവാട്ടുകാർക്കും പണക്കാർക്കും വിവാഹത്തിനും ഉത്സവത്തിനും പോകാൻ. പ്രമാണികളുടെ മക്കൾക്ക് സ്കൂളിൽ പോകാനും വരാനും. ചിലപ്പോൾ രോഗികളെ ആശുപത്രിയിലെത്തിക്കാൻ. എല്ലാറ്റിനുമുള്ള ഏക ഗതാഗതോപായം.

'എടാ, കുതിരേ."

മരിച്ചുപോയ കുങ്കറൻചനിൽനിന്നും അടുത്ത കാലത്തുമാത്രം ജഡ്ക്കയുടെ നടത്തിപ്പ് ഏറ്റെടുത്ത ശങ്കു സ്നേഹത്തോടെ വിളിക്കും. അച്ഛന്റെ മുപ്പതുകൊല്ലത്തെ ഉപജീവനമാർഗം.

കുങ്കറൻചൻ ഉറങ്ങാൻ കിടക്കുമ്പോൾ മക്കൾക്ക് കഥ പറഞ്ഞുകൊടുക്കുമായിരുന്നു. ലായത്തിന്റെ ഒരു ഭാഗം ടിൻപലകകൊണ്ട് വേർതിരിച്ചുണ്ടാക്കിയതാണ് താമസസ്ഥലം. കിടക്കുന്ന പായക്കും വിരിപ്പിനും കുതിരയുടെ മണം. അച്ഛന്റെ കഥകൾ മദ്യേക്കാരുടെ കഥകളായിരുന്നു. അതും വമ്പന്മാരുടേത്. മേയർ ചെക്കുട്ടിയെ എത്ര പ്രാവശ്യം റെയിൽവേ സ്റ്റേഷനിലെത്തിച്ചു. തിരിച്ചും. പണ്ടൊരു മൂപ്പൻ സായ്പുണ്ടായിരുന്നു. മൂപ്പർക്ക് ജഡ്ക്കയെ ഭയമായിരുന്നു. എന്നാലും മറ്റു വഴിയില്ലാതെ കുങ്കറൻചനെ വിളിപ്പിക്കും, ആവശ്യം വരുമ്പോൾ. "ഈ കുതിരയെ...." സായ്പ് അന്നത്തെ സെക്രത്തേർ ബാലസുബ്രഹ്മണിയത്തോട് പറയുമായിരുന്നു ഈ നാൽക്കാലിയെ എങ്ങെനയാ വിശ്വസിക്കുക. വല്ലേടത്തും കൊണ്ടുപോയി മറിഞ്ഞുവീണു ചത്താലോ."

ബാലസുബ്രഹ്മണിയം എന്ന പേര് വെള്ളക്കാരന് മൂന്നുകൊല്ലം ശ്രമിച്ചിട്ടും തെറ്റാതെ പറയാൻ കഴിഞ്ഞില്ല. അവസാനം അരിശം മൂത്ത്, തന്നെ എന്നും നിഷ്ഠയോടെ സേവിച്ച തന്റെ സഹായിയെ അയാളുടെ സ്വന്തം നാടായ പുതുശ്ശേരിയിലേക്ക് മാറ്റംകൊടുപ്പിച്ചു

വിട്ടു. ഒരു ബാല... സു... സു... പ്ര....! ഇനി ദിവസവും നാലുതവണ ആ പേരുച്ചരിച്ച് നാക്കു കുഴയേണ്ടല്ലോ. കുങ്കറൻചന്റെ കഥകൾ കേട്ട് മക്കൾചിരിച്ചുകൊണ്ട് ഉറക്കത്തിലാണ്ടുപോകും.........

"എടാ, കുതിരേ....."

കുതിരക്ക് ചെറുപ്പം മുതൽ ഒരു പേരുണ്ടായിരുന്നു. ചക്കിച്ചി. ശങ്കുവിന്റെ അച്ഛൻ കുങ്കറൻചൻ എത്രയോ കൊല്ലം സ്നേഹത്തോടെ വിളിച്ചത്. പക്ഷേ ശങ്കുവിന് നേരത്തെ ആ പേര് ഇഷ്ടമായിരുന്നില്ല. അതുകൊണ്ട് ഒരിക്കലും അതുപയോഗിച്ചതുമില്ല. കുതിര എന്ന പ്രയോഗം ബന്ധങ്ങളിൽ ചില അസ്വാരസ്യമൊക്കെ ഉണ്ടാക്കിയിരുന്നു തുടക്കത്തിൽ. എങ്കിലും പാവം മൃഗം അത് സാവധാനത്തിൽ അംഗീകരിച്ചു. പുതിയൊരു പേരിടാൻ ശങ്കുവിനു താല്പര്യം തോന്നിയില്ല.

"ഇന്ന് ഞ്ഞി ഉശാരാവണം. കേട്ടോ."

കുതിര തലയൊന്നു വെട്ടിച്ചു. "അല്ലെങ്കിലും, എന്റെ ഓട്ടം മോശാ" എന്ന് ചോദിക്കുമ്പോലെ.

"ഇന്ന്..നമ്മള് പുതിയ പണിക്കാ പോന്നത്. നോട്ടീസ് കൊടുക്കാൻ."

ശങ്കു കണ്ണടയൊന്നു ഇളക്കിവെച്ചു. അച്ഛൻ മരിച്ചപ്പോൾ , മൂത്ത മകനായ ശങ്കു അച്ഛന്റെ ഒരു വിധം എല്ലാ വസ്തുക്കളും സ്വന്തമാക്കി. അനുജൻ ഏതായാലും സ്ഥലത്തില്ലല്ലോ. യുദ്ധകാലമല്ലെ. തടിമിടുക്കുള്ള അവൻ പട്ടാളത്തിൽ ചേർന്നു. ഫ്രഞ്ചുകാരുടെയല്ല, ബ്രിട്ടീഷുകാരുടെ പട്ടാളത്തിൽ. ബർമ്മയിലോ മറ്റോ പോയി തുലഞ്ഞു. ഈ കുതിരയും വണ്ടിയും, അച്ഛന്റെ താടി വടിക്കുന്ന കത്തി, ഒരു കമ്പിളി.....എല്ലാം കൈക്കലാക്കി. കൂട്ടത്തിൽ ഈ കണ്ണടയും. അച്ഛന്റെ മൂക്കിന് മുകളിൽ വെക്കുന്ന ഈ സാധനം വളരെ ഗർവ്വോടെയാണ് ഉപയോഗിച്ചുതുടങ്ങിയത്. ആദ്യം എല്ലാം രണ്ടായി കണ്ടു. ഇടക്ക് തലവേദനയുമുണ്ടായി. അവസാനം കണ്ണുകളും ഇണങ്ങി, കുതിരയെപ്പോലെ. എല്ലാം ശുഭം.

ശങ്കു കുതിരയുടെ ദേഹത്തിൽ കൈമുട്ടുകൊണ്ട് അമർത്തി ഉഴിഞ്ഞു. കുതിരക്ക് നല്ല രസം. ശങ്കു ഒരുപിടി പുല്ല് വാരി അവന്റെ മുന്നിലിട്ടു. കുതിര ആസ്വദിച്ചു കൊണ്ട് ചവച്ചു. അപ്പോൾ ശരിക്കും ചിരിക്കുന്ന ഭാവമായിരുന്നു അവന്റെ മുഖത്ത്. പിന്നെ വാൽ ഒന്നു പൊക്കി ഒരു വശത്തേക്കാക്കി സുഖമായി രണ്ട് ഉണ്ടകൾ നിലത്തു വീഴ്ത്തി.

"ങ്ഹാ. അങ്ങനെതന്നെ." ശങ്കു കുതിരയുടെ പുറത്തു തട്ടി. "സിനിമേന്റെ നോട്ടീസ് കൊടുക്കാൻ തുടങ്ങ്യാല്, വഴിക്ക് തൂറാനൊന്നും സമയണ്ടാവില്ല. നല്ല മോനാ."

പള്ളിയിലെ മണിയടി കേൾക്കുന്നു. ഒന്ന്, രണ്ട്......ശങ്കു കൂടെ എണ്ണി. ഒപ്പം വിരലുകൾ ഓരോന്നായി മടക്കുകയും നിവർത്തുകയും ചെയ്തു....പത്ത്. നാഴികമണി നിർത്തി. പരിസരത്തെ വീടുകളിലെ

ആൾക്കാർ മുഴുവൻ ഒരു ചെവി എപ്പോഴും പള്ളിയിലെ ഘടികാരത്തിനായി തുറന്നു വെക്കുന്നു. ചുരുക്കം വീടുകളിൽ ചുമർ ക്ലോക്കുകളുണ്ട്. കയ്യിൽ കെട്ടുന്ന വാച്ച് നാട്ടിൽ അപൂർവ്വം. രാത്രിനേരത്തെ നിശ്ശബ്ദതയിൽ അഴിയൂർ വരെ മയ്യേപ്പള്ളിയിലെ സമയമണി കേൾക്കാം.

''എട, കുതിരേ." ശങ്കു ഉച്ചത്തിൽ പറഞ്ഞു. "നമ്മക്ക് പൊറപ്പെടാൻ നേരായി. കയറ്റത്തിലേ...മെല്ലെ വലിച്ചാൽ മതി വണ്ടി."

ശങ്കുവിന് നാട്ടിലെ കയറ്റങ്ങളോട് വലിയ വെറുപ്പാണ്. കുതിരയും ജീവനുള്ള സാധനമല്ലെ. മൂന്നു നാല് കുന്നുകൾ ചേർത്തുവെച്ചാൽ മയ്യേ നാടായി. ഏത് ഭാഗത്തു തുടങ്ങിയാലും കയറലും ഇറങ്ങലും തന്നെ.

ഇന്ന്....

ഒരാഴ്ചയായി മൈതാനത്ത് സിനിമ തുടങ്ങിയിട്ട്. കൂറ്റൻ ടെന്റാണ് കെട്ടിയിരിക്കുന്നത്. പടം അസ്സലാണത്രെ. ഒന്നാം ക്ലാസ്സ് കഥ. ഇനി വേഗം തന്നെ സംസാരിക്കുന്ന പടം വരുമത്രെ. അതുവരട്ടെ. ആദ്യത്തെ കളിക്ക് തന്നെ കയറിയിരിക്കണം. ഇന്ന് സിനിമയുടെ നോട്ടീസ് വിതരണമാണ്. സാധാരണയായി നാല് മുക്കാല് കൊടുത്ത് പിള്ളരെക്കൊണ്ടാണ് നോട്ടീസ് അകലെയൊക്കെ എത്തിക്കുക. ഇപ്പോഴത്തെ മാനേജർക്ക് അതൊന്നും പോര. എല്ലാം വലിയ തോതിലാണ് ചെയ്യുന്നത്. ജഡ്ക്ക വേണമെന്ന് നിർബന്ധം. ജഡ്ക്കയിൽ ഒരു ബാന്റ്കാരനുമുണ്ടാകും. ഏതായാലും ശങ്കുവിന് മാന്യമായ ഒരു പണിയായി. കൃത്യസമയത്തുത്തന്നെ മാനേജരെത്തി. ഒപ്പം ബാന്റുകാരൻ ജഗന്നാഥനും ടിക്കറ്റ് കൊടുക്കുന്ന മജീദും. ജഗന്നാഥന് മറ്റൊരു ജോലികൂടെയുണ്ട്. പടം നടക്കുമ്പോൾ കഥ വിവരിക്കൽ. തമ്പിന്റെ നടുവിലത്തെ തൂണിന്നരികിൽനിന്ന് ഇരുട്ടിൽ തിരശ്ശീലയിൽ നടക്കുന്ന സംഭവങ്ങളോരോന്നും അയാൾ ചുരുക്കം വാക്കുകളിൽ വിശദീകരിക്കുന്നു. "ഇപ്പോൾ കാണുന്നത്.....മകൻ രാമൻ കാട്ടിൽ പോകുമ്പോൾ ദശരഥ മഹാരാജാവിന്റെ ഉള്ളുരുകുന്ന രംഗം......" ജഗന്നാഥനും കേട്ടിട്ടുണ്ട് അടുത്തുതന്നെ സംസാരിക്കുന്ന സിനിമ വരുന്ന കാര്യം. അതുവന്നാൽ തന്റെ കട പൂട്ടിയതുതന്നെ. അതിന് മുമ്പ് ഒരു ബാന്റുകാരനായി അറിയപ്പെട്ടാൽ മതിയായിരുന്നു.

ജഡ്ക്കയും കുതിരയും ശങ്കു തയ്യാറാക്കി നിർത്തിയിരുന്നു. മാനേജർ വണ്ടിയാകെ ഒന്ന് നിരീക്ഷിച്ചു. മോശമില്ല. എങ്കിലും ഒരു കടലാസ് തോരണവും കൂടെ ആകാമായിരുന്നു. സാരമില്ല.

'ശരി. എന്നാ തൊടങ്ങിക്കോ." മാനേജർ അനുവാദം നൽകി. "വഴിയൊക്കെ ഞാൻ പറഞ്ഞതു പോലെ. കേട്ടോ, ശങ്കൂ."

"ഓ."

ശങ്കു വിനയപൂർവ്വം മൂളി. ഇത്ര വലിയ കമ്പനി കൊണ്ടുനടക്കുന്ന ആളല്ലെ മാനേജർ. സ്ഥിരമായി സിനിമാക്കോട്ടയില്ലാത്ത സ്ഥല

ങ്ങൾ അയാളുടെ സഞ്ചരിക്കുന്ന ബൈസ്കോപ്പ് സന്ദർശിക്കുന്നു. ഇവിടെ മൈതാനത്ത് ടെന്റ് ഉയർന്നത് തന്നെ പലേ വിഷമങ്ങൾ തരണം ചെയ്തതിനു ശേഷമായിരുന്നു. മ്യുനിസിപ്പാലിത്തേയിൽനിന്ന് സമ്മതം വാങ്ങണം. പൊലീസുകാരെ വേണ്ടവിധം അറിയിക്കണം. പിന്നെ സ്ഥിരമായി മൈതാനം കളികൾക്കുവേണ്ടി ഉപയോഗിക്കുന്ന ക്ലബിന് സിനിമ കാരണം ഈ വർഷം പന്തുകളി മത്സരം നടത്താൻ കഴിയില്ല. അതിന് അവർക്ക് ചെറിയൊരു നഷ്ടപരിഹാരം കൊടുക്കണം.

പടം തുടങ്ങുംമുമ്പ് മേനേജർ ടെന്റിനു വെളിയിൽ തന്ത്രപ്രധാനമായ ഒരു സ്ഥലത്ത് നിലകൊള്ളും. മൈതാനത്തിൽ നിന്നും പാതാറിലേക്ക് പോകുന്ന ഇറക്കത്തിൽ കുറെ പടവുകളുണ്ട്. അവിടെയാണ് നില്പ്. ആദ്യത്തെ മണിയടി കഴിഞ്ഞാലും അകലെനിന്ന് രണ്ടുപേർ നടന്നുവരുന്നു എന്നുവെക്കുക. അപ്പോൾ, ടെന്റിലേക്കുള്ള വാതിൽക്കൽ പരിപാടി ആരംഭിക്കാനായി നിർദേശം കാത്തു നിൽക്കുന്ന ഓപ്പറേറ്ററോട് മേനേജർ കൈകൊണ്ട് ചില അടയാളങ്ങൾ കാണിക്കും. "നിക്കട്ടെ, ഓപ്പറേറ്റർ രണ്ടാള് ഇങ്ങോട്ടാ. അവരെത്തിയിട്ട് തുടങ്ങാം....."

ബാന്റുകാരൻ ജഗന്നാഥൻ ജഡ്ക്കയുടെ വാതിൽ തുറന്നു. കയറുംമുമ്പ് തൊട്ട് നെറ്റിയിൽ വെക്കൽ ചടങ്ങ് നിർവ്വഹിച്ചു. പിന്നാലെ നോട്ടീസ് കെട്ടുമായി മജീദ്.

"എടോ, മജീദേ." മേനേജരുടെ അവസാനത്തെ ഉത്തരവ്. "നോട്ടീസ് കണ്ണുംപൂട്ടി അങ്ങ് എറിയണ്ട. ആളെ നോക്കിവേണം. കേട്ടോ." മജീദും "ഓ" എന്ന് അനുസരിച്ച്, മാനേജർ വാതിലടച്ചു. "എന്നാ, വിട്ടോ."

ജഗന്നാഥൻ തന്റെ ഉപകരണത്തെയും വന്ദിച്ചു. ഉയർത്തി വായിൽവെച്ചു. "പ്രോം, പ്രോം" എന്ന് രണ്ട് തവണ ഊതി. കുതിര ഒന്നു ഞെട്ടി. മജീദ് കെട്ടഴിച്ചു. ചുവപ്പും നീലയും നിറങ്ങളിലുള്ള കടലാസ്. മുകളിൽ വലിയ അക്ഷരങ്ങളിൽ "വിക്ടറി സിനിമ" എന്ന് കൊടുത്തിരുന്നു. കുതിര ജഗന്നാഥനുണ്ടാക്കിയ ശബ്ദകോലാഹലവുമായും വേഗംതന്നെ പൊരുത്തപ്പെട്ടു. കുങ്കറൻചൻ അവന് നൽകിയ പരിശീലനത്തിന്റെ ഗുണം അവൻ ഓരോ നിമിഷവും വിളിച്ചുപറയുന്നു.

ശങ്കു നാവുകൊണ്ടൊരു ശബ്ദമുണ്ടാക്കി. ചാട്ടവാർ പതുക്കെ കുതിരയുടെ ദേഹത്തിൽ തൊടുവിച്ചു. അവനെയത് ഇളക്കിവിട്ടു. അതോടെ കുളമ്പടി തുടങ്ങി. മാനേജർ സന്തുഷ്ടനായി മടങ്ങി.

സ്റ്റേഷൻ ഭാഗത്തേക്കാണ് ജഡ്ക്ക നീങ്ങിയത്. ഏകാംഗ ബാന്റിന്റെ പ്രകടനം സ്ഥലത്തെ കുട്ടികളിൽ ആവേശം പകർന്നു.

അവർ ബഹളംവെച്ച് ഓടിവന്നു. മജീദ് ഒരു നോട്ടീസ് വെളിയിലേക്കെറിഞ്ഞു. കുട്ടികൾ അതിനുവേണ്ടി പിടിവലിയായി.

പിള്ളേരിൽ പലരും ജഡ്ക്കയുടെ പിന്നാലെ ഓടി. കുളമ്പടിയും ബാന്റ് വാദ്യവും. പിന്നെ ആർപ്പുവിളികളും.

ടിക്, ടിക്, ടിക്, ടിക്

പ്രോം, പ്രോം, പ്രോം

കൂ,കൂ,കൂ.

ചെറുപ്പക്കാരികൾ നിരത്തിലിറങ്ങാൻ ധൈര്യം കാണിക്കാതെ വീടുകളുടെ കോണിക്ക് പിന്നിൽ മറഞ്ഞുനിന്നു. അവർ അയൽപക്കത്തെ ആൺകുട്ടികളോട് കൈയും കണ്ണുമിളക്കി അപേക്ഷിച്ചു.

"ഒരു നോട്ടീസ് താടോ."

ടിക്, ടിക്, ടിക്, ടിക്,

പ്രോം, പ്രോം, പ്രോം

കൂ, കൂ, കൂ.

ആ താളം ഒരു കൊച്ചു നാടിനെയാകെ ഉണർത്തി.

13

സദുവും സുകുവും

യുദ്ധം ആരംഭിച്ചിട്ട് മൂന്നുനാലു വർഷങ്ങളായി. സദാശിവൻ എന്ന സദുവും സുകുമാരൻ എന്ന സുകുവും പത്രം വായിക്കാൻ തുടങ്ങിയത് യൂറോപ്പിൽ മഹായുദ്ധം പൊട്ടിപുറപ്പെട്ട കാലം മുതൽക്കാണ്. വേഗം തന്നെ സംഘർഷം ഏഷ്യയിലും പടർന്നുപിടിച്ചു. ശരിക്കും ഒരു ലോകമഹായുദ്ധം.

"ചരിത്രം പഠിക്കുന്തോറും" പാതാറിലെ അഴിമുഖത്ത് ഫ്രഞ്ചുകാർ സന്ദർശകർക്കുവേണ്ടി പണിതുവെച്ച സിമന്റ് ചതുരത്തിലിരുന്നുകൊണ്ട് സദു ആത്മഗതമെന്നോണം പറയുന്നു, "കാണുന്നു, മനുഷ്യന്റെ കഥ യുദ്ധങ്ങളുടെയും കൂട്ടക്കൊലകളുടെയും കഥയാണെന്ന്."

കടൽക്കാറ്റിന്റെ ശക്തമായ വീശലിൽ സദുവിന്റെ ശബ്ദം കൂട്ടുകാരന്റെ ചെവിയിലെത്തി, കഷ്ടിച്ച്.

"എന്താണിങ്ങനെ?"

മുഖംതിരിച്ച് സദു ചോദിച്ചു. സുകു മറുപടി പറഞ്ഞില്ല.

അവന്റെ ചിന്ത മറ്റൊരു വഴിക്കായിരുന്നു. സോവിയറ്റ് യൂണിയനെ ആക്രമിച്ചിരിക്കുന്നു, ഫാസിസ്റ്റ് ജർമനി! ഹിറ്റ്ലറുടെ പട്ടാളം കിഴക്കോട്ടു നീങ്ങുന്നു. സ്റ്റാലിൻഗ്രാഡ് ലക്ഷ്യം. തുടർന്നു മോസ്കോ! എങ്ങനെയാണിത് സംഭവിക്കുന്നത്? സ്വർഗ്ഗനാട് യുദ്ധത്തിൽ പങ്കാളിയായതോടെ എല്ലാം തല കീഴ്മറിഞ്ഞിക്കുന്നു. സാമ്രാജ്യത്വ യുദ്ധം..നാണ്വേട്ടനിൽനിന്ന് അറിഞ്ഞതാണിത്. സാമ്രാജ്യത്വ യുദ്ധത്തിന്റെ സ്വഭാവം മാറിപ്പോയെന്നും ഇനിമുതൽ അതൊരു ജനകീയ യുദ്ധമാണെന്നും തീരുമാനമായിരിക്കുന്നു. നാണ്വേട്ടൻ രഹസ്യമായി അറിയിച്ചത്. മയ്യേനാട്ടിൽ ഏറ്റവും സജീവമായി പ്രവർത്തിക്കുന്ന ചെറുപ്പക്കാരന് ഇത് ദഹിച്ചിട്ടില്ല. ഈ പുതിയ നയം അംഗീകരിക്കാൻ കഴിയില്ലെന്ന് പറഞ്ഞു. നാണ്വേട്ടനാണല്ലോ തന്റെ വഴികാട്ടി. രാഷ്ട്രീയ

കാര്യങ്ങളിൽ വാസനയുണ്ടാക്കിയതും കമ്യൂണിസത്തോട് അടുപ്പിച്ചതുമെല്ലാം നാണ്വേട്ടനാണ്. വീട്ടിൽ അമ്മയുടെയും ഏടത്തിയുടെയും കൂടെ, പായയിലിരുന്ന് മണിക്കൂറുകൾ സംസാരിച്ചത് പെങ്ങൾ മകൻ ഈ സുകുട്ടിക്ക് വേണ്ടിയായിരുന്നില്ലേ?

"ഇവനെ പഠിപ്പിച്ച് വലിയവനാക്കണം."

നാണ്വേട്ടൻ ഒരിക്കൽ അമ്മയോട് പറഞ്ഞു. "ഇവന്റെ ബുദ്ധിയും കഴിവുകളും ഞങ്ങളെപ്പോലെയുള്ളവരുടേതിലും മേലെയാണ്." അമ്മക്ക് ഒന്നും മനസിലായില്ല. ജനലഴികളിൽ നഖമുരച്ചുകൊണ്ട് നാണ്വേട്ടന്റെ കഥാപ്രസംഗം കേൾക്കുന്ന മൂന്നമാതൊരാളുണ്ടല്ലോ. സ്വന്തം ഏട്ത്തി, കൗസു. അവർ നാണ്വേട്ടന്റെ വാക്കുകൾ കേട്ട് മെല്ലെ നടന്നുവരുന്നു. അനിയന്റെ അടുത്തിരുന്നു,. അവന്റെ കണ്ണുകളിലേക്ക് നോക്കി....

"സുകൂ" സദുവിന്റെ സ്വരം അല്പം പരുക്കനായി തോന്നി. "നീയെന്താ ആലോചിക്കുന്നെ?"

"ഒന്നും ആലോചിക്കാതിരിക്കാനെന്താ വഴി എന്ന്."

സദുവിന് അത് രസിച്ചു. വാസ്തവത്തിൽ ജനകീയ യുദ്ധത്തിന്റെ കഥ നാട്ടുകാരിലെത്തിയിട്ടില്ല. സദുവും കേട്ടിട്ടില്ല സംഗതി. മാതൃഭൂമിയിൽ വരാൻ ഇനി താമസമുണ്ടാവില്ല.. അപ്പോൾ സകലരും പുരികം ചുളിക്കും. ഈ കമ്യൂണിസ്റ്റുകാർ... ചില ദേശീയ വാദികൾ പിറുപിറുക്കുന്നത് കേട്ടിട്ടുണ്ട്..സാമ്രാജ്യത്വവിരുദ്ധ സമരത്തിൽ ഇവർ തങ്ങളെ കടത്തി വെട്ടുന്നല്ലോ പലപ്പോഴും. നോക്ക്. കയ്യൂരിൽ, തലശ്ശേരിയിൽ അവർ....... പിന്നെ ഒരു കെ പി ആർ ഗോപാലനുവേണ്ടി ഗാന്ധിജിപോലും..... അങ്ങനെ പോകും അവരുടെ പരാമർശങ്ങൾ. അനുഭാവപൂർവമായ അസൂയപ്പെടൽ. അതേകൂട്ടർ ഇനിയെന്തു പറയും എന്ന് കണ്ടറിയണം.

"നോക്ക്." സദു ചക്രവാളത്തിൽ കണ്ണുനട്ടുക്കൊണ്ട് പറയുന്നു. "ആ പഴയ ഗോളം ചോരയിൽ മുങ്ങി...ഇവിടെ ഇതൊന്നും കാണാൻ ആർക്കും താല്പര്യമില്ലത്രെ. മുസ്യേ പത്തിനെല്ലിയുടെ പരാതിയാണ്, ഗംഗൻ പറഞ്ഞത്. ഇവിടെ ഓരോരുത്തർക്ക് ഓരോ വേവലാതി. സൂര്യൻ ദിവസവും വരും. നാളെയും കാണാമല്ലോ. സായ്‌വിന് വേറെ പണിയൊന്നുമില്ല."

"സുന്ദരം!"

ആദിത്യഭഗവാനെ ആസ്വദിക്കുന്നതിൽ സുകു ചങ്ങാതിയുടെ കൂടെ ചേർന്നു.

"പകൽ സമയം ആർക്കും നേരിട്ട് കണ്ണുതട്ടിക്കാൻ കഴിയുന്നില്ല. തീക്കട്ടയല്ലേ. നോക്കിയാൽ കാഴ്ച പോകും."

"അതേയ്, അവസാനം ഒരു പത്തുമിനിട്ട് അനുവദിച്ചിട്ടുണ്ട്. ആർക്കു വേണെമെങ്കിലും കാണാം. കണ്ണുപൊട്ടാതെ!"

"എന്നാലും, ഇഷ്ടംല്ല മൂപ്പർക്ക്, സ്വന്തം പ്രതാപം നഷ്ടപ്പെടുന്നത് മറ്റുള്ളവരെ കാണിക്കാൻ ആർക്കാണിഷ്ടമാവുക. പോകുന്നത് കണ്ടില്ലേ. എന്ത് ധൃതിയാ തലയിൽ മുണ്ടിട്ടിട്ടുണ്ടോ?"

"വാ."

സുകുവിന്റെ കയ്യിൽ പിടിച്ചുകൊണ്ട് സദു പാറകൾ നിറഞ്ഞുകിടക്കുന്ന പുഴക്കരയിലിറങ്ങി. ഒരു വശം മൂപ്പൻ സായ്‌വിന്റെ ബംഗ്ലാവ് സ്ഥിതി ചെയ്യുന്ന പച്ചക്കുന്ന്. പത്തുപതിനഞ്ച് വാര ഉയരമുള്ള കരിങ്കൽ മതിൽ. താഴെ, മണൽപരപ്പിൽ ചെറുതും വലുതുമായ കറുത്ത പാറകൾക്കിടയിലൂടെ കൊച്ചു തിരകൾ വഴിയന്വേഷിക്കുന്നു.

"സദൂ." സുകുവിന് ചെറിയൊരു ഭയം. "പെട്ടെന്ന് വേലി കയറിയാൽ നമ്മള്....."

"അത് സാരംല്ല. വെള്ളം കയറുന്നത് നമ്മക്ക് കണ്ടൂടേ?"

ഓരോ കല്ലുകൾക്ക് മേലെ ചാടിച്ചാടി മുന്നോട്ടുപോയി. ചെരുപ്പില്ലാത്ത കാലടികൾ നനഞ്ഞ പൂഴിയിൽ തട്ടുമ്പോൾ കുളിരുതോന്നി. എന്തൊരു രസമാണിത്. നുരയും പതയും വഹിച്ചു കൊണ്ട് കടൽവെള്ളം ഒഴുകിവന്ന് കാലുകളെ ആശ്ലേഷിക്കുമ്പോൾ അതിലും രസം. അടുത്തകാലത്ത് ഉടുത്തു ശീലിച്ച ഒറ്റമുണ്ട് രണ്ടുപേരും മടക്കിവെച്ചിരിക്കുന്നു. ഒരു ഉയരമുള്ള കല്ലിന്മേൽ പിടിച്ചുകയറി. അവിടെ ഇരുന്നു. പിന്നിൽ കൂറ്റൻ മതിൽ. പിന്നെ മൂന്ന് ഭാഗത്തും ജലം മാത്രം. പുഴയിലെ വെള്ളം പരിചയം നടിക്കുന്നു. കടലിലേത് അജ്ഞാതം, അമേയം!

"പേടീണ്ടോ?"

സദു ചോദിക്കുന്നു. അല്പനേരം രണ്ടുപേരും സംസാരിച്ചില്ല. വാസ്തവത്തിൽ, കൗമാര പ്രായത്തിലേക്ക് കടക്കുകമാത്രം ചെയ്യുന്ന രണ്ടാൾക്ക് ചിന്തിക്കാനൊരുപാടുണ്ട്. എല്ലാം പൊതുകാര്യങ്ങൾ. അതാണത്ഭുതം.

"ഇന്ന് ഞാൻ ശങ്കരൻ മാസ്റ്ററെ കണ്ടു."

സദു വീണ്ടും നിശ്ശബ്ദതയെ ഭഞ്ജിക്കുന്നു. സദു ശങ്കരൻ മാസ്റ്ററെ കണ്ടതിലെന്തുണ്ട് പ്രത്യേകമായി പറയാൻ. കൂട്ടുകാരന് അത് തന്നയല്ലേ പണി. ഉള്ള സമയം മുഴുവൻ ശങ്കരൻമാസ്റ്ററുടെ കൂടെയല്ലേ അവൻ. സുകു അസൂയപ്പെട്ടിട്ടെന്തുകാര്യം. കഴിവതും നേരം നാണുവിന്റെ കൂടെ ചെലവഴിക്കാൻ അവനും ആഗ്രഹിക്കുന്നില്ലേ.

"മാസ്റ്റർ അസ്വസ്ഥനാ."

"ഉം?"

"ഇന്ത്യയിലാകമാനം സ്വാതന്ത്ര്യസമരം കൊടുമ്പിരികൊള്ളുന്നു. സ്വയം കൈയും കെട്ടി താനിവിടെ കുത്തിയിരിക്കുന്നതെന്ത് എന്നാണ് മാസ്റ്റർ ചോദിക്കുന്നത്."

സുകുവിന് ഒന്നും പറയാൻ തോന്നിയില്ല.

"മാസ്റ്റർ അടുത്തുതന്നെ എന്തെങ്കിലും ചെയ്തുകളയും."

സദുവും സുകുവും. സുകുവും സദുവും. ശിശുക്ലാസ് മുതൽ ഒന്നിച്ചു പഠിച്ചു, കഴിവതും ഒരേ ബഞ്ചിലിരുന്നുകൊണ്ട്. ഇപ്പോൾ ഫ്രഞ്ച് സ്കൂളിലെ മുതിർന്ന വിദ്യാർഥികൾ. എട്ടാം ക്ലാസ് കഴിഞ്ഞ് ഒരു നീണ്ട ചതുർവർഷ കോഴ്സ്. സുകു കണക്കിൽ തിളങ്ങുന്നു. സദുവിന് പ്രിയം ഫ്രഞ്ച് ഭാഷാ സാഹിത്യം. രണ്ടുപേരും മലയാള സാഹിത്യത്തിൽ അതീവതൽപരർ. അധ്യാപകർക്ക് ഏറ്റവും ഇഷ്ടമുള്ള കുട്ടികൾ. അതുപോലെ സദുവിനും സുകുവിനും പ്രഗൽഭരായ തങ്ങളുടെ അധ്യാപകരെയും ഇഷ്ടം.

"ഇനിക്കറിയോ, സുകു." സദു പുതിയതെന്തോ തുടങ്ങുന്നു. "പുതുശ്ശേരീന്ന് ഒരു മാഷ് വരുന്നുണ്ട്. ശങ്കരൻ മാസ്റ്റർ പറഞ്ഞതാ. ഒരു കിർഷ്ണകുമാർ."

എന്താ അതിൽ പ്രശ്നം എന്ന മട്ടിൽ സുകു ചങ്ങാതിയെ നോക്കി.

"മാസ്റ്റർക്ക് കത്ത് വന്നിന്. ആൾ തികഞ്ഞ ദേശീയവാദിയാ."

സുകു നിശബ്ദത പാലിച്ചു. എന്തോ മനസിനൊരു സുഖവും തോന്നുന്നില്ല. പെട്ടെന്ന്–

"സുകു നോക്ക്യാ."സുകുവിന്റെ ശ്വാസം നിലച്ചുപോയി. വെള്ളം രണ്ടുപേരും ഇരിക്കുന്ന പാറയുടെ പകുതിവരെ കയറിയിരിക്കുന്നു. തൊട്ടടുത്ത ചെറിയ കല്ലുകളുടെ മുകളിലത്തെ അറ്റം മാത്രമേ കാണുന്നുള്ളൂ.

പാറകൾ തമ്മിലുള്ള അകൽച്ച അധികമായതുപോലെ. കിഴക്ക് നിന്നും ഇരുട്ട് അതിവേഗം ആകാശത്തെയാകെ ആക്രമിച്ച് കീഴടക്കുന്നു.

"സദു. എന്താപ്പം ചെയ്യാ.

മറുവശത്തൂടെ, അതായത് പടിഞ്ഞാറോട്ട്, നടന്നാൽ കടപ്പുറത്തെത്താം. സദു അങ്ങോട്ട് നോക്കി.

"പക്ഷേങ്കില്, ആ ഭാഗം ആഴം കൂടതലാ."

"നീ വാ."

സദു സുകുവിന്റെ കൈപിടിച്ചു. സദു ഒരുനിമിഷം അച്ഛനെയും അമ്മയേയും ഓർത്തുപോയി. സുകു ഏട്ടത്തിയേയും. ഒരൊറ്റച്ചാട്ടത്തിന് അടുത്ത കല്ലിന്മേലെത്തണം. വീണാൽ ചിലപ്പോൾ അടിതെറ്റും. പിന്നെ എന്ത് സംഭവിക്കുമെന്ന് പറയാൻ വയ്യ.

"തുള്ളിക്കോ."

രണ്ടുപേരും കൈവിടാതെ ചാടി. തൊട്ടടുത്ത കറുത്ത കല്ലിൽ കാലുകുത്തി നിന്നപ്പോൾ, വിശ്വസിക്കാൻ കഴിഞ്ഞില്ല. ഇരുട്ടിന്റെ പുതപ്പ് കടലിനെയും പുഴയേയും ഒന്നിച്ച് മൂടുന്നതുപോലെ.

"ഇനീള്ളത് അടുത്തടുത്താ." സുകുവാണ് പറയുന്നത്. "തുള്ളിക്കൊ."

ഫ്രഞ്ചുകാരനുണ്ടാക്കിയ ചത്വരത്തിലെത്തിയപ്പോൾ, രണ്ടുപേരും കൈകൾചുമലിലിട്ട് പിടിച്ചു.

"പേടിച്ചുപോയി, ഇല്ലേ?"

സദു ചോദിക്കുന്നു.

"ഇല്ല. കടല് കൊണ്ടോകുന്നെങ്കില്.... നമ്മളെ രണ്ടാളേം ഒന്നിച്ചല്ലെ.'

സദു ചങ്ങാതിയെ നെഞ്ചോടടുപ്പിച്ചുനിർത്തി. ആ കവിളിൽ വിരൽകൊണ്ട് ഒന്ന് തൊട്ടു.

14

ഇല്ലായ്മയുടെ തീരങ്ങളിൽ

ആകെ നാലഞ്ചു ചായപ്പീടികയേയുള്ളു ഈ സ്ഥലത്ത്. തെക്കേ അറ്റത്ത്, പാറക്കൽ പ്രദേശത്ത്, ഒരുവരിയായി നീണ്ടുകിടക്കുന്ന കുറെ കടകൾക്കിടയിലാണ് രണ്ടെണ്ണം. മറ്റൊന്ന്, ക്രിസ്ത്യൻ പള്ളിയും ഫ്രഞ്ച് സ്കൂളും പരസ്പരം നോക്കിനിൽക്കുന്ന മയ്യേനാട്ടിന്റെ ഹൃദയഭാഗത്ത്. പിന്നെയൊന്ന് റെയിൽവേ സ്റ്റേഷനിലേക്ക് പോകുന്ന വഴിയിൽ. ആനവാതുക്കൽ ബാലഗോപാലക്ഷേത്രത്തിനരികിൽ, ഇരുവശവും തോടുകളും വയലുകളും തുടങ്ങുന്നയിടത്ത്. ഈ അവസാനത്തേത് നടത്തുന്നത് മേതാവി എന്ന മുപ്പതുകാരൻ. മീത്തലോട്ട് മേതാവി.

നേരം വെളുക്കുമ്മുമ്പ് മേതാവി തന്റെ പഴയ കടയിലെത്തി. ആറിഞ്ചുനീളമുള്ള താക്കോൽ വാതിൽപ്പലകകളിൽ ഒന്നാം നമ്പർകാരന്റെ വയറ്റിൽ കയറ്റി തിരിച്ചു. അല്പമൊന്നു പൊക്കുകയും ചെരിക്കുകയും ചെയ്തുകൊണ്ട് അവനെ പുറത്തെടുത്ത് പടിഞ്ഞാറുവശം ചാരിവെച്ചു. പിന്നെ ഓരോന്നായി മറ്റുള്ള നിരകൾ ഇളക്കി. ഓരോന്നും നടുവിലെത്തിച്ചുവേണം പൊക്കി ചെരിച്ച് എടുക്കാൻ. എല്ലാം കുത്തനെ അടുക്കിവെച്ചു. അവസാനത്തെ രണ്ടെണ്ണം കോലായിൽ ഓരോ ഭാഗത്ത് ഉറപ്പിച്ചുവെച്ച മൂന്നു പഴയ ഇഷ്ടികകൾക്ക് മുകളിൽ വിലങ്ങനെ ചായ്ച് വെച്ചു. അത് പത്രം വായിക്കാൻ വരുന്ന ചെറുപ്പക്കാർക്ക് ഇരിക്കാൻ വേണ്ടി. ചായ കുടിക്കാനെത്തുന്നവർക്ക് അകത്ത് പഴയ ബെഞ്ചും മേശയുമുണ്ട്.

മേതാവീ ഒരു പഴന്തുണികൊണ്ട് മരപ്പണികളെല്ലാം പൊടി തട്ടിയെന്ന് വരുത്തി. കടക്കകത്ത് സൂക്ഷിച്ചുവെച്ചിരുന്ന സമൗവർ പൊക്കി കോലായിൽ കിഴക്കേ ഭാഗത്ത് അതിന്റെ സ്ഥിരം സ്ഥാനത്തുകയറ്റി വെച്ചു. തൊട്ടടുത്ത് ഒഴിഞ്ഞുകിടക്കുന്ന കൃഷി ചെയ്യാത്ത വയലിൽ പണ്ടാരോ കുഴിച്ചുവെച്ചിട്ടുള്ള പൊട്ടക്കിണറിൽനിന്നും രണ്ട് പാളയിൽ

വെള്ളം വലിച്ചെടുത്ത് ഒരു വലിയ കലത്തിൽ നിറച്ചു. കലം പൊക്കി ചുമലിൽ വെച്ചു നടന്നു. കുറെ വെള്ളം സമൗവറിലൊഴിച്ചു . ബാക്കിയുള്ളത് ഒരു ചെറിയ തൊട്ടിയിലാക്കി, ചായയും കടിയും അകത്താക്കുന്നവർക്ക് വിരലുകൾ നനക്കാനായി മാറ്റിവെച്ചു.

സമൗവർ കത്തിക്കാൻ മുകളിലത്തെ തുളയിൽ കരിക്കഷ്ണങ്ങളെടുത്തിട്ടു. താഴത്തെ വിടവിലൂടെ തീകൊളുത്തി. ഇടക്ക് വിരലുകളുടെ പുറംഭാഗംകൊണ്ട് ചെമ്പ് ശരീരത്തിൽ തൊട്ടുനോക്കി. പനിപിടിച്ച കുഞ്ഞിന്റെ നെറ്റിയിൽ തൊട്ടുനോക്കുമ്പോലെ. പിന്നീട് അരിപ്പ സഞ്ചിയെടുത്തു. തലേദിവസത്തെ ചായപ്പൊടിയുടെ അവശിഷ്ടം അതിനു വേണ്ടി സൂക്ഷിച്ച പഴയ ടിന്നിൽ കമഴ്ത്തിയിട്ടു.

വെള്ളം ചൂടാവുമ്പോഴേക്കും വല്ലവനും ചായ കുടിക്കാൻ വന്നാൽ മതിയായിരുന്നു. വന്നാൽ പോരാ, റൊക്കം പൈസ തരികയും വേണം. കടം പറയുന്നവരെക്കൊണ്ടു തോറ്റു. "മേതാവീ, പൈസ നാളത്തരേ. ഇന്നലത്തെ എത്ര്യാ... നാലണയല്ലെ." ഇതും ഇതുംകൂടെ....നാളെ. മേതാവിക്ക് വിശ്വാസമില്ല. കച്ചവടം തന്നെ കുറവ്. അതിൽ നല്ലൊരു ഭാഗം ഓരോരുത്തന്റെ കണക്കിലുമായാൽ എന്തു ചെയ്യും.

പടിഞ്ഞാറു വശത്തുനിന്നും ആരോ രണ്ടുപേർ വരുന്നുണ്ട്. കൃത്യമായി ഈ സമയത്ത് ഇതിലേ പോകുന്ന മധ്യവയസ്കർ. പുഴക്കപ്പുറം പരിമഠത്തുനിന്ന് വരുന്നവർ. രണ്ട് നാഴിക നടക്കണം. അതിന്നിടയിൽ മേതാവിയുടെ പേരില്ലാത്ത കടയിൽ കയറി ചായ ഒരു ഗ്ലാസ്സ്.

'എന്താ, വെള്ളം ചൂടായില്ലേ?"

അവരിലൊരാൾ ചോദിക്കുന്നു.

'ഇതാ, ഇപ്പം ആവും. നിങ്ങള് ഇരിക്ക്."

മേതാവി സമൗവറിലെ തീക്കനലിൽ ശക്തിയായി ഒന്ന് ഊതി. പിന്നെ തുണിക്കഷ്ണംകൊണ്ട് കസേരയും മേശയും ഒന്നു കൂടെ തുടച്ചു. സഞ്ചാരികൾ ഇരുന്നു. പീടികക്കാരൻ സമൗവറിനെ ഒന്നു കൂടെ തൊട്ടു. വെള്ളം ചൂടാവുന്നതിന്റെ ചെറിയ ചീറ്റൽ കേൾക്കുന്നുണ്ട്.

"ചായക്ക് കൂട്ടാനൊന്നും എത്തീല്ല, അല്ലേ?"

മേതാവീ ഒന്നു പരുങ്ങി.

"ഇപ്പെത്തും. ഓള് പുറപ്പെട്ടു."

പുട്ടും കടലയും, വെള്ളപ്പവും ചമ്മന്തിയും. ഇതാണ് കാലത്തെ വിഭവങ്ങൾ. മേതാവിയുടെ ഭാര്യ ചീരു ഇതൊക്കെ തയ്യാറാക്കാൻ പുലർച്ചെ മൂന്ന് മണിക്ക് എഴുന്നേൽക്കും. അടുപ്പ് കത്തിക്കാൻ തന്നെ അരമണിക്കൂർ വേണം. പകൽ സമയം വല്ല പറമ്പുകളിലും കയറി ചീരു തന്നെ ശേഖരിക്കുന്ന മട്ടലും മടലും ഓലയും ഇലകളും ചുള്ളികളുമാണ് ഇന്ധനം.ഒരടുപ്പിൽ പുട്ട്, മറ്റേതിൽ കടല, പിന്നെ വെള്ള

യപ്പം. ഈ കടല ഒന്നു വെന്തുകിട്ടാനാ താമസം. അതിനിടയിൽ അമ്മി കഴുകി ചമ്മന്തി അരക്കൽ. എല്ലാം പാത്രങ്ങളിലാക്കി തലയിൽ വെച്ച് ചീരു കടയിലേക്ക് ഒരു നാഴിക നടക്കുന്നു.

"ഒരാൾ ചായക്ക് കടിയില്ലാത്തതുകൊണ്ട്." ചീരു എത്തുമ്പോൾ മേതാവി മൊഴിയും, "ചായ കുടിക്കാണ്ട് പോയി... എന്താ ചെയ്യാ. റൊക്കം പണം തരുന്നാളാ."

ചീരുവിന് സങ്കടം വരും അത് കേൾക്കുമ്പോൾ.

"സാരല്ല്യ, ചീരു. ഈ ഏഴരപ്പുലർച്ചക്ക് ഇത്രേം ഉണ്ടാക്കി ഇവിടെ എത്തിക്കുന്നില്ലേ നിയ്യ്. അതു തന്നെ വലിയ കാര്യം."

സ്നേഹം നിറഞ്ഞ ആ വാക്കുകൾ കേട്ടാൽ ചീരുവിന്റെ മനം തണുക്കും.

"ങ്ങള് വല്ലോം കുടിച്ചോ?"

അവൾ ചോദിക്കും. മേതാവി അത് ശ്രദ്ധിക്കില്ല.....

ഇതാണ് പതിവ്. ഏതായാലും ഇന്നിവിടെ കാത്തിരിക്കുന്ന പരിമാം നിവാസികൾ അത്ര പെട്ടെന്ന് പോകുന്നില്ല.

"വണ്ടിക്ക് സമയാവുന്നു. എന്നാലും അഞ്ച് മിനുട്ടും കൂടെ കാക്കാം, അല്ലേ?"

രണ്ടിലൊരാൾ കൂട്ടുകാരനോട് ചോദിക്കുന്നു.

"കാക്കാം. സ്റ്റേഷനിലെ സ്റ്റാളിൽ കിട്ടുന്നത് വയറ്റിലാക്കാൻ കൊള്ളില്ല. ചിലപ്പം ഒന്നുംണ്ടാവേംല്ല്യ."

മേതാവി ശ്രദ്ധിച്ചു. അതിർത്തിക്കപ്പുറം ഇപ്പോൾ അരികിട്ടാനില്ലെന്ന് കേട്ടിരുന്നു. ഇത്ര മോശമാണ് സ്ഥിതി എന്നറിഞ്ഞിരുന്നില്ല. ഈ മയ്യേനാട്ടിൽ റേഷൻ പ്രകാരം ഒരു വിധം മുടങ്ങാതെ കിട്ടുന്നുണ്ട്. നല്ല അരി. പുതുശ്ശേരിക്കടുത്ത്, കരിക്കാൽ എന്ന ഫ്രഞ്ച് പ്രദേശത്ത് നല്ല കൃഷിയാണത്രെ. അവിടെ നിന്നാണ് ചരക്ക്വണ്ടിയിൽ അരി നേരിട്ട് ഇവിടെ എത്തുന്നത്. യുദ്ധം കാരണം പട്ടിണിയും പരിവട്ടവുമാണത്രെ സകല സ്ഥലത്തും, ഇവിടെയൊഴിച്ച്.

മേതാവി ഒരിക്കൽകൂടെ സമൗവറിന്റെ പുറം തലോടി. മുകളിലെ മൂടി ഒന്നിളക്കി. ചീറ്റിക്കൊണ്ട് ആവി പുറത്തു വന്നു.

ചില കച്ചവടക്കാർ അരി ഒളിപ്പിച്ചുവെച്ചിരിക്കും. മേതാവി ചിന്തിച്ചു. ഏതായാലും ഇന്നുതന്നെ വല്ല പീടികക്കാരനേയും കണ്ടു കരിഞ്ചന്തയിലായാലും കഴിയുന്നത്ര സാധനം കൈവശപ്പെടുത്തണം. ഉടൻ പണം കൊടുക്കന്നെതാണ് പ്രശ്നം.

"ങ്ഹാ. വരുന്നുണ്ടേയ്."

അകലേ... പാവം ചീരുവിന്റെ അൽപം തടിച്ച ശരീരം ഇളകിയിളകി വരുന്നു. ഒപ്പം മേതാവിയുടെ ഉള്ളിലും ചെറിയ ചലനങ്ങളനുഭവപ്പെട്ടു.

വഴിയാത്രക്കാർ വെള്ളപ്പവും ചമ്മന്തിയും വാരിവലിച്ച് അകത്താക്കി. അപ്പോഴേക്കും പീടികക്കാരൻ തന്റെ ദിവസത്തിലെ

ആദ്യത്തെ രചനയും നിർവഹിച്ചു. രണ്ട് കൈകൾക്ക് എത്രമാത്രം അകലാൻ കഴിയുമോ അത്രയും അകറ്റി ചായ ആറ്റി മേശപ്പുറത്ത് നാടകീയമായി കൊണ്ടുവെച്ചു.

"എത്ര്യാ?"

കൈകഴുകി രണ്ടുപേരും മുഖം തുടച്ചു.

"നാലും മൂന്നും. ആകെ ഏഴണ."

പണം കയ്യിൽ വീണപ്പോൾ, ആ നാണയങ്ങൾക്ക് ഇരട്ടിവിലയുള്ളതുപോലെ തോന്നി. കൈനീട്ടം, റൊക്കം... കടയിൽനിന്നും ഇറങ്ങി സ്റ്റേഷനിലേക്ക് ചെറിയൊരു ഓട്ടം നടത്തുന്ന ആ രണ്ട് യാത്രക്കാരെ നോക്കി ഒരു നിമിഷം നിന്നു. പിന്നെ മേതാവി പണം കണ്ണുകളിൽ തൊടുവിച്ചതിന് ശേഷം മേശവലിപ്പിലിട്ടു.

"ചീരൂ." അയാൾ മയത്തോടെ വിളിച്ചു.

'ബ്രിട്ടീഷിൽ വല്യ ക്ഷാമാ. അരിയുല്ല, എണ്ണയുല്ല, ഒന്നുല്ല. ആള്കള് മരക്കിഴങ്ങാ തിന്നുന്നത് പോലും. കടലാസ് വായിക്കാൻ എനിക്കെവ്ടെ സമയം. ബാല്യക്കാർ വായിച്ച് പറേന്നത് കേട്ടതാ."

"അയ്യോ, മുക്കാളീല് അച്ചമ്മാമൻ......"

"അച്ചമ്മാമൻ തൽക്കാലം അവ്ടെ നിൽക്കട്ടെ. നമ്മക്ക് നമ്മളെ കാര്യം നോക്കാ."

ചീരുവിന്റെ അമ്മ വീട്ടുകാരെല്ലാം ബ്രിട്ടീഷിലാണ്. മൂന്നു നാഴിക തെക്ക് മാറി മുക്കാളി എന്ന ഗ്രാമത്തിൽ. അമ്മ ജീവിച്ചിരിപ്പില്ല. അമ്മാമനും കുട്ടികൾക്കും ഒരു നേരമെങ്കിലും വല്ലതും കിട്ടുന്നുണ്ടോ ആവോ...അതായിരുന്നു മേതാവിയുടെ കൂട്ടുകാരിയുടെ പരിഭ്രമം.

"ഓലെ കാര്യം ഓല് നോക്കട്ടെ. നമ്മള്...കാര്യം എന്താണുന്നുച്ചാ....."

മേതാവി വിശദീകരിച്ചു.

"നോക്ക്, ചീരു, പാറക്കലെ ആ .. ആ കോരൂല്ലെ. ങ്ഹാ. കോരൂ. കൊന്ത്രം പല്ല് ങ്ഠാ. കോരൂന്ന് കരിഞ്ചന്ത്യാ പണി. ഒരു പാടരി ഓൻ പുത്തീന്ന് പോലും. ചോദിച്ചാ നമ്മക്കും കിട്ടും ചരക്ക്. പക്ഷേങ്കില് കടം നോക്കണ്ട. കരിഞ്ചന്തേല് വാങ്ങലും വിൽക്കലും റൊക്കാ."

ചീരുവും ഇരുന്നാലോചിച്ചു. അവൾക്ക് അവസാനം തലവേദനിക്കാൻ തുടങ്ങി.

"വല്ലോം സമ്പാദിക്കണെന്ന്വെച്ചാ, ഇതാ സമയം. പക്ഷേങ്കില്...."

ചീരുവിനും സംഗതി പിടികിട്ടി. ഇത്തരം ആവശ്യങ്ങൾ നേരിടുന്നത് ആദ്യമല്ലല്ലോ. അവൾ മെല്ലെ കയ്യിലുള്ള ഒരൊറ്റവള.. അതൂരിയെടുത്ത് നീട്ടി. മേതാവി അത് വാങ്ങാൻ മടിച്ചു.

"ങ്ങളിത് കൊണ്ടോയി കൊടുത്താട്ടെ. പണയത്തിനല്ലെ, സാരംല്ല്യ. കൊറച്ച് ലാഭം കിട്ടുമ്മം ഇങ്ങ് മടക്കി വാങ്ങാലോ."

മേതാവി അൽപനേരം തരിച്ചുനിന്നു. പിന്നെ ചീരുവിന്റെ നേരെ നോക്കി.

"എന്നാ ഞ്ഞി കേട്ടോ. ആറ് മാസംകൊണ്ട് ഞാനിത് തിരിച്ചെടുക്കും. കച്ചോടം ഒന്ന് പച്ചപിടിച്ചോട്ടെ. ഇനിക്ക് ഞാൻ...ഒരു മോതിരം പണീച്ചുതരും."

അപ്പോഴാണ് മൂന്ന് നാല് ബാല്യക്കാർ പീടികക്കോലായിൽ കാലു കുത്തുന്നത്. പണിയില്ലാതെ തെക്കും വടക്കും നടക്കുന്നവർ. ഒരാളുടെ കയ്യിലും ഒരിക്കലും ഒരു കാശും കാണില്ല. ഗതികെട്ട് നടക്കുന്ന ആ ചെറുപ്പക്കാർ സ്വയം കെ ടി പി എന്നാണ് വിളിക്കുന്നത്. കായ്ത്തോട് പാർട്ടി എന്നതിന്റെ ചുരുക്കം.

ആ സമയം തന്നെ പത്രക്കാരനും എത്തുന്നു. പത്രം എറിയുന്നു. പത്രം എറിയാൻ മാത്രം ദൂരമില്ലെങ്കിലും.

"കൃത്യത്തിന് തന്നെ നമ്മളെത്തി, അല്ലേ?"

ഒരുവൻ ചോദിക്കുന്നു. മേതാവി അവരെ ശ്രദ്ധിച്ചില്ല. പണിയില്ലാത്ത വർഗം. ദിവസവും കുളിച്ചുപിടിച്ച് എഴുന്നള്ളുന്നു. ഇവറ്റക്ക് വീട്ടിലുള്ള പെണ്ണുങ്ങൾ ഷർട്ട് ഇസ്തിരിയിട്ട് കൊടുക്കുന്നത് അതിശയം. ഒരു അരച്ചായ പോലും ഒരിക്കലും വാങ്ങിക്കുടിച്ചിട്ടില്ല. പത്രം, പത്രം എന്ന വിചാരം മാത്രം. വായിക്കാൻ വെപ്രാളം. കൂട്ടത്തിൽ ശങ്കരൻ മാസ്റ്ററുടെ അനുയായികളുമുണ്ട്. പിന്നെ ചുവപ്പൻ... നാണുവും. അവനെ മേതാവിക്ക് നന്നായറിയാം. എല്ലാവരും കൂടെ കടലാസിന് പിടിവലിയാണ്. വലിയ പായ രണ്ടായി കീറിയെടുത്ത് ഒരോരുത്തർ വായന തുടങ്ങുന്നു. ഇടക്ക്, വായിക്കുന്ന കാര്യങ്ങളെക്കുറിച്ച് ചില അഭിപ്രായങ്ങൾ പുറപ്പെടുവിക്കുന്നു.

നാണുവാകട്ടെ, ഏതോ ഒരു വാർത്തയിൽ മുഴുകിയിരിക്കുന്നു. സാവധാനം ആ മുഖം അസ്വസ്ഥമാവുന്നത് ചീരു പ്രത്യേകമായി ശ്രദ്ധിച്ചു. മിനുട്ടുകൾ കഴിയവേ...എല്ലാവരുടെയും നോട്ടം നാണുവിൽ പതിയുന്നു.

"എന്തടാ, എന്തു പറ്റി നിനക്ക്?"

മയ്യേനാട്ടിലെ കെ ടി പിയംഗം വേലാണ്ടി വേണു ചോദിക്കുന്നു.

നാണു ഒന്നും പറയുന്നില്ല. അയാളുടെ ഉള്ളിൽ എന്തൊക്കയോ പുകയുന്നു.

15

പുനർജന്മം

എത്ര വർഷങ്ങളായി സുകുവിന്റെ അമ്മ ഈ പായ വിരിക്കുന്നു. അനുജൻ നാണുവിന് ചാരിക്കിടന്നുകൊണ്ട് വർത്തമാനം പറയാൻ. പായയുടെ അറ്റങ്ങളിലെ കണ്ണികൾ അഴിഞ്ഞുതുടങ്ങി. മൂലകൾ ചിതറിപ്പോയി. എന്നിട്ടും അത് കാലത്തെ അതിജീവിക്കുന്നു.

എങ്കിലും ഇന്ന്....ഇന്ന് നാണു–സുകു നാണേട്ടൻ എന്നു വിളിക്കുന്ന അമ്മാമ്മൻ–വരുന്നത് ഒരു പുതിയ മനുഷ്യനായിട്ടാണ്. രണ്ടാമതൊരു ജന്മം.

ഒരു മാസം മുമ്പ്... എല്ലാവരും കടലാസിലൂടെ അറിയുന്നു. അങ്ങ് ബങ്കാളിൽ പട്ടിണിമരണങ്ങൾ പെരുകുന്നു. ആയിരക്കണക്കിന് മനുഷ്യർ, കന്നുകാലികളെപ്പോലെ, ഗ്രാമങ്ങൾ വിട്ട് ഭക്ഷണം തേടി പലായനം ചെയ്യുന്നു. വഴിയിൽ, വയലുകളിലും വരമ്പുകളിലും വീണു മരിക്കുന്ന കുഞ്ഞുങ്ങളുടേയും വലിയവരുടേയും ദേഹം മറവു ചെയ്യാൻ മാർഗമില്ലാതെ അധികാരികൾ കുഴയുന്നു. ഉപേക്ഷിച്ച ശവശരീരങ്ങളിൽ കഴുകന്മാർ കൊക്കുകളാഴ്ത്തുന്നു. നിരവധി പേർ സേവനപ്രവർത്തനത്തിലേർപ്പെടുന്നു. ഭക്ഷണപ്പൊതികളെത്തിക്കൽ, മരുന്നു വിതരണം ചെയ്യൽ.....

ഇതൊക്കെ പത്രങ്ങളിൽ വായിച്ച് മനംനൊന്ത് കഴിയവേ...അറിയുന്നു, ഇങ്ങ് മലബാറിൽ. .ശരിക്കും പട്ടിണി മരണമല്ല ഇവിടെ, അരിയില്ലാത്ത നാട്ടിൽ, ആളുകൾ കിഴങ്ങ് തിന്ന് വിശപ്പിന് ശമനമുണ്ടാക്കുന്നു. ഫലം....കോളറ. പകർച്ചവ്യാധി സകലസ്ഥലത്തും മരണം, നാശം, ഛർദ്ദി, വയറിളക്കം, അന്ത്യം. തൊട്ടാൽ, അടുത്തു ചെന്നാൽ, പിടികൂടുന്ന രോഗാണുക്കൾ. മരിച്ചവരെ കൊണ്ടുപോകാൻ, കുഴിച്ചിടാൻ ആര് ധൈര്യപ്പെടും.

നാണു കടലാസ് വായിക്കുന്നു മറ്റുള്ളവരെപ്പോലെ. അതിർത്തിക്കപ്പുറം, പുഴയുടെ മറുകര തുടങ്ങി എല്ലാടവും മഹാമാരി നടമാടുന്നു.

ഇപ്പുറം, ഇക്കരേ കോളറക്ക് കടക്കാൻ കഴിയുന്നില്ല. കാരണം ഫ്രഞ്ചുകാർ കാരക്കലിൽനിന്നും എത്തിക്കുന്ന അരി, കുഴപ്പമില്ലാതെ നടക്കുന്ന വിതരണം.

നാണു കടലാസ് വായിക്കുന്നു. മറ്റുള്ളവരെപ്പോലെയല്ല. അയാൾ മനസിൽ കാണുന്നു. അതിസാരം, ഛർദ്ദിയിൽ കുഴഞ്ഞ പഴന്തുണികൾ, കണ്ണുകൾ മിഴിച്ച്, വായ്പൊളിച്ച് മരണത്തിന് ശേഷം എങ്ങോട്ട് പോകണമെന്നറിയാതെ കിടക്കുന്ന മൃതദേഹങ്ങൾ........

ഒരു ദിവസം, നാണു പാലം കടന്ന് വടക്കോട്ടു പോകുന്നു. സേവനോത്സുകരായ, ഭയത്തെ മറികടക്കാൻ കഴിഞ്ഞ ഒരുകൂട്ടം ചെറുപ്പക്കാരുടെ കൂടെച്ചേരുന്നു. അവരിലൊരു ഡോക്ടറുമുണ്ട്. ദിവസങ്ങൾ, ആഴ്ചകൾ പുന്നോലിലും തലായിലും മരിക്കാറായവരെ ശുശ്രൂഷിക്കുന്നു. മരിച്ചവരെ തുണിയിലും വാഴയിലയിലും വരിഞ്ഞുകെട്ടികൊണ്ടുപോകുന്നു. പ്രവർത്തകരിലൊരുവൻ രോഗബാധിതനായപ്പോൾ, മറ്റുള്ളവർ പരിഭ്രാന്തരായില്ല. അവരെപ്പറ്റിയും കടലാസിൽ വാർത്ത വന്നു.

വാസ്തവത്തിൽ, ആരോടും പറയാതെ ആ അദ്ഭുതമനുഷ്യരുടെ കൂടെച്ചേരാൻ സുകുവും രഹസ്യമായി ആഗ്രഹിച്ചിരുന്നു. അതിനുവേണ്ട ധൈര്യം.....ധൈര്യമല്ല പ്രശ്നം. തനിക്ക് ഭയമില്ലെന്ന് അവൻ വിശ്വസിച്ചു. എങ്കിലും അമ്മ .... അനുജനെ നഷ്ടമായെന്ന് കരുതി, കഞ്ഞിവെള്ളംപോലും അകത്താക്കാതെ ദിവസങ്ങൾ തള്ളിനീക്കുന്ന അമ്മക്ക്..... മകനും വിട്ടുപോയെന്നറിയുമ്പോൾ.....ഇല്ല, അമ്മയെ വിട്ടുപോകാൻ സാധിക്കുമായിരുന്നില്ല. പിന്നെ നാണേട്ടൻ ഒരു നിശ്ചയിച്ചുറച്ച മേലെയുള്ളവരുടെ അംഗീകാരം നേടിയ പരിപാടിയനുസരിച്ചാണ് പോയത്. മീശപൊടിക്കാൻ തുടങ്ങുക മാത്രം ചെയ്തിട്ടുള്ള ഈ സുകുവിനെ ആര് ഗൗരവമായെടുക്കും.

ഇന്നലെ രാത്രി നാണേട്ടൻ തിരിച്ചെത്തിയെന്നറിഞ്ഞു. പകർച്ചവ്യാധി പിൻവാങ്ങിയത്രെ. ഡോക്ടറുടെ നിർദേശപ്രകാരം സംഘാംഗങ്ങളിൽ കുറെ പേർ പിരിഞ്ഞുപോയി. നാണേട്ടനടക്കം. ഇപ്പോൾ ഇങ്ങോട്ടു വരാതിരിക്കില്ല. കാത്തിരിക്കുന്നു, എല്ലാവരും.

ശാരദയും മക്കളും വിചാരിച്ചതു പോലെ നാണു വന്നു. ശാരദ നന്നായൊന്നു കരഞ്ഞു. ഒരു നിലവിളി പോലെ. പിന്നെ കരച്ചിൽ നിർത്തി, അവർ അനുജനെ നന്നായൊന്നു നോക്കി.

"പകുത്യായിപ്പോയല്ലോ മോനെ."

വാസ്തവം. വല്ലാതെ ക്ഷീണിച്ചിരിക്കുന്നു.

സുകുവിനും തോന്നി. സുകുവിന്റെ ഏട്ത്തി കൗസുവിനും. നാണുവിന്റെ ഭാരം ശരിക്കും ഒരു പത്ത് റാത്തൽ കുറഞ്ഞിരിക്കുന്നു. നിറത്തിൽ പോലും എന്തോ ചില മാറ്റങ്ങൾ. ആളെ കണ്ടാൽ മനസിലാവില്ല. മറ്റേതോ ഒരു ലോകത്തുനിന്ന് ഇറങ്ങിവന്നതു പോലെയുണ്ട്.

"അപ്പോ, നാണു." ശാരദ ചോദ്യം ചെയ്യുന്നു.

"എന്തു വിചാരിച്ചാഞ്ഞി എല്ലാവരേം വിട്ട് എറങ്ങി പോയൂട്ടത്?"

നാണു ചെറുതായി ചിരിച്ചു. ശാരദ പായ നിവർത്തിയിട്ടു. അതിലൊരു തുണിയും വിരിച്ചു.

"ഇത്തരം തുണിക്കഷണങ്ങൾ...."

നാണുവിന്റെ ഭാവമാകെ മാറുമ്പോലെയുണ്ട്. ക്രൂരമായ അനുഭവങ്ങളുടെ ആഘാതം വളരെ വ്യക്തമായിക്കാണാം.

"എന്താ, മോനെ. ഞ്ഞി പറേന്നെ?"

"തുണിക്കഷണങ്ങൾക്ക് വലിയ ആവശ്യമായിരുന്നു." നാണു ഉറക്കത്തിലെന്നപോലെ പിറുപിറുക്കുന്നു.

"ഛർദ്ദി തുടക്കാൻ, നനച്ചു തുടക്കാൻ......"

"ഊയ്, എന്റെ മോനെ."

ശാരദ എക്കിട്ടമടിച്ചു.

"എന്തിനാ, ഞ്ഞി ഇതൊക്കെ ചെയ്തെ, മോനെ."

"അ്തിനൊക്കെത്തന്നെയാ, ഏട്ത്തി, ഞാൻ പോയത്."

പായയിൽ ഇരുന്നുകൊണ്ട് നാണു പറയാൻ തുടങ്ങി.

ജീവിതം എന്താണെന്ന് ഞാൻ കണ്ടു. മരണം എന്താണെന്നും.

"ഒരു ദിവസം..... കുറിച്ചിയിൽ. കുടുംബത്തിലെ നാലു പേർ ഞങ്ങൾ ചെല്ലുമ്മുമ്പ് മരിച്ചിരുന്നു. അവശേഷിക്കുന്നത് ഒരു പത്തു വയസുള്ള മകളും അച്ഛനും മാത്രം. ആദ്യമായി ആ കുട്ടി "തലവേദനിക്കുന്നച്ഛാ" എന്ന് പറഞ്ഞപ്പോൾ , അച്ഛന്റെ മുഖം.....ഓർക്കാൻ പോലും കഴിയുന്നില്ല. അത്ര കഠിനം. തലവേദന അധികമായി. അറിയാതെ രണ്ട് തുടകളുടെയും പിൻവശത്തൂടെ ഒഴുകുന്നത് കണ്ടു. മഞ്ഞ വെള്ളം. ഉടനെ ഞാൻ ഓടി. ഡോക്ടറെ കൊണ്ടുവന്നു. ഇഞ്ചക്ഷൻ കൊടുത്തു. എന്നിട്ടെന്ത്. വയറ്റിൽ നിന്നും വിസർജനം വായിലൂടെയായി. നിമിഷങ്ങൾക്കകം... നോക്കി നിൽക്കേ... ആ പൊന്നുമോൾ വായ്പൊളിച്ചു. ഇതാ, ഈ കൈ കൊണ്ട് വെള്ളം കൊടുത്തു. ആ കൊച്ചു ദേഹം ഒരു ചാക്കിൻ കഷണത്തിൽ പൊതിഞ്ഞു കൊണ്ടുപോയി, ഞാനും മറ്റൊരു വളണ്ടിയറും, കുട്ടിയുടെ അച്ഛനും കുഴിയുണ്ടാക്കി, അതിൽ സാവധാനം ഇറക്കിവെച്ചു. മൂന്നുപേരും തിരിച്ചുവന്നു.

പുരയിൽ കയറേണ്ട താമസം, ആ മനുഷ്യൻ.... അതേ ഛർദ്ദി, വയറിളക്കം. വെള്ളം കോരിക്കൊടുത്തു. വായ്പൊളിച്ചു. കണ്ണടച്ചു. ആ ദേഹവും കെട്ടിയെടുത്തു കൊണ്ടുപോയി ഞങ്ങൾ. നാട്ടുകാർ അടച്ചിട്ട ജനൽ പാളികളിലൂടെ ഞങ്ങളെ തുറിച്ചുനോക്കുന്നത് കണ്ടു........"

ശാരദ ശ്വാസം പിടിച്ചുകൊണ്ട് കേൾക്കുന്നു. സുകു അത് ശ്രദ്ധിച്ചു. അവൻ ഏട്ത്തിയുടെ മുഖത്തും നോക്കി. അവിടെ അസാധാരണമായ ഒരു ശാന്തത. ഇടക്കാലത്ത്, ഏട്ത്തി ഒരുപാട് വായിക്കാറുണ്ടായിരുന്നു. തന്നേക്കാളും മൂന്നു വയസ്സ് മൂത്തവർ. ഫ്രഞ്ച്

സ്കൂളിലെ മുതിർന്ന കോഴ്സിലെ അവസാനത്തെ വർഷം. താൻ രണ്ടാമത്തെ വർഷവും. ഏട്ത്തിയുടെ ഓരോ ചിന്തയും ഈ അനുജന്റെ തലയിൽ പ്രതിഫലിക്കും. മറിച്ചും. നാണ്വേട്ടന്റെ മാതിരി എന്തൊക്കെയോ ചെയ്യണമെന്നാണ് രണ്ടുപേരുടെയും ആഗ്രഹം......

ശാരദ മേലിട്ട മുണ്ടിന്റെ അറ്റംകൊണ്ട് നാണുവിന്റെ ചെന്നിയിൽനിന്നും വിയർപ്പു തുടച്ചു. സ്നേഹപൂർവമായ ആ ചേഷ്ട മറ്റൊരു സംഭവത്തിന്റെ വിവരണത്തിന് വേണ്ട ഉണർവ്വുണ്ടാക്കി, നാണുവിന്റെ തലച്ചോറിൽ. "ഒരു കുടുംബം, അച്ഛൻ, അമ്മ, കൊച്ചുമകൾ, കൊച്ചുമകൻ. മകന് രോഗലക്ഷണം കണ്ട ദിവസം അച്ഛൻ അപ്രത്യക്ഷനായി. ആ അമ്മയും മക്കളും അനുഭവിച്ച ദുരിതങ്ങൾ വിസ്തരിക്കാൻ പ്രയാസം. പക്ഷേ, രണ്ടുമക്കളും രക്ഷപ്പെട്ടു. അമ്മക്ക് രോഗം വന്നതുമില്ല. എല്ലാം കഴിഞ്ഞപ്പോൾ, അച്ഛൻ ഒരു ദിവസം മെല്ലേ തിരിച്ചെത്തുന്നു. അതും അർധരാത്രിയിൽ, ഒളിച്ചുകൊണ്ട്. അന്വേഷിച്ചപ്പോൾ, പറയുന്നു: 'എന്റെ ഹാർട്ടീന്ന് ശക്തീല്ല. ഇതൊന്നും നേരിടാൻ കഴിയാഞ്ഞിട്ടാ."

"ഓന്റെയൊരു ഹാർട്ട്..... അത് പൊട്ടീല്ലാല്ലോ."

ശാരദ അരിശത്തോടെ മുരണ്ടു. കൗസുവിന്റെ കട്ടിയുള്ള നിശ്ശബ്ദത.

"മറ്റൊരിക്കൽ..." നാണുവിന്റെ ഒരു കഥ കൂടെ കേൾക്കുന്നു, പെങ്ങളും മരുമക്കളും.....

കോളറ പിടിപെട്ട് മരിച്ചവരുടെ ശവം മറവു ചെയ്യാൻ അധികവും കുടിയാന്മാരെയേ കിട്ടു. മൂക്കറ്റം പൂസിക്കഴിഞ്ഞാൽ പിന്നെ അവരെ വസൂരി മാലക്കുപൊലും തൊടാൻ കഴിയില്ലെന്നാ വിശ്വാസം. മരണമടഞ്ഞ ഒരു പട്ടാളക്കാരനെ സംസ്കരിക്കാൻ അവർ പണം വാങ്ങി നന്നായി മദ്യപിച്ചു. വീട്ടിൽചെന്ന് അയാളുടെ ഭാര്യയെ പിടികൂടി. ആ സ്ത്രീ നിലവിളിച്ചു. "കോളറകൊണ്ട് മരിച്ചാല്, ഇങ്ങനെ അലവോം പെടക്കേം ഒക്കെ ചെയ്യും." കൂട്ടർ പറയുന്നു. എന്നിട്ട് അവരെ ബലമായി പിടിച്ചു കെട്ടിയെടുത്ത് കൊണ്ടുപോയി. വഴിയിൽ ഞങ്ങളുടെ വളണ്ടിയർമാരാണ് മദ്യപാനികളെ തടഞ്ഞു അവരെ രക്ഷിച്ചത്.

ശാരദ സ്തംഭിച്ചുനിന്നു. ജീവൻ പണയം വെച്ച് ഇത്ര വലിയ സാഹസമൊക്കെ നടത്തി തിരിച്ചെത്തിയ നാണുവിന്വേണ്ടി ഒരു കാപ്പി തിളപ്പിക്കാൻ തോന്നീലല്ലോ ഇതുവരെ. അവർ പെട്ടെന്നെഴുന്നേറ്റു അടുക്കളയിലേക്കോടി. അപ്പോൾ–

"ഒരു കാര്യം ചോദിക്കട്ടെ?"

കൗസുവിന്റെ ശബ്ദം. നാണു അങ്ങോട്ടു നോക്കി.

"മരിക്കാൻ പേടിയില്ലായിരുന്നോ?"

നാണു ഒരു നിമിഷം നിശ്ശബ്ദനായി. പിന്നെ–

"ആദ്യം പേടിയുണ്ടായിരുന്നു, സത്യത്തിൽ. എങ്കിലും വല്ലതും

വലിയൊരു കാര്യം, എല്ലാവർക്കും ചെയ്യാൻ കഴിയാത്തത്, ചെയ്യണമെന്ന് കുട്ടിക്കാലം മുതൽ ഉള്ളിലൊരു വിചാരം. കൂടാതെ, മുകളിൽ നിന്ന് നിർദേശം വന്നു. കോളറെക്കെതിരായി അണിനിരക്കുക! അതോടെ, വീടും കുടുംബവുമൊന്നും നോക്കിയില്ല. എടുത്തു ചാടി. തിരിച്ചെത്തി, ജീവനോടെ!"

"എനിക്കും....." കൗസു മെല്ലേ പറയുന്നു. "എനിക്കും ഇതുപോലെന്തെങ്കിലും ചെയ്യണംന്നുണ്ട്."

നാണു മരുമകളെ നോക്കി. എന്താണിവൾ പറയുന്നത്. പറയുന്നതിന്റെ അർഥം അവൾക്കറിയുമോ?

"എനിക്കും!" സുകുവും ഏട്ത്തിയുടെ കൂടെച്ചേരുന്നു. "തിരിച്ചുവരാലോ, ജീവനും കൊണ്ട്!"

"എനിക്ക് തിരിച്ചു വരണോന്നില്ല!" കൗസുവിന്റെ വാക്കുകൾ മറ്റു രണ്ടുപേരെയും ഞെട്ടിച്ചു. അൽപസമയത്തിനുശേഷം നാണു ചെറുതായി ചിരിച്ചു. "അമ്മ കേക്കണ്ട. രണ്ടാൾക്കും കിട്ടും ചുട്ട അടി.!"

ആ സംഭാഷണം അതോടെ അവസാനിച്ചു. അപ്പോൾ.

"ഇതാര്? ഇവനു....ഇവിടെയെന്തു കാര്യം?"

മുറ്റത്തുവന്നു നിൽക്കുന്ന ആളെക്കണ്ടു നാണു പതുക്കെപ്പറഞ്ഞു.

ഗംഗൻ! മൂപ്പൻ സായ്‌വിന്റെ സഹായി.

"നാണ്വേട്ടാ? ഞാൻ വീട്ടിലന്വേഷിച്ചു. ഇവിടെ കാണുന്ന് പറഞ്ഞു."

നാണു അവനെ നന്നായൊന്നുനോക്കി. "എന്താണ് പ്രശ്നം?"

"നാണ്വേട്ടനെ മൂപ്പൻ സായ്‌വ് കാണംണന്ന്."

ശാരദ അടുക്കളയിൽ നിന്നും വന്നു ഒരു നിലവിളി പാസ്സാക്കാനൊരുങ്ങി.. എവിടെയും ആപത്ത് കാണുന്ന ശീലമുണ്ടല്ലൊ സുകുവിന്റെ അമ്മക്ക്. മൂപ്പൻ സായ്‌വ് വിളിപ്പിച്ചാൽ കുഴപ്പമല്ലാതെ എന്തുണ്ടാവാൻ.

നാണുവിന് ഒന്നും മനസിലായില്ല. എന്തിനാണ്..... മൂപ്പൻ സായ്‌വ്... ഒരു നിയമലംഘനവും നടത്തിയില്ലല്ലൊ താൻ.

"ഒന്നും പേട്ക്കണ്ട, ശാരദേടത്തി. നാണ്വേട്ടനെപ്പറ്റി കടലാസിൽ വാർത്ത വന്നില്ലേ? അത് സായ്‌വ് അറിഞ്ഞു. വിളിക്കാൻ പറഞ്ഞു."

"ഓ അതാണോ? എപ്പളാ വരേണ്ട്?"

"കഴിയെങ്കില് എന്റെ കൂടെ......"

നാണു ഗംഗന്റെ ഒന്നിച്ചുപോയി.

അനുജൻ നടന്നകലുന്നത് കണ്ടപ്പോൾ, ശാരദ ഒന്നുകൂടെ ഭയന്നു. കൗസുവും സുകുവും പരസ്പരം നോക്കി......

"ബോംഴൂർ, മുസ്യേ."

നാണു സായ്‌വിന്റെ മുമ്പിൽ വാസ്തവത്തിൽ ഒന്നു പതറി.

"ബോംഴൂർ... ഷേർ.....ഷേർ."

പേര് നാവിൽ വരാതെ മുസ്യേ പെത്തിനെല്ലി രണ്ടുവശവും നോക്കി.

"നാണു."

നാണു ഓർമ്മപ്പെടുത്തി.

"ഉയി, നാനു."

സായ്‌വിന്റെ പ്രസ്താവന. "എനിക്ക് നിന്നെക്കുറിച്ച് അഭിമാനം തോന്നുന്നു. നീ... ധീരൻ... ഇത്രയും അപകടം പിടിച്ച ഒരു പ്രവർത്തനത്തിൽ പങ്കുചേർന്നു. ഫ്രഞ്ച് ഗവർമെണ്ടിന്റെ പേരിൽ... അഭിനന്ദനം!"

സായ്‌വ് എഴുന്നേറ്റു. അടുത്തുവന്നു. നാണുവിന്റെ കൈ പിടിച്ചു.

"ഫെലിസിത്താസ്യോം."

"മെർസി, മുസ്യേ."

കഴിഞ്ഞു. കൂടിക്കാഴ്ച അവസാനിച്ചു.

"ഓറെ്വാർ, ഷേർ നാനു."

"ഓറെ്വാർ, മുസ്യേ."

വെളിയിലേക്കിറങ്ങവേ... സെക്രേത്തർ പൈതൽ റൈറ്റർ അരിശത്തോടെ തുറിച്ചു നോക്കുന്നു. നാണു അത് അവഗണിച്ചു.

പാതാറിലൂടെ നടക്കുന്നതിനിടയിൽ, നാണു തന്നോട് തന്നെ പറഞ്ഞു.

ആ തൊലി വെളുത്തവന്റെയൊരു ഫെലിസിത്താസ്യോം! വല്ല മെഡലുമുണ്ടെങ്കിൽ ഷർട്ടിൽ കുത്തിത്തരുമായിരുന്നു.

ഏത് ഗവർമെണ്ടിന്റെ പേരിലായിരിക്കും സംസാരിച്ചത്? ഫാസിസ്റ്റ് ജർമനിക്ക് മുമ്പിൽ നിർലജ്ജം മുട്ടുകുത്തി, പിറന്ന രാജ്യത്തിന്റെ മൂന്നിലൊരു ഭാഗത്ത് അധികാരത്തിലിരിക്കുന്ന നക്കാപ്പിച്ച വിഷി ഗവർമെണ്ടിന്റേതോ? അതോ, ഇംഗ്ലണ്ടിലിരുന്ന് ഫ്രാൻസിന്റെ സ്വാതന്ത്ര്യത്തിനുവേണ്ടി വീരോചിതമായി സമരം ചെയ്യുന്ന ദ്ഗോൾ ഗവർമെണ്ടിന്റേതോ?

തന്നെ കൂട്ടിക്കൊണ്ടുപോകവെ, ഗംഗൻ രഹസ്യമായി ഒരു കാര്യം അറിയിച്ചിരുന്നു.

"ഇത്തരമൊരു... ഒരു മഹത്തായ മാനുഷിക... മാനുഷിക കർമ്മം നാണു ചെയ്തത് എന്തുകൊണ്ടാണ്? അവൻ ഫ്രഞ്ച് ഭാഷ പഠിച്ചു, അതുകൊണ്ട്. അവൻ ഫ്രഞ്ച് സംസ്കാരത്തെ സ്വന്തം രക്തത്തിൽ... അതുകൊണ്ട്." മുസ്യേ പെത്തിനെല്ലി പറഞ്ഞതാണുപോലും!

ഗംഗൻ സായ്‌വിന്റെ വാക്കുകൾ ഏറെത്തവണ സ്വന്തം ഭാഷയിലാക്കി ഉരുവിട്ടിരിക്കും. അല്ലെങ്കിൽ ഇത്രയുംനന്നായി ആ ആശയം പ്രകാശിപ്പിക്കാൻ വെറും സെർത്തിഫിക്കക്കാരനായ അവന് കഴിയുമായിരുന്നില്ല.

എങ്കിലും നാണുവിനെ അത് ശരിക്കും ചൊടിപ്പിച്ചു. പിച്ചവെച്ചു തുടങ്ങിയ നാൾ മുതൽ ഫ്രഞ്ച് സംസാരിക്കുമ്പോൾ, രക്തത്തിൽ ആ സംസ്കാരം അലിഞ്ഞ് ചേർന്നവർ......

'അവരല്ലേ...' നാണു പാതാറിലെ കാറ്റാടി മരങ്ങളോട് ചോദിച്ചു.... 'അവർ തന്നെയല്ലേ ഈ മയ്യേനാട്ടിനെയും ഏഷ്യയിലും ആഫ്രിക്കയിലുമുള്ള മറ്റ് രാജ്യങ്ങളേയും നൂറ്റാണ്ടുകളായി കാലിനടിയിൽ ചവിട്ടിയമർത്തിവെച്ചിരിക്കുന്നത്?'

ഇതൊക്കെയായലും... ഫ്രാൻസ് ചില വലിയ ആശയങ്ങളുടെ പ്രതീകമാണല്ലോ. സ്വാതന്ത്ര്യം, സമത്വം, സാഹോദര്യം. അതൊക്കെ ഞങ്ങൾ പഠിച്ചിരിക്കുന്നു. നാണു കൈചുരുട്ടിക്കൊണ്ട് മനസ്സിൽ പറഞ്ഞു... അതുകൊണ്ട്... ഫ്രഞ്ച് കൊളോണിയലിസത്തിന്റെ അന്ത്യംകുറിക്കുന്ന സമരത്തിൽ ഫ്രഞ്ച് ഭാഷയും സംസ്കാരവും ഉൾക്കൊണ്ട ഞങ്ങളെപ്പോലുള്ളവർ മുൻനിരയിലുണ്ടാവും.

16

മുസ്യേ കിർഷ്ണകുമാർ

ഇന്ന്..........

പുതിയ മാഷ് എത്തുന്നു. പുതുശ്ശേരിയിൽനിന്ന്, മാറ്റമായി......

മുസ്യേ കിർഷ്ണകുമാർ.

ആളൊരു ദേശീയവാദിയാണെന്ന് നേരത്തേ വാർത്തയുണ്ട്. ശങ്കർമാസ്റ്റർക്ക് അദ്ദേഹത്തിന്റെ കത്ത് വന്നിരുന്നതും എല്ലാവരും അറിഞ്ഞുകഴിഞ്ഞു. പുതുശ്ശേരിയിലെ സ്കൂളുകളിൽ വിധ്വംസക പ്രവർത്തനം നടത്തുന്നു എന്ന ആരോപണത്തിന് വിധേയനായി. ഇവിടത്തേക്ക് നാടുകടത്തപ്പെട്ടിരിക്കുന്നു. അതുകൊണ്ട്, വളരെയേറെ ഉദ്വേഗത്തോടെയാണ്, മയ്യേനാട്ടിലെ വിദ്യാർഥിസമൂഹം മുസ്യേ കിർഷ്ണകുമാറിന്റെ വരവ് പ്രതീക്ഷിച്ചത്. അധ്യാപകരാവട്ടെ, തികച്ചും അസ്വസ്ഥരായിക്കണ്ടു.എന്തൊക്കെ ഗുലുമാലാണ് നാട്ടിൽ ഇദ്ദേഹം വരുത്തിവെക്കുക.

പ്രധാനാധ്യാപകൻ കണ്ണൻമാസ്റ്ററെ മൂപ്പൻ സായ്‌വ് നേരത്തെ വിളിച്ചുവരുത്തി. മുസ്യേകിർഷ്ണകുമാറിന്റെ മേൽ എപ്പോഴും ഒരു കണ്ണുവെക്കണമെന്ന് നിർദേശിച്ചു. മാസ്റ്റർക്ക് വാസ്തവത്തിൽ വലിയ മനഃപ്രയാസമായിരുന്നു. തന്റെ അധികാരപരിധിയിൽപ്പെട്ട വിദ്യാലയങ്ങളിൽ ഇതുവരെ കണ്ടത് തികഞ്ഞ അച്ചടക്കമായിരുന്നു. ഇനി എന്തൊക്കെയാണ് സംഭവിക്കുക. അതുമാത്രമല്ല, മുസ്യേ കിർഷ്ണകുമാർ വല്ലതും അസാധാരണമായ, നിലവിലുള്ള ഭരണത്തിനെതിരായ പ്രവർത്തനം നടത്തിയാൽ, നടപടി ഉടൻ എടുക്കേണ്ടിവരും. അത് തനിക്ക് ഒട്ടും പരിചയമില്ലാത്ത ഒരു കടമയായിരിക്കും. അതിനൊന്നും ഇടവരുത്തരുതേ എന്ന് കണ്ണൻമസ്റ്റർ ആനവാതുക്കൽ ബാലഗോപാലനെ വിളിച്ചു പ്രാർഥിച്ചു. അതായത് ശ്രീകൃഷ്ണക്ഷേത്രത്തിലെ ബാലഗോപാലനെ.

ക്ലാസ് തുടങ്ങുന്നതിനും പതിനഞ്ചു മിനിട്ട് മുമ്പ് മുസ്യേ കിർഷ്ണകുമാർ സ്കൂളിലെ പടിവാതിൽക്കലെത്തി. വാസ്തവത്തിൽ

അധ്യാപകർക്കും വിദ്യാർഥികൾക്കും അദ്ദേഹത്തെ തിരിച്ചറിയാൻ കഴിഞ്ഞിരുന്നില്ല. കോലായിലും കളിസ്ഥലങ്ങളിലും നിന്നുകൊണ്ട്, വർത്തമാനം പറയുകയായിരുന്നു അവർ, മണിയടി കാത്തുകൊണ്ട്. ഇടക്കവർ വെളിയിലേക്ക് നോക്കുകയും ചെയ്തിരുന്നു. പെട്ടെന്ന് അകലേനിന്നും അമ്മാഞ്ചേരി മൂലയിൽ, നിരത്തിലെ വലിയ കയറ്റം കയറിവരുന്ന ഒരാളെ അവരിൽ പലരും കണ്ടുവെങ്കിലും ആ മനുഷ്യൻ മുസ്യേ കിർഷ്ണകുമാറാവുമെന്ന് കരുതിയതേയില്ല.

നല്ല പൊക്കം. വലിയ കണ്ണുകൾ. കറുപ്പും വെളുപ്പും കലർന്ന സുന്ദരമായ നിറം. അതൊക്കെ നല്ലതുതന്നെ. പക്ഷേ, മാസ്റ്ററുടെ വേഷം.......? എന്താണദ്ദേഹം ധരിച്ചിരിക്കുന്നത്? ഇവിടെ പതിവുള്ള വസ്ത്രശൈലി മുണ്ടും ഷർട്ടും അതിന്മേലൊരു കോട്ടുമാണ്. അധ്യാപകൻമാർ മാത്രമല്ല, മറ്റുള്ള സർക്കാരുദ്യോഗസ്ഥൻമാരൊക്കെ അങ്ങനെയാണ് ജോലിസ്ഥലത്തേക്ക് പോവുക. ചെരുപ്പ് നിർബന്ധമില്ല! മുസ്യേ കിർഷ്ണകുമാറോ? ഒരു പൈജാമ, കുർത്ത കഴിഞ്ഞു. രണ്ടും തൂവെള്ള. ഖദർ തുണികൊണ്ട് തയ്ച്ചത്.

ഖദർ. ശങ്കരൻമാസ്റ്റർ ധരിക്കുന്നത്. ഭരണത്തെ അട്ടിമറിക്കാൻ പുറപ്പെട്ടിട്ടുള്ള, ഭാവിയിൽ കലാപകാരികളാവാൻ തയ്യാറെടുക്കുന്ന, തല തിരിഞ്ഞവരുടേത്!

എല്ലാവരും നോക്കിനിൽക്കെ.....

മുസ്യേ കിർഷ്ണകുമാർ പടികൾ കയറിവരുന്നു. എന്തൊരു തലയെടുപ്പ്! അദ്ദേഹം രണ്ട് വശവും നോക്കുന്നു അധ്യാപകരോട്–

"ബോംഷൂർ ഷേർ കൊല്ലേഗ്!"

സഹപ്രവർത്തകർക്ക് വന്ദനം.

"ബോഴൂർ ഷേർസെലേവ്!'" വിദ്യാർഥികളോട് കുശലം.

അദ്ദേഹം നേരെ ദെലെഗേയുടെ മുറിയിലേക്ക് കയറി.

"മേ റെസ്പേ, മുസ്യേ, ലെ ദി റെക്തേർ", സ്ഥാപനത്തിന്റെ തലവന് ആദരവ്.

കണ്ണൻമാസ്റ്റർ എന്തോ എഴുതുകയായിരുന്നു. കണ്ണുകളുയർത്തിയതും കയ്യിൽനിന്നും പേന തെറിച്ചുവീണതും ഒപ്പമായിരുന്നു. മാസ്റ്റർ വാസ്തവത്തിൽ ഞെട്ടിപ്പോയി. നിമിഷങ്ങൾ പുതുശേരിക്കാരനെ മിഴിച്ചുനോക്കി അവസാനം ആ വായിൽനിന്നും ഏതാനും വാക്കുകൾ പുറത്തുചാടി.

"ഈ......ഈ....."

"എന്താണു, മുസ്യേ?"

"ഇതൊക്കെ ധരിച്ചാണോ നിങ്ങൾ......ഇതുവരെ......സ്കൂളിൽ പോയത്?"

"അതെ. അടുത്ത ഏതാനും ദിവസങ്ങളായി ഇങ്ങനെത്തന്നെ. അതല്ലെ എന്നെ ഇങ്ങോട്ടേക്ക് വണ്ടി കയറ്റി വിട്ടത്?"

"ഇവിടെ....ഇതനുവദിക്കുമോ?"

"നോക്കാം, മുസ്യേലെ ദിറെക്തേർ."

ഏതാനും കടലാസുകളിലും ഒരു പുസ്തകത്തിലും ഒപ്പിട്ടു. അതിനുശേഷം കണ്ണൻമാസ്റ്ററുടെ നിർദേശപ്രകാരം തൊട്ടടുത്ത മുറിയിലേക്ക് പോയി.

അതിനിടയിൽ മണിയടിച്ചിരുന്നു. കുട്ടികളെല്ലാം അവരുടെ ക്ലാസുകളിലെത്തിക്കഴിഞ്ഞു. എല്ലാവരും, പ്രത്യേകിച്ച് വലിയ പിള്ളേർ, ഇളകിവശായതുപോലെ. എന്താണിനി നടക്കുക.

കണ്ണൻമാസ്റ്ററാകട്ടെ, കോട്ടിനുള്ളിൽ ശരിക്കും വിയർത്തു. നെറ്റി തുടച്ചുകൊണ്ട് അദ്ദേഹം പ്യൂൺ കുഞ്ഞിരാമനെ വിളിച്ചു. മേശപ്പുറത്തുള്ള ബെല്ലിൽ വിറക്കുന്ന വിരലമർത്തിക്കൊണ്ട്, വെറുതെ.

മുസ്യേ കിർഷ്ണകുമാർ മുതിർന്ന കുട്ടികളുടെ ക്ലാസിൽ പ്രവേശിച്ചു. എല്ലാവരും എഴുന്നേറ്റുനിന്നു. മാസ്റ്റർ അവരെ വീക്ഷിച്ചു. ആദ്യം പെൺകുട്ടികളെ. അവരുടെ മുഖത്തു കണ്ട ഉത്സാഹം തെല്ലൊന്ന് അദ്ഭുതപ്പെടുത്തി. അവർ തന്റെ വേഷത്തിലേക്ക് കണ്ണോടിക്കുന്നതും കണ്ടു. വിദ്യാർഥിനികൾ സംഗതി ശരിവെക്കുകയല്ലേ എന്നു തോന്നി. പിന്നെ ആൺപിള്ളേരുടെ നേരെയും നോക്കി. അവരിൽ നല്ലൊരു ഭാഗം തന്നെ ആദരവോടെ, അഭിമാനത്തോടെ ആണ് കാണുന്നത്. അതിൽ സംശയമില്ല. മാസ്റ്റർ ഫ്രഞ്ച് ഭാഷയും സാഹിത്യവുമാണ് പഠിപ്പിക്കുന്നത്. വിക്തോർ ഹ്യൂഗോവിന്റെ *നൂറ്റാണ്ടുകളുടെ ഇതിഹാസ* ത്തെക്കുറിച്ച് അദ്ദേഹം സംസാരിക്കുന്നു. ബൃഹത്തായ കൃതിയിൽനിന്നും ഉദാത്തങ്ങളായ ആശയങ്ങൾ ഉരുത്തിരിഞ്ഞു വരുന്നത് അദ്ദേഹം അത്യാകർഷകമായ വ്യക്തതയോടെ വാഗ്മിത്വത്തോടെ വരച്ചു കാട്ടി. "മഹത്തായൊരു ഭാഷയിൽ മഹത്തായ രചന!" അദ്ദേഹം നിർത്തിയപ്പോൾ സദുവും സുകുവും ഒരു പൊട്ടിത്തെറിയുടെ വക്കത്തെത്തിയിരുന്നു. സദുവിന് "ഭാരത് മാതാ കീ ജയ്" വിളിക്കാൻ തോന്നി. സുകുവിന് "വിപ്ലവം നീണാൽ വാഴ്ട്ടെ" എന്നും!

വളരെയേറെ ആഹ്ലാദത്തോടെ, ചാരിതാർഥ്യത്തോടെയായിരുന്നു മുസ്യേ കിർഷ്ണകുമാർ സ്കൂളിൽ നിന്നിറങ്ങിയത്, കൃത്യം നാല് മണിക്ക്. നേരെ ചെന്നത് ശങ്കരൻ മാസ്റ്ററുടെ വീട്ടിലേക്ക്!

പിറ്റേ ദിവസം....ഫ്രഞ്ച് ഭാഷാധ്യാപകൻ വീണ്ടും ക്ലാസിൽ. ഇത്തവണ ലമാർത്തീന്റെ മാധുര്യമൂറുന്ന വരികളിലൂടെ അദ്ദേഹം ശരിക്കും നീന്തിത്തുടിച്ചു. അധിക സമയം കഴിഞ്ഞില്ല. അതാ പ്രവേശിക്കുന്നു, ഒരു കൊടുങ്കാറ്റുപോലെ,

മുസ്യേ പെത്തിനെല്ലി,

അദ്മിനിസ്ത്രാത്തേർ!

ഒപ്പം ദെലെഗേ കണ്ണൻമാസ്റ്ററും. മുസ്യേ കിർഷ്ണകുമാർ വിനയമറിയിച്ചു. കുട്ടികൾ എഴുന്നേറ്റു നിന്നു.

"കിർ....കിർഷ്....." സായവ് കയ്യിലുള്ള ഒരു കടലാസ് തുണ്ടിൽ കണ്ണോടിച്ചു. "കിർഷ്ണകുമാർ!" എന്ന് വായിച്ചു.

"നിങ്ങളുടെ ഈ വസ്ത്രങ്ങൾ, ഈ വസ്ത്രധാരണ സമ്പ്രദായം, നിലവിലുള്ള നിയമങ്ങൾക്ക് വിരുദ്ധമാണെന്ന് അറിയാഞ്ഞിട്ടാണോ?"

"ഏത് നിയമം, മുസ്യേ ലദ്മിനിസ്ത്രാത്തേർ? അത്തരം ഒരു നിയമവും ഇവിടെ നിലവിലുള്ളതായി എനിക്കറിയില്ല. എന്റെ വേഷം നൂറുശതമാനം ഭാരതീയം!"

മാസ്റ്റർ വല്ലാതെ ക്ഷോഭിച്ചിരിക്കുന്നു.

മുസ്യേ പെത്തിനെല്ലി കാര്യം നീട്ടാതെ വിധി പുറപ്പെടുവിച്ചു.

"നാളെ മുതൽ......നിങ്ങൾ ഈ വേഷത്തിൽ ക്ലാസിൽ വരാൻ പാടില്ല."

"ക്ഷമിക്കണം, മുസ്യേ ലദ്മിനിസ്ത്രാത്തേർ. ഈ വേഷം ഉപേക്ഷിക്കാൻ ഞാൻ തയ്യാറല്ല."

മൂപ്പൻ സായ്വിന്റെ മുഖം ഒരിക്കലും ഇത്രയേറെ ചുവന്നു കണ്ടിട്ടില്ല. ആൾ സ്കൂളിന്റെ പടികൾ ചാടിയിറങ്ങിപ്പോയി.

ഒരു ദിവസംകൂടെ. മുസ്യേ കിർഷ്ണകുമാർ കൃത്യസമയത്ത് ക്ലാസിലെത്തി. അതേ പൈജാമ. അതേ കുർത്ത ശുദ്ധ ഖാദി. തൂവെള്ള. മാസ്റ്റർ തികച്ചും ശാന്തനായിരുന്നു.

വിദ്യാർഥികൾ കടുത്ത സംഘർഷത്തിൽ. സ്കൂളിന് മുന്നിൽ നാട്ടുകാരിൽ ചിലർ അസ്വസ്ഥരായി തങ്ങിനിൽക്കുന്നു.

അതേ സമയം, മൂപ്പൻ സായ്വിന്റെ ശിപായി പ്രത്യക്ഷനാകുന്നു. ഒരു കവർ കണ്ണൻ മാസ്റ്ററെ ഏൽപ്പിക്കുന്നു.

കണ്ണൻ മാസ്റ്റർ തുറന്നു വായിക്കുന്നു. അതിലുണ്ടായിരുന്ന ഗവർണമെണ്ട് ഓർഡർ എടുത്തു നടക്കുന്നു. ഭാരിച്ച കാൽവെപ്പുകളോടെ, മുസ്യേ കിർഷ്ണകുമാറിന്റെ ക്ലാസിലേക്ക്, മാസ്റ്റർ ആ ആജ്ഞ അധ്യാപകനെ ഏൽപ്പിക്കുന്നു.

"എനിക്കൊന്നും ചെയ്യാനായില്ല. ഖേദമുണ്ട്. ഓ റ്വൊർ

"ഓ റ്വൊർ, മുസ്യേ ല് ദെലേഗെ."

മുസ്യേ കിർഷ്ണകുമാർ കുട്ടികളുടെ നേരെ തിരിഞ്ഞു. എല്ലാവരോടുമായി കൈയുർത്തി വീശി.

"ഒരൊറ്റ വാക്ക്, കുട്ടികളോട്." മാസ്റ്റർ താൻ ധരിച്ചിരിക്കുന്ന വസ്ത്രങ്ങളിലേക്ക് കുനിഞ്ഞുനോക്കി. "ഇതുകാരണം എന്നെ പുതുശ്ശേരിയിൽനിന്ന് ഇങ്ങോട്ടേക്ക് നാടുകടത്തി. ഈ ശിക്ഷ എന്നെ നേർവഴിക്ക് നടക്കാൻ പ്രേരിപ്പിക്കുമെന്ന് അവർ കരുതിയിരിക്കും. പാവങ്ങൾ ഇന്ന്, ഇതേ കാരണംകൊണ്ട് എന്നെ തിരിച്ചുവിളിക്കുന്നു."

സദുവിന് ഇതിൽ കൂടുതൽ സഹിക്കാനാവുമായിരുന്നില്ല. അവൻ ബഞ്ചിന്മേൽ കയറിനിന്ന് മുദ്രവാക്യം വിളിക്കാൻ മുഷ്ടിചുരുട്ടി. കണ്ണൻ മാസ്റ്റർ "നോം" എന്ന് പെട്ടെന്ന് വിലക്കി. മുസ്യേ കിർഷഷ്ണകുമാറും അവനെ തടഞ്ഞു.

"ഞാൻ പോകുന്നു. നിങ്ങൾക്ക് നല്ലതുവരട്ടെ."

വാർത്ത മയ്യേനാട്ടിൽ പരന്നു. നാട്ടുകാരിൽ പരക്കേ അമർഷം. വല്ലതും ചെയ്യാതെ പറ്റില്ലെന്ന് എല്ലാവർക്കും തോന്നി.

വൈകീട്ട് ശങ്കരൻ മാസ്റ്ററുടെ വീട്ടിൽ യോഗം. സ്വന്തം അനുയായികൾ. സഹപ്രവർത്തകരായ കമ്യൂണിസ്റ്റുകാർ. വിദ്യാർഥി നേതാക്കളായ സദുവും സുകുവും......

"നാളെ....."

നിമിഷങ്ങൾക്കകം ഒരു സംഘം നാട്ടിൽ ചുറ്റി അറിയിക്കുന്നു.

"നാളെ. ഹർത്താൽ." അവർ മെഗഫോണിലൂടെ വിളിച്ചു പറയുന്നു. വിദ്യാലയങ്ങൾ പ്രവർത്തിക്കില്ല. വിദ്യാർഥികളുടെ മുന്നിൽ വെച്ച് ദേശാഭിമാനിയായ അധ്യാപകനെ അപമാനിച്ചതിൽ.....

പ്രതിഷേധിക്കുക!

മുസ്യേ കിർഷ്ണകുമാർ കീ ജയ്!

17

ബൃഗാദി വിളിക്കുന്നു

രാവിലെ കൈക്കോട്ടെടുത്ത് കൊത്താൻ തുടങ്ങിയാൽ വെളിച്ചം കുറയുന്നതുവരെ. അതാണ് പണിസമയം. നന്നായി അധ്വാനിക്കുന്ന വനായതുകൊണ്ട് ഈയിടയായി മിക്കദിവസവും പണികിട്ടുന്നു. കൂലി പന്ത്രണ്ടണ. ഒരുവിധം മോശമല്ലാത്ത വരുമാനം.

കുടുംബം എന്നൊന്നില്ല. ചെറുപ്പത്തിലേ അച്ഛനമ്മമാർ മരിച്ചു. എങ്ങനെ മരിച്ചു എന്നുമറിയില്ല. ഇരന്നും കരഞ്ഞുമാണ് വളർന്നത്. തെരുവ് നായ്കളെപ്പോലെ, മറ്റുള്ളവർ ഉപേക്ഷിച്ചത് തിന്ന്, അമ്പല ത്തിന്റെ ചെറുതിണ്ണയിൽ കിടന്നുറങ്ങി, വളർന്നു വലുതായി. ചെറിയ പണികളെടുത്തു തുടങ്ങിയപ്പോൾ തടിമിടുക്കണ്ടെന്ന് ബോധ്യം വന്നു. ഇപ്പോൾ, ചെറിയ മട്ടിൽ പച്ചപിടിക്കുന്നു. ഇനി പലേ മോഹങ്ങളുമു ണ്ട്. അതിനിടയിൽ.......

ഇന്ന് പണി കഴിഞ്ഞു എത്തിയതേയുള്ളൂ. കേറിക്കിടക്കാൻ സ്വന്തമായൊരു കുടിലുണ്ടല്ലോ. മേയർ പത്നാഭൻ അവർകളുടെ കൃപ കാരണം കിട്ടിയത്. മൂപ്പർക്ക് നാട്ടിൽ നിറയെ പറമ്പുകളും പുര കളുമുണ്ട്. "ടാ, ആസ്പത്രീന്റെ വടക്കേതില്ലെ, അവ്ടെ ഒരു പുര ഒ ഴിഞ്ഞുകിടക്കുന്നുണ്ട്. ഞ്ഞി അതില് കേറിക്കെടന്നൊ."ഇഷ്ടപ്പെട്ടു കഴിഞ്ഞാൽ, തന്നെപ്പോലുള്ള എരപ്പാളിയോടുപോലും ഒരു ദിവസം മേയർ പെട്ടെന്ന് പറഞ്ഞു കളയും. ഒരു തരം അരുളപ്പാട്. വായിൽ നിന്ന് ഒരു വാക്ക് വീണാൽ അത് തിരിച്ചെടുക്കുന്ന പ്രശ്നമില്ല. അതു കൊണ്ട്, നാട്ടിൽ ഒരു വോട്ടുവരുമ്പോൾ, മേയർ പറയുന്ന പെട്ടിയിൽ കണ്ണുംപൂട്ടി കൈ നീളുന്നു. പിന്നെ മേയറുടെ പാർട്ടി-അതേതു പേരി ലായാലും-വിളിക്കുന്ന യോഗങ്ങളിൽ ഹാജർ കൊടുക്കുന്നു. ജാഥ യിൽ ചേരുന്നു. "രാജിവെക്കൂല്ലെടാ" എന്ന് കൂകിവിളിക്കുന്നു. അതിന്റെ അർഥമറിയില്ലെങ്കിലും. മേയറുടെ അനുയായികളിൽ ചിലർ നാളെ കാലുമാറി "രാജി....വെപ്പിക്കും." എന്ന് വിളിച്ചുപറഞ്ഞാലും തന്നെ അതിന് കിട്ടില്ല.

കൈക്കോട്ട് കുഞ്ഞിക്കോലയിൽ ചാരിവെച്ചു. തിരിഞ്ഞപ്പോൾ...... വയറ് കാളിപ്പോയി.

"എടോ, മണ്ടൂസ്സേ."

മുന്നിൽ പൊലീസുകാരൻ. വലിയ സ്നേഹത്തിലാണ് വിളി. മണ്ടൂസ്സ് എന്നത് തന്റെ അറിയപ്പെടുന്ന പേര്. റേഷൻകാർഡിൽ കൊടുത്തത് ചെറുമൻ. എന്നാലും പൊലീസുകാരൻ ഇപ്പോൾ വിളിച്ചത് "എടോ" എന്നല്ലെ. മുമ്പൊക്കെ "എടാ" എന്നായിരുന്നു, അങ്ങനെ മാത്രമായിരുന്നു, വിളിക്കുക. ഒരു ചെറിയപുര സ്വന്തം പേരിലായില്ലെ. ദിവസക്കൂലിയുമുണ്ട്. ഒരു സ്ഥാനക്കയറ്റം? അതു കിട്ടിത്തുടങ്ങിയോ ഈ എരപ്പാളിക്ക്?

"ബ്യഗാദി കാണണംന്ന്. വേഗം അങ്ങ് സ്റ്റേഷനില് വാ."

അത്രയും പറഞ്ഞ് ആൾ ഒരൊറ്റ തിരിഞ്ഞു നടത്തം. എന്തിനാണ് ചെല്ലാൻ പറയുന്നത് എന്ന് ചോദിക്കാൻപോലും കഴിഞ്ഞില്ല. അറിഞ്ഞോ അറിയാതെയോ അടുത്തൊന്നും താനൊരു മോഷണം നടത്തിയില്ലല്ലോ. മാനംമര്യാദയായി ജീവിക്കണമെന്ന് വിചാരിക്കുമ്പം ഒരു വിളിയാണ് ബ്യഗാദി സ്റ്റേഷനിൽ നിന്ന്. ഇടക്ക് ഈ മണ്ടൂസ്സിനെ കാണാനും ഒന്നു തൊട്ടുതലോടാനും അയാൾക്ക് വലിയ ഇഷ്ടമാണ്.

ഇത് കുറേക്കാലമായി ഇങ്ങനെ തുടരുന്നു. ആദ്യത്തെ പ്രാവശ്യം.....അത് തന്റെ കുഴപ്പം തന്നെയായിരുന്നു. സമ്മതിച്ചു. സ്കൂളിൽ പോകാതെ, ഒരു പണിയുമറിയാതെ, അലസനും തെണ്ടിയുമായി നടന്ന കാലം, എന്നാലും ജീവിക്കേണ്ടെ. അതുകൊണ്ട് അന്നത്തെ ചുറ്റുപാടിൽ സാധിക്കുന്ന ഒരൊറ്റവഴിയിലൂടെ നടന്നു- ചെറിയ മോഷണങ്ങൾ. അതിനുപോലും അവർ സമ്മതിക്കില്ല.

ഒരിക്കൽ....ആൾ താമസമില്ലാതെ കിടന്ന ഒരു വീട്ടിനുചുറ്റം കുറെ വാഴകൾ. ആരും വെച്ചു നനച്ചു വലുതാക്കിയതല്ലേ. താനേ, മയ്യേനാട്ടിലെ മണ്ണിന്റെ ഗുണം കൊണ്ട് പൊട്ടിമുളച്ച് ആകാശം മുട്ടിനിൽക്കുന്നവ. അല്ലെങ്കിലും, വെള്ളം നനക്കാനും വളമിടാനും ഇവിടെയാർക്കും അറിയില്ല. കർക്കിടത്തിൽ ഒരു തെങ്ങിൻ തൈ കൊണ്ടുവന്നു കുഴിയിൽ വച്ചാൽ അവരുടെ പണിതീർന്നു. ബാക്കി മണ്ണും മഴയും കൂടെ ചെയ്തുകൊള്ളും. എന്നിട്ടും ഇവിടത്തെ തെങ്ങുകളിൽ തൂങ്ങിനിൽക്കുന്ന ഭാരിച്ച കുലകൾ കണ്ടാൽ മറ്റുള്ളവർ അദ്ഭുതപ്പെടും. അവർ വിചാരിക്കും ഫ്രഞ്ചുപ്രജകൾ മുന്തിയ കർഷകരാണെന്ന്!

പറഞ്ഞുവന്നത്....ങ്ഹാ, വീട്ടിന് ചുറ്റും കുറേ വാഴകൾ. ആൾ താമസമില്ല. നാലോ അഞ്ചോ കുറ്റൻ കുലകൾ. ഒന്നിൽ പഴുത്തുതുടങ്ങിയ കായ്കൾ. പ്രശ്നം അതല്ല. ഇത്രയും നല്ല പഴം വെറുതെ അണ്ണാനും കാക്കക്കും കൊടുക്കണോ? ഈ മണ്ടൂസ്സിനാണെങ്കിൽ എപ്പോഴും വിശപ്പും. ഒരു രാത്രി ആ വമ്പൻകുല വെട്ടിയെടുത്തു. തൊട്ടടുത്ത് വീടുകളില്ലാത്തത് കാരണം ആരുമറിയാതെ സംഗതി

യൊപ്പിച്ചു. പഴം രണ്ടെണ്ണം ഉടൻ ശാപ്പിട്ടു. പൂച്ചക്കുട്ടിയുടെ വലുപ്പമുള്ളവ. കുല കടയിൽ കൊണ്ടുപോയി വിൽക്കുന്നതാണ് പ്രയാസം. "എവിടന്ന് തട്ടിയതാണ്ടോ" സകലരുടെയും ചോദ്യം ഒന്നു തന്നെ. "അഴിയൂരീന്ന്. തട്ടിയതല്ല, വിൽക്കാൻ തന്നതാ." അവരുണ്ടോ വിശ്വസിക്കുന്നു. അവസാനം ഒരു ചെറിയ പുട്ടുകടല പീടികക്കാരൻ വാങ്ങി, ചുരുങ്ങിയ വിലയ്ക്ക് കിട്ടുന്നതുകൊണ്ട് മാത്രം. ഈ ഇടപാടിൽ ആർക്കെങ്കിലും, എന്തെങ്കിലും, നഷ്ടമുണ്ടോ? പഴുത്ത്, കെട്ടു വീണു പോയാലും പഴം അവകാശമില്ലാത്തവരാരും ഉപയോഗിക്കാൻ പാടില്ല എന്നതാണ് നിയമം.

ഇത് പിന്നീടാണ് മനസിലാക്കിയത്. എന്തൊരു കാട്ടുനിയമമാണിത്......

പാലത്തിനടുത്ത് പുതുതായി തുടങ്ങിയ മാഹി ഹോട്ടലിൽ കയറി. മേശക്കിരുന്നപ്പോൾ, കീശയിൽനിന്ന് ഉറുപ്പിക നാണയമെടുത്ത് കാട്ടി. മൂന്നുപ്രാവശ്യം ചോറ് വിളമ്പിച്ചു. വയറ് നിറഞ്ഞു. ഒരു എക്കിട്ടംവിട്ട് വെളിയിലിറങ്ങവേ.....അതാ വരുന്നു, തൊപ്പിക്കാരൻ. എത്തിയപോടെ രണ്ട് പൊട്ടിക്കുന്നു. ഈ ഇനത്തിൽ ആദ്യത്തെ അടി. "എന്തിനാ വീക്കുന്നേ?" നിരപരാധിയുടെ സ്വരത്തിൽ ചോദിച്ചു. "രാവിലെ അങ്ങുവാ. ബൃഗാദി പറഞ്ഞുതരും, എന്തിനാ വീക്ക്യതെന്ന്."

അന്ന് തുടങ്ങിയതാണിത്. തോന്നുമ്പം തോന്നുമ്പം വിളിപ്പിച്ച് ചാമ്പലേ ചാമ്പൽ!

മറ്റൊരിക്കൽ....വെറുതെ നടക്കുന്ന കാലം. മറ്റുള്ളവർക്ക് ഒരു ഉപകാരം ചെയ്താൽ തെറ്റില്ലല്ലോ. അങ്ങനെ തുടങ്ങിയതായിരുന്നു, ഇടയ്ക്ക് കുടുംബങ്ങൾക്ക് ചെറിയ സഹായം ചെയ്യൽ. പെൻഷൻ പറ്റിയ ഒരു മാഷുണ്ടായിരുന്നു. മാഷും ഭാര്യയും മാത്രം. രണ്ടാൺമക്കളുള്ളത് ഒന്ന് റങ്കൂണിൽ, മറ്റേത് കൊളമ്പിൽ. എവിടെ ഈ സ്ഥലങ്ങൾ എന്ന് ആരും ചോദിക്കാറില്ല. അങ്ങാടിയിൽ പോയി മീൻ വാങ്ങിക്കുക, കടയിൽ നിന്നുംമാസത്തിലൊരിക്കൽ ഒരു അരച്ചാക്കരി ചുമന്ന് വീട്ടിലെത്തിക്കുക, പറമ്പ് കിളച്ച് വൃത്തിയാക്കുക, മുതലായ പ്രവർത്തനങ്ങൾക്ക് മാഷ് ഈ മണ്ടൂസിനെ വിളിക്കും. വല്ലതും ചില്ലറപൈസ തരികയും ചെയ്യും. വാസ്തവത്തിൽ തന്റെ ഇപ്പോഴത്തെ പണിയുണ്ടല്ലോ, കൈക്കോട്ട് പണി, അത് പഠിക്കാൻ അവസരമൊരുക്കിയത് ഈ മാഷായിരുന്നു.

ഒരു ദിവസം...പെട്ടെന്ന് മാഷിന്റെ ഭാര്യക്ക് ഒരാഗ്രഹം. കോഴിമോലിവെച്ചത് നുണക്കാൻ. മീനും കോഴിയുമൊക്കെ തേങ്ങാപ്പാലിൽ വേവിച്ചുണ്ടാക്കുന്ന മോലി. ഭാര്യയുടെ ആഗ്രഹം എന്ന് പറഞ്ഞാൽ മാഷിന് അതൊരു ആജ്ഞയാണ്. ഈ മണ്ടൂസ്സിനെ വിളിക്കുന്നു, പറയുന്നു. "കോഴിണ്ടെടോ എവിടെയെങ്കിലും? അധികംമൂപ്പ് പാടില്ല." അറിയാം, ആൾ തലശ്ശേരിയിൽ പോയി പല്ല് മാറ്റിവെച്ചിട്ടുണ്ട്. മാംസം കടിച്ചുപറിക്കാനൊന്നും പറ്റില്ല.

ഇതിപ്പം എവ്ടന്നാ ഒരു നല്ല, മൂപ്പെത്താത്ത പറവയെ കിട്ടുക. ഈ മണ്ടൂസ്സ് ചിന്തിച്ചു. തലപുണ്ണാക്കി. കോഴിക്കടകൾ സ്ഥലത്തില്ല. സാധാരണ വീട്ടമ്മമാരിൽ നിന്നാണ് സാധനം കച്ചവടമാക്കുക. വിൽപ്പന നിശ്ചയിച്ചു കഴിഞ്ഞാൽ കോഴിയെപ്പിടിക്കാൻ ഉടമയോ ഉടമസ്ഥയോ പറമ്പിലൂടെ പായുന്നത് അപൂർവമായ കാഴ്ചയല്ല ഇവിടെ.

"ഇപ്പം നല്ല ജാതി കിട്ടുന്നില്ല, മാഷേ."

അവസാനം പറഞ്ഞു.

"എന്നാലും നോക്കട്ടെ."

അന്നുരാത്രി...അമ്പലത്തിന്റെ പടിഞ്ഞാറ് താമസിക്കുന്ന മാലതിയമ്മയുടെ കോഴിക്കൂട്ടിൽ കയ്യിട്ടു. വലിയ ബഹളമായിരുന്നു. മഴ ചൊരിയുന്ന സമയത്താണ് കൃത്യം നിർവഹിച്ചത്. അതുകൊണ്ട് കോഴികളുടെ ഒച്ച ആരും കേട്ടില്ല. ചരക്ക് മാഷിന്റെ വീട്ടിലെത്തിച്ചു.

"അങ്ങ് ചൊക്ലിവരെ നടന്നിട്ടാ, മാഷേ, ഒപ്പിച്ചത്. കാലിന്റെ തോല് തയഞ്ഞു." അൽപം മുടന്തഭിനയിച്ചു. "രണ്ടേ കാലുറ്പ്പ്യക്കാ."

മാഷിന്റെ മുഖം തെളിഞ്ഞു. നാലണ കൂടുതൽ തന്നു. ഇത് ശരിക്കും ഒരു ജോറായ ഇടപാടുതന്നെ. രണ്ടുദിവസത്തെ മൃഷ്ടാന്ന ഭക്ഷണത്തിനുള്ള വകയായി. എന്നാൽ കോഴിയെ വേഗം കൊന്നു മോലിയുണ്ടാക്കിയാൽ പോരെ മാഷിന്. പറ്റില്ല, അതിബുദ്ധിയുള്ള ആളെല്ല. മൂന്നുദിവസം അതിനെ ഒരുകാലിൽ കെട്ടിയിട്ടു. നല്ല തവിടും അന്നവും കഴിച്ച് തടിവെക്കാൻ. കോഴി കൊഴുത്തുവന്നു. അതിനിടയിൽ, മാലതിയമ്മക്ക് വിവരം കിട്ടി. രണ്ടാമത്തെ ദിവസം. അവർ മുണ്ടൊക്കെ മാറ്റി നടന്നു. മാഷിന്റെ വീട്ടിലേക്ക് പക്ഷിയെ നോക്കി തന്റെ സ്വന്തമെന്നുറപ്പിച്ചു. പിന്നെ എന്തൊക്കെയാണ് നടന്നതെന്നറിയില്ല.

"വാടാ, ബ്യഗാദി വിളിക്കുന്നു."

ഒപ്പം ഒരു ചവിട്ടും ഇത്രയേ ഈ മണ്ടൂസ്സിന് അറിയൂ.

ഇത്തരം ശിക്ഷകൊണ്ട് താൻ നേരെയാവുമെന്ന് ബ്യഗാദിക്ക് വ്യാമോഹമൊന്നുമില്ല. ഇടക്ക് വല്ലവരേയും ഒന്ന് ദ്രോഹിക്കണം. പറ്റിയൊരുവൻ ഈ നാട്ടിൽ എന്നും തയ്യാറായി നിൽക്കുന്നുണ്ടല്ലോ. അതയാൾക്ക് വളരെ സൗകര്യം.

ഇപ്പോൾ....വർഷങ്ങൾക്ക് ശേഷം....ഒരുവിധം നല്ല പൗരനായി ജീവിക്കുന്നു. തെരഞ്ഞെടുപ്പെത്തിയാൽ പാർട്ടിക്കാർ സമീപിക്കുന്നു. വോട്ടുള്ള ഒരു മാന്യനാണല്ലോ. എന്നിട്ടും....ഇടക്ക് നാട്ടിലെവിടെയെങ്കിലും ഒരു കളവ് നടന്നാൽ വല്ലവനും പുരപ്പുറത്ത് കയറി ഓട് പൊട്ടിച്ചു തൂങ്ങി വീണാൽ....വിളിപ്പിക്കുന്നത് ഈ മണ്ടൂസ്സിനെ.

ഏതായാലും ഒന്ന് ജീവിക്കാൻ തുടങ്ങിയില്ലേ. അടുത്തുതന്നെ മേയർ മൂപ്പരെ ഒന്നു കാണണം. ഈ തൊപ്പിക്കാരെക്കൊണ്ടുള്ള ഉപദ്രവത്തിന് ഒരു ശമനം കാണണമല്ലോ. തടിമിടുക്കുണ്ട്. പന്ത്രണ്ടണ ദിവസം വരവുണ്ട്. ഇനി ഒരു പെണ്ണിനെ കൊണ്ടുവരണം. എന്നാലേ

ഇവിടം ഒരു പുരയാവു. മേയർക്ക് പലേടത്തും നിരവധി സ്വത്തുക്കളുണ്ടല്ലോ. അതുപോലെ ആശ്രിതരായി പലരുമുണ്ട്. പണ്ട് വലിയ വീടുകളിൽ നിന്ന ചില വേലക്കാരികൾ അവരുടെ മക്കൾ ഇപ്പോൾ വലുതായി നിൽപ്പുണ്ട്. പലയിടങ്ങളിലും അച്ഛൻമാരില്ലാതെ പിറന്നവർ. അവരിൽ രണ്ടുമൂന്നെണ്ണത്തെ അറിയാം. ഒന്നിനെ തനിക്ക് നേടിയെടുക്കാൻ കഴിയും. മേയറുടെ അനുഗ്രഹമുണ്ടെങ്കിൽ. സംഗതികൾ ആവിധം നീങ്ങുന്നു. അതിനിടയിൽ....ഒന്ന് ശ്വാസം വിടാൻ അനുവദിക്കേണ്ടെ. ബ്യൃഗാദി വിളിക്കുന്നു. ബ്യൃഗാദി വിളിക്കുന്നു. നല്ല തമാശ...

ഏതായാലും ഒന്നു പോയി നോക്കാം. പോകാതെ പറ്റില്ലല്ലോ. വല്ലവനും വല്ലവന്റെയും തെങ്ങിൽ കയറി നല്ല രണ്ട് കുലയിൽ കൈവച്ചിരിക്കും. അല്ലെങ്കിൽ പറമ്പിലുള്ള ഒരു ചേന കിളച്ചിരിക്കും ഇരുട്ടത്ത്. അല്ലെങ്കിൽ പീടിക കുത്തിത്തുരന്ന് രണ്ട് റാത്തൽ പഞ്ചസാര മാറ്റിയിരിക്കും. അതിനൊക്കെ ഈ മണ്ടൂസ് എന്തുകാട്ടാനാണ്.

ഒന്ന് കുളിച്ച് കുപ്പായം മാറ്റിപോയ്ക്കൂടെ എന്നാലോചിച്ചു. ഇടിയും കുത്തും നാലഞ്ച് ഉറപ്പാണ്. അത് കഴിഞ്ഞുവന്നു എണ്ണ തേച്ച് ഉഴിഞ്ഞിട്ടാവാം നീരാട്ട്. തലവിധി.

സ്റ്റേഷനിലേക്ക് നടന്നു.

"എന്താ, മണ്ടൂസ്സ്?" വഴിയിലൊരാളുടെ ചോദ്യം. "ഇന്നെന്താഞ്ഞി ഒപ്പിച്ചത് ങ്ഹേ?"

ഒന്നും പറയാതെ നടന്നു. സ്റ്റേഷനിൽ എത്തി. അവിടെയെല്ലാവരും വലിയ വെപ്രാളത്തിൽ, വാതിലിന്നടുത്ത് ചുവന്നതൊപ്പിയിട്ട് ഇരിക്കുന്നു.....ബ്യൃഗാദി എന്ന വീരൻ.

"മുസ്യേ. ഞാനൊന്നും കട്ടില്ലേ. പറയുന്നു. മുത്തപ്പനാണെ."

തൊപ്പി അവനെയൊന്നു നോക്കി. എന്നിട്ട് പറയുന്നു-

"എടാ, മണ്ടൂസ്സെ ഞ്ഞി ഇന്നലെ മോന്തിക്ക് എവിട്യേനും? ഇങ്ങോട്ട് അടുത്തു വാടാ."

മണ്ടൂസ്സിന്റെ കഴുത്ത് പിടിച്ച് തൊപ്പി ഒരിടികൊടുത്തു മുതുകിന്.

"എന്താടാ, ഇനിക്ക് കുസലില്ലാത്തെ, അടി കിട്ടീട്ട്....ആട്ടെ, ചോദിച്ചേന് ഉത്തരം കൃത്യായി. വയറ് ഞാൻ കലക്കിക്കളയും."

"മുത്തപ്പാനാണെ. പുത്തലത്തെ കുട്ടിച്ചാത്താനാണെ. ഇന്നലെ മോന്തിക്ക്, ഞാൻ നല്ലോണം ഒറങ്ങി. ഒരു കുപ്പി മോന്തിന്."

തൊപ്പി രണ്ടാമതൊരിടിക്ക് കൈ ചുരുട്ടിനിന്നു.

"ഇന്നലെ ഞ്ഞി സേലത്ത് പോയില്ലേ?"

"സേലോ? അതെവ്ട്യ, മുസ്യേ?"

പകുതിയാക്കിയ ഇടി എന്തോ തൊപ്പി മുഴുവനാക്കിയില്ല....മണ്ടുസ്സിനെ അയാളൊന്ന് തറപ്പിച്ചു നോക്കി.

'എടാ, ഇന്നലെ പുതുശ്ശേരീന്ന്....ഗവർണേറിന്റെ മദാം.... ആര്? ഗവർണേറിന്റെ തീയത്തി....ഇങ്ങോട്ട് പൊറപ്പെട്ടു. സ്ഥലം കാണാൻ. സേലത്ത് വെച്ച്, ഒരാൾ വണ്ടീല് കേറി. ഒന്നാം ക്ലാസ്സില് മദാമിന്റെ

പെട്ടി തുറന്നു. കള്ളത്താക്കോലിട്ട്. കുപ്പായോം പണോം കൊണ്ടോയി. പണ്ടോം. അത് മണ്ടൂസ്സല്ലാതെ വേറെ ആരാവാനാ?"

"മുസ്യേ. ഈ സേലം എവ്ട്യന്നറിയാണ്ട്...എങ്ങനെ പറ്യേനാ ഞാൻ കട്ടോന്ന്."

"എട , തോന്ന്യാസം പറേന്നോ, നായിന്റെ...."

തൊപ്പിയുടെ ചുരുട്ടിവെച്ച് കൈ അവസാനം മണ്ടൂസിന്റെ പുറത്തു പതിഞ്ഞു.

"എടാ, ഇനിക്ക് രണ്ട് തൊട്ടി വെള്ളം മേലൊഴിച്ചിട്ട് വന്നുടെ, അസത്തേ. ഇന്നെ തൊട്ടാ കൈകഴുകണല്ലൊ."

തൊപ്പി തൂവാലയെടുത്തു വിരലുകൾ തുടച്ചു. എന്നിട്ട് മുന്നിലുള്ള കടലാസിലെഴുതി.

കേസ് വിശദമായി അന്വേഷിച്ചു. ഒരു തുമ്പും കിട്ടിയില്ല.

"പോടാ നോക്കിനിക്കാണ്ട്."

മണ്ടൂസ്സ് എന്ന ചെറുമൻ മുറിയിൽനിന്നും വെളിയിലിറങ്ങി.

നിരത്തിലൂടെ നടക്കവേ...അവൻ മനസ്സിൽ പറഞ്ഞു.

"വെറും രണ്ടടി മാത്രം. അതും ചെറിയ ജാതി. ഇനി പെണ്ണിനെ കൊണ്ടുവരാൻ താമസം വേണ്ട."

18

മാധുര്യമൂറുന്ന ഒരു.......

മയ്യേനാട്ടിനു ഉൾക്കൊള്ളാൻ കഴിയാത്തത്ര വലുതായിരുന്നു ആ വാർത്ത. അങ്ങനൊരു സംഭവം ആരും പ്രതീക്ഷിച്ചിരുന്നില്ല. മൂപ്പൻ സായ്‌വിന്റെ ബംഗ്ലാവിലെ വിവരങ്ങൾ വല്ലവിധത്തിലും ചോരുക അസാധാരണമല്ല. സെക്രെത്തേർ പൈതൽ റൈറ്റർ ആപ്പീസിലെ ഒരു കാര്യവും പുറത്തുവിടാറില്ല. സ്വന്തം ഭാര്യയോടുപോലും രഹസ്യവിവരങ്ങൾ പറയുന്ന സമ്പ്രദായം അയാൾക്കില്ല. "അടച്ചു പൂട്ടിയ ഒരു പീപ്പയാ അത്". അങ്ങനെയാണ് മയ്യേക്കാർ അയാളെപ്പറ്റി പറയുക. പിന്നെ ക്യൂസിനിയേബർനാർ. അയാൾക്കും അങ്ങനെയിങ്ങനെ വായിട്ടടിക്കുന്ന ഏർപ്പാടില്ല. മൂന്നാമൻ ഗംഗനാണ്. സായ്‌വിന്റെ കിടപ്പുമുറിയിൽവരെ അവൻ പ്രവേശിക്കുന്നു. അയാളുടെ തികച്ചും സ്വന്തമായ-രഹസ്യമായ എന്നുപോലും പറയാം- വിവരങ്ങൾ ചിലപ്പോൾ അവന്റെ ചെവിയിലെത്താറുണ്ട്. അവസാനമായി ഒരു തോട്ടക്കാരനുമുണ്ട്. ഇയ്യാൾക്ക് ബംഗ്ലാവിനകത്തു നടക്കുന്നതൊന്നും അറിയില്ല. അറിയുകയും വേണ്ട.

വാസ്തവത്തിൽ തോട്ടം വളരെച്ചെറുതാണ്. എങ്കിലും മൂപ്പൻ സായ്പിന്റെകുന്ന് എന്നു വിളിക്കുന്ന സ്ഥലം ഒരു കാടാണ്. അപൂർവ്വങ്ങളായ വൃക്ഷങ്ങളുടെയും ചെടികളുടെയും വളർത്തു ഭൂമി. തോട്ടക്കാരൻ നാണപ്പൻ ദിവസവും അവിടെ കുറെ സമയം ചെലവഴിക്കുന്നു. ആ കൂറ്റൻ പച്ചക്കൂടാരങ്ങളേയും ചെറിയ വർണ്ണക്കുടകളേയും താലോലിക്കുന്നു. തടവുന്നു അവരുമായി സംസാരിക്കുന്നു. അവരുടെ മേൽ കാലാകാലമായി കാവൽ നിൽക്കുന്ന ദീപസ്തംഭത്തോട് കുശലം പറയുന്നു. അവർക്കിടയിൽ, ഭൂമിയിലേക്ക് കണ്ണെത്താത്ത ആഴത്തിൽ താണുകിടക്കുന്ന കിണറിന്റെ ആരോഗ്യത്തെ ഉറപ്പുവരുത്തുന്നു....കിംവദന്തികൾ നാണപ്പന്റെ മേഖലയല്ല.

ങ്ഹാ, ഇനിയുമൊരാളുണ്ട്. ഒരു ആപ്പീസ് പ്യൂൺ. അവനു, പക്ഷേ, സ്വന്തമായി ഒരു നിലനിൽപ്പില്ല. സംസാരിക്കുന്നതും, ഇളകു

ന്നതും, നോക്കുന്നതും എന്തിന് ശ്വസിക്കുന്നതുപോലും പൈതൽ റൈററുടെ നിർദേശമനുസരിച്ചാണ്. അനുവാദമില്ലാതെ അവൻ ഒന്നും കേൾക്കുകപോലുമില്ല. എന്നിട്ടല്ലെ വിവരങ്ങൾ മറ്റുള്ളവരെ അറിയിക്കൽ.

അപ്പോൾ, ഗംഗന്റെ വായിൽനിന്നുതന്നെയാവും സംഗതി തുളുമ്പിയത്. നിലത്തു വീഴുംമുമ്പ് അതു റാഞ്ചിക്കൊണ്ടുപോകാൻ നമ്മുടെ റൊബേറും ലക്ഷ്മണനുമുണ്ടല്ലോ. അവർ അതിനെ പൊലിപ്പിച്ച് വേണ്ട സ്ഥലങ്ങളിലെത്തിച്ചു.

മുസ്യേപെത്തിനെല്ലിയുടെയും മദാംപെത്തിനെല്ലിയുടെയും പൊന്നാര മകൾ–പേര് അടുത്തൊരു അറിയിപ്പിൽ!–പതിനാറ് വയസ്സ്, ആറ് മാസം അങ്ങോട്ടോ ഇങ്ങോട്ടോ ആകാം......

അവൾ വരുന്നു!

"അവളുടെ കവിളുകൾ....റോസാപ്പൂ പോലെയാ."

കണ്ടതുപോലെയാണ് ലക്ഷ്മണന്റെ വിവരണം

"അവളുടെ കണ്ണുകൾ....ങ, ശരിക്കും. ആകാശത്തിന്റെ നിറം."

റൊബേർ വിട്ടുകൊടുക്കുന്ന പ്രശ്നമില്ലല്ലോ.

പൈതൽ റൈറ്റർ മദ്മസേൽ പെത്തിനെല്ലിക്ക് വേണ്ടി ബംഗ്ലാവിലൊരു മുറി ചായമടിപ്പിച്ചു. ഇത്തരം ഏർപ്പാട് ഇവിടെയാർക്കും പരിചയമുള്ളതല്ല. അതായതു ഒരു ഫ്രഞ്ചുകാരി ബാല്യക്കാരിയുടെ കിടപ്പുമുറി. അതെങ്ങനെയായിരിക്കും....സായ്പാകട്ടെ ആ കാര്യങ്ങളെക്കുറിച്ച് ചിന്തിക്കുന്നതേയില്ല. അതൊന്നും പ്രശ്നമല്ല. മകൾ വരുന്നു, അതാണ് പ്രധാനം. അവളുടെ കട്ടിൽ, മേശ, കുളിമുറി. ഒക്കെ അവളെത്തിയാൽ താനേ ശരിയാകും.

മുസ്യേപെത്തിനെല്ലി പെട്ടെന്നു ആളാകെ മാറിപ്പോയി. മുഖത്തു സദാ പ്രസാദം. സെക്രത്തേർ പൈതൽറൈറ്ററുടെ എന്തു പിരാന്തൻ കളിയും സന്തോഷത്തോടെ സഹിക്കുന്നു. ഗംഗനുമായി വലിയ വർത്തമാനം. ഒരിക്കൽക്കൂടെ ആൾ തോക്കുമായി കൊറ്റിയെ അന്വേഷിച്ചുപോയി, ഗംഗന്റെ കൂടെ. ഒരൊറ്റവെടിക്ക് ഒന്നല്ല, പക്ഷികൾ രണ്ടെണ്ണത്തെ വീഴ്ത്തി. അയാളുടെ ലക്ഷ്യം വീണ്ടുകിട്ടിയിരിക്കുന്നു. ക്യുസിനിയേബർനാർ വെള്ളപ്പറവകൾ രണ്ടിനേയും കഴുത്തറുത്തു, തൂവൽ പറിച്ചുമാറ്റി, വൃത്തിയാക്കി, തുണ്ടുകളാക്കിവെച്ചപ്പോൾ, മുസ്യേപെത്തി ഗംഗനോട് പറയുന്നു–

"ഗംഗേൻ, ആ....ആ ...കർ...കർ..."കൊല്ലൻ കർപ്പൂരന്റെ പേരാണ് ആൾ തപ്പിപ്പിടിക്കുന്നത്." "ആ....സെറ്യൂറിയെ*. സായ്വിന് അരിശം. "ഓ മുസ്യേ. നമ്മളെ കർപ്പൂരൻ!"

അയാൾ ഗംഗന്റെ ചുമലിൽ തട്ടി. "അതുതന്നെ കർപ്പൂരേം, അവനെ വിളിക്ക്. കാണിച്ചുകൊടുക്ക്. കൊറ്റി രണ്ട് കാല് നാല്. ങ്ഹേം?" സായ്വിന് ചിരി സഹിക്കാൻ കഴിയുന്നില്ല. ഒരു കാൽ അവനു

* സെറ്യൂറി – ഇരുമ്പുപണിക്കാരൻ

കൊടുത്തേക്കു. ആ "കൊതിയന്ന്. എന്റെ മകളുടെ വക. ഗംഗേൻ തമാശയല്ല പറയുന്നത്. കേട്ടോ." ഗംഗൻ കർപ്പൂരനെ തേടിപ്പോയി.....

"ഹേയ്, സദു. കേട്ടോ നീ വിവരം"?

സുകു ആത്മസുഹൃത്ത് സദുവിനോട് ചോദിക്കുന്നു.

"കേട്ടെടോ."

രണ്ടുപേരും മനസ്സിനെ കയറൂരി വിട്ടു.....

മദ്മസേൽ പെത്തിനെല്ലി. പതിനഞ്ചുപതിനാറ് വയസ്സ്. വെള്ളക്കാരി ചുവന്നിരിക്കും ആൾ. സദുവിനെക്കാളും സുകുവിനെക്കാളും മാസങ്ങൾ മാത്രം ഇളയതാവാൻ സാധ്യത. എന്നാലും തീർച്ചയാണ്. തങ്ങളെക്കാളും പൊക്കവും പുഷ്ടിയുണ്ടാകും അവൾക്ക്.

"എപ്പളാ എത്തുന്നത്, അറിയ്വാ?"

"ഊഹും....എന്താ, നിനക്ക്.....ഇപ്പം തന്നെ അവളോട് ഒരു... ഒരു..."

"നമ്മൾക്ക് അവളെ കാണാൻതന്നെ അവസരണ്ടാവൂല്ല, മോനെ. എന്നിട്ടല്ലെ ഒരു ഇത്!"

"ആ ഗംഗൻ ഭാഗ്യവാൻ, അല്ലേ?"

"വാസ്തവം."

സ്ഥലത്തെ ചെറുപ്പക്കാരെല്ലാം ഇതുതന്നെ പറഞ്ഞു. ഗംഗന്റെ തലേലെഴുത്ത്. അവൾക്കെന്തെങ്കിലും ഒരാവശ്യം തോന്നിയാൽ അവനോടായിരിക്കില്ലെ അവളുടെ കൊഞ്ചൽ? അതിനെപ്പറ്റി ചിന്തിച്ച് അവർ കാടുകയറി.

സുകുവിന്റെ ഏട്ത്തി കൗസുവും ഫ്രഞ്ച് സ്കൂളിലെ മുതിർന്ന പെൺകുട്ടികളും അദ്ഭുതപ്പെട്ടു.

"എപ്പളെങ്കിലും." കൗസു പറയുന്നു, "നമുക്കവളെ ഒന്നു കാണാനും രണ്ട് വാക്ക് പറയാനും കഴിയ്യോ?"

"ഓ, അവൾ വക്കാംസിന് * വരുന്നതല്ലേ." മാലതിയുടെ ഊഹം. "വന്നതുപോലെ അവൾ പോകേം ചെയ്യും. ഹല്ല, ഈ ലക്ഷ്മീനേം സരസ്വതീനേം കണ്ടു തൊഴാനല്ലെ അവൾ കപ്പൽ കയറിവരുന്നെ!"

"മാലതീ, ങ്ഹാം."

ലക്ഷമിയും സരസ്വതിയും ഒന്നിച്ച് കൂട്ടുകാരിയെ താക്കീത് ചെയ്തു.

"തെരേസിനെ ഫ്രഞ്ചുകാരിക്ക് നേരത്തെ പരിചമായിരിക്കും അല്ലേ?"

അവൾ സ്കൂളിലെ പെൺകുട്ടികളുടെ പേരുകളിൽ പിടിച്ചു കളിച്ചു.

"ദശരഥമഹാരാജാവിന്റെ പത്നി, സാക്ഷാൽ ശ്രീരാമന്റെ മാതാവ് കൗസല്യ...."

"മതിയെടീ..."

---

* വക്കാംസ് - അവധിക്കാലം

"ഏത് വഴിക്കാ അവൾ വരുന്നത്." സുകു വളരെ മെല്ലെ പിറുപിറുത്തു....കപ്പിലിലൂടെയാ അല്ലാതെങ്ങനെ. സദുവും ആത്മഗതം തുടങ്ങി...ബോംബെയിലൂടെയാവും. അല്ലെങ്കിൽ....ഇന്തോ ചൈനയിൽനിന്ന് വരുന്ന കപ്പലിനെക്കുറിച്ച് കേട്ടിട്ടുണ്ട്. പുതുശ്ശേരിയിൽ ചിലപ്പോൾ മുഖം കാണിച്ചുപോരും. പക്ഷേ, അത് പടക്കപ്പലല്ലേ?.....ആവാം, അറിയില്ല....ഏത് വഴിയും ആവട്ടെ. ഇവിടെയെത്തുക മെയ്‌ലിലായിരിക്കും. മദ്രാസ് മെയിലിൽ.....നമ്മക്ക് എല്ലാ ദിവസവും സ്റ്റേഷനിൽ പോയി നോക്കിക്കൂടെ..."

"സ്കൂളില്ലേ....ഓ, അത് മറന്നു....നിനക്ക്, ഞാൻ പറഞ്ഞില്ലെ. കുറച്ചധികമായിപ്പോകുന്നു.....മറ്റൊരു വഴിയുണ്ട്, സദൂ. നമ്മളെ ജഡ്ക്കക്കാരനോട് അന്വേഷിച്ചാ മതി. പൈതൽ റൈറ്റർ കുതിരവണ്ടി ഏർപ്പാടാതിരിക്കില്ല. സ്റ്റേഷനിൽ പോയി കൂട്ടാൻ..."

"നിനക്കിത്ര ബുദ്ധിയുണ്ടോ, അറിഞ്ഞില്ല...."

പ്രേമം ബുദ്ധിയെ തളർത്തുകയും ഉണർത്തുകയും ചെയ്യുന്നു.

സുകുവും സദുവും ചിരിച്ചുകൊണ്ട് വിരലുകളിൽ പിടിച്ചുനടന്നു.

"*നാടൻപ്രേമം* എന്നെപ്പോലെ നീയും വായിച്ചില്ലെ, സദു, പുസ്തകം പുറത്തിറങ്ങിയ നാളുകളിൽ തന്നെ?"

"അതെ, *നാടൻപ്രേമം* മാത്രമല്ല, *പുള്ളിമാനും.*"

"പിന്നെ *ബാല്യകാലസഖിയും*, അല്ലേ? എല്ലാം ചുട്ടപ്പംപോലെ, അല്ലേ?"

"അതൊക്കെ, സുകു, വായിച്ച നിനക്കും എനിക്കും..."

"പ്രേമത്തെക്കുറിച്ച്......."

അവർ ഉച്ചത്തിൽ ചിരിച്ചു. അവർ പെട്ടെന്ന് ചെറുതായതുപോലെ തോന്നി. അല്ല, അൽപം വലുതായതുപോലെ. കുട്ടിക്കളിമാറാത്തവർ അല്ല, കൗമാരത്തിൽ കാലുകുത്തുന്നവർ.

സദുവും സുകുവും.....

രാജ്യത്തിനുവേണ്ടി ജീവൻ നൽകാൻ തിരക്ക് കൂട്ടുന്ന ഒരുവൻ. ശങ്കരൻമാസ്റ്ററുടെ ശിഷ്യൻ....മറ്റവന്റെയും വഴി അതുതന്നെ. ധീരതക്ക് പുകൾപെറ്റ നാണുവിന്റെ അനുയായി. ഉന്നതങ്ങളിൽ കയറിപ്പോകേണ്ടവൻ.......

മയ്യേനാട് മുഴുവൻ കാത്തുനിന്നു, മൂപ്പൻ സായ്‌വിന്റെ മകൾക്കായി. ലക്ഷ്മണനും റൊബേറും നടന്ന് കാലുകൾ തളർന്നു. പറഞ്ഞു നാക്ക് കുഴഞ്ഞു. ഗംഗനാകട്ടെ, വരും നാളുകളിൽ ബംഗ്ലാവിൽ തന്റെ സ്ഥാനത്തെക്കുറിച്ച് ചിന്തിച്ചു. പലേ ആശങ്കകളും അവനെ അലട്ടി, സകലരും അവനെപ്പറ്റി അസൂയപ്പെടുന്നതിന്നിടയിൽ! മകൾ വരുന്നതോടെ...ഈ ഗംഗേന് പകരം. സായ്‌വ് ഒരു പെണ്ണിനെ വെക്കുമോ.... ഒന്നും വേണ്ട, ഉള്ള ഈ ചെറിയ പണി പോകാഞ്ഞാൽ മതി.

അവസാനം....

എത്തി. മദ്മസേൽ പെത്തിനെല്ലി. മെയിലിൽ തന്നെ വന്നിറങ്ങി. ജഡ്ക്കയിൽ. കുളമ്പടിയുടെ അകമ്പടിയോടെ! മരങ്ങൾ മൂടിവെച്ചിരിക്കുന്ന, സ്വപ്നസമാനമായ, ബംഗ്ലാവിന്റെ പടിക്കൽ, പപ്പയുടെ കൂടെ.

അവൾ വേറൊരു ലോകത്തിലെത്തിയതുപോലെ നിന്നു ചുറ്റും നോക്കി. കുതിരക്കാരൻ ജഡ്ക്കവണ്ടി....

അപ്പോൾ......

ഒരു കാറ്റ് കടലിൽനിന്ന് പുറപ്പെട്ട്, ചവോക്ക് മരങ്ങളുടെ വരണ്ട മോന്തായങ്ങളിൽ തട്ടി, ഒരു ചെറിയ സീൽക്കാരം പുറപ്പെടുവിച്ച്, ചുറ്റിക്കറങ്ങിവന്നു അവളെ പുണരുന്നു. അതവൾ അറിയുന്നു. പുഴയിലെ വെള്ളത്തിൽ തൊട്ട് തിളങ്ങുന്ന ഉച്ചവെളിച്ചം അവളുടെ കണ്ണുകളെ ഇക്കിളിപ്പെടുത്തുന്നു.

മുസ്യേ പെത്തിനെല്ലി മകളെ നോക്കിനിന്നു. ആ മുഖത്തു വിടരുന്ന അമ്പരപ്പ്, ആഹ്ലാദം. അയാൾക്കത് രസിച്ചു.

സെക്രത്തേർ പൈതൽ സ്വാഗതമരുളി. ഫ്രഞ്ച് ഭാഷയിൽ. നേരത്തെ എഴുതിപ്പഠിച്ച വാക്കുകളിൽ.

പപ്പാ പെത്തിനെല്ലി. പരിചയപ്പെടുത്തി എല്ലാവരെയും എല്ലാറ്റിനെയും. പാതാർ, പുഴ, കടൽ, വൃക്ഷങ്ങൾ, സൂര്യൻ, ആകാശം....

തികച്ചും അനാവശ്യമായ ഒരു വിവരണം. ഇതൊക്കെ നവാഗത ഇതിനകം ഉൾക്കൊണ്ടു കഴിഞ്ഞു.

"മാ ഷെറി*" സായ്‌വ് അകത്തേക്ക് കൈനീട്ടിക്കാട്ടി. "മറിയാൻ. വരു."

അപ്പോഴാണ് മകളുടെ പേര് എല്ലാവർക്കും പിടികിട്ടിയത്. എല്ലാവർക്കും ഒരാൾക്കൊഴികെ. ഗംഗന് നേരത്തെ അറിയാമായിരുന്നു അവളുടെ തിരുനാമം. അവനായിട്ട് അത് പുറത്തുവിട്ടില്ല എന്നു മാത്രം. മറിയാൻ. അധികം കേൾക്കാത്ത ഒരു പേര്. മറിയാൻ. എല്ലാവരും മന്ത്രിച്ചു. ചെറുപ്പക്കാർ പാതാറിൽ പുതുതായി സന്ദർശകരായെത്തി. ബംഗ്ലാവിലേക്ക് കണ്ണുകൾ നാട്ടി അവർ ഇരുന്നു. സദുവും സുകുവും അതിന്ന് മുതിർന്നില്ല. അവർക്ക് അത്രക്ക് താഴാൻ കഴിയില്ലല്ലോ. അതിനവർക്ക് സമയവുമില്ല.

മറിയാന് ചിലപ്പോൾ പപ്പയുടെ കൂടെ നടക്കാനിറങ്ങുന്നു . നിരത്തിൽ രണ്ടുവശവും ആളുകൾ പതിവിലധികം. സ്ത്രീകളും കുട്ടികളും മുറ്റത്തിറങ്ങി, മരങ്ങളുടെ പിന്നിൽ ഒളിഞ്ഞുനിന്ന് നോക്കി.

ഒരിക്കൽ.... സദുവും സുകുവും നടന്നുപോകവേ.....

എതിർവശത്തുനിന്നും വരുന്നു.

മറിയാൻ! പപ്പയുടെ കൂടെ

തൊട്ടടുത്തെത്തിയപ്പോൾ....

* മാഷെറി - പൊന്നുമോളെ

മറിയാൻ ഇമവെട്ടാതെ ഇങ്ങോട്ട് നോക്കുന്നതായറിഞ്ഞ് രണ്ടു പേരും പതറി.

"ബോഴ്റൂർ"

മറിയാൻ മൊഴിയുന്നു.

"ബോഴ്റൂർ, മദ്മസേൽ."

സദുവും സുകുവും പ്രതിവചിച്ചു.

മുസ്യേ പെത്തിനെല്ലി രണ്ടുപേരെയും നോക്കി. കണ്ടു പരിചയമുള്ളതുപോലെ.

"ബോഴ്റൂർ, മുസ്യേ."

സദുവും സുകുവും രണ്ടും കൽപിച്ച് പറഞ്ഞു.

"ബോംഴൂർ"

സായ്‌വ് പെട്ടെന്ന് നിൽക്കുന്നു. മറിയാന്നും. സായ്‌വ് ചോദിക്കുന്നു. "നിങ്ങൾ എക്കോൽ സാംത്രാലിലെ*! " "അതേ മുസ്യേ അവിടത്തെ വിദ്യാർഥികൾ."

മുസ്യേപെത്തിനെല്ലി ഒരടി മുന്നോട്ടു വെച്ചു. കൈനീട്ടി. രണ്ടു പേരും അതിൽ പിടിച്ചു. അതിനുശേഷം, മറിയാനിന്റെ ഊഴം. അവളുടെ കൈ നനുനനുത്തിരിക്കുന്നു. മിനുസവും പതവും. സുകു അൽപം വിയർത്തു. സദു ഒരുവിധം ഉറച്ചു നിന്നു.

"ഒരുദിവസം......." സായ്‌വ് ബംഗ്ലാവിന്റെ വശത്തേക്ക് കൈചലിപ്പിച്ചു. "അങ്ങോട്ട് വരണം. ഇവളുടെ കൂടെ കുറച്ച് സമയം ചെലവഴിക്കണം. മറിയാന് അവിടെ ഒറ്റക്കല്ലെ."

ഒട്ടും പ്രതീക്ഷിക്കാത്ത ഒരു ക്ഷണം കോരിത്തരിപ്പിക്കുന്നത്.

"തീർച്ചയായും വരാം, മുസ്യേ."

"ഓ റെവ്വാർ" – സായ്‌വ്.

"ഓ റെവ്വാർ, മുസ്യേ"–സദുവും സുകുവും.

"ഓ റെവ്വാർ" – മറിയാൻ.

"ഓ റെവ്വാർ, മദ്മസേൽ" – സദുവും സുകുവും.

"എന്റെ പേര് വിളിച്ചാൽ മതി. മാറിയാനന്നു."

അത്രയും പറഞ്ഞു അവൾ രണ്ടുപേർക്കുമായി മാധുര്യമൂറുന്ന ഒരു പുഞ്ചിരി നൽകി.

---

* എങ്ങാൽസാം ത്രാൽ – ഫ്രഞ്ചുസ്കൂൾ

19

ഏഴാമതൊരുവൾ

പെട്ടെന്നാണ് ക്ലാസ് മുറിയിൽ ഒരു തിളക്കമനുഭവപ്പെട്ടത്. മാസ്റ്ററുടെയും മുതിർന്ന കുട്ടികളുടെയും കണ്ണുകളഞ്ചിപ്പോയെന്ന് വേണം പറയാൻ.

വാതിൽക്കൽ നിൽക്കുന്നു.

മറിയാന്!

തൊട്ടടുത്ത് ദെലേഗെ കണ്ണൻമാസ്റ്റർ.

ക്ലാസിലെ അധ്യാപകൻ പുരുഷോത്തമൻ മാസ്റ്റർ എഴുന്നേറ്റു തിരിഞ്ഞുനിന്നു.

"ബോംഴൂർ, മുസ്യേ."

പുരുഷോത്തമൻ മാസ്റ്റർ മേലധ്യാപകനെ വണങ്ങി. തുടർന്ന് എന്താണ് പറയേണ്ടത്. വന്നിരിക്കുന്നത് അദ്മിനിസ്ത്രാത്തേർ പെത്തിനെല്ലിയുടെ പുന്നാരമകൾ. നാട്ടിന്റെ പ്രധാന പൗര.

"ബോംഴൂർ മുസ്യേ."

മാസ്റ്റർ അൽപ്പം കുനിഞ്ഞു കൊണ്ടാണ് മറിയാനിനെ സ്വാഗതം ചെയ്തത്. അതവളെ ചിരിപ്പിച്ചു. പിന്നെ അവളുടെ കണ്ണുകളൊന്ന് മിന്നി. ആദ്യം ആൺ കുട്ടികളുടെ ഭാഗത്തേക്ക്. ആ നോട്ടം സദുവിന്റെ മേൽ തട്ടി. അവൾ പുഞ്ചിരിച്ചു. ഒരു കൈയുർത്തി ചെറുതായി വീശി. സദുവും അതുപോലെ ചെയ്തു. ഉടൻ തന്നെ മറിയാന്നിന്റെ അവലോകനം സുകുവിന്റെ നേരെ ചെന്നുനിന്നു. അവൾ ഒരിക്കൽ കൂടെ വിരലുകൾ ചലിപ്പിച്ചു. സുകുവും അതുപോലെ എന്തൊക്കെയോ ചെയ്തു.

വിദ്യാർഥികളിൽ സുകുവിനും സദുവിനും മാത്രമേ മറിയാനിനെ പരിചയമുള്ളു. മൂപ്പൻസായ്‌വ് ആവശ്യപ്പെട്ടതനുസരിച്ച് രണ്ടുപേരും ഒരു ദിവസം ബംഗ്ലാവിൽ പോയി. ആദ്യം കണ്ടത് സെക്രത്തേർ പൈതൽ റൈറ്ററെയായിരുന്നു.

'ആരാടോ എന്തുവേണം?"

സദുവിനെയും സുകുവിനെയും പൈതൽ റൈറ്റർക്ക് അറിയാതല്ല. ഒരു വിധം എല്ലാ മയ്യേക്കാരെയും-ചെറിയവരെയും വലിയവരെയും-അയാൾക്ക് തിരിച്ചറിയാം. അദ്മിനിസ്ത്രാത്തേറിന്റെ ഭരണയന്ത്രം എണ്ണയിട്ട് പ്രവർത്തനക്ഷമമാക്കി നിർത്തുന്ന വ്യക്തിക്ക് അത്തരമൊരു പരിജ്ഞാനം വേണമെന്നാണ് അയാളുടെ വിശ്വാസം. സുകുവും സദുവുമാണെങ്കിൽ നാട്ടിലെ അറിയപ്പെടുന്ന രണ്ട് വിദ്യാർഥി നേതാക്കളും.

"ഞങ്ങൾക്ക്....മറിയാനിനെ ഒന്നു കാണണം."

"ആരെ മറിയാനിനെയോ? അങ്ങനെ പേര് വിളിക്കാൻ നിങ്ങൾ ആളായോ?"

"അതായത്...മദ്മ്വസേല്ലിനെ."

"ങ്ഹാ എന്താ കാര്യം?"

"വരാൻ പറഞ്ഞു."

"വരാനോ? പറഞ്ഞോ? ഞാനറിഞ്ഞില്ലാലോ."

"മുസ്യേപെത്തിനെല്ലി നേരിൽ പറഞ്ഞതാ."

പൈതൽ റൈറ്റർ പുരികം ചുളിച്ചു. ഈ പിള്ളേരെങ്ങനെ മൂപ്പൻ സായ്‌വിനെ കണ്ടു? വരാൻ പറഞ്ഞെങ്കിൽ.......

അതെന്തിന്? ആൾ ബംഗ്ലാവിലെ പിൻവശത്തെ മുറിയിലൂടെ എങ്ങോട്ടോ പോയി. വേഗംതന്നെ തിരിച്ചുവന്നു.

"വിളിക്കുന്നു. ചെല്ല്."

റൈറ്ററുടെ സ്വരത്തിൽ ശരിക്കും ഒരു മടുപ്പ്.

സദുവും സുകുവും പ്രതീക്ഷിച്ചത് മുസ്യേ പെത്തിനെല്ലിയെയായിരുന്നു. എങ്കിലും കണ്ടത് മറിയാനിനെത്തന്നെ. അവൾ അടുത്തുവന്ന് കൈപിടിച്ചു. 'സല്യൂ' എന്ന് പറഞ്ഞു. രണ്ടുപേർക്കും ആ പ്രയോഗം അപരിചിതമായിരുന്നു. ഏതായാലും രണ്ടും കൽപ്പിച്ച് അവരും അതാവർത്തിച്ചു-"സല്യൂ"* അവൾ പിൻവാതിലിലൂടെ അവരെ ആനയിച്ചത് അഴിമുഖത്തേക്കായിരുന്നു. തകർപ്പൻ കാഴ്ച.

"വരൂ."

അവൾ ക്ഷണിച്ചു. ഫ്രഞ്ച്ഭാഷയിലാവണമല്ലോ അവളുമായി തങ്ങളുടെ അഭിമുഖം എന്നത് മയ്യേനാട്ടിൽ ഏറ്റവും തിളങ്ങുന്ന വിദ്യാർഥികളെങ്കിലും നമ്മുടെ കൗമാരക്കാരുടെ മനസ്സിൽ ചെറിയൊരു അന്ധാളിപ്പ് ഉളവാക്കിയിരുന്നു. ഒരു വിധം നന്നായി എഴുതാനറിയാമായിരുന്നു. രണ്ടുപേർക്കും. എന്നാലും സംസാരിക്കാനുമുള്ള കഴിവ് വേണ്ടത്ര നേടാൻ കഴിഞ്ഞിരുന്നില്ല. അതിനുള്ള അവസരം കിട്ടിയില്ലെന്ന് മാത്രം.

മറിയാന് നേരെ നടക്കുന്നു. ബംഗ്ലാവിനും കടലിനുമിടയിൽ,

---

* സല്യു - ഹായ്, ഹലോ

അതായത് പടിഞ്ഞാറുവശം, ഉയർന്നുനിൽക്കുന്ന ഒരു കൊച്ചു വനം എന്ന് വിളിക്കാവുന്ന പ്രദേശത്തേക്ക്. അവളുടെ പിന്നിലൂടെ നടന്നു. ആ ദേഹത്തിന്റെ വടിവും, മുട്ടിന് താഴെ കാലുകളുടെ നിറവും മിനുസവുമെല്ലാം മനോഹരം തന്നെ. തികച്ചും അപരിചിത മായ ചില ഇളക്കങ്ങൾ, രണ്ടുപേരുടെയും ഉള്ളിൽ. കുറ്റൻ മരങ്ങൾ. ഒരു നൂറുതരം ചെടികൾ. ഒന്നിനൊന്ന് സാമ്യമില്ലാത്ത ഇലകൾ. വലുതും ചെറുതുമായ അവയുടെ നിറങ്ങൾ പച്ചമാത്രമല്ല, വയലറ്റ്, ചുവപ്പ്, കറുപ്പ്, നീല, മഞ്ഞ, വെള്ള. അത്ഭുതകരമായ വൈവിധ്യം.

എല്ലാം കണ്ടു. അതായത് മറിയാന് എല്ലാം കാണിച്ചു.

"ഇതൊക്കെ നിങ്ങൾ നാട്ടുകാരുടേതാണ്. എല്ലാവരും ഇവിടെ വന്നു കാണണം."

നല്ല തമാശ. ഇതു കൊളോണിയലിസത്തിന്റെ ഭാഷയല്ലല്ലോ. തുടർന്ന്, അവൾ കാട്ടിത്തന്നു. കപ്പലുകൾക്കും തോണികൾക്കും വഴികാട്ടിയായ വിളക്കുമാടം. പിന്നെ കുന്നിന്മേലൊരു കിണറും! അടി ത്തട്ടിൽ നോക്കിയാൽ കാണാൻ കഴിയാത്തത്ര ആഴം. കിണറിന്റെ ഒരു വശം, ഒരു കുറ്റൻ ചക്രം പിടിപ്പിച്ചിരുന്നു. അതിന്റെ കൈപ്പിടി യിൽ തിരിച്ചാണ് സംഗതി പ്രവർത്തിപ്പിക്കുന്നതും, അങ്ങനെ കിണ റ്റിലെ വെള്ളം മുകളിലെത്തുന്നതും.

എല്ലാം കണ്ടു. കഴിവതും പലേ കാര്യങ്ങളും നാട്ടിനെക്കുറിച്ച് അങ്ങോട്ടും പറഞ്ഞു കൊടുത്തു. അവൾക്ക് അതൊക്കെ എത്ര കേട്ടിട്ടും മതിയായില്ല. തിരിച്ചുവന്നു, മറിയാനിന്റെ മുറിയിൽ കയറി. ക്യുസിനിയേ ബർനാർ ഉണ്ടാക്കിയ ചായ കുടിച്ചു. ബാർനാരിനുമുണ്ട് മുറുമുറുപ്പ്, സദുവിനും സുകുവിനും ചായ കൂട്ടിക്കൊടുക്കുന്നതിൽ. തലവിധി, അല്ലാതെന്ത് പറയാൻ. അയാൾ പിറുപിറുത്തു.

സന്ദർശനം എന്നെന്നേക്കുമായി മനസ്സിൽ കുറിച്ചുവെക്കേണ്ട ഒന്നായിരുന്നു. മറിയാന്! എത്രയോ കാലമായി അവളെ പരിചമുള്ള തുപോലെ തോന്നി. ഇടക്ക് കാണണമെന്ന് ശട്ടംകെട്ടിയാണ് അന്ന് പിരിഞ്ഞത്. അതിനുശേഷം പലതവണ കാണുകയും ചെയ്തു.

ഇന്ന്.....

വിചാരിക്കാതെയിതാ അവൾ തങ്ങളുടെ ക്ലാസ് മുറിയിൽ. എന്താ ണവൾ ഇവിടെ ചെയ്യുന്നത്. സദുവിനും സുകുവിനും വിരലു കൾകൊണ്ട് "സല്യൂ" പറഞ്ഞ്, അവൾ ഉടൻ കണ്ണുകൾ തിരിച്ചത് പെൺകുട്ടികളുടെ നേരെയായിരുന്നു. അവരെല്ലാം ഹാർദ്ദവമായി ചിരി ക്കുന്നു. സുകുവിന്റെ എട്ത്തിയടക്കം ആറ് കുട്ടികൾ. ചുമരിനോട് തൊട്ട്, വിലങ്ങനെ, ചേർത്ത് വെച്ചിരിക്കുന്ന പ്രത്യേക ബഞ്ചും ഡസ്കും. ആറുപേരും മറിയാനിനെ കണ്ടപ്പോൾ എഴുന്നേറ്റത് അവളെ വീണ്ടും ചിരിപ്പിച്ചു.

ഇത്രയും കഴിഞ്ഞപ്പോൾ, പ്രധാനാധ്യാപകൻ കണ്ണൻമാസ്റ്റർ രണ്ടടി മുന്നോട്ടുവെച്ചു. പുരുഷോത്തമൻ മാസ്റ്ററോടും വിദ്യാർഥി കളോടെല്ലാവരോടുമായി പ്രഖ്യാപിച്ചു:

"മദ്മ്വസേൽ പെത്തി-മറിയാന് പെത്തിനെല്ലി-കുർകോം പ്ലെമാംതേറിൽ ഒരു താൽക്കാലിക വിദ്യാർഥിയായി ചേരാനാഗ്രഹിക്കുന്നു. മറിയാന് നാളെ മുതൽ ക്ലാസിലിരിക്കും."

കുട്ടികൾ അന്തം വിട്ടു നിൽക്കുന്നു. പെൺപിള്ളേർ ചെറിയൊരു നിലവിളി പുറപ്പെടുവിക്കുകപോലും ചെയ്തു. വിശ്വസിക്കാൻ കഴിയുന്നില്ല. പരക്കെ ആഹ്ലാദം. ആവേശം. പുരുഷോത്തമൻ മാസ്റ്റർ ഈ പുതിയ സംഭവവികാസം തന്നിലേൽപ്പിക്കുന്ന ഭാരിച്ച ഉത്തരവാദിത്തെക്കുറിച്ചോർത്ത് വിയർത്തു.

"ശരി." കണ്ണൻമാസ്റ്റർ മറിയാനിനോട് പറയുന്നു." കുട്ടിക്ക്....ഇപ്പോൾ ഇവിടെ ഇരിക്കണമെന്ന് തോന്നുന്നുണ്ടെങ്കിൽ ഇരിക്കാം. അല്ലെങ്കിൽ നാളെ മുതൽ. ഏതായാലും.....ഓ റ്വാർ."

"ഒ, റ്വാർ, മുസ്യേല് ദെലെഗേ."

മറിയാനിന്റെ സ്വരത്തിലെ ലാളിത്യം,. വിനയം എല്ലാവരെയും അത്ഭുതപ്പെടുത്തി. കണ്ണൻ മാസ്റ്റർ മുറിയിലേക്ക് തിരിച്ചു പോയി.

"അനുവാദമുണ്ടെങ്കിൽ..." മറിയാൻ പുരുഷോത്തമൻ മാസ്റ്ററോട് പറയുന്നു. "ഞാൻ കൂട്ടുകാരികളെ ഒന്നു പരിചയപ്പെടട്ടെ? ക്ലാസ് സമയത്ത് ഇങ്ങനെ ഇടപ്പെടുന്നതിൽ ക്ഷമിക്കണം."

മാസ്റ്റർ മുഖത്ത് വളരെ ഗൗരവമുള്ള ഒരു ഭാവം വരുത്തി, "തീർച്ചയായും' തീർച്ചയായും" എന്ന് പറഞ്ഞു

മറിയാൻ പെൺകുട്ടികളുടെ അടുത്തു ചെന്നു. ഇനിയും ഇരിക്കാൻ ധൈര്യപ്പെടാതെ കാലിൽ കുത്തനെ നിൽക്കുന്ന കൂട്ടരെ അഭിവാദ്യം ചെയ്യുന്നു..

"എന്റെ പേര് കൗസല്യ. കൗസു എന്ന് വിളിക്കുന്നു."

"മാലതി, ലക്ഷ്മി, സരസ്വതി, തെരേസ, രേവതി."

മറിയാന്ന് ഓരോരുത്തരുടെയും കൈപിടിച്ചു. അവർ പറഞ്ഞ പേരുകളോരോന്നും അപ്പോഴപ്പോൾ മനസിൽ ആവർത്തിച്ചു. ലക്ഷ്മി, സരസ്വതി ഈ രണ്ടു വാക്കുകൾ ഒന്നിലധികം പ്രാവശ്യം. അവ അൽപം കട്ടിയേറിതായി തോന്നി.

പുരുഷോത്തമൻ മാസ്റ്ററുടെ നെഞ്ചിടിക്കുന്നു. ഇവൾ, ഈ റോസാപ്പൂപോലെത്തെ പെൺകൊടി, ഇനി ആൺകുട്ടികളുടെ കൈകളിലും കടന്നുപിടിക്കുമോ. അതൊട്ടും ശരിയാവില്ലല്ലോ.

മുതിർന്ന ക്ലാസിലെ പഠനം മിശ്രസമ്പ്രദായത്തിലാക്കുക എന്ന വിപ്ലവകരമായ തീരുമാനമെടുക്കുന്ന സമയം....പുരുഷോത്തമൻ മാസ്റ്റർ ഞടുക്കത്തോടെ ഓർത്തു. എല്ലാവർക്കും, പ്രത്യേകിച്ചും വാസുദേവൻ നമ്പ്യാർ മാസ്റ്റർക്ക്, ഭയം പിൻബെഞ്ചുകാരൻ കരുണനെയായിരുന്നു. അവൻ ഇപ്പോഴും പിൻബഞ്ചിൽ നല്ല ഉറപ്പോടെ ഇരിക്കുന്നുണ്ട്.!

മാസ്റ്റർ മുഖം കറുപ്പിച്ചു കൊണ്ട് അകലെ ഇരിക്കുന്ന കരുണനെയൊന്ന് തറപ്പിച്ചു നോക്കി.

"നിങ്ങൾ ആറുപേർ, "സുഹൃത്തുക്കളോട് പറയുന്നു, "നിങ്ങൾക്ക് കഷ്ടിച്ച് ഇരിക്കാനേ സ്ഥലമുള്ളൂ. ഇതിനിടയിൽ എനിക്കിത്തിരി സ്ഥലം...."

പെൺകുട്ടികൾ പരസ്പരം നോക്കുന്നു.

"നിനക്ക്...." അവരുടെ സ്വാഭാവിക നേതാവായ കൗസുവാണ് പ്രതിവചിച്ചത്. "നിനക്ക് ഞങ്ങൾ സ്ഥാനം തരുന്നു, ഞങ്ങളുടെ ഹൃദയങ്ങളിൽ!"

മാറിയാന് ശരിക്കും ഒന്നു ഞെട്ടി. അവൾ കൈ വിടർത്തി, കൗസുവിനെ കെട്ടിപ്പിടിച്ചു.

മറിയാനിന്റെ കുശലം പറച്ചിൽ അങ്ങനെ ഗംഭീരമായി കഴിഞ്ഞു. അതായത് ആദ്യഘട്ടം.

ഇനി? ആൺപിള്ളേർ....ഇല്ല, മറിയാന് അവരുടെ കൈ പിടിക്കുന്നില്ല. ഭാഗ്യം. അവൾ അവരെല്ലാവരെയും ആഹ്ലാദപൂർവ്വം വീക്ഷിച്ചു. സദുവിനും സുകുവിനും കണ്ണുകൾകൊണ്ട് നിശബ്ദമായി എന്തോ സന്ദേശം നൽകി. മാസ്റ്ററെ പ്രത്യേകമായി വന്ദിച്ചു.

എന്നിട്ട്....അവൾ വെളിയിലേക്ക് പോയി.

പുരുഷോത്തമൻ മാസ്റ്റർ ദീർഘമായൊന്ന് നിശ്വസിച്ചു.

20

അകലെനിന്നു വരുന്ന ശബ്ദം

ഇന്ന് ക്ലാസില്ല. വ്യാഴാഴ്ചയല്ലെ. തിങ്കൾ മുതൽ മൂന്നു ദിവസം പഠനം. പിന്നെ ഒരു ദിവസം അവധി, വീണ്ടും രണ്ട്.... തുടർന്ന് ഒരു മുടക്കം കൂടെ. അങ്ങനെയാണ് മയ്യേനാട്ടിലെ വിദ്യാഭ്യാസ വാരം.

ഈ ചെറിയ നാട്ടിന് അതിന്റേതായ ചില ചെറിയ കുസൃതിത്ത രങ്ങളുണ്ട്. അതിലൊന്നാണ് ഈ വ്യാഴാഴ്ച!

സുകു കാലത്തുതന്നെ എഴുന്നേറ്റു. മഴ തുടങ്ങിയിരിക്കുന്നു. ബാലഗോപാല ക്ഷേത്രത്തിലെ കുളം രണ്ടുമൂന്നു ദിവസംകൊണ്ട് നിറഞ്ഞുതുളുമ്പി. നിരത്തിനടിയിലൂടെ ഒരു തുളയുണ്ട്. ആ ഉയര ത്തിൽ കുളത്തിലെ വെള്ളം പൊങ്ങിയാൽ, പുറത്തേക്കുള്ള ഒഴുക്ക് തുടങ്ങും. രണ്ട് മൂന്നുദിവസംകൊണ്ട്, ഉഷ്ണകാലത്ത് അടിഭാഗത്ത് കലങ്ങിക്കിടന്ന ചെളിവെള്ളത്തിലെ അഴുക്കുകൾ ആ തുളയിലൂടെ ഒലിച്ചുപോകുമെന്നും തുടർന്ന് കുളത്തിൽ കുളി ആരംഭിക്കാമെന്നു മാണ് പൊതുധാരണ.

"അമ്മേ, ഒരു തോർത്ത് വേണമല്ലോ." സുകു അമ്മയോട് ആവ ശ്യപ്പെട്ടു. "കുളിക്കാൻ പോകാനാ."

"രണ്ടുസം കൂടെക്കയിഞ്ഞിട്ട് പോരെ കൊളത്തിൽ കുളി?"

സുകുവിന്റെ അമ്മയുടെ ചോദ്യം.

"അത് പനി വിളിച്ച് വരുത്തലാ."

തലേദിവസം വളരെ വൈകുംവരെ വായിച്ചുനിർത്തിയ പുസ്തകം വീണ്ടും കയ്യിലെടുത്ത് തുറന്നുകൊണ്ട് ഏട്ത്തി അമ്മയെ പിന്താങ്ങി.

"സാരംല്യ. മഴ തുടങ്ങിയാൽ ആദ്യത്തെ വ്യാഴാഴ്ച കുളി തുട ങ്ങണംന്നാ പണ്ടാരോ പറഞ്ഞുവെച്ചത്."

"അത് ശരി അത്....ഏത് പണ്ടാരാനാ?"

"ഏട്ത്തി തോർത്തിങ്ങെടുക്ക്."

കൗസുവിനെ പറയാനനുവദിക്കാതെ സുകു തന്റെ ആവശ്യം ആവർത്തിച്ചു.

കൗസു എവിടെയൊക്കെയോ പരതി.

"ഇവിടെ നല്ല തോർത്തൊന്നും ഇല്ലെടാ. കുളത്തിപ്പോയി തുള്ളുമ്പം കൊറച്ച് വൃത്തീം നെറോംള്ളത് വേണ്ടെ. ആളുകള് കാണൂല്ലെ."

കൗസുവേട്ത്തിയുടെ ആ വാക്കുകൾ അല്പം വേദനയുള വാക്കി. വീട്ടിലെ സ്ഥിതി അത്ര സുഖമുള്ളതല്ല ഇപ്പോൾ. ഓരോ വിഷമങ്ങൾ. അച്ഛന് നൂറു തേക്കലാണല്ലോ പണി. കൃത്യമായി വേല കിട്ടിയാൽ ഒരു വിധം വീട്ടുചെലവുകളൊപ്പിക്കാം. ചിലർ എല്ലാ വർഷവും കൃത്യസമയത്ത് വീടുകളിൽ വെള്ളവീശൽ നടത്തും. അതെ ല്ലാവർക്കും കഴിയില്ലല്ലോ. പുത്തലം ദേശത്തെ ആളുകൾ ഫെബ്രു വരിമാസം അച്ഛനെ വിളിപ്പിക്കും. എല്ലാവരും ഒന്നിച്ചാണ് വിളി. മാർച്ച് മാസമാണല്ലോ തിറ മഹോൽസവം. അപ്പോൾ പണി ചെയ്തു തീർക്കാൻ കഴിയാത്തത്ര അധികമായിരിക്കും. തെരേസ പള്ളിയുടെ ചുറ്റുമുള്ളവർ സെപ്ററംബറിലാണ് അച്ഛനെ ഓർക്കുക. ശ്വാസം വിടാൻ കഴിയില്ല അപ്പോൾ. വീടുകളും കടകളുമെല്ലാം നിറം വെപ്പി ക്കണമല്ലോ.

പിന്നെ പള്ളിയുടെ പണി കിട്ടിയാൽ കുശാലായി. ഘടികാരവും കഴിഞ്ഞ് പിന്നെയും കയറണം ഏറെ ഉയരത്തിൽ. ഇതിന് അച്ഛൻ മയ്യേനാട്ടിലും ചുറ്റുമുള്ള കുറെ ചായമടിക്കാരെ വിളിച്ചുവരുത്തുന്നു.

പള്ളിയുടെ മോന്തായവും കൂറ്റൻ ചുമരുകളും വെള്ളയടിക്കാൻ പ്രത്യേകമായ സംവിധാനങ്ങൾ വേണം. കെട്ടിത്തൂക്കുന്ന കൊട്ടപോ ലെത്തെ ഒരു സാധനത്തിലിരുന്നാണ് കലക്കി തയാറാക്കിയ ചുണ്ണാ മ്പു വെള്ളത്തിൽ കുഴച്ച് മുക്കിയുയർത്തുന്നത്. ദിവസം കണക്കാക്കി ഒക്ടോബർ അഞ്ചിന് മുമ്പ് പണിതീർക്കണം. അങ്ങനെ ധൃതിയിൽ അധ്വാനിക്കവേ ഒരു നാൾ....അച്ഛൻ വീണു. വടക്കേ ഭാഗത്തെ ചുമ രിൽനിന്നും. മാതാവിന്റെ കൃപകാരണം അപകടം പരിമിതമായിരു ന്നു. ആരുടെ കൃപയില്ലായ്മ കാരണമാണ് വീണത് എന്ന ചോദ്യം പ്രസക്തമല്ലല്ലോ.

അച്ഛൻ കുറെ ദിവസം കിടപ്പിലായി. പള്ളിവികാരി കുറെ സഹാ യിച്ചു. അച്ഛന് വേണ്ടി പ്രാർഥിക്കുകയും ചെയ്തു. എന്നാലും....ദേ ഹത്തിലെ വേദനകാരണം പിന്നീടൊരിക്കലും അച്ഛന് സാധാരണ നിലയിൽ പണിയെടുക്കാൻ കഴിഞ്ഞില്ല. വീട്ടിലെ ചെലവുകൾ ആകെ താളംതെറ്റുകയും ചെയ്തു....

"ഞ്ഞി ആ കട്ടിലിന്റെ അടീലെ പെട്ടീല്ലെ." അമ്മ പറയുന്നത് കേട്ടു, ഏട്ത്തിയോട്. "അതില് നോക്ക്. പെരുന്നാളിന്ന് വാങ്ങിയ ഒന്ന് അതിലുണ്ടേനും......."

ഏട്ത്തി കുനിഞ്ഞു ഇരുമ്പു പെട്ടി പിടിച്ചു വലിച്ച് തുറന്നു.

“ഇതാ കൊണ്ടോയ്ക്കോ. അധികം വെള്ളത്തിൽ കളിക്കാണ്ട് ഇങ്ങ് പോരണം.”

ആ കുറിയമുണ്ട് വാങ്ങി, ഇറങ്ങി ഓടി. പിന്നെ നിരത്തിലെ മൺതലത്തിലൂടെ വേഗത്തിൽ നടന്നു. കുളക്കരയിലെത്തി. ആ വെള്ളം....എന്തൊരു രസമാണ്. നല്ല തെളിഞ്ഞ നീലനിറം. സാമാന്യം ആഴമുണ്ടായിട്ടും അടിത്തട്ടുവരെ കാണാം. സാവധാനം പടികളിറങ്ങി. ഒരു ചാറൽമഴ വെള്ളത്തിന് മുകളിൽ പലതരം ചിത്രങ്ങൾ വരയുന്നു. മെല്ലേ മുന്നോട്ടാഞ്ഞു നീന്തി. ഹാവൂ, വെള്ളത്തിന് നല്ല തണുപ്പുണ്ട്. എങ്കിലും തികച്ചും ഉന്മേഷദായകം.

അപ്പോഴേക്കും കൂട്ടുകാർ ഓരോന്നായി എത്തി. എല്ലാവരുംകൂടെ ജലക്രീഡ. മുകളിൽനിന്ന് ഒരു കൊക്കുള്ള പക്ഷിയെപ്പോലെ പറന്നുവന്ന് വെള്ളത്തിലൂടെ ഊളിയിടുന്നു ഒരുവൻ. മറ്റൊരുവൻ ഉയർന്ന് ഇരട്ടമലക്കം നടത്തി വീഴുന്നു. മൂന്നാമതൊരുവൻ വെറും നീന്തലിൽ ശ്രദ്ധിക്കുന്നു. ഇനിയൊരു മണിക്കൂർ അവൻ നീന്തിക്കൊണ്ടിരിക്കും.

വട്ടത്തിൽ ചുറ്റി വായിൽ വെള്ളം നിറച്ച് തുപ്പിക്കൊണ്ട്.

“അതാ, എത്തി.” ഒരുവൻ വിളിച്ചു പറയുന്നു.

“ആ ചക്കവേണു. അവനിനി വെള്ളം കലക്കി നാശാക്കും.”

വേണുവിന്റെ പണിയാണത്. അവന് തെളിഞ്ഞ വെള്ളം കാണുന്നതേ ഇഷ്ടമല്ല! പടവുകളിറങ്ങി, ഒരൊറ്റത്തള്ളലിൽ സ്വന്തം ദേഹത്തെ അവൻ കുളത്തിന്റെ നടുവിലെത്തിച്ചു. അവിടെവച്ച് ആ താണ്ഡവം തുടങ്ങി.

“എടാ, വേണു, വെള്ളം കലക്കരുത്. കേട്ടോ.”

വേണു കാലുകൾ ശക്തിയായി അടിച്ചുകൊണ്ട് ഒരേ സ്ഥാനത്തുതന്നെ ചുറ്റിക്കളിച്ചു. താമസിയാതെ വെള്ളത്തിനടിയിൽ നാല് മൂലകളിൽ ഓരോ ചെളിക്കുമിളകൾ ഉയരുന്നത് കണ്ടു. പെട്ടെന്ന്, സ്വച്ഛമായ ജലത്തിന്റെ നിറമാകെ മാറി.

“എടാ വേണു. ഒരുസം ഇന്നെ ഞങ്ങളെല്ലാം കൂടെ അടിക്കും. ങ് ഹാ.”

കുട്ടികളിൽ നിന്ന് പുറപ്പെട്ട ഇത്തരം അഭ്യർഥനകളും താക്കീതുകളും അവൻ എളുപ്പത്തിൽ അവഗണിച്ചു. അവനെ തല്ലാൻ ചുറ്റുപാടിൽ ഏത് പിള്ളേരാണുള്ളത്. ആ തടിയനെ പേടിച്ച് നീന്തൽ പഠിക്കാതെ കഴിയുന്നവരുണ്ട് ഇവിടെ.

വേണു വേഗം തന്നെ അവന്റെ ക്രൂരകൃത്യങ്ങളിലെ അടുത്ത ഇനത്തിലേക്ക് കടന്നു. കയ്യിൽ കിട്ടുന്ന ഒരോ പിള്ളേരെ പിടിച്ച് വെള്ളത്തിൽ താഴ്ത്തി കാലുകൾക്കിടയിൽ കുറേ നേരം ഇറുക്കിവെക്കുക. അവനിതൊരു രസം. ശ്വാസംമുട്ടി കുറേ വെള്ളം അകത്താക്കിയാലേ നല്ല നീന്തൽക്കാരനാവാൻ കഴിയൂ എന്നാണവന്റെ പക്ഷം.

“എന്താടാ ബഹളം?”

ഹാവൂ. സുകുവിന്റെ നാണ്വേട്ടൻ. നാണ്വേട്ടനും സമപ്രായക്കാരായ അരഡസൻ കൂട്ടുകാരും.

വേണു വെള്ളത്തിനടിയിൽനിന്നും പൊങ്ങി വായ് പൊളിച്ച് ശ്വാസംവലിച്ചു. പെട്ടെന്നാണ് കുളക്കരയിൽനിന്ന് കണ്ണുമിഴിച്ച് നോക്കുന്ന ഏട്ടന്മാരെയും അമ്മാമന്മാരെയും കാണുന്നത്. അവൻ മെല്ലെ മറുകരയിലേക്ക് നീന്തിപ്പോയി ഒരു മീനിന്റെ ലാഘവത്തോടെ. ഏതായാലും എല്ലാവരും രക്ഷപ്പെട്ടു. വേണു വേണ്ടാത്ത സ്ഥലത്തൊക്കെയാണ് പിടിക്കുക. വൃത്തികെട്ടവൻ.

"മതിയെടാ." നാണ്വേട്ടൻ വിളിച്ചുപറയുന്നു. "സുകൂട്ടി, മതി. പുതിയ വെള്ളാ. പനിപിടിക്കും."

തിരിച്ചുനടന്നു, തല തുവർത്തിക്കൊണ്ട്. വീട്ടിലെത്തുമ്പോഴേക്കും തുമ്മൽ തുടങ്ങി.

"അതാ, കണ്ടില്ലേ, അമ്മേ." ഏട്ത്തിയുടെ പരിഹാസവും ഉൽക്കണ്ഠയും നിറഞ്ഞ ശബ്ദം.

"കുറച്ച് കുരുമൊളക് തിരുമ്മിക്ക്, മോളെ, തലേല്."

കൗസു ആദ്യം തോർത്ത് പിഴിഞ്ഞ് അനിയന്റെ തലമുടി ഒന്നുകൂടെ തോർത്തി. എന്നിട്ട് പഴയൊരു ടിന്നിൽ നിന്ന് ഒരു നുള്ള് കുരുമുളക് പൊടിയെടുത്ത് സുകുവിന്റെ മൂർദ്ധാവിൽ ഉരച്ചു.

അപ്പോഴാണ് അച്ഛൻ തൊട്ടടുത്ത മുറിയിൽ കിടക്കുന്നത് കണ്ടത്. ഇന്ന് പണിയില്ലേ, അതോ പോകാഞ്ഞതോ?

"ഏട്ത്തീ...."

കൗസു ദുഃഖിതയായി കണ്ടു.

"അച്ഛന്.....വല്യ ക്ഷീണം നടു നിവരുന്നില്ല."

രണ്ടുപേരും കോലായിലെ ബെഞ്ചിലിരുന്നു. വെളിയിലേക്ക് നോക്കി. വിദൂരതയിലേക്ക്. ശൂന്യതയിലേക്ക്.

ഒരാശക്കും വഴി കാണുന്നില്ലല്ലോ.

"മോനേ....." ഏട്ത്തിയുടെ തൊണ്ടയിടറി.

"ഞാൻ പുതുശ്ശേരീപ്പോയി....നഴ്സ് ഭാഗം പഠിച്ചാലോന്നാ."

വിറയലോടെയാണത് കേട്ടത്. ഏട്ത്തി നഴ്സിങ്ങിന് പോകാനോ. അച്ഛനെ അറിയിച്ചോ.

സമ്മതിച്ചോ.

അപ്പോൾ....ഏട്ത്തിയുടെ മാനസികാവസ്ഥയെക്കുറിച്ച് ഇതുവരെ ചിന്തിക്കാതിരുന്നതിൽ സുകു സ്വയം പഴിച്ചു. നല്ല വിദ്യാർഥിനി. മലയാളത്തിൽ ബ്രവേ പരീക്ഷ പാസായവർ. ഒരു അധ്യാപികയുടെ തസ്തികക്ക് അത്രയും മതി. പക്ഷേ തൽക്കാലം ഒഴിവൊന്നുമില്ല. അടുത്തൊന്നും ആരും റിട്ടയർ ചെയ്യാനും പോകുന്നില്ലത്രെ. പിന്നെ എന്തു വഴി? കഷ്ടപ്പെട്ട് ബ്രവേയുടെ രണ്ടാംഭാഗം-ഫ്രഞ്ച് പ്രധാന വിഷയം, കൂടുതൽ പ്രയാസമുള്ളത്-പാസ്സായിട്ടെന്ത്? അതാണ് ഏട്ത്തിയുടെ നിലപാട്.

"എന്നെക്കൊണ്ട് ഇനി പഠിക്കാൻ സാധിക്കുന്ന് തോന്നുന്നില്ല."

"എന്തുകൊണ്ട്? എന്തുകൊണ്ട് സാധിക്കുല്ല?"

ഏട്ത്തി ആകെ തകർന്നതുപോലെയുണ്ട്. എന്താണ് പ്രശ്നം? ദൈവമേ. പെട്ടെന്ന് ആലോചന വേറൊരു വഴിക്ക് പോയി. അതാണോ സംഗതി?

"ഏട്ത്തി. അത് അതാണോ? അനന്തേട്ടൻ? ഏട്ത്തി ഇപ്പോഴും അത് മനസിൽവെച്ചുകൊണ്ടിരിക്ക്യാ?"

ഏട്ത്തി വിയർക്കുന്നു. ബഞ്ചിന്റെ അറ്റത്ത് പിടിച്ചുകൊണ്ട് അവർ കണ്ണുകളടക്കുന്നു.

അനന്തേട്ടൻ....ഒന്നുരണ്ട് കൊല്ലം ഏട്ത്തിക്ക് പാഠങ്ങൾ പറഞ്ഞു കൊടുത്തിരുന്നു. പിന്നീട് ബോംബെയിലേക്ക് പോയി പണിയന്വേഷിച്ച്. ഏട്ത്തിക്ക് അയാളെ വലിയ ഇഷ്ടമായിരുന്നു. അയാൾ നാടുവിട്ടു പോയപ്പോൾ വലിയ വിഷമം. അത് സാധാരണമായ ഒരടുപ്പമായിട്ടാണ് എല്ലാവരും കരുതിയത്. ഒന്നു രണ്ട് എഴുത്തുകൾ വന്നു. പിന്നീട് ഒരു വിവരവുമില്ല. വളരെ ചെറുപ്പത്തിലെ ഒരഭിനിവേശം. അതിൽ കൂടുതൽ എന്തുണ്ടാവാൻ. അങ്ങനെയായിരുന്നു കുടുംബത്തിലെല്ലാവരും കരുതിയത്.

ബോംബെയിൽനിന്ന് വന്ന ഒരു മയ്യേക്കാരനാണ് കാര്യമറിയിച്ചത്. അനന്തേട്ടൻ ഒരു ഗോവക്കാരിയെ.....ഏറെ കാലം ഏട്ത്തി ചിരിക്കുമ്പോൾപോലും കരയുന്നതുപോലെയായിരുന്നു മുഖഭാവം. അതൊക്കെ വേണ്ടുന്നത്ര ശ്രദ്ധിച്ചില്ല ആരും. ഏട്ത്തിയോട് ഇത്രയും അടുത്ത് കഴിയുന്ന ഈ സുകുപോലും.

ഇന്ന്....ഏട്ത്തി എന്ത് തീരുമാനമാണെടുത്തിരിക്കുന്നത്. പുതുശ്ശേരിയിൽ പോയി നേഴ്സിങ്ങ് പഠിക്കാനോ. അറിയോ ഏട്ത്തിക്ക് അവിടെയുള്ള കോളേജിനെപ്പറ്റി. പേരുദോഷം വരാതെ അവിടെയാരും പഠിച്ചിട്ടില്ല. ഇക്കാര്യത്തിൽ കുപ്രസിദ്ധി നേടിയതാണാ സ്ഥാപനം എന്നിട്ടും.......

ഏട്ത്തീ. മാന്യമായ ഒരു പണി. യോഗ്യനായ ഒരു ഭർത്താവ്. ഇതൊക്കെയല്ലേ ഈ അനിയൻ ഏട്ത്തിയിൽ നിന്ന് പ്രതീക്ഷിച്ചത്?

"മോനെ. എനിക്കറിയാം നീ ആലോചിക്കുന്നതെന്തെന്ന്. സംഭവിക്കുന്നത് സംഭവിക്കട്ടെ. എനിക്ക് ഒരൊറ്റ ആഗ്രഹമേയുള്ളു. നഴ്സിങ്ങ് പഠിച്ച്, പാവങ്ങളായ രോഗികളെ ശുശ്രൂഷിച്ച്, കുടുംബത്തെ നോക്കി.....ജീവിതം........."

ആ തൊണ്ട ഇടറി.

ഇത് താങ്ങാനൽപ്പം പ്രയാസമുണ്ടേട്ത്തീ, ഈ സുകുട്ടിക്ക്.

അവരുടെ കൈകളിൽ പിടിച്ചു. ആ ദേഹത്തിന് അസാധാരണമായ ചൂടു തോന്നി. "സുകൂട്ടി നിന്റെ നീന്തൽക്കുളം എങ്ങനെയുണ്ട്?"

ഏട്ത്തിയുടെ ചോദ്യം കേട്ട് പുരികമുയർത്തി നോക്കി. നീന്തൽക്കുളം! പുസ്തക ഭാഷ?

"അടുത്ത കാലംവരെ ഞാനും ദേശക്കാരിക്കുട്ടികളും രാത്രി നേരത്ത് അവിടെ കുളിക്കുമായിരുന്നു, ഇല്ലേ ? സാരിയുടുത്തു കൊണ്ടുള്ള നീന്തം! എനിക്ക് ഒന്ന് ആ വെള്ളത്തിൽ മുങ്ങണമെന്നുണ്ട്. അങ്ങനെ ഈ ചൂട് ശമിപ്പിക്കണം."

ഫ്രഞ്ച്-മലയാള കഥകളും നോവലുകളും ഈ നാട്ടിൽ ഏറ്റവുമധികം വായിച്ച വിദ്യാർഥിയല്ലേ. ഇതുമാതിരി ആശയങ്ങൾ പുറത്തുവിടുന്നതിൽ ആശ്ചര്യമില്ല.

ഏങ്കിലും......

മനസ്സിൽ വല്ലാത്ത ഭയം തോന്നി.

ഏട്ത്തിയുടെ വാക്കുകൾ വേറെയേതോ ലോകത്തിൽ നിന്ന് വരുമ്പോലെയുണ്ട്.

21

പൈതൽ റൈറ്റർക്ക് പറ്റിയ അമളി

അവധിക്കാലം.

നാടുനിറയെ മാവുകൾ. മാങ്ങകൾ.

എന്നിട്ടും മാങ്ങ രണ്ടെണ്ണം എറിഞ്ഞുവീഴ്ത്താൻ പാടില്ല.

"ഇതെന്ത് ഞായമാ?"

തെങ്ങുകയറുന്ന കിട്ടന്റെ മകൻ ചന്ദ്രൻ ചോദിച്ചു. കൂടെ നടക്കുന്ന കല്ലുകൊത്തുകാരൻ കുഞ്ഞുക്കിട്ടന്റെ മകൻ ബാലൻ ഒന്നു മൂളി.

മാവിന്മേലേക്ക് കല്ലുവിടുന്നതിൽ പരം രസകരമായ മറ്റൊരു വ്യായാമമില്ല. ഓരോ ഏറുതട്ടി മാങ്ങ ഒന്നും രണ്ടും വീഴുന്നത് കാണുന്നതിൽപരം സുഖകരമായ കാഴ്ചയും വേറെയില്ല. എന്നാലും ഇത് നിയമം അനുവദിക്കാത്തതാണത്രെ. കഴിഞ്ഞ ദിവസമാണ് ഇക്കാര്യം അറിഞ്ഞത്. ഇംഗ്ലീഷ് സ്കൂളിലെ പ്യൂൺ ദാമു പറഞ്ഞതാണിത്. കഷ്ടകാലം എന്നല്ലാതെന്ത് പറയാൻ. അതല്ലെ അന്ന് അയാളുടെ ചെറിയ അടുക്കളത്തോട്ടത്തിലെ മാവിനെ ആക്രമിക്കാൻ തോന്നിയത്. അയാൾ കയ്യോടെ പിടിച്ചു. കവിളത്തടിയും ചെവിപിടിക്കലുമൊന്നുമില്ല. പകരം അതിനേക്കാൾ കഠിനമായ ശിക്ഷയാണ് പ്യൂൺ ദാമു തന്നത്. നിയമത്തെപ്പറ്റി ഒരു ക്ലാസ്. എന്താണീ നിയമമെന്ന് ആദ്യം തന്നെ വിശദീകരിച്ചു. അതിന്റെ ആവശ്യം രണ്ട് പിള്ളേർക്കുമുണ്ടായിരുന്നു. എന്നാലും ഒന്നും തലയിൽ കയറിയില്ല.

എല്ലാം കേട്ടു. തങ്ങൾ നിലവിലുള്ള നിയമത്തെ ലംഘിക്കുകയാണ് ചെയ്തത്! മാങ്ങ എറിഞ്ഞുവീഴ്ത്തുക മാത്രമേ തങ്ങൾ ചെയ്തുള്ളു എന്ന് പറഞ്ഞു നോക്കി. രക്ഷയില്ല. അതുതന്നെയാണ് പോലും നിയമലംഘനം. വേറൊരു അപരാധവും തങ്ങൾ ചെയ്തു. അന്യന്റെ മുതൽ അതിക്രമിച്ച് തട്ടിപ്പറിക്കൽ. പിന്നെ വീട്ടിന്റെ നേരെയുള്ള കല്ലേറിയൽ. കല്ലുതട്ടി കുടുംബത്തിലെ ഒരാളുടെ തലപൊട്ടിയെങ്കിൽ, അത് വേറൊരു കുറ്റം.

രണ്ടുപേർക്കും ഭ്രാന്ത് പിടിച്ചു. ഇനി ഈ മാങ്ങയുടെ നേരെ ലക്ഷ്യം വെക്കൽ പരിപാടി നിർത്തിവയ്ക്കാൻ ആ നിമിഷം തീരുമാനിച്ചു. അതായത് പിറ്റേദിവസം രാവിലെവരെ മാത്രം.

ഇന്നും തയ്യാറായി പുറപ്പെടുന്നു. അവധിക്കാലം ആഘോഷിക്കാനുള്ള അവകാശം തങ്ങൾക്കുണ്ട്. അത് തടയാൻ ആർക്കും കഴിയില്ല!

"എങ്ങോട്ടാടാ ഇന്ന്...അടിയും പിടിയും ഉപദേശോം ഒന്നും കിട്ടാത്ത സ്ഥലം....?" ചന്ദ്രൻ ബാലനോട് ചോദിച്ചു.

"എനക്കറീല്ല്യേപ്പാ." ബാലൻ കൈമലർത്തി.

"ഇനിക്കെന്തോട് പിന്നെ അറിയ്യാ? നല്ല പച്ചമാങ്ങ ഉപ്പുകൂട്ടി വായിലിട്ട് കറുമുറുന്ന് ചവക്കാൻ, അല്ലേ? പോയി കൊറച്ച് നിയമം പഠിക്കെടാ, ആ മരമണ്ടൻ പ്യൂണിന്റെടുത്ത്ന്ന്."

"എന്നാ, ഞാൻ പറേട്ടെ?" ബാലൻ ചെറുക്കന് ചെറിയൊരു വാശിയായി.

"പറേടാ."

"പറേട്ടെ?"

"ശെടാ. പറഞ്ഞുതുലയ്ക്ക് ബാലാഞ്ഞി."

"മൂപ്പൻസായ്വിന്റെ കുന്നില്."

"ങ്ഹെ?"

ചന്ദ്രൻ ഞെട്ടിപ്പോയി. ഈ ബാലന് ഒരു വിവരവുമില്ല. മാങ്ങയെറിഞ്ഞുവീഴ്ത്തൽ കുറ്റമെങ്കിൽ, സായ്വിന്റെ കുന്നിക്കയറി എറിയൽ കൊലക്കുറ്റമാവും.

എന്നാലും...ആശയം ചന്ദ്രനെ അല്പം ഇളക്കിവിട്ടു. മൂപ്പന്റെ കുന്ന്! കാവൽക്കാരനും തോട്ടക്കാരനും പൊലീസും പട്ടാളവും....എന്നാലും അതിലൊരു....ഒരു ഇതുണ്ട്!

"എടാ, ബാലാ." ചന്ദ്രൻ ചോദിക്കുന്നു. "ബംഗ്ലാവില് കാലുകുത്താനുംകൂടെ കഴിയൂല്ലെടാ. ഞ്ഞി പോയിനോ അവ്ടെ?"

"ങ്ഹാ. പോയിന്ന്. ഒരിക്കൽ.....അച്ഛന്റെ കൂടെ!"

"അതെപ്പളാ?"

"കയിഞ്ഞകൊല്ലം. സായ്വിന്റെ എടുപ്പില്ലേ. ബംഗ്ലാവ്? അവ്ടെ ഒരു കൊള്ളു പൊളിഞ്ഞപ്പം. അച്ഛനാ അവ്ടെ കല്ലുകൊത്ത്യത്. ഒരൂസം എന്നേം കൊണ്ടോയി. സകലോം കാണിച്ചുതന്നു. എന്താഷ്ടാ, അവ്ടത്തെ ഓരോ മരങ്ങള്." ബാലൻ ചുണ്ടുകൾ കൂട്ടി ചെറിയൊരു വിസിലടി പാസാക്കി. "അവ്ടത്തെ അതില്ലേ? അത്, ആ വെളക്കിന്റെ തൂണ്."

"ദീപസ്തംഭം! ദീപസ്തംഭം ന്നാ അതിന് പറയ്യാ. ഞ്ഞി അതു കണ്ടോ?"

"കണ്ടു മോനെ. അതിന്റെ മോളില് കയറി. അങ്ങ് അന്തമാൻ വരെ കാണാം."

ചന്ദ്രൻ ആലോചിച്ചു. സംഗതി ഏതായാലും ഉശിരൻ തന്നെ.

"എങ്ങനൃടാ, അവ്ടെ കടക്ക്വാ?"

"മുന്നിലൂടെ പോകാൻ കഴിയൂല്ല. ഞമ്മള് കാണിച്ച് തരാം ബയി."

ചന്ദ്രൻ അദ്ഭുതപ്പെട്ടു. തന്റെ വാലിൽ പിടിച്ചു നടക്കാനേ കഴിയൂ എന്ന് കരുതിയ ഈ ചെക്കൻ ഇത്ര സമർഥനോ.

"എന്നാലും...." ബാലൻ തുടരുന്നു. "ബംഗ്ലാവിലൊരാളുണ്ട്. അറിയോ? ഒരു സെക്രേത്തേർ. പൈതൽ റൈറ്റർ. അയാള് നായിന്റെ മാതിര്യാ. സകലതും മണത്തറിയും. പിടിച്ചുപോയാല്.....തൂക്കിലിടലാ. പൈതൽ റൈറ്ററുണ്ടല്ലോ, നിന്റെ പ്യൂൺ ദാമ്വല്ല."

"എടാ, ബാലാ. പിടിക്കാണ്ടൊപ്പിക്കൽ എന്റെ പണി. ഞി വയി കാണിച്ചാ മതി. നടക്ക്."

രണ്ടുപേരും കൂടെ നടന്നു. പാതാറിലൂടെയല്ല പോയത്. മുൻ ഗെയ്റ്റും ഉപയോഗിച്ചില്ല. അതൊക്കെ സാധാരണക്കാരായ പാവങ്ങളുടെ വഴി. തെക്ക് വശത്തെ ഉപയോഗിക്കാതെ കാടുപിടിച്ചുകിടന്ന ഒരു പാതയിലൂടെ കടന്നു. കുറ്റിക്കാട്ടിലെ മുള്ളുകൾ ചവിട്ടിമെതിച്ചു. ബാലൻ വഴി കാട്ടി. ചന്ദ്രൻ പിന്നാലെ.

"ഹെന്റപ്പാ. ഇതെന്തായിത്?"

ചന്ദ്രൻ സ്തംഭിച്ചുനിന്നുപോയി. മരങ്ങൾ, വലിയ മരങ്ങൾ. ആകാശം മുട്ടുന്നവ പരിചയമില്ലാത്തതാണ് അധികവും. ശങ്കോമം, ചൊള്ളോം. ഇത് രണ്ടും തിരിച്ചറിഞ്ഞു. പൂത്തുവിടർന്നു നിൽക്കുന്ന കൊന്നമരങ്ങൾ. കണിവെക്കാൻ ഒരിത്തിരിപ്പൂവിന് എവിടെയൊക്കെ അന്വേഷിച്ചു നടന്നു. ഇവിടെ നോക്ക്. ആരും തൊടാത്ത ഒരു പൊന്നിൻകാട്. അതിനിടയിലാണ് രണ്ട് മാവുകൾ. ഒന്നിൽ ഒരുപാട് കായ്കൾ. കുറെയെണ്ണം നിലത്തുവീണ് കിടക്കുന്നു. ആരും പെറുക്കാതെ കേടുവന്നു തുടങ്ങിയവ.

"എടാ എടുത്ത് കീശേലിട്." ചന്ദ്രൻ ആജ്ഞാപിച്ചു.

"എന്തിനാത്? നല്ല മുന്തിയ ജാത്യല്ലേ മോളില്. എറിഞ്ഞിട്ടാ പോരെ?"

"ഞാൻ പറേന്നത് ചെയ്യടാ."

രണ്ടുപേരും വീണുകിടക്കുന്ന മാങ്ങ പെറുക്കിയെടുത്ത് കഴിയുന്നത്ര കീശകളിൽ തിരുകി.

"ങ്ഹാ. ഇനി തുടങ്ങാം പണി."

ചന്ദ്രൻ കല്ലുകളെടുത്തു. ബാലനും നല്ല ഉരുളൻവക തെരഞ്ഞെടുത്തുകൊടുത്തു. ഏറ് ചന്ദ്രന്റെ മേഖലയാണ്. അവൻ ഭംഗിയായി ഓരോ ശരം വിട്ടു. മാങ്ങ ഓരോന്നും വീഴുന്തോറും അവൻ ബാലനോട് പറയും–

"എടാ. എടുത്ത് വെക്ക്."

വലിയ മഞ്ഞയും വെള്ളയും ഇലകളുള്ള ഒരു ചെടി. അതിന് ചുറ്റും കൊച്ചു കാട്ടുചെടികൾ. അവയ്ക്കുള്ളിൽ ഓരോന്നായി ഒളി

പ്പിച്ചുവെച്ചു. ചന്ദ്രൻ വീണ്ടും എറിഞ്ഞു. ബാലന് ഒന്നും മനസിലായില്ല. നിർദേശിച്ചതുപോലെ അവൻ എല്ലാം മറച്ചുവെച്ചു.

"പിടിയെടാ നായിന്റെ മക്കളെ."

രണ്ടുപേരും ഞെട്ടിത്തരിച്ചുപോയി കാലുകൾ വിറച്ചു. വിയർത്തൊലിച്ചു.

സെക്രെത്തേർ. പൈതൽ റൈറ്റർ.

"ഇങ്ങ് വാടാ."

ഓരോ കൈകൊണ്ട് ഓരോ കോളറിൽ പിടിച്ചു. അയാൾ രണ്ടു പേരെയും ബംഗ്ലാവിൽ തന്റെ ആപ്പീസിലേക്ക് കൊണ്ടുവന്നു. ചന്ദ്രന്റെ വീരവാദം കേൾക്കാനില്ല. ബാലൻ ഇപ്പോൾ കരയും.

"കാട്ടുകള്ളൻമാരാ. കണ്ടോ." ശബ്ദം കേട്ടുവന്ന ഗംഗനോട് സെക്രത്തേർ പറയുന്നു.

"തെക്കേ ഭാഗത്തൂടെ കൊള്ള് കേറിയാ വന്നത്. രണ്ടും മൊട്ടേന്നെണീറ്റില്ല." അയാൾ മൂക്കിൽ വിരൽ വച്ചു.

ഗംഗൻ രണ്ടുപേരെയും നോക്കി.

"ഇത് നമ്മളെ....."

പെട്ടെന്നവൻ നിർത്തി. അവന് കുട്ടികളെ അറിയാമായിരുന്നു. എങ്കിലും വിവരം സെക്രെത്തേറെ അറിയിക്കേണ്ടെന്ന് കരുതി.

"ഒരു മൂലക്കവിടെ നിക്ക്. മൂപ്പൻ സായ്വ് ഇപ്പം വരും."

ബാലൻ കളസത്തിൽ രണ്ട് തുള്ളി മൂത്രമൊഴിച്ചുപോയി. ചന്ദ്രന് എന്തോ ആദ്യത്തെ ഞെട്ടലിന്ന് ശേഷം, ഇപ്പോൾ അത്ര പേടിയില്ലാത്തതുപോലെ.

"എന്താ ഇവിടെ......?" മറിയാനിന്റെ രംഗപ്രവേശം.

"ബോംഴൂർ, മദ്മ്വസേൽ."

പൈതൽ റൈറ്ററുടെ വക. ഗംഗൻ നേരത്തെ മറിയാനിനെ കാണുകയും "ബോംഴൂർ" പറയുകയും ചെയ്തിരുന്നു.

"കള്ളൻമാർ, മദ്മ്വസേൽ." റൈറ്ററുടെ ആക്രോശം.

"തെക്ക് വശത്തൂടെ കയറി മാങ്ങ എറിഞ്ഞുവീഴ്ത്തി. കാണുന്നില്ലേ, കീശനിറയെ?"

"നിങ്ങൾ മാങ്ങ കട്ടോ, കുട്ടികളേ?" മറിയാൻ ശാന്തമായി ചോദിക്കുന്നു.

"ഇല്ല, മദ്മ്വസേൽ." നാലാം ക്ലാസിൽ പഠിക്കുന്ന ചന്ദ്രന് മദ്മ്വസേൽ എന്ന് പറയാനറിയാം.

"നിലത്ത് വീണുകിടക്കുന്നത് പെറുക്ക്യതാ."

റൈറ്റർ അവന്റെ പ്രസ്താവന ഫ്രഞ്ചിലാക്കി. സത്യസന്ധമായ വിവർത്തനം. എന്നിട്ട് കൂട്ടിച്ചേർത്തു–

"ഇവനാരാന്നറ്യോ മദ്മ്വസേൽ? കള്ളനല്ല, പെരുങ്കള്ളൻ...ഇവൻ. ഇവൻ എറിയുന്നത് ഞാൻ ഇതാ ഈ കണ്ണുകൊണ്ട് കണ്ടതല്ലേ. കല്ല് പെറുക്കിക്കൊടുക്കാൻ മറ്റവനും."

"ഇല്ല, മദ്മ്വസേൽ. വീണുകെടക്കുന്ന മാങ്ങയാ പെറുക്കി കീശേലിട്ടത്. നെലത്തൂന്നു."

"എവ്ടെ നോക്കട്ടെ?"

മറിയാനിന് രംഗം വളരെ ഇഷ്ടമായി. ഒരു കുറ്റാന്വേഷകയെപ്പോലെ അവൾ കുട്ടികളുടെ അടുത്തുചെന്നുനിന്നു. ചന്ദ്രൻ കീശയിൽ നിന്ന് മാങ്ങ ഓരോന്നായി എടുത്തുകാട്ടി. ബാലനും അതുതന്നെ ചെയ്തു. ആകെ അഞ്ചെട്ടെണ്ണമുണ്ട്.

മറിയാന്ന് ഓരോന്നായി തിരിച്ചും മറിച്ചും നോക്കി ചെറിയൊരു ഭൂതക്കണ്ണാടി ആകാമായിരുന്നു- അവൾ മനസിൽ പറഞ്ഞു. ഇല്ല, ചുന കാണാനില്ല. ഒന്നോരണ്ടോ ദിവസത്തെ പഴക്കം. തീർച്ചയായും ഇത് ഇപ്പോൾ എറിഞ്ഞുവീഴ്ത്തിയതല്ല.

"മുസ്യേ പൈതൽ......നോക്ക്."

പൈതൽ റൈറ്റർ കുനിഞ്ഞു നോക്കി...അയാളാകെ വിയർത്തു.

"കുട്ടികളെ വിട്ടേക്ക്, മുസ്യേപൈതൽ. പപ്പയോട് പറയേണ്ട. ചെറിയ കാര്യല്ലെ." പപ്പയോട് ഈ കഥ ഞാൻ പറയും മറിയാന് മനസ്സിൽ പറഞ്ഞു. എന്നിട്ട് ഞങ്ങൾ ഒന്നിച്ച് ചിരിക്കും!

പിള്ളേർ ഇറങ്ങി ഓടി ഗെയ്റ്റിലൂടെ തലയുർത്തിപ്പിടിച്ചുകൊണ്ട്. കള്ളക്കേസിൽ പൊലീസ് പിടിച്ച്, തെളിവില്ലാത്തതുകാരണം കോടതി വിട്ടയച്ച പ്രതികളെപ്പോലെ. മാന്യന്മാരായി!

"ഇനിയാ വിദ്യ." ചന്ദ്രൻ പറയുന്നു. "നമ്മക്ക് രണ്ടാമതും ഒരു കയറ്റം. നേരെത്തെ പോയ വഴിയിലൂടെത്തന്നെ. കുന്നമ്മല് ഒളിപ്പിച്ചുവെച്ച നമ്മളെ ചരക്ക് എടുത്തു പോരണം."

"ഇനിക്ക് പിരാന്താ, ചന്ദ്ര?" ബാലൻ ഒരൊറ്റ നിൽപ്, വടിപോലെ "ഞാനില്ല, അങ്ങോട്ട്. ഇനീം പിടിച്ചാല്, മദ്മ്വസേൽ നമ്മളെ കഴുത്തറുത്ത് തല പൊഴേലെറിയും."

"എടാ, പൊട്ടാ ഇത്രപെട്ടെന്ന് നമ്മളങ്ങോട്ട് ഒരിക്കൽക്കൂടെ കേറി ച്ചെല്ലൂന്ന് അവര് വിചാരിക്ക്യാ? ഇല്ലെടാ. ഞ്ഞി വാ."

നടന്നുകൊണ്ട് ചന്ദ്രൻ പറയുന്നു.

സ്ഥലത്തെത്തി, പഴയ മാങ്ങ ഓരോന്നായി അവർ വലിച്ചെറിഞ്ഞു. ഒളിപ്പിച്ചു വെച്ചവയെടുത്തു കീശയിലിട്ടു. വന്ന വഴിയേ തിരിച്ചു നടന്നു!

22

വാടിക്കരിയുന്ന ഒരിതൾ

മറിയാന് സഹപാഠിയായ കൗസുവിന്റെ വീടിന് മുന്നിൽ നിരത്തിൽ നിന്നു. ഏന്തിനോക്കി. പിന്നെ, പൊട്ടിയ കൽപ്പടവുകളിൽ സശ്രദ്ധം കാലുകൾവെച്ച് കയറി. ചെരിഞ്ഞുനോക്കി. ആരുമില്ലേ, ഇവിടെ.

ഒട്ടും ശരിയായില്ല, ഇങ്ങനെ വന്നതെന്ന് തോന്നി, അവൾക്കപ്പോൾ. നേരത്തെ അറിയിക്കാമായിരുന്നു. എന്തോ, ശനിയാഴ്ച ക്ലാസ് വിടുന്നതുവരെ ഇങ്ങനെയൊരു സന്ദർശനത്തെപ്പറ്റി ആലോചിച്ചിരുന്നില്ല. ഞായറാഴ്ച പള്ളിയിലെ പ്രാർഥന കഴിഞ്ഞ് ബംഗ്ലവിൽ തിരിച്ചെത്തിയപ്പോൾ, ഇനിയുള്ള സമയം ഒന്നും ചെയ്യാനില്ലെന്ന് ബോധ്യം വന്നു. പെട്ടെന്ന് കൗസുവിനെ ഓർത്തു.

മറിയാനിന്റെ ഏറ്റവും അടുത്ത സുഹൃത്താണ് കൗസു. അതായത് പെൺകുട്ടികളുടെയിടയിൽ. ആൺകുട്ടികളുടെയിടയിൽ സദുവും സുകുവും. ഈ നാട്ടിൽ എത്തിയ ആഴ്ച തന്നെ ഇവരെ പരിചയമാണല്ലോ. സുകുവിന്റെ സഹോദരിയാണ് കൗസുവെന്നത്, അത്ഭുതം, ഏറെ നാളുകൾക്ക് ശേഷമാണ് അറിഞ്ഞത്.

ഒരേ ബഞ്ചിലിരുന്ന് പഠിക്കാൻ തുടങ്ങി ആഴ്ചകൾ കഴിഞ്ഞിരിക്കും. ഒരു ദിവസം കൗസുവുമായി ഫ്രഞ്ച്സാഹിത്യത്തെക്കുറിച്ച് അതുമിതും പറയവേ, അൽഫോംസ് ദൊദേയുടെ " ലെ് പെത്തിഷോസ്" പരാമർശിക്കപ്പെട്ടു. ആ കൃതി വായിച്ചില്ലെന്ന് കൗസു..... വായിക്കണം. അതീവ സുന്ദരം എന്ന് മറിയാന്...അറിയാം, പുസ്തകം കിട്ടിയില്ല, അതാണ്. "യുനിയോം അമിക്കാലിലില്ലേ?...." ഇല്ല, അനിയെനെക്കൊണ്ട് അന്വേഷിപ്പിച്ചിരുന്നു. കൗസു അതുപറഞ്ഞപ്പോൾ, മറിയാന് കൂട്ടകാരിയുടെ മുഖത്തുനോക്കി, സംഗതി പിടികിട്ടാതെ..... നിന്റെ കയ്യിലുണ്ടോ "*ലെ പെത്തിഷോസ്*" എന്ന കൗസുവിന്റെ പെട്ടെന്നുള്ള ചോദ്യം.....ഉണ്ട്, പപ്പയുടെ പുസ്തകശേഖരത്തിൽ. ഞാൻ

കൊണ്ടുവരാം, നാളെ.....നാളെയോ? ഇന്നുതന്നെ കിട്ടിയാൽ രാത്രി വായിക്കാമല്ലോ. അവനെ അങ്ങോട്ടയക്കട്ടെ, വൈകീട്ട്?.....വീണ്ടും സംഗതി തിരിച്ചറിയാൻ കഴിയാതെ കൗസുവിനെ തറച്ചുനോക്കി. എന്നിട്ട് ചോദിച്ചു: ആരെ? ആരെയാണയക്കുന്നത്? അനിയനെ, മറിയാനു, എന്താ കുഴപ്പം?......അനിയനേയോ? അതാരാ?....ഇപ്പോൾ കൗസുവിനാണ് ഒന്നും മനസിലാകാത്തത്. സുകുവിനെ, അല്ലാതെ ആരെയാ?......"സുകു, അനിയൻ?"...ങ്ഹാ. അനിയൻ. പിന്നെയാരാ? ഒരാളേയുള്ളു എനിക്ക് ആങ്ങളയായി...ഈ വാസ്തവം നേരത്തെ ആരും പറഞ്ഞില്ലെന്നതിൽ മാറിയാന് അമർഷം. കൗസുവിന് അത്ഭുതം, ഖേദം! കൗസുവും സുകുവും സഹോദരങ്ങൾ! ആ നിമിഷം അവരുടെ കുടുംബം സ്വന്തം കുടുംബമായിത്തോന്നി മറിയാനിന്.

കഴിഞ്ഞ ഏതാനും ദിവസങ്ങളായി മറയാനിന് കൂട്ടുകാരിയെക്കുറിച്ച ചിന്തയാണ് എപ്പോഴും. കാരണം കൗസുവിന്റെ മുഖത്ത് സ്ഥായിയായി പ്രകടമാകുന്ന ശോകഭാവമാണ്. അവളുടെ ദേഹവും മനസ്സും ഒരുപോലെ തളർന്നതുപോലുണ്ട്. എന്താണ് സംഗതി? ഒരിക്കൽ കൗസുവിനോട് ചോദിച്ചു. അതൊക്കെ വെറുതെ തോന്നുന്നതാണെന്ന് മറുപടി. പിന്നെ സുകുവോടും അന്വേഷിച്ചു. ദേഹാസ്വാസ്ഥ്യം എന്തോ ഉണ്ട്. കൂടാതെ വീട്ടിലെ സ്ഥിതിയാകെ കുഴപ്പത്തിലാണ്. അതായത് സാമ്പത്തിക സ്ഥിതി. ഏട്ത്തി പുതുശ്ശേരിയിൽ പോയി നഴ്സിങ്ങ് പഠിക്കണമെന്ന് പറയുന്നു. സുകു ഒന്നും മറച്ചുവെച്ചില്ല.

ഈ സംഭാഷണം നടന്നിട്ട് അധികമായില്ല. ഒരു ദിവസം അത്താഴത്തിന്നിരുന്നപ്പോൾ മറിയാന് പപ്പയുടെ മുന്നിൽ വിഷയം എടുത്തിട്ടു. "എന്താണ് പേരു പറഞ്ഞത്?" മുസ്യേപെത്തിനെല്ലി ചോദിക്കുന്നു... "കൗസു, അതായത് കൗസല്യ. എന്റെ കൂട്ടുകാരനില്ലെ, പപ്പാ, സുകു, അവന്റെ ജ്യേഷ്ഠത്തി".

"ഓ അവരൊക്കെ കമ്മ്യൂണിസ്റ്റുകാരല്ലെ. കുഴപ്പാവും...." ഓ, പപ്പാ. കമ്മ്യൂണിസ്റ്റുകാർ ഇന്ന് അവിടെ, നമ്മുടെ മാതൃഭൂമിയിൽ, മോചനസമരത്തിന്റെ മുന്നിൽനിൽക്കുന്നു. ജീവൻ കൊടുക്കുന്നു..."

"അതൊക്കെ ശരി, മാഷെറീ, പക്ഷേ". "പക്ഷേ ഒന്നുല്ല, പപ്പാ അവരുടെ കുടുംബാം കഷ്ടത്തിലാ.."

"നോക്കട്ടെ, മോളെ..." "മെർസി, പപ്പാ....."

മുസ്യേ പെത്തിനെല്ലി പിറ്റേ ദിവസം വിളിപ്പിക്കുന്നു, ദെലെഗേ കണ്ണൻമാസ്റ്ററെ. ചോദിക്കുന്നു "സ്കൂളിൽ വല്ല ഒഴിവും?"..... കണ്ണൻ മാസ്റ്ററുടെ തലച്ചോറ് പെട്ടെന്ന് ഉണർന്നു പ്രവർത്തിച്ചു. തുടർന്ന് ഒരു തലയാട്ടൽ. എന്നിട്ട് പറയുന്നു: "ഇല്ല, ഒഴിവൊന്നുമില്ല. പിന്നെ... ഒരു താൽക്കാലികം. മദാം വസുന്ധര പ്രസവാവധിയിൽ പോകാനുണ്ട്. എകോൽ ദ് ഫീയ്യിൽ അടുത്ത മാസം മുതൽ....."

"ആ സ്ഥാനത്തേക്ക്...മറിയാനിന്റെ കൂടെ പഠിക്കുന്ന ഒരു......ഒരു.... പേരു മറന്നു."

ദെലെഗേ കണ്ണൻമാസ്റ്റർ തലയാട്ടുന്നു.

"കൗസു.....കൗസല്യ. അതല്ലെ?"

"അതെ. കൗസ് കൗസ്..."

"ഞാനും ആലോചിച്ചതാ അത്, മുസ്യേ."

"അവൾ ബ്രവേ മലയാളം പാസ്സായതല്ലെ അതുമതി."

"കൗസു മൂന്നുമാസം പണിയെടുക്കട്ടെ. പിന്നെ കോംകൂറിന്* ഇരിക്കാം. അവൾ പാസ്സാവും. കോംകൂർകഴിയുമ്പോഴേക്കും എക്കോൽദ് ഫീയിൽ** തന്നെ ഒരു സ്ഥിരം സാധ്യതയുണ്ടാവും. പ്രധാനാധ്യാപിക മർഗെറീത്ത് പെൻഷനാകും അപ്പോൾ. മററുള്ള വർക്ക് സ്ഥാനക്കയറ്റം കൊടുത്ത്, കൗസുവിന് അഞ്ചാംക്ലാസിലെ പണിയെടുക്കാൻ കഴിയും, സ്ഥിരമായി."

മുസ്യേ പെത്തിനെല്ലി തികച്ചും സന്തുഷ്ടനായി. മാസ്റ്ററോട് മെർസി, ഷേറമീ, എന്നു പറഞ്ഞു പലതവണ.

"പക്ഷേ, ഇതൊന്നും നിന്റെ ചങ്ങാതിമാരോട് പറയരുത്." പിന്നീട് പപ്പാ പെത്തിനെല്ലി മകളോട് പറഞ്ഞു. "കൗസുവിന്റെ ബന്ധുക്കൾ രാഷ്ട്രീയക്കാരാ. ഇവർ സംഗതികളാകെ കുട്ടിക്കുഴക്കും. വേണ്ടാത്തതേ അവരുടെ തലയിൽ കടക്കൂ."

മറിയാനു ചിരിച്ചു.

"ഓ പപ്പാ നമ്മുടെ ദെലെഗേ ഒരു തങ്കംപോലത്തെ മനുഷ്യൻ. സകല വിഷയവും പഠിപ്പിക്കുന്നു. ഇവിടത്തെ അധ്യാപകന്മാരെല്ലാം നല്ലവർ കഴിവുറ്റവർ."

"ശരിയാ ഒരു തങ്കം പോലത്തെ മനുഷ്യൻ."

മൂപ്പൻ സായ്‌വ് പിറുപിറുത്തു. അടുത്ത വർഷം വിദ്യാഭ്യാസ മന്ത്രാലയത്തിന്റെ ഒരു ബഹുമതിക്ക് മാസ്റ്ററുടെ പേര് നിർദേശിക്കണം. പക്ഷേ, എല്ലാറ്റിനും ഈ നശിച്ച യുദ്ധമൊന്ന് അവസാനിക്കണമല്ലൊ.

"ഓ മെർസി, പപ്പാ"

ആ മനസ്സ് വായിച്ചറിഞ്ഞ മറിയാന്ന് പപ്പയുടെ തടിച്ചു ചുവന്ന കവിളുകളിൽ ഒരുമ്മ കൊടുത്തു....

"അല്ല, ഇതാരാ....ദൈവമേ."

കൗസുവിന്റെ ശബ്ദം കേട്ട് മറിയാനു ഞെട്ടി. ദീർഘമായ ആലോചനയിൽ മുഴുകി കോണിയുടെ മുകളിലത്തെ കൽപ്പടവിൽ ഇരിക്കുകയായിരുന്നു താനെന്നത് അവളെ ചിരിപ്പിച്ചു.

"കുറെ നേരായോ വന്നിട്ട്?"

"കുറെ നേരായി, കൗസു. ഇവിടെ ആരൂല്ലേന്ന് സംശയം തുട

---

* കോംകൂർ - മത്സരപ്പരീക്ഷ

** എക്കോൽദ് ഫീ - പെൺകുട്ടികളുടെ സ്കൂൾ

ങ്ങിയിരുന്നു. എന്നാലും ഈ കല്ലിൻമേലിരുന്നു ഞാൻ ഭയങ്കരമായി ചിന്തിച്ചു.

"എന്തിനെക്കുറിച്ച്?"

"അറിയില്ല."

കൗസു കുലുങ്ങിച്ചിരിച്ചു. ആ ദൈന്യത മറിയാനിന്റെ ഹൃദയം പിളർക്കാൻ പോന്നതായിരുന്നു. വാസ്തവത്തിൽ കൗസുവിന് ചിരിക്കാൻപോലും ശക്തിയില്ലെന്ന് തോന്നി.

"കൗസു നീ...നീയൊന്നു കരഞ്ഞാട്ടെ. കരയുമ്പോൾ നീ എങ്ങനെയിരിക്കുമെന്ന് കാണണം എനിക്ക്." കൗസു വീണ്ടും ചിരിച്ചു. "വരൂ" അവൾ മറിയാനിനെ പുരയിലേക്ക് കൂട്ടിക്കൊണ്ടു പോയി കൈപിടിച്ചുകൊണ്ട്.

"അമ്മേ ഇതാരാ വന്നേന്ന് നോക്ക്."

മറിയാനിനെ കണ്ടപ്പോൾ അമ്മയുടെ കണ്ണുകൾ തുറിച്ചുപോയി.

"മുത്തപ്പാ!"

അവർ സ്വന്തം വേഷത്തിലേക്ക് നോട്ടംവിട്ടു. എല്ലാം മുഷിഞ്ഞത്. കഷ്ടം. ഇവൾ അറിയിക്കാതെ ഇങ്ങനെ വന്നുചാടിയാൽ....

"ബോംഴൂർ മാമ്മാം."

ഹെന്ത്? അമ്മേ എന്നല്ലേ ഇവൾ വിളിച്ചത്.

"എന്റെ മോളെ."

കൗസുവിന്റെ അമ്മ എന്താണ് പറഞ്ഞതെന്ന് മറിയാന് ഊഹിച്ചു. അവൾ ചിരിച്ചു.

"ഞങ്ങൾ പാവങ്ങളാ."

കൗസു തൊണ്ടയിടറികൊണ്ട് പറഞ്ഞു.

"ഓ നിന്റെ തട്ടിപ്പൊന്നു നിർത്ത്." മറിയാന് അകത്തേക്ക് ഒന്ന് കണ്ണോടിച്ചു "അപ്പോ, സുകു....?"

"ഇല്ല. സുകുട്ടി...എവിടെപ്പോയെന്നറീല്ല."

"ഹെയ് എന്താത് സുകൂട്ടി?"

"അത്."

കൗസു അത് വിശദീകരിച്ചു. കോലായിലെ ബഞ്ചിലിരുന്നുകൊണ്ട്. വിദേശഭാഷ ചെറുപ്പത്തിലേ പഠിച്ചുവെങ്കിലും, വലിയ കാര്യങ്ങളൊക്കെ പറിഞ്ഞൊപ്പിക്കാൻ വിഷമംതന്നെ.

"സുകൂട്ടി. സുകൂട്ടി."

മറിയാന് ആവർത്തിച്ചു.

"എനിക്കും അങ്ങനെ വിളിച്ചൂടെ?"

"വിളിച്ചോളൂ, വേണമെങ്കിൽ."

"സുകൂട്ടി. സുകൂട്ടി...ട്ടി....ട്ടി."

മറിയാന് ചിരിച്ചുകൊണ്ടിരുന്നു. പപ്പയുമായി നടന്ന സംഭാഷണവും തുടർന്ന് ദെലെഗേയുമായുണ്ടാക്കിയ ധാരണയും അവൾ എടു

ത്തിട്ടില്ല. അതൊക്കെ കൗസു സാവധാനം അറിഞ്ഞുകൊള്ളും. വമ്പത്തി. അവളുടെയൊരു പുതുശ്ശേരിയിൽ പോക്ക് ഒരു നഴ്സിങ്ങ് പഠിക്കൽ!

"മറിയാനിന്റെ ആദ്യത്തെ സന്ദർശനമല്ലെ." കൗസു പറയുന്നു. "നിന്നെ സ്വീകരിക്കാൻ ഇവിടെയില്ലാത്തതിൽ വലിയ സങ്കടാവും സുകൂട്ടിക്ക്!"

"സാരംല്ല്യ, കൗസു. നിന്നെയും അമ്മയേയും കണ്ടില്ലേ."

മറിയാന് സ്നേഹിതയെ സൂക്ഷിച്ചുനോക്കി. അവളുടെ കണ്ണുകളിലൂടെ ചുഴിഞ്ഞിറങ്ങി. എന്നിട്ട് പച്ചയായി ചോദിച്ചു:

"എന്താണ് നിന്റെ പ്രശ്നം?"

"എന്ത് പ്രശ്നം? എനിക്കെന്ത് പ്രശ്നം?"

"നിന്റെ മുഖത്തെ എന്നും മൂടിവെക്കുന്ന ഈ ശോകഭാവം? എന്താണതിന്റെ അർഥം?"

കൗസു മിണ്ടിയില്ല. മറിയാന് അവളുടെ കൈപിടിച്ചു

"കൗസു. എന്താണിത്? നിന്റെ ദേഹം...പൊള്ളുന്നല്ലോ."

കൗസു നിശ്ശബ്ദയായിരുന്നു. അവൾ അറിയാതെ ആ കണ്ണുകൾ അടഞ്ഞു പോകുന്നു.

"എനിക്ക്..." നിമിഷങ്ങൾക്ക് ശേഷം ആ ചുണ്ടുകൾ മന്ത്രിക്കുന്നു. "എനിക്ക് ജീവിക്കണംന്നില്ല, മറിയാന്."

"ഹെന്ത്? എന്ത് അസംബന്ധമാണ് പറയുന്നത്?"

"മറിയാന്ന് ഞാനൊരു രഹസ്യം പറയട്ടെ? സുകൂട്ടി വിഷയം സ്പർശിച്ചോ നിന്നോട് എന്നറിയില്ല."

"നിന്റെ രഹസ്യമൊന്നും സുകു പറഞ്ഞില്ല. എന്താണത്? പറയൂ."

"വാസ്തവം. സുകൂട്ടിക്കും സംഗതി മുഴുവൻ അറിയില്ല."

കൗസുവിന്റെ നാവിൽനിന്ന് വരുന്ന സുകൂട്ടി എന്ന ശബ്ദത്തിന് എന്തോ മറ്റുവാക്കുകളിൽനിന്നും വ്യത്യസ്തമായ, തികച്ചും ആസ്വദനീയമായ ഒരു ധ്വനിയുള്ളതായി മറിയാന് തോന്നി. അത് വളരെ വ്യക്തമായിരുന്നു. സുകൂട്ടി എന്ന പ്രയോഗത്തിന്റെ പകർപ്പവകാശം കൗസുവിന് മാത്രമുള്ളതായി അവൾ തിരിച്ചറിഞ്ഞു. അതുകൊണ്ട് സുകു എന്നുതന്നെ തുടർന്നും വിളിച്ചാൽ മതി എന്നവൾ തീരുമാനിക്കുകയും ചെയ്തു.

അപ്പോൾ...കൗസു ഉള്ളു തുറന്നു. മറിയാനിന്റെ മുന്നിൽ അനന്തേട്ടന്റെ കഥ. വെറും പതിനഞ്ചു വയസ്സുള്ളപ്പോൾ തുടങ്ങിയ അടുപ്പം. ട്യൂഷനെടുക്കാൻ വന്ന ആൾ. വളരെയടുത്തു. വളരെ. ഒരു ദിവസം അനന്തേട്ടൻ വന്നില്ലെങ്കിൽ മരിക്കാൻ തോന്നി. മറിയാനിന്ന് അറിയുമോ ഞങ്ങളുടെ നാട്ടിൽ പതിനഞ്ചും പതിനാറും വയസിൽ പെൺകുട്ടികളുടെ വിവാഹം നടത്തുന്നു. ബോംബെയിൽ പോയി ഒരു പണി കിട്ടിയ ഉടൻ തന്നെ വന്ന് കഴുത്തിൽ താലി കെട്ടി അങ്ങോട്ടു കൊണ്ടുപോകുമെന്നായിരുന്നു അനന്തേട്ടൻ ഉറപ്പുതന്നത്.

ആ വാക്ക് വിശ്വസിക്കാതിരിക്കാൻ ഞാൻ കാരണം കണ്ടില്ല. ഒന്നുമറിയാത്ത പെണ്ണിനെ അയാൾ ചുംബിച്ചു. തടവുകയും തലോടുകയും ചെയ്തു. മറ്റൊന്നും ചെയ്യാൻ ഞാനനുവദിച്ചില്ല. ഭാഗ്യം. മാറിയാന്, അറിയാം എനിക്ക് നിങ്ങളുടെ നാട്ടിൽ ഇതൊന്നും വലിയ കാര്യമല്ല. പക്ഷേ ഞങ്ങൾക്ക് ഇതൊക്കെ......

കൗസു ഒരുനിമിഷം കണ്ണടച്ചുനിന്നു. എന്നിട്ട് അറപ്പോടെ ചുണ്ടുകൾ തുടക്കുന്നത് കണ്ടു.

"അനന്തേട്ടൻ..." .അവൾ കഥ തുടരുന്നു...."ബോംബെയിൽ പോയി പണിയായി. ഉടൻ ഒരു ഗോവക്കാരിയെ കല്യാണം കഴിച്ചു. വളരെ എളുപ്പത്തിൽ. എനിക്കിത് സഹിക്കാനാവുമായിരുന്നില്ല. എന്റെ ദേഹത്തെയാകെ എന്നെത്തന്നെ ഞാൻ വെറുത്തു. സ്വയം ജീവിതം അവസാനിപ്പിക്കാൻ ഞാൻ തീരുമാനിച്ചിരുന്നു. ഒന്നിലധികം തവണ. ഓരോ തവണയും അച്ഛനെയും അമ്മയേയും ഓർത്തു. സുകൂട്ടിയെ ഓർത്തു. അവനെ വിട്ടുപോകാൻ സാധിച്ചില്ല....അവസാനം ജീവിക്കാൻ തീരുമാനിച്ചു. പഠിച്ചു. ബ്രവേ മലയാളം പാസ്സായി. ഒരു പണി കിട്ടിയെങ്കിൽ കുടുംബത്തെ രക്ഷിക്കാമായിരുന്നു. അതും ഇതുവരെ നടന്നില്ല."

"പിന്നെ നഴ്സിങ്ങിന് പോകാൻ തീരുമാനിച്ചത്?"

മറിയാന് ചോദിച്ചു.

"മറ്റൊന്നുമില്ലാത്തതുകൊണ്ട് മാത്രം. പാവങ്ങകളായ രോഗികളെ..."

കൗസു ഒന്നു ചുമച്ചു. അവളുടെ തൊണ്ട അടയുമ്പോലെ.

"നേഴ്സിങ്ങ് പ്രവേശനത്തിനുള്ള കടലാസുകൾ ഇന്നലെ അയച്ചു.

"ഓ അത്രക്കായോ?"

കൗസു...തന്റെ പ്രിയപ്പെട്ടവൾ...മറിയാനന്നിന്റെ ഉള്ളിൽനിന്നും ആരോ പറയുന്നു....ഇവളൊരു നാൾ. വാടിക്കരിഞ്ഞ് ഇല്ലാതാവുമോ ഒരു ദിവസം.

അപ്പോൾ മറിയാനിന് സഹിച്ചില്ല. അവൾ ഏതാനും സൂചനകൾ നൽകി. പപ്പാ. ദെലെഗേ. വസുന്ധര. മർഗറീത്ത്. താൽക്കാലിക നിയമനം. കോംകൂർ....

"നേരാണോ, മറിയാന്, ഇത് നേരാണോ?"

കൗസുവിന്റെ മുന്നിൽ, അൽപനേരം എല്ലാം തിരിയുമ്പോലെ തോന്നി.

അവൾ സ്നേഹിതയെ തൊട്ടുനോക്കി.

"മറിയാന് മാഷേർ, ഞാൻ സ്വപ്നം കാണുകയല്ലല്ലോ."

* യുനിയോംഅമിക്കാൽ: സൗഹൃദസംഘം (മയ്യേനാട്ടിന്റെ പഴയ ഒരു ഗ്രന്ഥശാല)

23

ചിരുകണ്ടൻ

മയ്യേനാട്ടിൽനിന്നും....പുഴയ്ക്കപ്പുറം നാല് മൈലകലേ....ഒരു കൊച്ചുഗ്രാമം.

ചിരുകണ്ടൻ പുലർച്ചെ നാലുമണിക്ക് എഴുന്നേറ്റു. വാതിൽ തുറന്നു. അനാവശ്യമായി കുറേ ഒച്ചപ്പാടുകളുണ്ടാക്കി. മുറ്റത്തേക്ക് കാർക്കിച്ചുനീട്ടിത്തുപ്പി. കുരച്ചു.

"എണേ" പുര കുലുങ്ങുന്ന ശബ്ദത്തിൽ വിളിച്ചു. ഉറക്കത്തിന്റെ അടിത്തട്ടിൽ ചുരുണ്ട്കിടക്കുന്ന ചിരുകണ്ടന്റെ പെണ്ണ് "ഓ" എന്ന് വിളി കേട്ടു. ഒരു പതിവെന്ന നിലയിൽ അറിയാതെ, പ്രതിവചിച്ചതാണ്. അവളുടെ ഉറക്കത്തിൽ വാസ്തവത്തിൽ ഒരു ഭംഗവുമുണ്ടായിട്ടില്ല. ഇറയത്ത് തൂക്കിയിട്ട പഴയ ചട്ടിയിൽ വിരലുകളിട്ട് ചിരുകണ്ടൻ ഇത്തിരി ഉമിക്കരി വലിച്ചെടുത്തു. എന്നിട്ട് പല്ലുതേച്ചുകൊണ്ട് പറമ്പിന്റെ ഒരു മൂലയിൽ പോയിരുന്നു.

"ഇന്ന് തിങ്കളല്ലെ. ചിരുകണ്ടൻ?"

തൊട്ടപ്പുറത്തെ പറമ്പിൽ മറ്റൊരാൾ ഇരുട്ടത്ത് ഇരിക്കുന്നുണ്ടായിരുന്നു. അയൽക്കാരൻ കോമരം കോരു.

"ങ് ഹാ. തിങ്കളാ ഇന്ന് കൊലേംകൊണ്ട് പോണം."

"മയ്യേക്ക് തന്ന്യല്ലേ?"

"മയ്യേലല്ലാണ്ട് വെറെവ്ട്യ നേന്ത്രക്കൊല കൊണ്ടോവ്വാ?"

അല്പനേരം രണ്ടുപേരും ശബ്ദിച്ചില്ല. കോമരം കോരുവിന്റെ ഭാഗത്തുനിന്ന് ചെറിയ ചില പൊട്ടിത്തെറിയൊക്കെ കേൾക്കുന്നു.

"എന്താ, കാര്യം കോരു? വയറെന്ത് പറേന്ന്?"

"പോന്നില്ല, ചിരുകണ്ടാ അതേയ്, ഇന്നലെ മോന്തിക്ക്, ഒരു ലേശം മത്തി പുളീംമൊളോം ഇട്ടത് കൂട്ടിന് അതാ. എത്രനേരായി ഇരിക്കുന്നു. കാറ്റും കോളേള്ളു. നിനക്കോ?"

"ഞമ്മക്ക് അക്കാര്യത്തില് മാത്രം ഒരു കൊയപ്പോംല്യ ഉമിക്കരി വായിത്തട്ടിച്ചാമതി."

"ഉമിക്കരി ഞാനും തട്ടിക്ക്ന്നു."

"തടിയെളകി അധ്വാനിക്കെടൊ. ഒരു കാവിമ്മല്, രണ്ടുഭാഗത്തും മുമ്മൂന്ന് കൊല കെട്ടിത്തൂക്കി നടക്ക്, രാമാരാമാന്ന് പറഞ്ഞ് മയ്യേലവരെ. കൊലേം വിറ്റ്. വരുമ്പം വയിക്കിന്ന് ഒരു കുപ്പി വെളുത്തോനെ വാങ്ങി മോന്തിക്കുടിച്ച് നടക്ക്. എന്നാലേ എല്ലാം ശരിയാവും."

കോരു അപ്പുറത്ത് ശ്വാസം പിടിച്ചു നിർത്തി കഷ്ടപ്പെടുന്നത് കേൾക്കുന്നു.

"എന്നാ കോരൂ. ഞ്ഞി അവ്ടെത്തന്നെ ഇരുന്നോ, സൂര്യൻ ഉച്ചീലെത്തുംവരെ. ഞമ്മള് പോട്ടെ. മയ്യേപ്പള്ളിന്ന് അഞ്ചരേന്റെ മണി അടിച്ചൂന്ന് തോന്നുന്നു. ഇപ്പോളത്തെ കപ്യാർക്ക് ഒരുശാറുല്ല. മുമ്പിലത്തെ ആള് രണ്ട് വലിവലിച്ചു അടിച്ചാല്, കനകമലവരെ കേൾക്കാർന്നു, വല്യമണീന്റെ അടി."

ചിരുകണ്ടൻ എണീറ്റ് നടന്നു. കിണറ്റിൻകരയിലെത്തി. പാളത്തൊട്ടിയെറിഞ്ഞു വെള്ളം വലിച്ചെടുത്തു. കയ്യും മുഖവും തുടച്ചു അകത്തേക്ക് കയറി, പടി കടക്കുമ്പോൾ തലകുനിച്ചുകൊണ്ട്.

"ശെന്ത്, അടുപ്പിനിയും കത്തിച്ചില്ലെ, ഇവൾ". ഇരുട്ടത്തു പായയിൽ ചുരുണ്ടകിടക്കുന്ന പെണ്ണിന് ഒരു പറിട്ടുകൊടുത്തു. ചെറിയ രണ്ടു മക്കൾ അടുത്ത് കിടക്കുന്നുണ്ട്. അവരുടെ ദേഹത്ത് കാൽ തട്ടിപ്പോകാതിരിക്കാൻ പ്രത്യേകമായി ശ്രദ്ധിച്ചു.

ചിരുകണ്ടന്റെ ഓള് ചന്തിക്ക് ചവിട്ടേറ്റയുടൻ എഴുന്നേറ്റു ഓടി അടുക്കളയിലേക്ക്.

"ഇനിക്ക് ദിവസോം ഈ മരുന്ന് വേണം കുറച്ച് അല്ലേടി? എന്നാലേ ഇനിക്ക് ലോകം തിരിയൂ..."

എട്ടുമണി പോകാനുള്ള ഒരുക്കങ്ങളായി. ഒരു കിണ്ണം നിറയെ കഞ്ഞിയും ചെറിയൊരു പുഴുക്കും അകത്താക്കി. പതിവുപോലെ അടുത്തിരുന്നു അവളാണ് വിളമ്പിയത്. അപ്പോഴേക്കും പിള്ളേർ രണ്ടും എണീറ്റ് കശപിശയുണ്ടാക്കിത്തുടങ്ങിയിരുന്നു. ചിരുകണ്ടന് ആ കാഴ്ച വളരെ ഇഷ്ടമായി. "ഓ, മക്കള് എന്ത് കുരുത്തക്കേട് കാട്ട്യാലും ഇവ്ടെ ഒരു മുറുമുറുപ്പൂല്ലാലോ." കുട്ടികളുടെ അമ്മയ്ക്ക് പരിഭവം പറയാനുള്ള സന്ദർഭം. "മറ്റുള്ളോരു ക്ഷീണംകൊണ്ട് നടു നിവർത്താൻ അഞ്ച് മിനിട്ട് താമസിച്ചുപോയാല്, ദോ ചവിട്ടാ, ദിവസോം" ചിരുകണ്ടന് അതും രസിച്ചു.

രൈരുനായരോട് തലേ ദിവസം കച്ചവടമുറപ്പിച്ചിരുന്നു. ദേശത്തെ പരന്നുകിടക്കുന്ന നെൽവയലുകൾ. വാഴത്തോട്ടം. പച്ചക്കറി....സകലതുമുണ്ട് രൈരു നായരുടേതായി. ചിരുകണ്ടൻ ആറ് നേന്ത്രക്കുലകൾ വാങ്ങി. വാസ്തവത്തിൽ വാങ്ങൽ നടന്നിട്ടില്ല. വില പറയുക മാത്രം. ഈ കുലകൾ കാവിന്റെ രണ്ട് ഭാഗത്തു കെട്ടി നടക്കണം.

എട്ടുമണിക്ക് പുറപ്പെട്ടാൽ ഒരു ഒമ്പതിന് മയ്യേപ്പാലത്തെത്തും. അവിടെ നിന്ന് ചുങ്കം വരെ വീണ്ടും നടത്തം. അതിനിയിടയിൽ ആവശ്യമുള്ള പീടികക്കാർ വാങ്ങിക്കും. കുലകൾ ഓരോന്നായി വിൽക്കുന്നില്ല. ആറും ഒന്നിച്ചെടുക്കണം. അത് കാരണം വലിയ കടക്കാർക്കേ താൽപര്യം കാണു. ഓണ, വിഷുക്കാലങ്ങളിൽ നല്ല നേന്ത്രന്ന് പിടിവലിയാണ്. അതുപോലെത്തന്നെ പള്ളീലെപ്പെരുന്നാളിനും, മറ്റുള്ള സമയം കുറേ നടക്കേണ്ടിവരുന്നു. വിറ്റുകിട്ടിയ പൈസയിൽനിന്ന് രൈരുനായർക്ക് നിശ്ചയിച്ചത് കൊടുത്ത് ബാക്കിയുള്ളതുകൊണ്ട് കുടുംബച്ചെലവു കളിൽ ഒരു ഭാഗം നിർവഹിക്കുന്നു.

വാഴത്തോട്ടത്തിലേക്ക് പോകുമ്പോൾ ചിരുകണ്ടൻ അയാളുടെ പെണ്ണിനെയും കൊണ്ടുപോയി. അവൾക്കത് വളരെ പ്രിയപ്പെട്ട ഒരു സവാരിയാണ്! വാഴ വെട്ടി കുല കാവിൽകെട്ടിക്കഴിഞ്ഞാൽ അവൾ കാമ്പും കൂമ്പുമൊക്കെ ശേഖരിക്കുന്നു. അതിന് ജന്മിയുടെ അനു വാദം ചോദിക്കാറില്ല. അത് നടപ്പിലുള്ള രീതിയാണ്. രണ്ടുമൂന്നു ദിവസം കൂട്ടാനും ഉപ്പേരിയും ഉണ്ടാക്കിയാലും പിന്നെയും ബാക്കി യുണ്ടാവും.

ചിരുകണ്ടൻ കുനിഞ്ഞു കാവിൽ തൊട്ട് നെറ്റിയിൽ വെച്ചു. ഒത്ത നടുവിൽ പിടിച്ചു. ഒരൊറ്റ പൊക്കൽ. സാധനം ചുമലിലെത്തി. നല്ല ഘനമുണ്ട്. അതിന്റെ അർഥം കായയുടെ ഗുണം മുന്തിയത് എന്നാ ണ്. ചിരുകണ്ടൻ ചുമലുകളൊന്ന് കുലുക്കി ഭാരം രണ്ട് വശവുമായി ഒപ്പിച്ചു.

തലയിൽ വട്ടത്തിലുള്ള ഓലത്തൊപ്പി വീതികൂടിയ അരപ്പട്ടം. ചുമലിലും കൈകളിലും തഴമ്പ്.

മെല്ലേ വരമ്പിലൂടെ നടന്നു. നോക്കെത്താവുന്ന ദൂരം മുഴുവൻ നെൽകൃഷി അധികവും രൈരുനായരുടേത്. ഇത്രയും ഘനമുള്ള ചരക്ക് വഹിച്ചുകൊണ്ട് വഴുക്കുള്ള വരമ്പിലൂടെ നടക്കാൻ ചിരു കണ്ടൻ കഴിയൂ. ഒന്നുനിന്ന് അല്പം വിഷമിച്ചുകൊണ്ട് തിരിഞ്ഞു നോക്കി. അവൾ തന്റെ പെണ്ണ്, അങ്ങ് വയൽക്കരയിൽ, തലയിൽ നീണ്ട പൊതികളുമായി, നിൽക്കുന്നു. ഇങ്ങോട്ട് നോക്കുന്നു. ആ കാഴ്ച കണ്ണുകളിൽ നിർത്തി. അവളോടുള്ള സ്നേഹം ഉള്ളിൽനിന്നും നുരച്ചുപൊങ്ങുന്നതറിഞ്ഞു. തന്റെ എല്ലാമാണവൾ. ദിവസവും ഒരു ചെറിയ ചവിട്ടു കൊടുക്കുന്നത് അവളോടുള്ള ഇഷ്ടംകൊണ്ട്. അതു കൊള്ളാൻ അവൾക്കും ഇഷ്ടം.

അരമണിക്കൂർ. വയലുകളിൽനിന്ന് മൺവഴിയിലെത്തി. ഇനി വഴു വഴുപ്പില്ല. പകരം ചെറിയ കല്ലിൻ കഷണങ്ങൾ. ചിരുകണ്ടൻ രണ്ടും ഒരേ ആയാസത്തോടെ തരണം ചെയ്യുന്നു.

ഓ, വഴിയിൽ കാത്തുനിൽപ്പുണ്ട്, ആൾ. യാത്ര തുടങ്ങിയതിന് ശേഷം കണ്ട ആദ്യത്തെ മനുഷ്യജീവി. ചിരുകണ്ടനറിയാം കുങ്കി യമ്മ എന്തിനാണ് നിൽക്കുന്നതെന്ന്.

"ഞ്ഞ്യേങ്ങ് മയ്യേലല്ലേ പോന്നെ?"

"കാവും ചുമിലിക്കയറ്റി പിന്നെ എങ്ങോട്ട് പോകാനാ, കുങ്കി?"

"ഒരു ചെറിയ ഉപകാരം ചെയ്യണം, ചിരുകണ്ടൻ."

"എന്തിന് ചെറുതാക്കുന്നു?"

"മയ്യേല്, പാറക്കലിലില്ലേ?"

"കുങ്കി ഞ്ഞി പറ. പാറക്കലും ചുങ്കോം എല്ലാം അറിയാത്തോനല്ലാലൊ ഇത്."

"ങ്ഹാ. വൈശ്യേരില്ലേ. പരശു വൈശ്യേർ. മൂപ്പറെ ഷാപ്പീന്നെ കാക്കുപ്പി അരിഷ്ടം. ദശമൂലം. അതിങ്ങ് മാങ്ങിക്കൊ."

"കുപ്പിവീണുപൊട്ട്വോ മറ്റോ ചെയ്താൽ?"

"പൊട്ട്വോന്നൂല്ലപ്പാ, ഞ്ഞി മടിക്കുത്തില് കള്ളുകുപ്പീം കൊണ്ടരുന്നോനല്ലെ"

കുഞ്ഞിച്ചിരുത ഒരു ചെറിയ ചിരിവിട്ടു.

"ശരി. കൊണ്ടത്തരാം. പൈസങ്ങെടുക്ക്."

"പൈസ ഞ്ഞി മടങ്ങിവരുമ്പം തരാപ്പാ?"

ചിരുകണ്ടൻ നടന്നുതുടങ്ങി. കുങ്കിയമ്മ പിന്നാലെ പകുതിയോട്ടവും നടത്തവും.

"പൈസ ഇങ്ങോട്ട് പോരട്ടെ, കുങ്കി."

"എന്റെമ്മൊ. ഇതാ."

കുങ്കിയമ്മ കോന്തലയിൽനിന്ന് പൈസയെടുത്തുകൊടുത്തു. ചിരുകണ്ടൻ അരപ്പട്ട തുറന്ന് നാണയം അതിൽ സൂക്ഷിച്ചു. നടത്തത്തിന്റെ വേഗത കൂട്ടി. കുങ്കിയമ്മക്കറിയാം തിരിച്ചുവരുമ്പോൾ ചിരുകണ്ടന്റെ കയ്യിൽ കുല വിറ്റ പണമുണ്ടാകുമെന്ന്. അതിൽനിന്നും ചില്ലറ കൊടുത്ത് അരിഷ്ടം വാങ്ങിക്കൊണ്ടു വന്നാൽ, പൈസ നാളെത്തരാമെന്ന് പറയും. അത് പിന്നെ ഒരിക്കലും കിട്ടുകയില്ല. ഇത് ചിരുകണ്ടന് നന്നായറിയാം. തടി വെള്ളമാക്കി പണിയെടുക്കുന്ന തന്നെപ്പോലെയുള്ളവരെ പറ്റിക്കാൻ ഇതുപോലെ ചിലരൊക്കെയുണ്ട്. അതിലൊന്നും വീഴാൻ ചിരുകണ്ടനെ കിട്ടില്ല.

കാവ് ചുമലിന്മേൽ ഒതുക്കത്തോടെ അമർന്നുനിന്നു. നടത്തത്തിൽ അതിന്റെ രണ്ടറ്റം ചെറുതായി താഴുകയും പൊങ്ങുകയും ചെയ്യുന്നു. ചിരുകണ്ടന്റെ നടത്തത്തിന്ന് ഒരു താളമുണ്ട്. ഭാരം കാരണം ദേഹം അല്പം മുന്നോട്ട് കുനിഞ്ഞുപോകുന്നു. അയാൾ ഒരേ അളവിൽ കാലുകളെടുത്തുവെച്ച് മുന്നോട്ടുനീങ്ങി. നീണ്ട, വളഞ്ഞു തിരിയുന്ന വഴിയിലൂടെ, പെരിങ്ങാടി, കല്ലായി, പാലം.....പാലംകടന്ന് മയ്യേനാട്. അവിടെ മയ്യേക്കാർ പാർക്കുന്നു!

"കായ് വേണോളിം?" ആദ്യത്തെ പലചരക്ക് കച്ചവടക്കാരനോട് ചോദിച്ചു.

"ഞ്ഞി കാണുന്നില്ലെ, ചിരുകണ്ടാ? കയിഞ്ഞ ദിവസം വാങ്ങിത്തുക്ക്യത് മുയുമൻ ബാക്കിയാ."

"അല്ല, ഇത് സാധനം വമ്പൻ ജാതിയാ. ആവശ്യത്തിന് നോക്ക്യാ കിട്ടൂല്ല ഇത്തരം നേന്ത്രൻ."

"ഞ്ഞി പോടൊ."

പീടികക്കാരന്ന് അരിശം. ചിരുകണ്ടന് അല്പം വിഷമം തോന്നി. കടയിൽനിന്ന് ഇറങ്ങി വന്നു, കാവിന് ചുറ്റും ഒന്നു നടന്നു, പടലകൾ ഒന്നുപൊക്കി നോക്കി....ഇതൊക്കെ ചെയ്യാൻ പോലും പീടികക്കാരൻ തുനിയുന്നില്ല.

ചിരുകണ്ടൻ മുന്നോട്ടു നടന്നു ഒരു കട കൂടെ. അവിടെയും വിൽപ്പന ഒത്തില്ല. വീണ്ടും നടന്നു. പാറക്കൽ അങ്ങാടി. വലിയയൊരിറക്കം. ചുങ്കത്ത് എത്തുംമുമ്പ് വിറ്റുകഴിയണം. തിരിച്ചിങ്ങോട്ട് വലിയ കയറ്റമാണ്. ആറ് കുലയുംകൊണ്ട് മേൽപ്പോട്ടുള്ള കയറ്റം പ്രയാസമായിരിക്കും. ഇപ്പോൾതന്നെ ബലിഷ്ടാങ്ങളായ കാലുകൾ അല്പം തളർന്നിരിക്കുന്നു. വിലയിൽ എട്ടണ കുറഞ്ഞാലും ഇനി താമസിക്കാതെ കൈമാറണം.

അവസാനം ഒപ്പിച്ചു. പത്തര ഉറപ്പികക്ക് . വാസ്തവത്തിൽ ഈ കച്ചവടക്കാരെ സമ്മതിക്കണം. തന്നെപ്പോലുള്ള കാവ്കാരെ എത്ര എളുപ്പത്തിൽ പറ്റിക്കാം. എല്ലാവരുംകൂടെ ഒത്തുകളിച്ച് വില കുറച്ച് നിർത്തുക. ഇത്രയും ഭാരമുള്ള ചരക്ക് തിരിച്ചുകൊണ്ടുപോകാൻ കഴിയുമോ. അവർ പറയുന്ന വിലക്ക്, നഷ്ടത്തിന്നുപോലും, കൊടുക്കേണ്ടിവരും. അത്തരം വേണ്ടാതനമൊന്നും അവർ കാട്ടുന്നില്ലല്ലോ.

ചുമട് ഇറക്കിയപ്പോൾ, ദേഹത്തിൽ അൽപം വേദനതോന്നി. അത് കുറച്ചു കഴിയുമ്പോൾ മാറും. ഒന്നു നന്നായി മൂരി നിവർന്നു. പണം അരപ്പട്ടയിൽ തിരുകി. പരശുവൈദ്യരുടെ കടയിൽ കയറി. അരിഷ്ടം വാങ്ങി. അത് കോന്തലയിൽ ഉറപ്പിച്ചു.

ഇനി...ഇനി...വൈകാതെ തന്റെ ദൗത്യം നിറവേറ്റണം. അയാൾ അവിടെ കാത്തുനിൽക്കുന്നുണ്ടാവും.

ചിരുകണ്ടൻ അല്പം നടന്നു, ഒരു ചായക്കടയിൽ കയറുന്നു. ഓലത്തൊപ്പി അഴിച്ചുമാറ്റുന്നു. ഒരു ബെഞ്ചിൽ ഇരിക്കുന്നു.

അവിടെ...

ഉള്ളിൽ, വെളിച്ചം കുറഞ്ഞ ഒരു മൂലയിൽ......

നാണു!

ആവശ്യപ്പെടാതെ തന്നെ, ചായക്കാരൻ ഒരുഗ്ലാസ് കൊണ്ടുവന്നുവെക്കുന്നു. മേശപ്പുറത്ത് ചിരുകണ്ടൻ അതുയർത്തിപ്പിടിച്ചു. വരണ്ട തൊണ്ട നനച്ചു.

"കച്ചോടം മോശായില്ലല്ലോ."

നാണുവിന്റെ കുശലം.

"നഷ്ടം വരൂല്ല, സഖാവെ."

ചിരുകണ്ടൻ ചുണ്ടുകളിൽ തങ്ങിനിൽക്കുന്ന നനവുകൊണ്ട് നാവ് തുടച്ചു. എന്നിട്ട്, നിരത്തിൽ രണ്ടുവശവും നോക്കി, ഓല

ത്തൊപ്പി പൊക്കിയെടുത്തു അതിനുള്ളിലെ ഒരറയിൽനിന്ന് ഒരു ഒട്ടിച്ച കവർ വിരലുകളിൽ വലിച്ചെടുത്തു നാണുവിനെ ഏൽപ്പിച്ചു.

"ഇത് ഇപ്പം തന്നെ വല്യ സഖാവിനെത്തിക്കണം. അങ്ങന്യാ നിർദേശം."

നാണു അത് ഏറ്റുവാങ്ങി.

"ഇപ്പംതന്നെ കൊണ്ടുപോയി ഏൽപ്പിക്കാം."

ചിരുകണ്ടൻ എണീറ്റു തൊപ്പി തലയിലുറപ്പിച്ചു. കാവിൻ തണ്ട് ചുമലിൽ വെച്ചു.

നിരത്തിലിറങ്ങി. സാവധാനം നടന്നു തുടങ്ങി. പിന്നെ നടത്തം വേഗത്തിലാക്കി.

24

നൃത്തം ചെയ്യുന്ന തീ നാളങ്ങൾ

സുകു ഇന്ന് വല്ലാത്ത ഏകാന്തതയാണ് അനുഭവിക്കുന്നത്. ദിവസങ്ങളായി സദുവിനെ കണ്ടിട്ട്. ഇത്രയും കാലം, ഓർമ്മവെച്ചതു മുതൽ, അവർ തമ്മിൽ കാണാതിരുന്നിട്ടില്ല. അതായത് മൂന്നുദിവസം. വെള്ളിയാഴ്ച അവധിയായിരുന്നു സ്കൂളിൽ. അർമിസ്തീസ് ദിനം നവംബർ പതിനൊന്ന്. ഒന്നാം ലോകമഹായുദ്ധത്തിൽ പങ്കാളികളായ രാജ്യങ്ങൾ സമാധാനത്തിനായി ഉടമ്പടിയിൽ ഒപ്പുവെച്ച് പരസ്പരം കൈകൊടുത്ത ദിനം. ഇന്നും ഇവിടെ അത് അവധിയായി തുടരുന്നു.

അർമിസ്തീസ്! എന്ത് രസമുള്ള പേര്. ക്ലാസിൽ ഒരു തമാശയുണ്ടായി ഒരിക്കൽ. പരന്ത്രീസ് ഭാഷയിൽ എല്ലാ വാക്കുകൾക്കും ഒരു ലിംഗമുണ്ട്. മേശ, വീട്, വാതിൽ, വെള്ളം, ചന്ദ്രൻ മുതലായവ സ്ത്രീലിംഗം, പേര് കടലാസ്, പുസ്തകം, മരം, സൂര്യൻ ഇവയൊക്കെ പുല്ലിംഗം. കൈയുള്ള കസേര സ്ത്രീ. കൈയില്ലാത്തത് പുരുഷൻ. ഒരു പുല്ലിംഗവാക്കും ഒരു സ്ത്രീലിംഗവാക്കും കൂടിച്ചേരുമ്പോൾ രണ്ടും കൂടെ പുല്ലിംഗക്കാരുടെ കൂട്ടത്തിൽപെടുന്നു. പുരുഷമേധാവിത്വം! ഒരു വാചകം പറയുകയോ എഴുതുകയോ ചെയ്യുമ്പോൾ നൂറുക്കണക്കിന് പദങ്ങളിലോരന്നിന്റെയും ലിംഗഭേദം അറിഞ്ഞിരിക്കണം. അതനുസരിച്ചായിരിക്കും കൂടെച്ചേരുന്ന വിശേഷണങ്ങളുടെ അക്ഷരവ്യത്യാസം. ഉദാഹരണമായി, അഗാധമായ സ്നേഹം, അല്ലെങ്കിൽ പ്രേമം എന്ന് എഴുതുമ്പോൾ അഗാധമായ എന്ന വിശേഷണം ഒരു വിധത്തിലായിരിക്കും. എന്നാൽ അഗാധമായ വാത്സല്യം എന്നെഴുതുമ്പോൾ അതേ വിശേഷണത്തിൽ അല്പം വ്യത്യാസം വരും. കാരണം സ്നേഹവും പ്രേമവും പുല്ലിംഗവിഭാഗത്തിൽ പെടുമ്പോൾ, വാത്സല്യം സ്ത്രീവിഭാഗത്തിലാണ്!

പറഞ്ഞുവന്നത് അർമീസ്തീസിന്റെ കഥയാണല്ലോ. ഈ വാക്ക് പുരുഷനാണ്. അത് സ്ത്രീവർഗത്തിൽപെടുമെന്ന് എവിടെയോ കണ്ട

തായി തോന്നിയ ഒരു വിദ്യാർഥി ഒരു വാചകത്തിൽ രണ്ട് വിശേഷണങ്ങൾ തെറ്റിച്ചു. അതായത് മാസ്റ്റർ അത് തെറ്റെന്ന് വിധിച്ചു. കുട്ടിയുണ്ടോ വിടുന്നു. അർമീസ്തീസിനെ പെൺവേഷത്തിൽ കണ്ടതായി അവൻ ആണയിട്ടു. തെളിവില്ല താനും. മറ്റു ചിലരും അവന്റെ കൂടെ ചേർന്നു. സംഗതി വമ്പിച്ചൊരു വിവാദത്തിന് തിരികൊളുത്തി. വിദ്യാർഥികൾ മാത്രമല്ല, അധ്യാപകരും, പോരാ. ഒന്നുരണ്ട് രക്ഷിതാക്കൻമാർപോലും കക്ഷിചേർന്ന് പൊരുതി. ഏതോ ഒരു തൽപര കക്ഷി പുതുശ്ശേരിയിലെ വിദ്യാഭ്യാസ വകുപ്പു മേധാവി മുസ്യേറെയ്മോന് ഇക്കാര്യത്തിൽ കള്ളക്കത്ത് അയക്കുകപോലുമുണ്ടായി. അപ്പോഴാണ് മയ്യേനാട്ടിലെ പേരുകേട്ട ഗ്രന്ഥശാല-യുനിയോം അമിക്കാലിൽ ദീർഘകാലമായി തപസ്സ് ചെയ്യുന്ന ഒരു ഭാഷാ പണ്ഡിതൻ നിർണ്ണായകമായ വസ്തുത തപ്പിയെടുത്തത്. അർമീസ്തീസ് രണ്ടു നൂറ്റാണ്ട് മുമ്പുവരെ സ്ത്രീയായിരുന്നു. പിന്നെയാണ് പുരുഷനായത്. അങ്ങനെ അത്ഭുതകരമായ ഒരു പ്രതിഭാസത്തെക്കുറിച്ച് മയ്യേക്കാർ പിള്ളേർ ആദ്യമായി കേട്ടു: ലിംഗമാറ്റം!....

അർമിസ്തീസ് അവധിയായിരുന്നു വെള്ളിയാഴ്ച. ശനിയാഴ്ച സദു ക്ലാസിൽ വന്നില്ല. ഇന്ന് ഞായറും കാണുന്നില്ല. അറിയാമായിരുന്നു. അവനെങ്ങോട്ടാണ് മുങ്ങിയതെന്ന്. ശങ്കരൻമാസ്റ്ററുടെ കൂടെ, ബ്രിട്ടീഷ്കാർക്കെതിരെയുള്ള ഇന്ത്യ വിടുക സമരത്തിൽ ചേർന്ന് പ്രവർത്തിക്കാനായി അവൻ അതിർത്തി കടന്നിരിക്കയാണ്.

ഓരോ മിനിട്ടും അവനെ കാത്തുകഴിയുന്നു അവന്റെയീ കൂട്ടുകാരൻ. വല്ലതും പറ്റിയോ അവന്? മലബാർ സ്പെഷ്യൽ പൊലീസ് അവനെ ഉപദേശിച്ചോ, ക്രൂരതക്ക് പേരുകേട്ടവരാണല്ലോ എം എസ് പിക്കാർ...മാസ്റ്റർ ഇപ്പോൾ എവിടെയാണ്?

സുകു നടന്നു ശവംവെക്കുന്ന കുന്നിലേക്ക്. എന്തൊരു കയറ്റം. എങ്കിലും ഈ സ്ഥലത്ത് തികഞ്ഞ ശാന്തത നടമാടുന്നു. ആരുമില്ല, ഇവിടെ, മരിച്ചവരല്ലാതെ. ഒരു പാട് പിർത്തിക്കമരങ്ങൾ, അതായത് പറങ്കിമാവ്, മഞ്ഞനിറത്തിലുള്ള മാങ്ങാപ്പഴം. മുനിസിപ്പാലിത്തേയിൽനിന്ന് കരാറെടുത്ത കുഞ്ഞാമൻ ചുറ്റുപാടെവിടെയെങ്കിലും കാണും. അതുകൊണ്ട് പിള്ളേർക്ക് പേടിയാണ്, മരത്തിന്മേൽ പാഞ്ഞുകയറി കായ പറിക്കാൻ.

സദുവിനെ കാണാതെ, ഇടക്ക് അവന്റെ വിരലുകളിൽ പിടിച്ചു നടക്കാതെ, അധിക ദിവസമൊന്നും സുകുവിനു കഴിയാനാവില്ല. അതിപ്പോൾ മനസ്സിലാവുന്നു. സദുവിനും ഇതുപോലെയൊക്കെ തോന്നുന്നുണ്ടാവുമോ? അറിയില്ല. പക്ഷേ, തൽക്കാലം അവന് സുകുവിനെ സൗകര്യമായി മറക്കാം. കാരണം, ഇന്ത്യവിടുക പ്രസ്ഥാനത്തിന്റെ തീക്കുണ്ഡത്തിലാണല്ലോ ഇപ്പോൾ അവന്റെ താമസം. സുകുവിനും ആ സമരത്തിലേക്ക് എടുത്തുചാടാൻ ആഗ്രഹമുണ്ടായിരുന്നു. എം എസ് പിയുടെ തോക്കിന്റെ ചട്ട....അതിന്റെ രുചി രണ്ടുപേർക്കും ഒന്നി

ച്ചനുഭവിക്കാമായിരുന്നു. അതിനിടയിൽ.....സോവിയറ്റ് യൂണിയനെ ഈ ജർമൻ ഫാസിസ്റ്റുകൾ എന്തിനാക്രമിച്ചു. അതോടെ, സകലതും തകിടംമറിഞ്ഞു.

സദുവില്ലെങ്കിൽ മറിയാനിനേയെങ്കിലും കാണാൻ തോന്നി. അവളോട് ഇനിയും തെളിയാത്ത തന്റെ ഫ്രഞ്ചിൽ രണ്ടു കാച്ചിയാൽ ആശ്വാസം തോന്നുമായിരുന്നു. അതിന് അവളിപ്പോഴെവിടെ? വരുംവഴിക്ക് പാതാറിലൂടെ നടന്നിരുന്നു. അവിടെ കണ്ടില്ല. അവൾ അവളുടെ പൊന്നാര പപ്പയുടെ കൂടെ കിന്നാരം പറഞ്ഞു, ക്യൂസിനിയേ ബർനാറുണ്ടാക്കിയ പൊട്ടച്ചായ നുണച്ചു ഞായറാഴ്ചയിലെ സായാഹ്നം...സുകുവിന് എല്ലാവരോടും ദ്വേഷ്യം തോന്നി.

മരങ്ങൾക്കിടയിൽ അങ്ങിങ്ങായി, അടുത്ത കാലത്തു മരിച്ച മയ്യേക്കാരുടെ മൃതദേഹം അടക്കം ചെയ്ത സ്ഥാനങ്ങൾ തിരിച്ചറിയാം. അവിടെ ആറടി നീളവും ഒരടി ഉയരവുമുള്ള മണ്ണിൻതടങ്ങൾ. അവയിൽ ചിലത് ഏതാനും വർഷത്തെ മഴയിൽ അലിഞ്ഞു തുടങ്ങിയിരിക്കുന്നു.

ഈ കുന്നിന്മേൽ ഇടക്ക് വന്നിരിക്കാറുണ്ട്, സദുവും സുകുവും. മുകൾപരപ്പിന്റെ ഒരുവശം കൂറ്റൻ ഞാവൽ മരങ്ങളുണ്ട്. ആ വയലറ്റ് കായ്കൾ നുണയ്ക്കുന്നത് ഒരു രസമായിരുന്നു. തങ്ങളുടെ നാവുകൾ നീലിക്കുമ്പോൾ അവ പരസ്പരം കാട്ടി ചിരിക്കുന്നതും രസം.

കുന്നിന്നപ്പുറം, അകലേ,പുഴയുടെ വളഞ്ഞ വര കാണാം. കുറേക്കൂടെ അകലേ റെയിൽപാതയും.

പകൽ സമയമേ ഇവിടം സന്ദർശകരുള്ളൂ. അതും അധികവും കുട്ടികൾ.

ഹെന്ത്?......എന്താണത്? വെള്ളത്തുണി....ആ വെള്ളത്തുണികൊണ്ടുള്ള തൊപ്പി. അത് മറിയാനിന്റേല്ലെ? അതാണോ കണ്ടത്? കുറ്റിക്കാട്ടിനുള്ളിൽ, അല്പം അകലെ....

ഏകാന്തത മനസ്സിന്റെ താളം തെറ്റിക്കുമെന്ന് തോന്നുന്നു. എങ്കിലും വിളിച്ചുനോക്കി.

"മറിയാന് സേ ത്വാ" നീയാണോ അവിടെ?"

മറുപടിയില്ല.

"മറിയാന്!"

തന്റെ ഉച്ചത്തിലുള്ള നിലവിളി കാറ്റിലൂടെ അലകളായി അകലുന്നതും മരങ്ങൾക്ക് മുകളിലൂടെ അങ്ങ് പുഴയിൽ ഒരു പ്രതിധ്വനിയുളവാക്കുന്നതും അറിഞ്ഞു.

പെട്ടെന്ന് കള്ളിച്ചെടികൾക്കിടയിൽ ഒരനക്കം. വെള്ളത്തൊപ്പി, കുനിഞ്ഞ്, പച്ചയിലകളെ കൈകൊണ്ട് മാറ്റി....

അവൾ!

"നിന്നെക്കൊണ്ട് ശല്യമായല്ലൊ, സുകൂ." അവൾ മുറുമുറുക്കുന്നു. "ആരുമില്ലാത്ത ഒരിടത്തു...കാട്ടുചെടികൾക്കിടയിൽ....അല്പം

ധ്യാനം. അതിനിടയിൽ ഒരുവൻ വന്നു മറിയാനു, മറിയാനു എന്ന് നിന്നു കൂക്കിവിളിയും."

സുകു സതംഭിച്ചുപോയി. മറിയാനു...ധ്യാനം....ഇതെന്നു തുടങ്ങി. പിന്നെ...താൻ ഇവൾക്കൊരു ശല്യം...ദൈവമേ.

"ക്ഷമിക്കണം, മറിയാൻ."

സുകുവിന് വല്ലാത്ത വിഷമമായി. അവൻ മറിയാന്നിനെ ദയനീയമായി നോക്കി. മറിയാനു അവനെയും. ഒരു പുഷ്പം ആ തൊട്ടാൽ ചോര തെറിക്കുന്ന ചുണ്ടുകളിൽ വിടരുന്നു.

"ക്ഷമിച്ചിരിക്കുന്നു." അവളെന്തോ പറയാൻ തുടങ്ങുന്നു. "ആട്ടെ. ഈ ധ്യാനം ഭംഗപ്പെട്ടാലും, വിചാരിക്കാതെ സുകുവിനെ ഇവിടെ കണ്ടതിൽ സന്തോഷമാണെനിക്ക് എന്ന് ഞാൻ പറഞ്ഞാലോ?"

സുകു അല്പം തണുത്തു. അവനും ചിരിക്കാൻ തോന്നി. തന്നെ കാണുന്നതിൽ...ഭരണത്തലവൻ, കോർസിക്കക്കാരൻ. മുസ്യേപെത്തിനെല്ലിയുടെ ഓമനപുത്രിക്ക് സന്തോഷം! ഹും.

"ആളെ കളിയാക്കരുത്, കേട്ടോ!"

മറിയാനിന്റെ ചോരച്ചുണ്ട് ശരിക്കും ജീവൻവെച്ചു. ഒരു കിലുകില ശബ്ദം.

"നീയെപ്പോഴാണ് ഈ.......ധ്യാനം.......?"

"സുകു." മറിയാന്ന് ചിരിക്കിടയിൽ മൊഴിയുന്നു.

"ഇതിനുവേണ്ടിയാണ് ഞാൻ ഈ നാട്ടിൽ വന്നത് എന്ന് പറയുന്നില്ല. പക്ഷേ....ഒരു ഗുരുവുമില്ലാതെ, ഏകാന്തതയിൽ....വൃക്ഷങ്ങളിൽ, വായുവിൽ സ്വയം അലിഞ്ഞുചേരാൻ ശീലിക്കുകയാണ് ഞാൻ. എന്താ, ഭൗതികവാദിക്ക് എതിർപ്പുണ്ടോ?"

"മറിയാൻ, നീ ഇഷ്ടംപോലെ ചെയ്തോ, പക്ഷേ ഇത്രയും നേരം നീ ചമ്രം പടിഞ്ഞിരുന്ന ഉരുളൻ കല്ലുകളില്ലേ? സർവസംഹാരിയായവിഷം അല്പമൊന്നു തുപ്പിക്കളയാൻ പതമുള്ള ഒരിടം അന്വേഷിക്കുന്ന ഒരു സർപ്പത്തിന്റെ ആസ്ഥാനമാണതെന്ന് അറിയുമോ, നിനക്ക്?"

മറിയാനിന്റെ ഉള്ളിൽ ഒരു ഞെട്ടലുണ്ടായി. അവൾക്കത് തികച്ചും മറച്ചു വെക്കാൻ കഴിഞ്ഞില്ല.

ശരിക്കും വിഷമുള്ള....?

"സർപ്പം മാത്രമല്ലത്. സർപ്പരാജൻ. മൂർഖൻ. അവനെ നേരിൽ മുന്നിൽ, കാണുന്നവന്റെ ശക്തിമുഴുവൻ ചോർന്നുപോകും."

"സുകു" ഒരു നിമിഷം ഭാവനയെ കയറൂരി വിട്ടതിന് ശേഷം അവൾ പറയുന്നു "സുകു എനിക്കവനെ കാണണം."

ഇത്തവണ സുകുവാണ് ഞെട്ടിയത്. അവൻ മറിയാനിന്റെ മുഖത്തേക്ക് നോക്കി.

"നോക്ക്. ശ്രമിച്ചാൽ നിനക്കവനെ കാണാൻ കഴിയില്ല. ഒരു ദിവസം അവൻ സ്വമേധയാ നിന്റെ മുമ്പിൽ പ്രത്യക്ഷപ്പെട്ടേക്കും."

"അത്....മറിയാന് മറ്റേതോ ലോകത്തിലേക്ക് പറന്നുപോകുമ്പോലെ. അത് എന്റെ അന്ത്യവുമായിരിക്കും, അല്ലെ?"

അവൾ വിറങ്ങലിക്കുമ്പോലെ തോന്നി.

രണ്ടുപേരും അല്പനേരം, നിശ്ശബ്ദരായി, മരവിച്ചുനിന്നു.

പടിഞ്ഞാറ്, സൂര്യൻ പെട്ടെന്ന് ഒന്നു മങ്ങി. ഗോളം അല്പം വലുതായതു പോലെ. തിരശ്ശീലക്കപ്പുറത്തേക്ക് മറയാൻ ഇന്നത്തെ ദിവസം അത്ര തിരക്കില്ലെന്ന് തോന്നുന്നു.

"എന്നാൽ....മറിയാനു വെളിച്ചം കുറയുന്നതു കണ്ടില്ലേ. വേഗം വിട്ടോ."

അവളെ ഒന്നുകൂടെ പേടിപ്പിക്കാൻ തോന്നി. പറഞ്ഞു. ഇരുട്ടായാൽ, ഇവിടം കുറുക്കൻമാർ...പിന്നെ ഭൂതപ്രേതപിശാചുകളും!

"ഭൗതികവാദികൾക്ക്....." മറിയാന് വീണ്ടും തുടങ്ങുന്നു, " ഇതിലൊക്കെ വിശ്വാസം...?"

"വിശ്വാസമില്ല, പക്ഷേ...."

"പേടിയുണ്ട്, അല്ലേ?"

സുകു ചിരിച്ചു. കൂടെ വെള്ളക്കാരി പെണ്ണും.

"മറിയാന്നു അവിടെ കണ്ടോ?" കിഴക്ക് ഭാഗത്തേക്ക് നോക്കിക്കൊണ്ട് സുകു പറയുന്നു. "ചെരിവിലുള്ള വീടുകൾ. രണ്ട് മൂന്നെണ്ണമേയുള്ളൂ. അവിടെ താമസിക്കുന്നവർ പറഞ്ഞുകേട്ടിട്ടുണ്ട്. ചിലർ രാത്രികളിൽ....ഇരുട്ടിൽ....ഈ കുന്നിൻമുകളിൽ.....തീനാളങ്ങൾ..... നൃത്തം....."

"അവർ കണ്ടിട്ടുണ്ട്, അല്ലേ?"

"അതേ മറിയാനു. അത് നിന്നെ ഭയപ്പെടുത്തുന്നില്ലേ?"

"ഇല്ല, ഇങ്ങനൊരു സംഗതി ....എവിടെയോ വായിച്ചതായി നേരിയൊരു....ഒരു......"

"ഇരുട്ടിൽ നൃത്തം ചെയ്യുന്ന തീ നാളങ്ങൾ!"

"എനിക്കത് കാണണം."

"മറിയാന്ന്!"

"കളിയല്ല, സുകു."

"നിന്നെക്കൊണ്ട് ഞാൻ തോറ്റു വാ, നമുക്കിറങ്ങാം. കുറുക്കൻമാരുടെ വരവായി. ഇനി നമുക്ക് ഈ കുന്ന് അവർക്കായി ഒഴിഞ്ഞുകൊടുക്കാം."

"വാ."

നടന്നുതുടങ്ങവേ....മറിയാനിന്റെ ചുണ്ടുകൾ ഇളകുന്നു.

"ഓർമ്മയിൽ കുറിച്ചിടാനൊരു സായാഹ്നം. അല്ലേ, സുകു? എങ്കിലും, ആ കള്ളൻ സദുവും കൂടെ ഉണ്ടാകണമായിരുന്നു. ഇപ്പോൾ ഇവിടെ."

സുകുവിനും അങ്ങനെ തോന്നി. അവന്റെ മനസ്സിൽ സദുവിനെക്കുറിച്ച് എന്തോ ചില അവ്യക്തമായ ആശങ്കകൾ പൊട്ടിപ്പുറപ്പെടുന്നു. വെറുതെ, തോന്നുന്നതാണ്, എങ്കിലും......

"അവൻ പോയിരിക്കയാ, മറിയാൻ, സമരത്തിന്ന്....ശങ്കരൻമാസ്റ്ററുടെകൂടെ....അതിർത്തി കടന്നു."

രാഷ്ട്രീയ നിലപാടുകളിൽ രണ്ടുപേരും വ്യത്യസ്ത വിരുദ്ധ വശങ്ങളിലായിപ്പോയത് എന്തൊരു കഷ്ടമാണ്. സുകു ആലോചിച്ചു. അല്ലെങ്കിൽ ഏത് സമയവും ഒന്നിച്ച് കഴിയാമായിരുന്നു. സമരത്തിലായാലും സമാധാനത്തിലായാലും ആകെക്കൂടെ സുകുവിന് വല്ലാത്ത അരിശവും നിരാശയും തോന്നി.

"അവന് നമ്മെപ്പോലെ അലഞ്ഞുതിരിയാൻ സമയമില്ല, അല്ലേ, സുകൂ? പാമ്പുകളെയും പ്രേതങ്ങളെയുംകുറിച്ച് സംസാരിക്കേണ്ട, അല്ലേ, അവന്? ഓ....സദു. അവനൊരു മുത്ത്, അല്ലേ, സുകു?"

25

വെള്ളമില്ലാത്ത പീപ്പ

"ഇന്നെന്താ, കുഞ്ഞാപ്പു, ഈ ബയിക്ക്?"

സർബത്തുകാരൻ ആല്യാപ്ല ചോദിച്ചു.

"ബയി മാറിപ്പോയതാ?"

കുഞ്ഞാപ്പു പീടികക്കോലായിലേക്കൊന്നു നോക്കി. നല്ല മൊഞ്ചൻ നിറങ്ങൾ കുപ്പികളിൽ.

"ഓ ഇന്റെയീ കലക്ക് വെള്ളം മോന്താനല്ല ബന്നത്."

ആല്യാപ്ല ഒന്നും മിണ്ടാതെനിന്നു.

" ഈ സ്ഥലത്തു വല്ല നിരോധനാജ്ഞണ്ടോ? എടോ, ആലിക്കോയ, എന്താന്റെ പേര്? നമ്മള് ഇന്നാട്ടുകാരനാ, മയ്യേക്കാരൻ. തൊള്ളായിരത്തി ഇരുപത്തിനാല്....അതായത് ആയിരത്തൊള്ളായിരത്തി....കുഞ്ഞാപ്പു ഒന്നു തല ചൊറിഞ്ഞു....ഇരുപത് തന്നെയല്ല്യോളിൻ....അന്ന് ഈ കുഞ്ഞാപ്പു വോട്ട് ചെയ്തിന്. ആരിക്ക്? ആരിക്കാഞമ്മള് വോട്ട് ചെയ്തെ? രാമുണ്ണിക്കോ, അതോ ബാപ്പൂട്ടിക്കോ..." അയാൾ വികൃതമായി ചിരിച്ചു.

കുഞ്ഞാപ്പുവിന് തലക്ക് സ്ഥിരംല്ല്യ, ആല്യാപ്ല ആലോചിച്ചു എന്നാലും ഭ്രാന്തില്ലാത്ത മറ്റുള്ളോർക്ക് മൂപ്പരെ പോലെ നാലു നല്ല വാക്ക് വെച്ചു കാച്ചാൻ പറ്റുന്നില്ലല്ലോ.

"ഇവ്ട്യൊന്നിരുന്നോട്ടെ?" കുഞ്ഞാപ്പുവിന്റെ ചോദ്യം.

"പക്ഷേങ്കില്, നമ്മളെ കയ്യില് പൈസില്ല്യേ?"

"ഇങ്ങളിരുന്നപ്പാ. വേണെങ്കില് ഒരു തണുത്തോം കുടിച്ചൊ."

"പൈസല്ല്യാന്ന് പറഞ്ഞില്ലേ? ചെവികുറച്ച് അമാന്താ?
അതോ, തലക്ക് അഞ്ചു മിനിറ്റ് കൊറവാ?"

"ഇങ്ങളിരിക്കിൻ." ആല്യാപ്ല വിടുന്നില്ല. "പൈസ വേണ്ടപ്പാ എന്തെങ്കിലും ഒന്നു ഒയിക്കട്ടെ? നോക്ക് ഏത് നെറാ മാണ്ട്യേ?"

"കൂലിക്ക് തിന്നാനും കുടിക്കാനൊന്നും ഞമ്മള് പഠിച്ചിട്ടില്ല കോയാ."

ഇത് ഗുലുമാലായല്ലോ. ആല്യാപ്ല മനസ്സിൽ പറഞ്ഞു. കുഞ്ഞാപ്പു പീടികയുടെ മുന്നിലൂടെ അങ്ങോട്ടുമിങ്ങോട്ടും നടക്കുന്നു. പെട്ടെന്ന് നിൽക്കുന്നു. തിരിഞ്ഞു തെക്കോട്ട് നോക്കുന്നു.

"ങ്ഹ. നമ്മളെ ഷെയ്ക്കിന്റെ ബസ്സല്ലേ വരുന്നെ? കാടാച്ചിറ."

"ഷെയ്ക്കോ? അയാള് മയ്യത്തായിട്ടെത്ര്യായി, കുഞ്ഞാപ്പു ബസ് കാടാച്ചിറ തന്നെ."

"കൊറക്കാലമായി നമ്മള് ബസ്സിക്കേറീട്ട്, തലശ്ശേരീലേക്ക് മുമ്പെല്ലാം ചങ്ങാടാ...."

കുഞ്ഞാപ്പു പെട്ടെന്ന് നിർത്തി ആ കണ്ണുകൾ ശരിക്കും ഒന്നു പിടഞ്ഞു.

"ങ്ങള് ബയി മാറി നിക്ക്, കുഞ്ഞാപ്പു ബസ്സിങ്ങെത്തി."

ആല്യാപ്ല നിരത്തിലറങ്ങി. കൈനീട്ടി വീശി. ചക്രം തിരിക്കുന്ന ആൾ അത് കണ്ടു വാഹനം നിർത്തി.

"ഡ്രൈവറെ ഒന്നു ഹാണടി. നല്ലോണം ഞെക്ക്. ങ്ഹാ. ഒന്നും കൂടെ മതി."

ആല്യാപ്ലയുടെ അധികാരഭാവം കണ്ടപ്പോൾ തന്നെ വണ്ടിയോടിക്കുന്ന ആൾക്ക് കാര്യം മനസ്സിലായിരുന്നു. സ്ഥലത്തെ പ്രമാണിമാരിൽ ആരെങ്കിലും യാത്ര ചെയ്യാനുണ്ടാവും. ഇവിടുത്തെ പലരും തലശ്ശേരിയിലും തലായിലെ ജഗന്നാഥ ക്ഷേത്രപരിസരങ്ങളിലും വിവാഹം കഴിച്ചവരാണ്. പിന്നെ കൂട്ടർക്ക് , അവരുടെ മക്കൾക്ക് നല്ലൊരു കുപ്പായത്തുണി വേണമെങ്കിൽ, തലശ്ശേരിയിലെ പി. കെ. കൃഷ്ണന്റെ കടയിലെത്തണം. സാധനം വാങ്ങുന്നവർക്ക് ഒരു കലണ്ടർ വെറുതെ കിട്ടും. നാട്ടുകാർ കാണുന്ന ആദ്യത്തെ മലയാളം ചുമർകലണ്ടർ. പി'ന്നെ ബിരിയാണിക്ക് കൊതി തോന്നിയാൽ കമാലിയാ ഹോട്ടൽ അല്ലാതെ രക്ഷയില്ല. അതും തലശ്ശേരിയിൽതന്നെ.

ആല്യാപ്ല തലചെരിച്ചും നീട്ടിയും മൈതാനത്തിന്റെ ഭാഗത്തേക്ക് നോക്കി....

"ആരോ ബരുന്ന് അറീച്ചിന്, ഡ്രൈവറേ, ങ്ങള് ഒന്നൂടെ ഞെക്യാട്ടെ അല്ലെങ്കില് വേണ്ട. അധികം അടിച്ചാല് ആയിനും ഓല് മുശിയും."

ബസിലെ യാത്രക്കാർ ക്ഷമയോടെ ഇരുന്നു. ആർക്കും വലിയ ധൃതിയില്ലാത്ത കാലം. പിന്നെ വരാൻ പോകുന്ന വിശിഷ്ട വ്യക്തിയെ ഒന്നു കാണാൻ എല്ലാവരുടെയും ഉള്ളിൽ മോഹം ജനിച്ചു. ഒരാൾ ഏന്തി നോക്കി, ആല്യാപ്ല നോക്കിയ ഭാഗത്തേക്ക്.

"ങ്ഹാ, ബരുന്നുണ്ട്."

അയാൾ എല്ലാവരോടുമായി പറഞ്ഞു. വിദ്വാന്റെ കണ്ണുകൾ തുറിച്ചുപോയി. എല്ലാവരും തിക്കിതിരക്കി ബസ്സിന്റെ ഒരു വശത്തേക്ക് നീങ്ങി നോക്കി. ന്റമ്മോ, ഇതാരാ. ഈ മയ്യേക്കാരിൽ ഇങ്ങനെ പ്രകാശം വിതറുന്ന....എല്ലാവരും ശ്വാസമടക്കിപ്പിടിച്ചു.

"ശരിക്കും...ഒരു അപ്സരസ്സ്."

മുക്കാളിയിൽ താമസവും തലശ്ശേരിയിലെ ഹൈസ്കൂളിൽ ഭാഷാ ധ്യാപകനുമായ സുകുമാരവാര്യർ വടിവൊത്ത വാക്കുകളിൽ പിറുപിറുത്തു.

അവൾ നടന്നുവരുന്നു. കാലിൽ ചെരുപ്പുമുണ്ട്. എന്തൊരു നടത്തം. പിന്നാലെ ഒരു പരിചാരകനും. മുന്നിൽ നല്ലൊരു സീറ്റിലിരിക്കുന്ന ഒരാൾ, സ്വമേധയ അല്ല, അയാൾ തന്നെ അറിയാതെ, സ്ഥാനം ഒഴിഞ്ഞുകൊടുത്തു. അവൾ ഉപവിഷ്ടയായി. ഓരോ ചലനത്തിലും തികഞ്ഞ ചാരുത

ഡ്രൈവർ യന്ത്രം പ്രവർത്തിപ്പിച്ചു. അയാൾക്ക് വലിയ ഉത്സാഹം. യാത്രക്കാർ ഈ ബസ്സിൽ കയറാൻ ക്കഴിഞ്ഞത് ഭാഗ്യമെന്ന് കരുതി. സമയനഷ്ടം കാര്യമായെടുക്കാനില്ല. കണ്ടക്ടർക്ക് മാത്രം അല്പം നിരാശ. ടിക്കറ്റെടുക്കുന്നത് അവളുടെ ആ കൊശവൻ സഹായിയാണെന്നതിൽ. അവളുടെ വിരലുകളിൽനിന്നും പണം വാങ്ങുക. ബാക്കി പണവും ടിക്കറ്റും ആ വിരലുകളിൽ ഏൽപ്പിക്കുക. ഹോ, അതൊക്കെ തന്നെപ്പോലുള്ളവർ ആലോചിക്കാനേ പാടില്ലായിരിക്കും. കണ്ടക്ടർ ഒന്നു നിശ്വസിച്ചു.

ചെമ്മണ്ണുയർത്തി വാഹനം അലറിപ്പോയപ്പോൾ ആല്യാപ്ലക്കും ചാരിതാർഥ്യം. കുഞ്ഞാപ്പുവാകട്ടെ, നിന്നേടത്തുനിന്നും ചെറുതായി ഇളകുന്നു.

"ഓളെയൊരു നടത്തം. ഫും. ആല്യാപ്ലേ, നമ്മള് വിടുന്നു."

അയാൾ നടന്നു തുടങ്ങി. ആ നടത്തത്തിൽ, നമ്മുടെ അപ്സരസ്സിന്റെ താളം വ്യക്തമായിരുന്നു.

കുഞ്ഞാപ്പു നടന്നു. നേരെ താഴങ്ങാടി ഭാഗത്തേക്ക്. പാതാർ തുടങ്ങുന്നേടത്തുനിന്നും വെള്ളത്തിലേക്കിറങ്ങാൻ പാകത്തിൽ ഒരു വീതിയുള്ള പാതയുണ്ടവിടെ.

അയാൾ പുഴയിലേക്കിറങ്ങി.

"എന്റെ ചങ്ങാടം. ആരുകൊണ്ടോയീ?"

കുഞ്ഞാപ്പുവിന് ബോധം പൂർണമായി നശിച്ചതുപോലെ.

"എന്റെ ചങ്ങാടം ആരു കൊണ്ടുപോയീന്ന്?"

ചങ്ങാടത്തിന്റെ അമരക്കാരനായ കുഞ്ഞാപ്പു. ആ ചിത്രം താളം തെറ്റിയ മനസ്സിൽ തത്തിക്കളിച്ചു. ശാന്തമായ പുഴയിലൂടെ മെല്ലേ ഒഴുകുന്ന കൂറ്റൻ കടത്തുവാഹനം. ആളുകളെ മുതൽ ആനയെവരെ കൊണ്ടുപോയി അക്കരെ വിടുന്നത്. ഇല്ല, ആനയെ കൊണ്ടുപോകൂല്ല. അത് പ്രയാസാ തമ്പുരാനേ കാറ് കൊണ്ടോകാം. പക്ഷേങ്കില്.... ആന അതു എളകിയാല് സകലോം തകിടം മറിയും.

ഇത് ആനയല്ലെടോ. ഇത് ആനയല്ല, ഗോവിന്ദൻകുട്ടി, തമ്പുരാൻ കുറ്റ്യാടീന്ന് പുറപ്പെട്ടു, ഗോവിന്ദൻകുട്ടിയുടെ പുറത്തുകയറി. വടക്ക് എങ്ങോട്ടേക്കോ അല്പം നീണ്ടയാത്ര. ലക്ഷ്യത്തിലെത്തുംവരെ

ഗോവിന്ദൻകുട്ടിയുടെ പുറത്തുനിന്നിറങ്ങില്ല. അതാണ് നിശ്ചയം. നിശ്ച യത്തിൽ, വ്രതത്തിൽ ഭംഗംവരുത്തുക തമ്പുരാന്റെ പതിവല്ലത്രെ.......

എന്താണാ കേൾക്കുന്നത്. ആളുകളുടെ ബഹളം. ഇരുമ്പും കമ്പിയും കല്ലും കൂട്ടിയിടി. അതാ, ഒരു...ഒരു....

ഇരുമ്പുപാലം ആദ്യത്തെ കല്ലുവെക്കൽ ആടിനെ അറുത്ത ചോരകൊണ്ട് ഉറപ്പിക്കുന്നു. വെള്ളത്തിനടിയിൽ നിന്നു......കൂറ്റൻ കരി ങ്കൽ തൂണുകൾ ഉയരുന്നു. അഞ്ചെണ്ണം. അതോ, ആറോ. ഇരുമ്പു നടപ്പാത. ആയിരക്കണക്കിന് സിമന്റ് ചാക്കുകൾ. ടൺ കണക്കിന് ഇരുമ്പു കമ്പികൾ...നൂറുക്കണക്കിന് കൂലിപ്പണിക്കാർ വർഷങ്ങൾ നീണ്ട പ്രവർത്തനം.

ഒരു ദിവസം...അവിടെ വലിയ ആൾക്കൂട്ടം മയ്യേപ്പാലത്തിന്റെ ഉദ്ഘാടനം. സകലരും അങ്ങോട്ട്.

പാലത്തിന്റെ പണി തുടങ്ങിയതു മുതൽ കുഞ്ഞാപ്പു കേട്ടുകൊ ണ്ടിരുന്നു. ദിവസവും. നെഞ്ച് കീറുന്ന വാക്കുകൾ. "കുഞ്ഞാപ്പൂ. ഇനി ഞ്ഞിയെന്താ ചെയ്യാ? കുട്ട്യോളും മക്കളും രണ്ടുമുന്നെണ്ണമില്ലേ, കുഞ്ഞാപ്പൂ" വരാൻ പോകുന്ന ആപത്തിനെക്കുറിച്ച് ആലോചിക്കാൻ തയ്യാറായില്ല. തന്റെ അച്ഛൻ തുടങ്ങിയ താൻ വർഷങ്ങളായി തുട രുന്ന ഈ പണി...ഏതു പാലത്തെപ്പറ്റിയാ ഇവർ പറയുന്നത്. പുഴയി ലൊരു പാലം? ആന പോകുമോ അതിന്മേലൂടെ? സർവ്വതും തകർന്നു വീഴും. അപ്പോഴവർ തിരിച്ച് ഇങ്ങോട്ടു വരും തന്റെയീ ചങ്ങാടത്തി ലേക്ക്.

പാലം തുറന്നിട്ടും കുറേക്കാലം കുഞ്ഞാപ്പു ദിവസവും തന്റെ കടത്തുവാഹനം ഒരുക്കിവെക്കും. ഒരാളും അങ്ങോട്ട് തിരിഞ്ഞു നോക്കിയില്ല ഒന്നും പൊളിഞ്ഞു വീണതുമില്ല...പിന്നെ...ഇപ്പോൾ തന്റെ ചങ്ങാടം കാണാനുമില്ല.

കുഞ്ഞാപ്പുവിന് ഒന്നും മനസിലായില്ല. അയാൾ മുടിയിൽ പിടിച്ചു വലിച്ചു.

"എവിട്യെടൊ എന്റെ......"

കുഞ്ഞാപ്പു കാലുകൊണ്ട് വെള്ളം അടിച്ചുതെറിപ്പിച്ചു അതാ പോകുന്നു ആന. ഗോവിന്ദൻകുട്ടി അവൻനീന്തുന്നു. പുറത്ത് തല യുർത്തിപ്പിടിച്ചുകൊണ്ട് തമ്പുരാൻ. തമ്പുരാന്റെ പിന്നിൽ, ആനപ്പു റത്ത് സ്വർണ്ണക്കുട ഉയർത്തിക്കൊണ്ട് ആശ്രിതൻ. ആനയുടെ ഒരു കയ്യിൽ വിരലുകളമർത്തി. മറ്റേ കയ്യിൽ തോട്ടി കുത്തനേ പിടിച്ച് പാപ്പാനും നീന്തുന്നു. അതാ അതാ അവർ പോകുന്നു. ഗോവിന്ദൻകു ട്ടിയും സംഘവും.

കുഞ്ഞാപ്പു ഗോവിന്ദൻകുട്ടിയെ പിന്തുടർന്നുകൊണ്ട് വെള്ള ത്തിൽ നടക്കുന്നു. "കുഞ്ഞാപ്പേട്ടാ."

ആരോ ഒരാൾ വിളിക്കുന്നു.

"കുഞ്ഞാപ്പേട്ടൻ ഇങ്ങ് വാ."

അയാൾ കുഞ്ഞാപ്പുവിന്റെ കൈയിൽ പിടിച്ചു കരയിലേക്ക് തിരിച്ചുകൊണ്ടുവരുന്നു.

"ന്റെ ചങ്ങാടെവ്ട്യേം അതാ ചോദിക്കുന്നെ."

"അതൊക്കെ ഞാൻ കാണിച്ചരം. ങ്ങള്വാ.

കുഞ്ഞാപ്പു അനുസരണയോടെ നടന്നു.

"അതാ, ആ പോണോലെ കണ്ടോ അവരെക്കൂടെ നടന്നോളിൻ. അവരു കാണിച്ചുതരും ചങ്ങാടം."

കുഞ്ഞാപ്പു നടന്നു. റെസിദാംസ് നിരത്തിലൂടെ സ്റ്റേഷൻ ഭാഗത്തേക്ക്, കഴിവതും വേഗത്തിൽ നടന്നു.

ഇവരൊക്കെ ആരാണ്? ഒരു വലിയ ആൾ. കുറെ കുട്ടികളും. ഒന്ന്, രണ്ട് മൂന്ന്, സാരിയുടുത്ത പിള്ളേർ. ഒന്ന്, രണ്ട്, മൂന്ന്, മൂന്ന്, നാല്...എട്ട് മുണ്ടുടുത്ത ആൺപിള്ളേരും.

വേഗം അധികമാക്കി. കുഞ്ഞാപ്പു അവരുടെ അടുത്തെത്തി.

"നിങ്ങള്...ഹെയ്, നിങ്ങളൊക്കെ ആരാ? എവ്ടെപോകുന്നു. ഇന്റെ ചങ്ങാടാം എവ്ടേം?"

വലിയ ആൾ തിരിഞ്ഞുനോക്കി. ചെറുതായി ചിരിച്ചു. കുട്ടികൾ അല്പം പകച്ചുകൊണ്ട് നോക്കി.

"ഞങ്ങള് പുതുശ്ശേരിയിലേക്കാ...മെയിലിന്."

"അവിട്യെന്താ വിശേഷം?"

എല്ലാവരും നടന്നുകൊണ്ടാണ് വർത്തമാനം.

"ഈ വിദ്യാർഥികൾക്ക് ഒരു പരീക്ഷണ്ട്. ഞാൻ അധ്യാപകനാ. എക്കേൽ സാംത്രാലിൽ."

"പരീക്ഷ പുതുശ്ശേരിയിലോ? ഏത് പരിക്ഷ്യാപ്പാ അത്."

"അതൊക്കെ ഉണ്ട്."

"പുതുശ്ശേരീല്....ഏത് വഴിക്കാ പോവ്വാ?"

'മെയ്ലിന് സേലം വരെ. അവിടുന്ന് മാറിക്കയറണം. വൃദാചലം വില്ലിപ്പുറം...."

"എപ്പാ, അവിടെയെത്ത്വാ?"

"നാളെ വൈകീട്ട്."

"അപ്പളേക്കും പഠിച്ചത് മുഴുവൻ മറക്കൂലെയിവര്?" കുട്ടികൾക്കിപ്പോൾ ചിരിയാണ്. മാസ്റ്റർക്ക് മടുപ്പും.

"അപ്പോ, വണ്ടി.....കൽക്കത്തേല് പോകൂല്ലേ?"

കുഞ്ഞാപ്പുവിന്റെ ചോദ്യം. മാസ്റ്റർ മറുപടി പറഞ്ഞില്ല. പിള്ളേരുടെ ചിരി അല്പം കൂടുതലായി.

"വിശാഖപട്ടണത്ത്"? കുഞ്ഞാപ്പു തുടരുന്നു. "പിന്ന്യൊരു സ്ഥലല്ലേ. റാവൽപിണ്ടി. അവ്ടെപ്പോകോ? വേറേം സ്ഥലമുണ്ട്. അതുപോട്ടെ. എന്റെ ചങ്ങാടം എവ്ടാ? എന്താ മാഷും കുട്ട്യോളും മിണ്ടാത്തെ?"

"നിങ്ങൾ ദയവുചെയ്ത് തിരിച്ചു പോകണം."

മാസ്റ്റർ അല്പം ചൂടായി. കുഞ്ഞാപ്പു പെട്ടെന്ന് നിന്നു

"ഈ മയ്യേക്കാർക്ക് കൊറച്ച് നൊസ്സാ?" ഏതോ ഒരു തുള്ളിച്ചി കുണുങ്ങിക്കുണുങ്ങി...ഇതാ ഇങ്ങനെ...ടിങ്, ടിങ്, ടിങ്...വരുന്നു. ഓക്ക് വേണ്ടി, ഹാണടിച്ചു കാത്തുകെട്ടിക്കിടക്കുന്നു ഒരു ബസ് കാടാച്ചിറ. ഓളെ നോക്കി നുണയ്ക്കുന്ന യാത്രക്കാരും....ഇവര് കുട്ട്യേളെ പരീക്ഷക്ക് പറഞ്ഞയ്ക്കുന്നു ആയിരം മൈൽ അകലേ. ബോംബെ, മദിരാശി, കൊളമ്പ്, റങ്കൂൺ ഇങ്ങനെ സകലസഥലത്തുടെം ചുറ്റി സഞ്ചരിപ്പിച്ച്..ഒരു പരീക്ഷക്ക്! ഇവരിക്ക് അഞ്ച് മിനിട്ട് കുറവാ. അതൊന്നും പോരാണ്ട് അവരെന്റെ ചങ്ങാടം ഒളിപ്പിച്ച് വെച്ചിന്. മഹാപാപല്ലേ ഇതെല്ലാം."

കുഞ്ഞാപ്പുവിന് ദാഹം തോന്നി. സ്റ്റേഷൻ റോഡിൽ സായ്പൻ മാരുണ്ടാക്കിവെച്ച പീപ്പ കണ്ടു. സിമന്റ് പീപ്പ. അടു ത്തുചെന്നു എവിടെയൊക്കെയോ പിടിച്ചു, തിരിച്ചു. ഒരു ചവിട്ട് കൊടുത്തു.

"കൊറച്ച് വെള്ളം.....കുടിക്കാൻ."

കുഞ്ഞാപ്പു ചെവി തട്ടിച്ചുനോക്കി.

"ഹെയ്. ഇതില് വെള്ളംല്ല്യേ?"

അയാൾ ശബ്ദമുണ്ടാക്കി. അത് കേൾക്കാൻ, പക്ഷേ അടുത്തൊന്നും ആരുമുണ്ടായിരുന്നില്ല.

"ഇവര് പീപ്പണ്ടാക്കിവെച്ചിന്. ഇങ്ങനെത്തെ ഒന്നു പള്ളീന്റടുത്തുണ്ട്. പക്ഷേ, കുടിക്കാൻ വെള്ളംല്ല്യ. പശൂനുല്യ. മനിശനുല്യ. ഞാൻ പറഞ്ഞില്ലെ. ഈ മയ്യേക്കാർക്ക് ശരിക്കും പിരാന്താ. പിരാന്തിമ്മപ്പിരാന്ത് നട്ടപ്പിരാന്ത്."

26

കൗസല്യ

ഓണക്കാലം. സ്കൂളില്ല. സുകു തലശ്ശേരിയിൽ പോയി. ഏട്ത്തിക്ക് രണ്ട് സാരി വാങ്ങിക്കാൻ. ഒപ്പം ബ്ലൗസിനുള്ള തുണിയും. സാരി തെരഞ്ഞെടുപ്പിന് ഏട്ത്തിയും കൂടെ ചെല്ലണമെന്ന് സുകു നിർബന്ധിച്ചിരുന്നു. കൗസുവിന് അതൊരു തമാശയായിതോന്നി.

"വല്ല ബനാറസ്സും വാങ്ങിക്കൊണ്ടുവാടാ, നീ"

അപ്പോൾ, സുകു ഏട്ത്തിയെ സൂക്ഷിച്ചു നോക്കി. ഇതെന്തൊരു സ്വഭാവം. മറ്റുള്ള ചെറുപ്പക്കാരികൾക്ക് സാരി ഒന്നല്ല, രണ്ടെണ്ണം വാങ്ങുക എന്നതു തന്നെ ഒരുത്സവം പോലെയാണ്. പിന്നെ അതിനായി ബസ്സ് കയറി തലശ്ശേരിയിൽ പോവുക. സാധനം വാങ്ങിച്ചു കഴിഞ്ഞാൽ ചെലവു ചെയ്യാൻ വല്ലതും ബാക്കിയുണ്ടെങ്കിൽ ഒരു ഹോട്ടലിൽ കയറുക. ഒരു ചാപ്സും പൊറോട്ടയും അടിക്കുക–ഇതൊക്കെ അവർക്കൊരു സ്വപ്നം തന്നെ. തലശ്ശേരിയിലേക്ക് ബസ്കയറിപ്പോവുക എന്നതുപോലും കുട്ടികളെ പ്രത്യേകിച്ചു പെൺകുട്ടികളെ മോഹിപ്പിക്കുന്ന കാര്യം. അത്യാവശ്യത്തിന് ഒരു ഛർദിയുമാകാം.

"ഓള് തലശ്ശേരീപ്പോയി ബസ്സീല് അങ്ങോട്ട് പോകുമ്പം ഒന്നുല്ലേ മടങ്ങി വരുമ്പളേക്കും പെട്രോളിന്റെ മണോം കുലുക്കോം എല്ലാം കൂടെ ഓക്കാനായി. ഓക്ക് ബസ്സിക്കേറിയാലങ്ങന്യാ, വണ്ടീപ്പോയാൽ ഒരു കൊഴപ്പോല്യ." ഇതൊക്കെ സാധാരണ കേൾക്കുന്ന നുറുങ്ങുകൾ. മയ്യനാട്ടിൽ നിന്നു തലശ്ശേരിയിലേക്കുള്ള ദൂരം അഞ്ചു മൈലും!ചങ്ങാടത്തിൽ പുഴ കടന്നു അങ്ങോട്ടുമിങ്ങോട്ടും തിരിഞ്ഞു നോക്കാതെ നടന്ന കാലം അത്ര പഴയതല്ല. പ്രായം ചെന്നവർ ഇന്നലെയെന്നപ്പോലെ ആ അനുഭവങ്ങൾ ഓർക്കുന്നു.....

സുകു വാങ്ങിക്കൊണ്ടുവന്ന പൊതി ആദ്യം അഴിച്ചു നോക്കിയത് അമ്മ ശാരദയായിരുന്നു.

"ചേല മൈക്കില്ല."

ശാരദക്ക് വലിയ സന്തോഷം. ഇതൊക്കെ ഉടുത്തു ഒരുങ്ങിയ മകൾ സ്കൂളിൽ പോകുന്നതു കാണാനുള്ള യോഗമുണ്ടാവുകയല്ലെ. ആൺകുട്ടികളുടെ കൂടെയിരുന്നു പഠിക്കാനല്ല പോകുന്നത്. ഏക്കോൽദ് ഫീയ്യിൽ. അതായത് പെൺകുട്ടികളുടെ സ്കൂളിൽ പഠിക്കാനല്ല, പഠിപ്പിക്കാൻ. മൂന്നുമാസത്തെ അവധിക്ക് പോകുന്ന മദാം വസുന്ധരക്ക് പകരക്കാരിയായി. ആ സ്ഥാപനത്തിലെ സകല അധ്യാപികമാരും ഒന്നിനു പുറകേ മറ്റൊന്നായി ഗർഭം ധരിക്കണേ എന്നു സുകു ഒരിക്കൽ ഒരു തമാശ കാച്ചി.

"മോനെ, പൈസ മുയുമൻ ചെലവായോ, അച്ഛൻ തന്നത്."

ശാരദ ചോദിക്കുന്നു, പൊതി മകളെ ഏൽപ്പിച്ചുകൊണ്ട്. അച്ഛൻ എങ്ങനെയാണു ഇത്രയും പണം ഒപ്പിക്കുന്നതെന്നു സുകു അത്ഭുതപ്പെട്ടിരുന്നു. കുടുംബത്തിൽ ആവശ്യമായ, അത്യാവശ്യമായ ചെലവുകൾ എല്ലാ അച്ഛൻമാരും വല്ലവിധത്തിലും നിറവേറ്റുന്നു. അതൊരു വല്ലാത്ത ചെപ്പിടി വിദ്യ തന്നെ.

"അമ്മേ ഒന്നര ഉറുപ്പ്യണ്ട്. അതും തലശ്ശേരിവരെ പോയിറ്റ് മറ്റുള്ളോൻ തൊണ്ടയൊന്നു നനക്ക്വേംകൂടെച്ചെയ്യാതെ ഇങ്ങ് പോന്നതുകൊണ്ട്. അമ്മ എന്തിനാ ചോദിക്കുന്നെ?"

"അല്ല മോനെ, ഓക്ക്...ഒരു കൊടേം കൂടെ...."

"കുടയോ?"

കൗസു ചെറുതായൊന്നു പൊട്ടിത്തെറിച്ചു. പിന്നെ പ്രയാസപ്പെട്ട്കൊണ്ട് അൽപം ചിരിച്ചു.

"ഇതുവരെ സ്കൂളിൽ പോന്ന പോലെയല്ല ഇനി. എയ്ത്തമ്മ്യാകുമ്പം കയ്യിലൊരു കുടവേണം."

"എഴുത്തമ്മ."

കൗസു ഒന്നുകൂടെ ചിരിക്കാൻ ശ്രമിച്ചു.

"അമ്മ പറയുന്നതിൽ കാര്യംണ്ട്, ഏട്ത്തി. ഒരു കുടയും കൂടെ ഇരിക്കട്ടെ. എന്റേടുത്തു ബാക്കിയുള്ളതുകൊണ്ട് ഒപ്പിക്കാൻ നോക്കാം. അച്ഛനെങ്ങു പോയമ്മേ?"

"അച്ഛൻ രണ്ട് കൊല വാങ്ങാൻ പോയിന്ന്. അതും ഒഴിച്ചുടാലോ."

"കുലയോ, എന്തുകുല."

സുകു പെട്ടെന്ന് അതിന്റെ ആവശ്യം മനസ്സിലായില്ല. അതും രണ്ട് കുല!

"നേന്ത്രക്കൊല തന്നെ. പിന്നെ മൈസൂറാ കൊടുക്കാ, ജമ്മിക്ക്?"

"ഓ, ഓണക്കാഴ്ചയാ, അല്ലേ, അമ്മേ?"

കൗസുവിനാണ് ആദ്യം സംഗതി പിടികിട്ടിയത്.

"ങ്ഹാ, മോളെ. ദിവസങ്ങെത്തീല്ലെ. അതു മാത്രമല്ലേ നമ്മള് കൊടുക്കുന്നെ, ജമ്മിക്ക്. വേണങ്കില് മൂപ്പർക്ക് നമ്മളെ ഇവിടുന്ന പടിയെറക്കിക്കൂടെ. സ്നേഹള്ളാളാ മുതലാളി."

കൊല്ലത്തിലൊരിക്കൽ ഓണത്തിന്നു രണ്ടു കുല നേന്ത്രൻ. പണ്ടൊക്കെ വിഷുവിനും കൊടുക്കാറുണ്ടായിരുന്നു. ജന്മി കുഞ്ഞമ്പു മുതലാളി മേയറുടെ ബന്ധുവും സുഹൃത്തും. അതിശക്തൻ. രണ്ട് കുല പഴം. അതുകിട്ടിയിട്ട് കാര്യമൊന്നുമില്ല അദ്ദേഹത്തിന്. എന്നാലും വീഴ്ച വരുത്തിയാൽ ഭസ്മമാക്കിക്കളയും എല്ലാറ്റിനെയും.

"ഇതൊക്കെ" കൗസു ചോദിക്കുന്നു. "അച്ഛനെങ്ങനെയാ സാധിച്ചെടുക്കുന്നത്. പറയത്തക്ക ഒരു വരവുമില്ലല്ലോ, ഇപ്പോൾ"

"അതൊന്നും ചോദിക്കണ്ട മോളെ. ഏതായാലും ഇനിക്കൊരു പണി. അതു ശരിയായാല് നമ്മള് രക്ഷപ്പെട്ടു."

രക്ഷപ്പെട്ടു. സ്റ്റൂളിന്മേലിരുന്നുകൊണ്ട് കൗസു ആവർത്തിച്ചു, മനസിൽ.

"മുത്തപ്പൻ നമ്മളെ കാക്കും, മോളെ. പിന്നെ, ആ നഴ്സ് ഭാഗം പഠിക്കൽ. ഉയ്ശ്, അതാലോചിക്കുമ്പോൾ, എന്റെ നെഞ്ച് പൊട്ടുന്നു. ഇനിയെല്ലാം ശരിയാവും മോളെ. അച്ഛൻ ഒരുസം കണ്ണൻമാഷെ കണ്ടിനു, വീട്ടിപ്പോയിട്ട്. മാഷ് പറഞ്ഞു: കോംകൂർ വരുന്നുണ്ട്. അതെഴുതി പാസായാല് പണിതരാന്ന്."

"അതിനു അതു പാസാകണ്ടെ, അമ്മേ?"

"എന്താ പാസാകാണ്ട്. എന്റെ മോളെ മാതിരി പഠിക്കുന്നോളാരാ വേറെള്ളത് ഈ നാട്ടില്."

"അങ്ങനെ ചോദിക്കമ്മെ" സുകു അമ്മയെ പിന്താങ്ങി. "പിന്നെ ഇനി വെറും കൗസൂന്നു വിളിക്കരുത്. കൗസല്യ, കൗസല്യ എഴുത്തമ്മ."

"മോനെ" പെട്ടെന്നാണ് ശാരദ അതോർത്തത്. "ഞ്ഞി നട്ടുച്ച വെയിലത്ത് വട്ടംകറങ്ങി വന്നിട്ട്, തുള്ളി വെള്ളം കുടിച്ചില്ലാലോ. കഞ്ഞീന്റെ വെള്ളണ്ട്, ചൂടുള്ളത്. അത് തരട്ടെ?"

സുകു സമ്മതംമൂളി. അവന്റെ അമ്മ അടുക്കളയിലേക്ക് പോയി. സുകുവും സ്റ്റൂളിന്മേലിരുന്നു. ഏട്ത്തിയുടെ അടുത്ത്. ആകെ രണ്ട് സ്റ്റൂളാണ് അകത്തെ മുറിയിലുള്ളത്. ഒരു പഴയ ബഞ്ച് കോലായിലും. അതാണിവിടത്തെ ഇരിക്കാനുള്ള സംവിധാനങ്ങൾ. വളരെ പഴയൊരു കട്ടിലുണ്ട്. അച്ഛന്റെ ഉറക്കം അതിന്മേലാണ്, രണ്ടാമത്തെ മുറിയിൽ. അത്രേയുള്ളൂ സ്ഥലം.

'സുകൂട്ടി, ഞ്ഞി മറിയാനിനെ കണ്ടില്ലേ, സ്കൂളടച്ചേൽ പിന്നെ?"

"ഏത് മറിയാന്? നമ്മളെ?"

കൗസു അനിയനെ തുറിച്ചുനോക്കി. എന്താണീ പൊട്ടച്ചോദ്യം?

"ഏട്ത്തിക്കറീല്ല്യാലോ. മറിയാന് ഈ നാട്ടിൽ ഇപ്പോൾ ഒന്നല്ല, രണ്ടെണ്ണംണ്ട്."

കൗസു കണ്ണുകളിറുക്കി, കാര്യത്തിന്റെ ചരടിൽ പിടിക്കാൻ ശ്രമിച്ചു.

"ഒന്ന് നമ്മളെ മറിയാന്. മൂപ്പൻ സായ്വിന്റെ മകൾ. കോർസ്കാരി. മറ്റേത് സാക്ഷാൽ മറിയാന്ന്. പത്തറുപത് കൊല്ലംമുമ്പ്

പാതാറിൽ സ്ഥാപിച്ച പ്രതിമ. ഫ്രഞ്ച് വിപ്ലവത്തിന്റെ പ്രഥമ വാർഷികം പ്രമാണിച്ച് ഒരു സുന്ദരൻ തൂണിന്മേൽ ഉറപ്പിച്ച ആ കൊച്ചു ശിൽപം. ഴാൻദാർക്കിന്റേതാണെന്നാ ഞാൻ ഇതുവരെ വിചാരിച്ചത്. ഞാൻ മാത്രമല്ല കുട്ടികൾ മുഴുവൻ. ഏട്ത്തിക്കറിയാമായിരുന്നോ അത്?"

"അറിയാമായിരുന്നു. ആ വിഷയം സ്പർശിക്കാൻ ഒരിക്കലും അവസരം കിട്ടിയില്ലെന്ന് മാത്രം."

"ഏട്ത്തി എന്നേക്കാളും വായിച്ചിട്ടുണ്ട്. അതുകൊണ്ടാ, വാസ്തവത്തിൽ ഞാനോ, സദുവോ മറ്റേതെങ്കിലും ഒരു വിദ്യാർഥിയോ ആ പ്രതിമയിൽ സൂക്ഷിച്ചുനോക്കിയിരുന്നില്ല. നോക്കിയിരുന്നെങ്കിൽ അത് ഴാൻദാർക്കല്ല എന്നെങ്കിലും തിരിച്ചറിയാമായിരുന്നു. മറിയാനിന്റെ, അതായത് രക്തവും മാംസവുമുള്ള മറിയാന്നിന്റെ, മുന്നിൽ സദുവും ഞാനും വല്ലാതെ വഷളായി. അവൾ പറഞ്ഞുതന്നു, സാക്ഷാൽ മറിയാന്ന് എന്തെന്ന്. റെപ്യൂബ്ലക്കിന്റെ പ്രതീകം."

"സദുവിനും അറിയാത്തത് അത്ഭുതകരം തന്നെ."

"ഏട്ത്തി. ആ പെണ്ണിന്റെ കൂടെ നടക്കുമ്പോൾ, അവളുമായി സംസാരിക്കുമ്പോൾ, പലപ്പോഴും നമ്മുടെ അജ്ഞത തുറന്ന് കാണപ്പെടുന്നു. എന്തൊക്കെ കാര്യങ്ങളാണ് അവൾക്കറിയാവുന്നത്. പാതാറിലിരുന്നു പുഴയിലേക്ക് നോക്കുമ്പോൾ, വെള്ളത്തിൽ കാണുന്ന ഒരുവിധം എല്ലാജീവികളുടെയും പേര് അവൾക്കറിയാം. നമുക്കാണെങ്കിൽ വാസ്തവത്തിൽ ഒരുവിധം ഒന്നിന്റെയും അറിയില്ല. പേരുമാത്രമല്ല, ആ കൊച്ചുമത്സ്യങ്ങളുടെയും പാമ്പുകളുടെയും ശീലങ്ങളും വികൃതികളുമൊക്കെ അവൾ പറഞ്ഞുതരും."

കൗസു ചിന്തിച്ചുകൊണ്ടിരുന്നു. അമ്മ ഒരു കോപ്പയിൽ കഞ്ഞിവെള്ളവുമായി വരുന്നു. സുകു അത് സാവധാനം മോന്തുന്നു.

'ചട്ടീല് മീനുണ്ട്." സുകുവിന്റെ അമ്മയുടെ വേവലാതികൾ ഇതൊക്കെയാണ്. "ഞാനതൊന്നു മുറിക്കട്ടെ. ആ കാടൻപൂച്ച തഞ്ചം നോക്കിക്കളിക്കുന്നു."

"ഒരുദിവസം," സുകു തുടരുന്നു. "മറിയാനും ഞാനും സുകുവും നടക്കുന്നു. പിന്നെ ഒരു കാര്യം. ഇപ്പോൾ പിള്ളേർക്ക് തമാശയാണ്, ഞങ്ങൾ മൂന്നുപേരും എപ്പോഴും ഒന്നിച്ചു നടക്കുന്നതിനെക്കുറിച്ച്. നമ്മുടെ കരുണനില്ലെ, അവൻ ഞങ്ങൾക്കൊരു പരിഹാസപ്പേരും തന്നിരിക്കുന്നു. "ത്രാ പപ്പിയ്യോം" ഞങ്ങൾ...മൂന്നു ചിത്രശലഭങ്ങൾ, പോരെ! അതു പോട്ടെ, ഞങ്ങൾ നടക്കുമ്പോൾ, ഒരിക്കൽ, വഴിമുറിച്ചു ഓടുന്നു, രണ്ട്....രണ്ട് എന്ത്? ഏട്ത്തി ഒറങ്ങ്വാ?"

"അല്ല, സുകൂട്ടി ഞാൻ കേൾക്കുന്നുണ്ട്. നിരത്ത് മുറിച്ച് ഓടുന്നു രണ്ട്....പൂച്ച, അല്ലേ?"

"അല്ല, പൂച്ച സാധാരണ നടക്കുക ഒറ്റക്കാ....പിന്നെ ആവശ്യമില്ലാതെ ഓടില്ല മറിയാന് തന്ന വിവരങ്ങളാണിത്. തങ്ങളുടെ മുന്നിലൂടെ പാഞ്ഞത്.....രണ്ട് കുറുക്കൻമാർ."

കൗസുവിന് രസം തോന്നി. അവൾ ശ്രദ്ധിച്ചു കേട്ടു, അനിയന്റെ വചനങ്ങൾ.

"ഇക്കൂട്ടർ ഇവിടെ ഒരുപാടുണ്ടല്ലേ എന്ന് മറിയാന്നിന്റെ ചോദ്യം. അതേ, കുറുക്കൻമാർ ഒട്ടേറെയുണ്ട് എന്ന് സദു മറുപടിപറഞ്ഞു. ഫ്രഞ്ച് പഠിക്കാൻ തുടങ്ങിയത് മുതൽ നമ്മൾ കുറുക്കനെ റെനാർ എന്ന് വിളിക്കുന്നു. ആ വാക്കാണ് സദു ഉപയോഗിച്ചത്. പക്ഷേ, ഇപ്പോൾ നമ്മുടെ വമ്പത്തിയില്ലേ, തൊലി വെളുത്തവൾ അവൾ പറയുന്നു, വഴിയിലൂടെ ഓടിപ്പോയവർ റെനാർ അല്ലെന്ന്, പോരെ?"

"പിന്നെ എന്താണെന്നാ അവൾ പറഞ്ഞത്?"

"ഷക്കാൽ. ഷ്ക്കാലാണത്രെ അത്. റെനാറും ഷക്കാലും നമുക്ക് കുറുക്കൻമാർതന്നെ. അവൾക്കാട്ടെ, രണ്ടും തമ്മിൽ വ്യത്യാസങ്ങൾ നിരവധി. ഒന്ന് ഇങ്ങനെ...മറ്റേത് അങ്ങനെ!...ഏട്ത്തീ, തൊലിയുരിഞ്ഞു പോകുന്നു, ചിലപ്പോൾ!"

രണ്ടുപേരും നിശ്ശബ്ദരായി, അല്പനേരം. അല്പനേരത്തേക്ക് മാത്രം!

"ഒരു ദിവസം ഞങ്ങൾ പാലത്തിന്മേൽ നിൽക്കുകയായിരുന്നു. പടിഞ്ഞാറോട്ട് നോക്കാൻ അവൾ ഞങ്ങളെ ക്ഷണിക്കുന്നു! തൊട്ടുമുന്നിൽ വിശാലമായ പുഴ. അകലെ...കടൽ.....അഴിമുഖം....ഇടതുവശം.....കുന്നിന്മേൽ തെളിഞ്ഞ ആകാശത്തിന് കീഴിൽ, മുറ്റിനിൽക്കുന്ന നിബിഡമായ ഹരിതവനം. അതിന്റെ കാൽക്കൽ, സവിശേഷ ശൈലിയിലുള്ള ഓടുമേഞ്ഞ ബംഗ്ലാവ്. എല്ലാംകൂടെ അതിമനോഹരമായ, അനന്യമായ, സ്വപ്നതുല്യമായ ദൃശ്യം എന്ന് മറിയാന്. ഇതുപോലൊരു അദ്ഭുതക്കാഴ്ച യൂറോപ്പിലോ ആഫ്രിക്കയിലോ എവിടെയും കണ്ടിട്ടില്ലത്രെ. നിങ്ങളോ? അവൾ ചോദിക്കുന്നു. നിങ്ങൾക്കിതൊന്നും വലിയ കാര്യമല്ല! ഞാൻ പറഞ്ഞു, ഞങ്ങളാരും അന്യരാജ്യങ്ങൾ സന്ദർശിച്ചിട്ടില്ല. അപ്പോൾ, ആ ധിക്കാരി കുറ്റപ്പെടുത്തുന്നു, നിങ്ങൾ നിങ്ങളുടെ മൂക്കിന് മുന്നിലുള്ളത് കാണുന്നില്ലേ?"

"അല്പം ആലോചിക്കേണ്ടതാണ്. സുകുട്ടി." കൗസു ചിരിച്ചുകൊണ്ട് പറയുന്നു." നമ്മൾ സ്വയം വിമർശനം നടത്തേണ്ടി വരുമോ?"

"ഒരു താരതമ്യവുമില്ല, അവരും നമ്മളും തമ്മിൽ." സുകു തുടരുന്നു. "നോക്ക് ഞാനിന്ന് തലശ്ശേരിയിൽ പോയി. നമുക്കത് വലിയൊരു സംഭവം. അവർക്കോ?" മറിയാന്ന് ഒറ്റക്ക് താമസിക്കുന്നു. പാരീസിൽ. എണ്ണൂറോ ആയിരമോ കിലോമീറ്റർ അകലെയുള്ള ജൻമസ്ഥലത്തേക്ക് ഒറ്റക്ക് യാത്ര ചെയ്യുന്നു, വണ്ടിയിലും കപ്പലിലുമായി. അവധിക്കാലത്ത് ഏറെ സമയം കാടുകളിലും മലകളിലും ചെലവഴിക്കുന്നു."

"നമ്മൾ...." കൗസു അവസാനം ഇടപെടുന്നു. "നമുക്ക് യാത്ര ചെയ്യാൻ പണമെവിടെ? നമ്മൾ ദരിദ്രരാണ്.

ഇത് നീ ചോദിച്ചില്ലേ, അവളോട്? ഇന്ത്യ പടിഞ്ഞാറൻ രാജ്യങ്ങളുടെ അടിമയായതാണ് സകലതിനും കാരണം."

"ഞാനത് മറ്റൊരു വിധത്തിൽ അവതരിപ്പിച്ചു. അവൾ സമ്മതിച്ചു. പക്ഷേ ഭാഗികമായി മാത്രം. അവൾ പറയുന്നു, നമ്മളെല്ലാവരും ഉള്ള സമയം മുഴുവൻ രാഷ്ട്രീയത്തിൽ ഇടപെടുന്നു, അതാണ് കുഴപ്പം, ഇവിടെ നമ്മൾ സംസാരിക്കുന്നത് ആഗസ്റ്റ് ഒമ്പതും ജനകീയയുദ്ധവും മാത്രം. കുട്ടികൾ ശ്വസിക്കുന്നതുപോലും രാഷ്ട്രിയം. നക്ഷത്രങ്ങളെ, പൂമ്പാറ്റകളെ കുറുക്കൻമാരെ നിരീക്ഷിക്കാൻ അവർക്ക് സമയമില്ല! പ്രകൃതിയുമായി അവർക്കൊരു ബന്ധവുമില്ല. രാഷ്ട്രീയത്തിന് അതീതമായ....ഏട്ത്തീ, നിങ്ങൾ കേൾക്കുന്നുണ്ടോ? നിങ്ങൾ ഉറങ്ങ്വാ?"

എഴുന്നേറ്റ് അവരെ പിടിച്ച് മെല്ലെയൊന്നു കുലുക്കി

"ഏട്ത്തീ, എന്താ നിങ്ങൾക്ക്?"

കൗസു വിഷമിച്ച് കണ്ണുതുറന്നു. സുകു കുടിച്ചുവെച്ച കോപ്പായിലേക്ക് നോക്കി. അവൻ അതെടുത്ത് അടുക്കളയിലേക്ക് കുതിച്ചു. തിരിച്ചെത്തി വെള്ളം ഏട്ത്തിയുടെ നേരെ നീട്ടി. കൗസു അതുവാങ്ങി ഒരുകവിൾ കുടിച്ചു.

"ഹാവൂ. സാരല്ല്യ. എനിക്കെന്തോ....എന്തോ ഒരു....സാരല്ല്യ. പിന്നെ, സുകൂട്ടി, നീ പോയി എന്റെയീ ബ്ലൗസ് തുന്നിക്കാൻ കൊടുക്ക്. വേഗം തരണംന്ന് പറ. ഞാനൊന്ന് അടുക്കളേല്....അമ്മയെ സഹായിക്കാൻ....."

എത്രയോ തവണ ഇതിലും ദീർഘമായ , ചൂടേറിയ സംവാദത്തലേർപ്പെട്ടിട്ടുണ്ട്, ഏട്ത്തിയുമായി. ഇന്നെന്താണ് സംഭവിച്ചത്. എന്താണ് ഏട്ത്തിക്ക്.

അവർ മെല്ലേ നടന്നു പോകുമ്പോൾ....

സുകുവിന് തോന്നി, അത് വേറെയാരോ ആണെന്ന്.

27

ഭിന്നിപ്പും വിദ്വേഷവും

"കൗസേച്ചീ"

സൗമ്യമായ ആ വിളി കേട്ട് കൗസു മെല്ലേ കോലായിലേക്ക് വന്നു. അറിയാമായിരുന്നു. അത് സദുവിന്റെ ശബ്ദമാണെന്ന്. സുകുവിന്റെ സതീർഥ്യൻ. തന്റെയും! പ്രായംകൊണ്ട് ഇളയത്. അനുജന്റെ ഉറ്റതോഴൻ. പിന്നെ തികഞ്ഞ ദേശീയവാദി. രാഷ്ട്രീയ നിലപാടുകളിൽ സുകുവിന്റേയും തന്റേയും എതിരാളി.

"എന്താ സദു. നീ സമരം കഴിഞ്ഞ് എപ്പം എത്തി?"

"ഇന്നലെ. പക്ഷേ സമരം കഴിഞ്ഞിട്ടില്ല, ചേച്ചി. തുടങ്ങിതേയുള്ളൂ."

"വാസ്തവം!"

കൗസുവിന് ആഹ്ലാദം തോന്നി, ഈ ചെറുക്കനോട് സംസാരിക്കുന്നതിൽ. പിന്നെ മറ്റൊന്നുകൂടെ തോന്നി. സൂക്ഷിച്ചുവേണം, ഈ ഖദർധാരി കൗമാരപ്രായക്കാരൻ അല്പം കട്ടിയാണ്. കൗസു കോലായിലെ ബെഞ്ചിലിരുന്ന് തന്റെ കൂടെയിരിക്കാൻ അവനെ ക്ഷണിച്ചു.

"ശങ്കരൻ മാസ്റ്റർ....ജയിലിൽ തന്നെ അല്ലേ?"

"അതേ, ജയിലിലും ആ ആദർശവാദി വെറുതെയിരിക്കുന്നില്ല."

"ജയിലിലെന്തു ചെയ്യുന്നു?"

"പൊലീസുകാരന്റെ ചവിട്ടേറ്റ് മൂക്ക് പൊട്ടി അതുതന്നെ!"

"ദൈവമേ. വീണ്ടും ദക്ഷിണാഫ്രിക്ക, അല്ലേ?"

"അതേ, ദക്ഷിണാഫ്രിക്കയും ഗാന്ധിജിയുംതന്നെ."

"ആട്ടെ. നിനക്ക് അടിയൊന്നും?"

"കിട്ടിയില്ല, ചേച്ചി, ഇതിനകം കുറേ സമരങ്ങളിൽ പങ്കെടുത്തു. പക്ഷേ ഇതുവരെ ഒന്നും കിട്ടിയില്ല, ഒരു ചെവി പിടിച്ചുതിരിക്കൽ പോലും. കൂട്ടത്തിൽ ചെറിയ ചെക്കനല്ലെ. പൊലീസുകാർ ശ്രദ്ധിക്കുന്നേയില്ല. അറസ്റ്റും ചെയ്യുന്നില്ല."

"വളരെ മോശം അല്ലേ?"

"ശരിക്കും!"

കൗസു അവന്റെ മുഖത്തുനോക്കി, എന്തൊരു ഓമനത്തം. ധൈര്യശാലിയായ ഒരു രാഷ്ട്രീയക്കാരനെന്ന് ആരും പറയില്ല. രണ്ടു പേരും അല്പംനേരം നിശ്ശബ്ദത പാലിച്ചു.

"സുകു എവ്ടേ"

അവസാനം സദു ചോദിക്കുന്നു.

"ശരിയാ, എന്നെക്കാണാനല്ലല്ലോ നീ വന്നത്?"

"വന്നത് അല്ല. എങ്കിലും കണ്ടതിൽ പെരുത്ത് സന്തോഷം.... സുകു?"

"അവനെവിടെ? എനിക്കും അറീല്ല്യ. ഇവിടെയില്ലെന്ന് മാത്രം പറയാം. ആട്ടെ, ഒരു ലേശം ചായ പറ്റ്വോ?"

"പറ്റാഞ്ഞിട്ടല്ല, പക്ഷേ ചേച്ചിയെ കണ്ടാൽ, ഒരു ചായയുണ്ടാക്കാൻ ആരും പറയില്ല."

"അതെന്താ?"

"അത്രക്ക് ക്ഷീണം, പുതിയ അധ്യാപികക്ക്."

കൗസു ഒന്നു ചിരിച്ചു. ദയനീയമായ ആ ചിരി. സകലരെയും വേദനിപ്പിക്കുന്നത്.

"പിന്നെ ചേച്ചി.....എന്താ ഒരു നാടകം......?"

കൗസുവിന്ന് തെല്ലൊരു അരിശം തോന്നി.

"ഓ, ആ ചെക്കൻ സുകൂട്ടി....വിവരം നാട്ടിൽ വിളമ്പിയോ?"

ഇക്കാര്യം സ്പർശിക്കേണ്ടിയിരുന്നില്ല എന്ന് സദുവിന് തോന്നി.

"അല്ല, കുറച്ച്മുമ്പ്....ഒരിക്കൽ....വേറെയാരോടും പറഞ്ഞിട്ടില്ല."

"ഇരിക്കട്ടെ, ഇരിക്കട്ടെ. ഉരുണ്ടു കളിക്ക്യൊന്നും വേണ്ട."

സദു കഴുത്തിലുണ്ടായ വിയർപ്പ് കൈകൊണ്ട് തുടച്ചു.

"നാടകം...." കൗസു പിറുപിറുക്കുന്നു. "എഴുതണംന്നുണ്ട്. സത്യത്തിൽ എഴുതിത്തുടങ്ങി. എന്നാലും നീങ്ങുന്നില്ല."

സദു അതീവ തൽപരനായിക്കണ്ടു.

"എന്താ, ചേച്ചീ, ഇതിവൃത്തം?"

"ഇതിവൃത്തം...."

കൗസല്യ അല്പനേരം കണ്ണടച്ചിരുന്നു. പിന്നെ ആ ചുണ്ടുകൾ ഇളകി. വാക്കുകൾ കഷ്ടിച്ചു കേൾക്കാം.

"എന്നെ വല്ലാതെ....എന്റെ ഉള്ളിൽ തട്ടിയ.....ഒരു വിഷയം. മലബാറിൽ അടുത്ത കാലത്ത് നടമാടിയ പട്ടിണിയും പകർച്ച വ്യാധിയും......"

സദു ഒരുനിമിഷം ആലോചിച്ചുനിൽക്കുന്നു. പിന്നെ പറയുന്നു:

"മാമൻ ഒരുപാട് വിവരങ്ങൾ തന്നിരിക്കും."

എത്രവേഗമാണ് സദുവിന്റെ തലച്ചോർ പ്രവർത്തിക്കുന്നതെന്ന്. കൗസു അത്ഭുതപ്പെട്ടു.

"ശരിയാ. കോളറയുടെ ക്രൂരമായ അനുഭവങ്ങൾ നാണ്വേട്ടൻ പറഞ്ഞുതന്നിരുന്നു. പലതവണയായി."

സദു ഇത്രനേരവും മുറ്റത്തൂടെ നടക്കുകയായിരുന്നു. കോലായിലേക്ക് കയറി, അവന്റെ ചേച്ചിയുമായി ഇരുപ്പിടം പങ്കുവെക്കാനുള്ള ക്ഷണം ഇതുവരെ സ്വീകരിച്ചില്ല. അവൻ ഉറച്ച മണ്ണിലൂടെ നാലഞ്ചു വാര നടക്കുന്നു. പെട്ടെന്ന് ഒരു കാലിന്റെ അറ്റമമർത്തി തിരിയുന്നു. വീണ്ടും നടക്കുന്നു. അവന്റെയൊരു ചേച്ചി! ചേച്ചി എന്ന് കൗസുവിനെ വിളിക്കുന്ന ഒരൊറ്റയാൾ സദുവാണ്. മറ്റുള്ള കുട്ടികളൊക്കെ ഏട്ത്തി എന്നോ ഏച്ചി എന്നോ വിളിക്കുന്നു.

"സദൂ ഇതാരാ വരുന്നെ? നിന്നെ കാണാനായിരിക്കും."

"രാമേട്ടനാ, ചേച്ചി അറീല്ലേ?"

അറിയാം എന്ന് തലയാട്ടി. മറ്റൊരു രാഷ്ട്രീയ എതിരാളി! സദുവിന് പരിഷ്കൃതമായ ഒരു മനസുണ്ട്. ഈ വരുന്ന ആൾ അങ്ങനെയാണെന്ന് തോന്നുന്നില്ല. എന്തിനാണീ മനുഷ്യൻ ഇവിടെ കയറിവരുന്നത്? മനസിലാവുന്നില്ല. അമ്മയെവിടെപ്പോയി. ഇയ്യാളെ എതിരേൽക്കുന്ന പണി അമ്മക്ക് വിട്ടുകൊടുക്കാമായിരുന്നു.

"ടീച്ചറെ."

രാമേട്ടൻ വിളിക്കുന്നു. ആ വിളി തന്നെ കൗസുവിനെ ചൊടിപ്പിച്ചു.

"സദു ഇവിടെ മുറ്റത്തൂടെ നടക്കുന്നത് കണ്ടു. ടീച്ചർ കോലായിലിരിക്കുന്നു. അപ്പോപ്പിന്നെ ഒന്നു കയറി അന്വേഷിക്കാന്ന് വിചാരിച്ചു."

അന്വേഷിക്കാനോ? എന്ത്, എന്തന്വേഷിക്കാൻ? കൂടുതൽ അരിശമാണ് കൗസുവിന് തോന്നിയത്.

"അല്ല സുകൂന്റെ ഏട്ത്തിക്ക് സുഖമില്ലെന്നറിഞ്ഞു ഇപ്പങ്ങനെണ്ട്. ആരെയാ കാണിച്ചെ?"

"രാമേട്ടാ." സദു ഇടപെടുന്നു. "എന്തൊക്ക്യാ നിങ്ങള് പറേന്നെ? ആർക്കാ ഇവിടെ സുഖക്കേട്?"

രാമൻ സദുവിനെയും കൗസുവിനെയും മാറിമാറി നോക്കുന്നു. കൗസുവാകട്ടെ, തുടക്കത്തിലുള്ള വെറുപ്പ് മനസിൽനിന്നും അകറ്റി. ഒക്കെ ഒരു തമാശയായി എടുക്കാൻ തീരുമാനിച്ചു.

"ഹല്ല, ആരോ പറഞ്ഞു കേട്ടതല്ലേ. ങ്ഹാ നമ്മളേ ലക്ഷ്മണൻ. വാർത്താവിതരണക്കാരനില്ലേ. അവൻ തന്നതാ വിവരം രഹസ്യമായി."

രാമൻ വെറുതെ ഒന്നു ചിരിച്ചു ജാള്യത മറയ്ക്കാൻ.

"എന്നാലും സുകൂന്റെ ഏട്ത്തിക്ക് സൂക്കേടൊന്നും ഇല്ലാന്ന് അറിയുന്നതിൽ ശരിക്കും സന്തോഷമുണ്ട്."

ആ പ്രസ്താവനയിൽ ആത്മാർഥതയുണ്ടെന്ന് തോന്നി, കൗസുവിന്.

"എനിക്കൊന്നുല്ല, രാമട്ടാ. അൽപം ക്ഷീണം. എന്തോ ഒരു ടോണിക്ക് കുടിക്കുന്നുണ്ട്."

"സന്തോഷം, സന്തോഷം."

രാമേട്ടൻ വേറെ വല്ലതുമൊരു വിഷയംകിട്ടാൻ വേണ്ടി ഒരു നിമിഷം തപ്പിപ്പിടിച്ചു.

"സുകു എവിടെപ്പോയി?"

"അറീല്ല, രാമേട്ടാ."

"എനിക്കറിയാം, സുകുവിന്റെ ഏട്ത്തീ. ഇപ്പം വരുമ്പം ഞാൻ കണ്ടതാ. നിങ്ങളുടെ നേതാവില്ലേ, ശ്രീധരൻ മാസ്റ്റർ. മൂപ്പരുടെ കൂടെ പോകുന്നു."

രാമേട്ടന്റെ സ്വരത്തിൽ നിറഞ്ഞുനിന്ന പുഛം കൗസുവിന്റെ മനസിൽ മുറിവേൽപ്പിച്ചു.

"എങ്ങോട്ടാ പോയേന്നറിയ്യാ? ഞാൻ കണ്ടതാ മേയർ...അതേ, പപ്പൻ വക്കീലിന്റെ ഭവനത്തിലേക്ക്!"

അവിടെയെന്തിനായിരിക്കും സുകു പോയത്. കൗസു വല്ലാതായി.

"എന്തെങ്കിലും കാര്യണ്ടാവും, രാമേട്ടാ."

അന്തരീക്ഷം ചൂടാവാതിരിക്കാൻ സദുവിന്റെ ശ്രമം.

"എന്തു കാര്യം, സദു. എനിക്കറീല്ല്യേ, ഇതൊക്കെ."

രാമേട്ടന്റെ ശബ്ദം ഉയരുന്നു.

എന്തൊരു എടുത്തുചാട്ടം കൗസു മനസ്സിൽ പറഞ്ഞു.

"അവർ രണ്ടുപേരും....അവിടെപ്പോയത്...." കൗസു പതുക്കെപ്പറഞ്ഞു. "പക്ഷേ, രാമേട്ടാ. ദേശാഭിമാനം കുറഞ്ഞവരല്ല കമ്മ്യൂണിസ്റ്റുകാർ."

"രാമേട്ടാ." ഇത്തവണ സദുവാണ് പ്രതികരിച്ചത്. "ഞാനൊരു സംഭവം പറയാ. ഇന്നലെ...അഴിയൂരിലെ നമ്മളെ കുഞ്ഞനന്തൻനായരില്ലെ. അയാൾ പറഞ്ഞതാ. കുറച്ച് മുമ്പ് വ്യക്തി സത്യഗ്രഹത്തിൽ ജയിൽവാസം വരിച്ചവരെല്ലെ. അറീല്ല്യേ ആളെ, രാമേട്ടാ?"

"അറിയ്യോന്ന്! കുഞ്ഞനന്തനെ. നല്ല തമാശ."

"എന്നാൽ അയാളോട് ചോദിച്ചുനോക്ക്. അയാൾ ജയിലിൽ കിടക്കുമ്പോൾ, അധികം അകലെയല്ലാത്ത സെല്ലിൽ കിടക്കുന്നത്...ആരെന്നറിയോ്യ? കയ്യൂർ സഖാക്കൾ."

രാമേട്ടൻ നിന്നുവിയർക്കുന്നു. കയ്യൂർ സഖാക്കാളായിരുന്നോ കുഞ്ഞനന്തന്റെ സഹവാസികൾ ഛീ!

"തൂക്കുമരത്തിൽ കയറാൻ പോകുന്ന അവരുടെ ധീരത." സദു തുടരുന്നു. "രാമേട്ടൻ ചോദിച്ചുനോക്ക്. അവർ മുദ്രവാക്യം വിളിച്ചു. കുഞ്ഞനന്തൻ നായർക്ക് രാത്രിമുഴുവൻ അത് കേൾക്കാമായിരുന്നു. കാലത്ത് കഴുത്തിൽ കയർ വിഴുന്നതുവരെ അവർ വിളിച്ചു പറഞ്ഞു. രാഷ്ട്രീയത്തടവുകാർ അത് കേട്ടു. അവർ ഏറ്റു പറഞ്ഞു. ബ്രിട്ടീഷ് സാമ്രാജ്യത്വത്തിനെതിരായിരുന്നു മുദ്രാവാക്യങ്ങൾ."

രാമേട്ടൻ തണുക്കുന്നതിന് പകരം നിന്ന് വിറയ്ക്കുന്നു. "അറിയാം സദു അറിയാം. വക്കാലത്തിനു വന്നിരിക്കുന്നു. ആദ്യം

ഇവിടുത്തെ സുകുന്റെ കൂടെയുള്ള കൂട്ടുകെട്ടില്ലേ. അത് ഞ്ഞി അവസാനിപ്പിക്കണം."

കൗസു ഞെട്ടിപ്പോയി. സദുവും സ്തംഭിച്ചുനിന്നു.

"ഞാൻ പറേന്നുണ്ട്, ശങ്കരൻ മാസ്റ്ററോട്. ഒരു യുവനേതാവെന്നും പറഞ്ഞു നടക്കുന്നു."

രാമേട്ടൻ കൗസുവോട് യാത്ര പറയുകപോലും ചെയ്യാതെ ഇറങ്ങിപ്പോയി. മുറ്റത്തെ മണ്ണിൽനിന്നും അല്പം പൊടിയുയരുന്നത് രണ്ടു പേരും നോക്കിനിന്നു.

"ക്ഷമിക്കണേ, ചേച്ചി. ഞങ്ങളുടെ കൂട്ടത്തിൽ ചിലരൊക്കെ ഇങ്ങനെയാ."

"സദു. വാസ്തവത്തിൽ എല്ലാ കൂട്ടങ്ങളിലുമുണ്ട് ഇത്തരം ചിലർ."

കൗസുവിന് അത്രയും പറയാൻ വളരെ പ്രയാസപ്പെടേണ്ടി വന്നു.

സദു കോലായിൽ കയറി കൗസുവിന്റെ അടുത്തിരുന്നു. ആ വിറയ്ക്കുന്ന കയ്യിൽപിടിച്ചു.

"എന്നാലും....ചേച്ചിക്ക് വിഷമം തോന്നരുതേ."

സദുവിന്റെ തൊണ്ട ഇടറിയിരുന്നു.

"ഭിന്നിപ്പും വെറുപ്പും...."

കൗസുവിന്റെ സ്വരത്തിൽ വേദനയും നിസ്സഹായതയും നിറഞ്ഞു നിൽക്കുന്നു.

"ഭിന്നിപ്പ്, വിദ്വേഷം, ശത്രുഭാവം....ഇതൊക്കെയായിരിക്കുമോ ഇനി എന്നെന്നേക്കുമായി.....നമ്മുടെ സ്വാഭാവചിത്രീകരണത്തിന്....ആവശ്യമായിവരുന്ന പദങ്ങൾ.....ങ്ഹേ, മോനെ?"

കൗസുവും സദുവിന്റെ കയ്യിൽ പിടിച്ചു.

"കഷ്ടം, അല്ലേ?"

സദു ആ രക്തപ്രകാശമില്ലാത്ത കണ്ണുകളിലേക്ക് നോക്കി. അവ നനുനനുത്തിരിക്കുന്നു.

28

പർവ്വതാരോഹണം

ഇന്ന് ഫ്രഞ്ച് സ്കൂളിലെ മുതിർന്ന വിദ്യാർഥികൾ വിനോദയാത്രക്ക് പോകുന്നു; കനകമലയിലേക്ക്.

കാലത്ത് എട്ട് മണിക്ക് പുറപ്പെട്ടാൽ വൈകിട്ട് അഞ്ചിന്ന് മുമ്പ് മടങ്ങിയെത്തണം. ഒരനിഷ്ടസംഭവവുമില്ലാതെ അവരെ തിരിച്ചെത്തിക്കേണ്ട ചുമതല സംഘം തലവനായിരിക്കും. ചായ, ഉച്ചഭക്ഷണം മുതലായതൊക്കെ എർപ്പാടാക്കുക, അച്ചടക്കംപാലിക്കുക-പെൺകുട്ടികളും ഉണ്ടാവുമെന്നത് സംഗതിയുടെ ഗൗരവം പതിന്മടങ്ങ് വർധിപ്പിക്കുന്നു-ഇങ്ങനെ പലേ കടമകളുണ്ട്. അതൊക്കെ ഏറ്റെടുക്കാൻ മിടുക്കും കരുത്തുമുള്ള ഒരു വിദ്യാർഥി വേണം.

ക്ലാസിലെ സ്വാഭാവിക നേതാക്കൾ സദുവും സുകുവുമാണ്. എങ്കിലും ഈ രണ്ടുപേർക്കും ഒന്നിനും സമയമില്ല. അവർ കൂടുതൽ വലിയ കാര്യങ്ങളിൽ വ്യാപൃതരാണല്ലോ. യാത്രയിൽ ചേരാമെന്ന് മാത്രം അവർ ഏറ്റിട്ടുണ്ട്. അത്രയും നന്നായി. പലേ തയ്യാറെടുപ്പുകളും നടത്താനിരിക്കുന്നു. അതൊന്നും സദു-സുകുവിന്റെ ശ്രദ്ധയിൽ നിൽക്കില്ല. അതുകൊണ്ട്, അവർ തന്നെ ആവശ്യപ്പെട്ടതനുസരിച്ച്, മറ്റൊരാളെ ഈ ഉത്തരവാദിത്തം ഏൽപ്പിക്കാൻ തീരുമാനമായി. അപ്പോഴാണ് എല്ലാവരും തിരിച്ചറിയുന്നത് ക്ലാസിൽ ഒരു മൂന്നാമനില്ല!

അധ്യാപകൻ പുരുഷോത്തമൻ മാസ്റ്റർ ഇത്തരം പ്രശ്നങ്ങളെ ഇഷ്ടപ്പെടുന്നു. മാസ്റ്റർ ഗാഢമായി ചിന്തിച്ചു. പലേരേയും പരിഗണിച്ചു. ആവശ്യമായ യോഗ്യതകളുള്ള ഒരു സ്ഥാനാർഥിയെ നേതൃസ്ഥാനത്തേക്ക് കണ്ടെത്താനായില്ല. മാസ്റ്റർ സംഗതി ദെലെഗേ കണ്ണൻ മാസ്റ്ററുടെ മുന്നിൽ വെച്ചാലോ എന്നാലോചിച്ചു. പിന്നെ വേണ്ടെന്ന് വെച്ചു. ചെറിയ വിഷമങ്ങളൊക്കെ സ്വയം നേരിടണം. സകലതിനും മേലധികാരിയുടെ സഹായം തേടുന്നത് അവസാനം തന്റെ കഴിവുകേടായി വ്യാഖ്യാനിക്കപ്പെടും! അതുകൊണ്ട്, മാസ്റ്റർ

രണ്ട് കുട്ടികളുടെ പേര് മുന്നോട്ട് വെച്ചു. തികച്ചും ജനാധിപത്യ മര്യാദയനുസരിച്ച്, നിർദേശം ക്ലാസിൽ തുറന്ന സദസ്സിലാണ് അവതരിപ്പിച്ചത്. ഹരിദാസൻ, മുകുന്ദൻ. രണ്ടും നല്ല വിദ്യാർഥികൾ. കളികളിലും മറ്റ് പാഠ്യേതരവിഷയങ്ങളിലും തൽപരർ. തങ്ങൾക്ക് വിചാരിക്കാതെ കിട്ടിയ പദവി സ്വീകരിക്കണമെന്ന് അവർക്ക് ആഗ്രഹവുമുണ്ടായിരുന്നു. അവർ അതിന് ധൈര്യപ്പെട്ടില്ലെന്ന് മാത്രം. കാരണം മറിയാന് ആയിരുന്നു! അവളുടെ സാന്നിധ്യത്തിൽ പലപ്പോഴും നടപടികൾ തികച്ചും ഫ്രഞ്ച് ഭാഷയിലാക്കേണ്ടിവരും. അതിന്നവർക്ക് കഴിവുണ്ടെങ്കിലും, ആത്മവിശ്വാസം പോരാതെ വന്നു. കൂടാതെ പ്രധാനപ്പെട്ട കാര്യങ്ങളിൽ അവളുടെ അഭിപ്രായം നിർണായകമാവും. മൂപ്പൻ സായ്‌വിന്റെ മകളല്ലേ. നേതാവ് ഒരാൾ, നിശ്ചയിക്കുന്നത് വേറൊരാൾ എന്നതായിരിക്കും സ്ഥിതി.

ഹരിദാസും മുകുന്ദനും പിന്നോട്ടടിച്ചതോടെ, മത്സരം വീണ്ടും തുറന്ന നിലയായി. പുരുഷോത്തമൻ മാസ്റ്റർ അസ്വസ്ഥനാകാൻ തുടങ്ങി.

"ഇനിയാര്? നിങ്ങൾ തന്നെ പറയീൻ"

മാസ്റ്ററുടെ ഒച്ച അൽപം പൊങ്ങി. അപ്പോഴാണ് പെൺകുട്ടികളുടെ വിലങ്ങനെയുള്ള ബഞ്ചിൽനിന്നും ഒരു ശബ്ദമുയർന്നത്.

"ഞാനൊരാളെ...മുസ്യേയുടെ അനുവാദമുണ്ടെങ്കിൽ.....ഞാനൊരാളെ പറയാം."

മറിയാന് എഴുന്നേറ്റ്നിന്ന് സംസാരിക്കുന്നു.

പുരുഷോത്തമൻ മാസ്റ്റർ പതിവുപോലെ വലിയ ഗൗരവഭാവം മുഖത്തു വരുത്തി. എന്നിട്ട് പറഞ്ഞു:

"പറയൂ പറയൂ."

"കരുണൻ!"

കരുണനോ. മാസ്റ്റർ ഞെട്ടിപ്പോയി. കുട്ടികളും അതുപോലെ. മൂന്നു കൊല്ലം തോറ്റു. ഒരു വിഷയവും അറിയില്ല. ക്ലാസിലെ സ്ഥിരം പിൻബെഞ്ചുകാരൻ.

"കരുണൻ"

പുരുഷോത്തമൻ മാസ്റ്റർ ഏറ്റവും അകലെ ഇരിക്കുന്ന തോക്കനെ നോക്കി. വാസ്തവത്തിൽ ക്ലാസിലെ ഒരധ്യാപകനും അവന്റെ നേരെ കണ്ണോടിക്കാറില്ല. അവനോട് ഒരു ചോദ്യവും ചോദിക്കാറില്ല. അവൻ വരുന്നു, പോകുന്നു എന്നുമാത്രം. മാസ്റ്റർ തുടർന്ന് കുട്ടികളെ മുഴുവൻ നിരീക്ഷിച്ചു.

"മദ്മസേൽ പെത്തിനെല്ലി. നീ കളിയാക്കുകയാണോ?"

"അല്ല, മുസ്യേ. കരുണനെ ഉത്തരവാദിത്തം ഏൽപ്പിക്കുക ഒരിക്കൽ. അവനത് ഏൽക്കാൻ കഴിയും. എനിക്ക് തീർച്ചയുണ്ട്. ഞങ്ങളെല്ലാവരും വേണമെങ്കിൽ സഹായിക്കും."

അൽപനേരം ക്ലാസ് നിശ്ശബ്ദതയിലാണ്ടു. തുടർന്ന് ഒരു കയ്യടി കേട്ടു. അതും പെൺകുട്ടികളുടെ ഭാഗത്തുനിന്ന്. ആൺകുട്ടികൾ അങ്ങോട്ടുനോക്കി. ഉടൻ അവരും കയ്യടിച്ചുതുടങ്ങി. ആകെക്കൂടെ വലിയ ബഹളം.

കരുണൻ പകച്ചുനിൽക്കവെ....

ദെലെഗേ കണ്ണൻ മാസ്റ്റർ വാതിൽക്കൽ!

ആവശ്യമെന്ന് തോന്നി ഒരു ചൂരൽ കയ്യിൽ കരുതിയിട്ടുണ്ട്.

"എന്താ ഇവിടെ....എന്താ ഇവിടെ?"

കയ്യടിനിന്നു. പുരുഷോത്തമൻ മാസ്റ്റർ സംഗതി വിവരിച്ചു കൊടുത്തു. തലവൻ എല്ലാം കേട്ടു, ശ്രദ്ധിച്ചുകൊണ്ട് അവസാനം.....

മറിയാനിനെ ഒന്നു നോക്കി. പരിഭ്രമിച്ച് ചുരുങ്ങിപ്പോയ കരുണന്റെ നേരെ തലയൊന്ന് തിരിച്ചു. എന്നിട്ട് അൽപം കുസൃതികാട്ടിക്കൊണ്ട് കണ്ണൻ മാസ്റ്റർ കണ്ണിറുക്കി.

സമ്മതം!

അങ്ങനെയാണ് കരുണൻ എന്ന ഒന്നിനും കൊള്ളാത്തവൻ ക്ലാസ് നേതാവായത്. ഇതുവരെ അവനിൽ ഉണ്ടെന്ന് ആരും ഊഹിക്കാത്ത ഗുണങ്ങളായിരുന്നു അവസാനം അവനിൽ എല്ലാവരും കണ്ടെത്തിയത്. അവൻ ആവശ്യമായ സകല ഏർപ്പാടുകളും നേരത്തെ ചെയ്തു. സൈക്കിളെടുത്ത് കനകമല വരെ ഒറ്റക്ക് പോയി വഴി മുഴുവൻ പരിചയപ്പെട്ടു. ഒരുതരം യുദ്ധരംഗവീക്ഷണം. ഉച്ചക്കത്തെ ഭക്ഷണമായിരുന്നു പ്രധാനം. മലയുടെ ഓരത്ത് ഒരു ചായപ്പീടിക കണ്ടു. കാലത്ത് മാത്രം തുറക്കുന്ന ഒരു സ്ഥാപനം. പീടികക്കാരൻ സ്വന്തം വീട്ടിൽ പോറ്റുന്ന ആട്ടിന്റെ പാലുകൊണ്ട് ചായയുണ്ടാക്കി ചുരുക്കം ചിലർക്ക് കൊടുക്കുന്നു. ഉച്ചക്ക് അൽപം അകലെ പ്രവർത്തിക്കുന്ന ഒരു ചെറിയ സ്കൂളിലെ മൂന്ന് അധ്യാപകൻമാർക്ക് ചോറുവെച്ച് കൊടുക്കുന്നു. അതോടെ കച്ചവടം അവസാനിച്ചു. കരുണൻ അയാളെ കണ്ടു. മുപ്പതുപേർക്ക് ശാപ്പാടുണ്ടാക്കാൻ ശട്ടം കെട്ടി. പീടികക്കാരൻ വിശ്വസിക്കാൻ കഴിയാതെ മിഴിച്ചുനോക്കി. എല്ലാറ്റിന്റെയും വില നിശ്ചയിച്ചു, അല്പം നീണ്ട ചർച്ചക്ക് ശേഷം. കാല്ത്ത് കുട്ടികൾ നടന്ന് ക്ഷീണിച്ചാണെത്തുക. വന്നയുടൻ ഒരു ചായയും രണ്ട് പഴംപൊരിച്ചതും. വൈകീട്ട് ഒരു കാലിച്ചായയും. എല്ലാം കൂടെ ഒരു കുട്ടിക്ക് ഒന്നേകാലുറപ്പിക. കരുണൻ മനസ്സിൽ കണക്ക് കൂട്ടി. അൽപം പിടിയുള്ള വിഷയം അവന് കണക്കാണ്. അതുകൊണ്ട് രക്ഷപ്പെട്ടു. ഓരോ വിദ്യാർഥിയോടും കഴിവതും ഒന്നരറുപ്പിക കൊണ്ടുവരാൻ പറയണം. അതായത് നാലണ അധികം. തികച്ചും ദരിദ്രരായ ചിലരുണ്ട്. അവർക്ക് എട്ടണപോലും രക്ഷിതാക്കളിൽനിന്ന് കിട്ടാൻ പ്രയാസമാണ്. അവരുടെ ചെലവ് ഇപ്പറഞ്ഞ നാലണ ലാഭത്തിൽനിന്ന് വഹിക്കാം.

കുട്ടികളുടെ കൂട്ടത്തിൽ ഒരു സായ്പ്പിച്ചി ഉണ്ടാവുമെന്നും അതുകൊണ്ട് എല്ലാം വൃത്തിയായിവെക്കണമെന്നും നിർദേശിച്ചു. നമ്മളെപ്പോലെ അവൾ ചോറ് കൈയിലുരുട്ടി ഉരുളകളാക്കി വായിലിടില്ല. അതുകൊണ്ട് അവൾക്ക് നല്ലൊരു സ്പൂൺ കരുതണം. നല്ല പഴുത്ത പ്ലാവിലകൊണ്ട് ഒരു കുമ്പിളുണ്ടാക്കാമെന്ന് ചായക്കാരൻ. അത് കഞ്ഞിക്ക് പറ്റും, ചോറിന് സ്പ്യൂൺ തന്നെ വേണമെന്ന് കരുണൻ. ഗ്ലാസിൽ പഞ്ചസാരയിട്ട് ചായയടിക്കുന്ന ചെറിയ സ്പൂണേ ഉള്ളു എന്ന് മറുഭാഗം. എന്നാൽ അത് കരുണൻ തന്നെ കൊണ്ടുവരാമെന്നേറ്റു. അതോടെ ആ പ്രശ്നത്തിൽ ഒത്തുതീർപ്പായി.

കരുണൻ കനകമലയിൽ പ്രയാസപ്പെട്ട് കയറിനോക്കി. കാണാൻ കാര്യമായൊന്നുമില്ല. പരന്ന ഒരു മൈതാനമുണ്ട്. അത് ആരെയും അത്ഭുതപ്പെടുത്തും. ഒരു വശം ഏതൊരു കാലാവസ്ഥയിലും വറ്റാത്ത ഒരുറവ. വെള്ളം എവിടെനിന്നു വരുന്നുവെന്നത് പ്രകൃതിയുടെ ഒരു രഹസ്യം. മറിയാന്നിന് ഈ പ്രതിഭാസം ശരിക്കും ഇഷ്ടമാവും. പിന്നെ ഏറ്റവും ഗംഭീരമായത് ചുറ്റുപാടുമുള്ള ദൃശ്യമാണ്. കണ്ണെത്തുന്നിടംവരെ, സകലഭാഗത്തും കടുംപച്ച. പിന്നെ കിഴക്ക്, സ്വപ്നതുല്യമായ ഒരു നീണ്ട പർവതനിര. മറുവശം, അങ്ങ് പടിഞ്ഞാറ്, വളരെ ദൂരെ കാണുന്നത് കടലാണോ. കരുണൻ സ്തബ്ധനായിനിന്നു. ആകാശം തലയിൽ തൂങ്ങിനിൽക്കുമ്പോലെ തോന്നി. എങ്ങനെ താനിവിടെ എത്തി എന്ന് അവൻ തന്നോട് തന്നെ ചോദിച്ചു. പെട്ടെന്ന്, ചിന്തകളിൽനിന്നും സ്വയം അടർത്തിമാറ്റി, കരുണൻ മലയിൽനിന്നും ഇറങ്ങി.

പിറ്റേദിവസം താൻ തയ്യാറാക്കിയ പദ്ധതിയുടെ വിശദാംശങ്ങൾ അവൻ അധ്യാപകനെയും സഹപാഠികളെയും അറിയിച്ചു. എല്ലാവരും അതിന് അംഗീകാരം കൊടുത്തു. "ത്രേബ്യേം" വളരെ നല്ലത് മാസ്റ്ററുടെ വായിൽനിന്ന് വന്ന വാക്കുകൾ അവന്റെ ചെവിക്ക് അപരിചിതമായിരുന്നു.

ഉല്ലാസയാത്രയിൽ പെൺകുട്ടികളുടെ പങ്കാളിത്തം ഭാഗികമായിരുന്നു. അത് മറ്റുള്ളവരെ നിരാശപ്പെടുത്തി. കൗസുവിന് ഏതായാലും വരാൻ കഴിയുമായിരുന്നില്ല. ഇത്രയും ദൂരം കാൽനടയായി പോവുക അവൾക്ക് അസാധ്യം. വിദ്യാർഥിജീവിതം അവസാനിക്കാൻ ആഴ്ചകൾ മാത്രം അവശേഷിക്കവെ, കനകമലയിലേക്കുള്ള കയറ്റം അവൾക്കൊരു ഉദാത്തമായ അനുഭവമാകുമായിരുന്നു. മാലതിക്കും സരസ്വതിക്കും രക്ഷിതാക്കളുടെ അനുവാദം കിട്ടിയില്ല. "കനകമലേമ്മേലോ ചെക്കൻമാരെ കൂടെയോ? അടിച്ച് കാല് മുറിച്ചളയും ഞാൻ, ഓഹാ." അങ്ങനെയാണ് ഒരച്ഛൻ പ്രതികരിച്ചത്. "നമ്മൾ തറവാട്ടുകാരാ, മോളെ അങ്ങനെ കണ്ടനെരത്തിമ്മലൂടെല്ലാം നടന്നുപോകുന്നത് ആളുകണ്ടാൽ കൊറച്ചിലല്ലെ. വല്ല ജഡ്ക്കേലോ മറ്റോ പോകങ്കില് അച്ഛൻ പൈസ തരാം. മോളതങ്ങ് മറന്ന്ളാ." അങ്ങനെയായി

രുന്നു മറ്റൊരു രക്ഷിതാവിന്റെ മയമുള്ളതെങ്കിലും ഉറച്ച വാക്കുകൾ. ഇനിയുള്ള മൂന്നുപേർക്ക്, അതായത് ലക്ഷ്മി, രേവതി, തെറേസ എന്നിവർക്ക്, സമ്മതം കിട്ടിയത് പ്രധാനമായും സംഘത്തിൽ മറിയാനുണ്ടാവും എന്നത്കൊണ്ട് മാത്രമായിരുന്നു. "മൂപ്പൻസായ്‌വിന്റെ മോക്ക് പോകാമെങ്കില് നമ്മളെ മോക്കെന്താ?" അങ്ങനെയായിരുന്നു വാദം.

നിശ്ചയിച്ച സമയം....എല്ലാവരും സ്കൂളിൽ ഒത്തുചേർന്നു. കരുണൻ ഏതാനും വാക്കുകൾ പറഞ്ഞു. പരിപാടി ഓർമ്മിപ്പിച്ചു. അവൻ എത്ര സുഖമായും വൃത്തിയായുമാണ് ഫ്രഞ്ചിൽ സംസാരിക്കുന്നത്. മറിയാന് ആഹ്ലാദത്തോടെ അതുകേട്ടു സംഘം നടത്തം ആരംഭിച്ചു.

"ഇനിയാണ് തമാശ." മറിയാനു ഒരു ഫലിതം കാച്ചുന്നു. വിനോദയാത്രയല്ലെ, അങ്ങനെ വല്ലതും വേണമല്ലോ. "എവിടയാ സ്ഥലം.... ക–ന–ക–. കനക...."

"മല"സദുപറഞ്ഞു."കനകമല. അർഥറിയോ?"

"ഇല്ല ചോദിക്കണംന്ന് വിചാരിച്ചതാ?"

"മോംതാഞ്ഞ് ദോർ!"

"മോംതാഞ്ഞ് ദോർ?"

"ഉം."

"ഒരു കഷണം പൊട്ടിച്ചുതരാം, കേട്ടോ വേഗം നടക്ക്."

"എനിക്ക് വലിയ കഷണം."

"എനിക്കും."

എല്ലാവരും കൂടെ കശപിശയായി. കരുണൻ തലതിരിച്ചൊന്നു നോക്കി. കുട്ടികൾ അനുസരണ കാണിച്ചു.

"ആട്ടെ എന്താണ് തമാശ" സുകു ഓർമ്മപ്പെടുത്തി.

"ഓ, അതോ?" മറിയാനിന്റെ കളകൂജനം. "മലകയറുമ്പോഴേക്കും ആരുടെ കാലിലും തൊലിയുണ്ടാവില്ല, എന്റെയൊഴികെ. ചെരിപ്പിടാതെ നടക്കുന്ന ഈ ചെപ്പടിവിദ്യ അതോടെ അവസാനിക്കും."

എല്ലാവരും ഒച്ചയുണ്ടാക്കി ചിരിച്ചു. തെരേസ മറിയാനിന്റെ കൈ പിടിച്ചു.

"എന്നാലേയ്." ഹരിദാസൻ തുടങ്ങുന്നു. "മറിയാന്നെ, പെണ്ണേ, നീ കണ്ടോളൂ. ഞങ്ങളുടെ കാലടിക്ക് ഒരു തേയ്മാനവും സംഭവിക്കില്ല. നിന്റെ പാദുകം തയഞ്ഞ് ഇല്ലാതാകും."

ഈ സംഭാഷണത്തിൽ. "പെണ്ണേ" എന്ന വാക്ക് മാത്രമേ നാടൻ ഭാഷയിൽ പറഞ്ഞിരുന്നുള്ളൂ.

മറിയാന് അതിൽ പിടിച്ചു.

"അതെന്താ, കേട്ടത്? പെന്നേ എന്ന് എന്താത്?" മറുപടി കിട്ടാതടങ്ങില്ല എന്ന മട്ടിലാണ് ചോദ്യം.

ആരും മിണ്ടുന്നില്ല. തന്റെ വിരലുകളിൽ പിടിച്ചു നടക്കുന്ന തെരേസിനെ നോക്കി, മറിയാന് കണ്ണുരുട്ടി. തെരേസ തല വേറൊരു ഭാഗത്തേക്ക് തിരിച്ചു.

“ശരി, നിങ്ങളാരും പറയേണ്ട, ഞാൻ ചോദിച്ചോളാം. മുസ്യേ പൈതലിനോട്. പെന്നെ, പെന്നെ.” മറന്നുപോകാതിരിക്കാൻ അവൾ മെല്ലേ ആവർത്തിക്കുന്നു!

സെക്രെത്തേർ പൈതൽ പെണ്ണിനെ തെണ്ടിപ്പെണ്ണാക്കും. തീർച്ച. സദു മറിയാനിന്റെ അടുത്തുവന്ന് “ചീത്ത വാക്കൊന്നുമല്ല പറഞ്ഞത്” അവൻ മധ്യസ്ഥം പറഞ്ഞു. “ഫിയ്യേത്ത്” എന്നാണ് നിന്നെ ഹരിദാസൻ വിളിച്ചത്.

“എടാ.” മറിയാന് ഹരിദാസന്റെ നേരെ കൈയോങ്ങി “നിനക്ക് ഞാൻ വച്ചിട്ടുണ്ട്.” എന്നിട്ട് അവൾ അവന്റെ നേരെ നോക്കി സ്നേഹത്തോടെ ചിരിച്ചു.

പെരിങ്ങാടി. കവിയൂർ, ഒളവിലം. ചൊക്ലി, മേക്കുന്ന്.....

കനകമല! മോംതാഞ്ഞ് ദോർ! ഒന്നര മണിക്കൂറോളം നടന്നു. സാരിയുടുത്ത-അവർക്ക് മറ്റൊരു വേഷം വിധിച്ചിട്ടില്ല-തെരേസ്സിനും ലക്ഷ്മിക്കും രേവതിക്കും തുണിയുടെ അറ്റം ഉരഞ്ഞു കാൽപാദത്തിൽ നീറ്റലനുഭപ്പെട്ടു. തടിച്ച ഷൂസിട്ട മറിയാന്നിന് നടക്കുന്തോറും കൂടുതൽ ഉഷാർ. കോർസിലെ കുറ്റിക്കാടുകളിലൂടെ-അവിടെ നരിയും പുലിയും പാമ്പുമില്ല-നടക്കാറുള്ള ദൂരത്തിന്റെ പകുതിപോലും ഇല്ലത്രെ ഇത്.

ചായപ്പീടികയിൽ കുടിക്കാനുള്ളത് തയ്യാറാക്കിവെച്ചിരിക്കുന്നു. ചായയും പഴംപൊരിച്ചതും എല്ലാവരേക്കാളും ആസ്വാദിച്ച് കഴിക്കുന്നത് മറിയാന്. എല്ലാവർക്കും ഒന്നിച്ച് കുടിക്കാൻ മാത്രം ഗ്ലാസുകൾ അവിടെയില്ല. കുറെയൊക്കെ അയൽവീടുകളിൽനിന്നും ചായക്കാരൻ സംഘടിപ്പിച്ചിട്ടുണ്ട്. എന്നാലും കുടിച്ചു കഴിഞ്ഞവ ഉടൻ പീടികയുടെ പിൻവശത്തേക്ക് കൊണ്ടുപോയി കഴുകി തിരിച്ചെത്തിക്കണം. അതിന് നേതൃത്വം കൊടുക്കുന്നത് കരുണൻ. അവനെ സഹായിക്കാൻ, അദ്ഭുതംതന്നെ, സ്ഥലത്തെ ഏതാനും പിള്ളേർ. വെള്ളക്കാരി വരുന്നു എന്നുകേട്ട് തടിച്ചു കൂടിയ കൂട്ടർ അവസാനം വളണ്ടിയർമാരായി! ആ കാഴ്ച സംഘത്തെ, പ്രത്യേകിച്ച് മറിയാനിനെ, വല്ലാതെ സ്പർശിച്ചു.

‘ഇനി നമുക്ക് കയറാം. ഞാൻ വഴികാണിക്കാം.’

കരുണൻ മുന്നിൽ നടന്നു, പരുക്കൻ കല്ലുകളിൽ ചവിട്ടിക്കൊണ്ട്. തെരേസ്സ് മറിയാനിന്റെ കയ്യിലെ പിടുത്തം മുറുക്കി. അറിയാതെ പലരും പരസ്പരം കൈകോർത്തു.

“അത്താംസ്യോം!” കരുണൻ ഉറക്കെ പറയുന്നു. സൂക്ഷിക്കണമെന്ന്.

അൽപം വിഷമം പിടിച്ച ഒരു കയറ്റത്തിൽ കരുണന്റെ മുന്നറിയിപ്പ്. അവൻ ആൺകുട്ടികൾക്ക് സഹായഹസ്തം നീട്ടി. മറിയാന് മുന്നോട്ടുവന്ന് അവന്റെ കയ്യിൽ പിടിച്ചു കയറി, ഒരു മടിയുമില്ലാതെ.

മദ്ദ്യേക്കാർ പെൺകുട്ടികൾക്ക് അങ്ങനെ ചെയ്യാൻ ധൈര്യമില്ല. അതു കണ്ട് മറിയാന് ചിരിച്ചു കൊണ്ട് അവരുടെ നേരെ കൈനീട്ടി.

"മെർസി മറിയാനു, മോനാംഴ്."

രേവതി മൂന്നുപേർക്കും വേണ്ടി പറഞ്ഞു. മാലാഖേ, നിനക്ക് നന്ദി! മറിയാൻ കുലുങ്ങിച്ചിരിച്ചു. കനകമലയിൽപ്രകാശം പൊഴിഞ്ഞു.

കരുണൻ നടക്കുകയും കയറുകയും ചെയ്യുന്നു.

കിഴക്കുനിന്നും സൂര്യൻ അതിവേഗത്തിൽ മുകളിലെത്തുന്നു. ഇനി നല്ല ചൂടുണ്ടാവും. കുനിഞ്ഞ്, ഉറച്ച കാൽവെപ്പുകളോടെ കരുണൻ നടക്കുന്നു. അവന് എന്തൊക്കെയോ തോന്നി. തികച്ചും അപരിചിതമായ ഒരു വഴിയിൽ താനെത്തിപ്പെട്ടിരിക്കുന്നു.

കൊടുമുടിയിൽ കാലുകുത്താൻ ശ്രമിക്കുന്ന പർവ്വതാരോഹകനെപ്പോലെ തോന്നുന്നു.

കരുണൻ തലയുയർത്തി മുകളിലേക്ക് നോക്കി, വലിയ തിളങ്ങുന്ന ആകാശം. കരുത്തുറ്റ കിരണങ്ങൾ തെളിഞ്ഞ വായു.

ലോകം തന്റെ മുമ്പിൽ ഇതുവരെ അടഞ്ഞുകിടക്കുന്നതുപോലെയായിരുന്നു. ഇന്നതിന്റെ വലിയ വാതിലുകൾ തുറന്ന് കിടക്കുമ്പോലെ തോന്നുന്നു.

"മെർസി, മറിയാന് മോംനാംഴ്!"

അവൻ പിറുപിറുത്തു.

29

ആ കൊല്ലുന്ന ചിരി

നോട്ടുകളും നാണയങ്ങളും കയ്യിൽപിടിച്ചു മരവിച്ചുനിന്നു. രണ്ട് പത്തുറുപ്പികയുടെ നോട്ടുകൾ, രണ്ട് ഉറുപ്പിക നാണയങ്ങൾ.

ഇതു കുറെ ക്രൂരമായിപ്പോയി, ഈ അനുഭവം.

"ധൈര്യമായിരിക്ക്, സുകുമാരൻ."

ത്രെസോറിയേ, അതായതു ട്രഷറി ആപ്പീസർ, പുതുശ്ശേരിക്കാരൻ മുസ്യേ രാമലിംഗസ്സാമി ഫ്രഞ്ചിൽ പറയുന്നു.

അദ്ദേഹം എന്തൊക്കെയോ തുടർന്നു പറയുന്നുണ്ട്. പക്ഷേ, ഒന്നും തലയിൽ കടക്കുന്നില്ല.

"മെർസി മുസ്യേ."

കേവലം യാന്ത്രികമായി ത്രെസോറിയേ രാമലിംഗസ്സാമിയെ നന്ദിയറിയിച്ചു.

എന്നിട്ട്, ആ മഞ്ഞച്ചായമടിച്ച പഴയ വാടകക്കെട്ടിടത്തിൽ നിന്നും ഇറങ്ങി നടന്നു.

ആരെയും കാണുന്നില്ലല്ലോ....സദു.....മറിയാനു......മുകുന്ദൻ....ഹരിദാസൻ.....ആരെയെങ്കിലും കണ്ടെങ്കിൽ.....അവരെല്ലാം തന്നെ നേരിടാൻ കഴിയാതെ മാറിനിൽക്കുകയാണോ. അതു മനസിലാക്കാം. എന്നാലും അവരങ്ങനെ ചെയ്യുമോ.

ഒറ്റക്ക് നടക്കുമ്പോൾ ശരിക്കും ഭ്രാന്തുപിടിക്കുമ്പോലെ, അറിയാതെ പുഴക്കരയിലെത്തി. ഇങ്ങോട്ട് വരേണ്ടിയിരുന്നില്ല എന്ന് ഉടൻ തോന്നുകയും ചെയ്തു.

പെട്ടെന്നു ചുരുട്ടിപ്പിടിച്ച ആ പണം വലിച്ചെറിയാൻ തോന്നി, കണ്ണാടിപോലെ തിളങ്ങുന്ന വെള്ളത്തിൽ. പകരം ആ ചുളിഞ്ഞ നോട്ടുകളും വിയർപ്പിൽ നനഞ്ഞ നാണയങ്ങളും കീശയിലിട്ടു. വീട്ടിൽ എത്തിക്കേണ്ടതല്ലേ.

ഹോ, വീട്, അങ്ങോട്ടേക്കാണോ പോകേണ്ടത്.

പ്രയാസമായിത്തോന്നി......

ഏട്ത്തിക്ക് മൂന്നുമാസത്തേക്കുള്ള നിയമനം ലഭിച്ചതു കിടിലത്തോടെ ഓർക്കുന്നു. അതിനെപ്പറ്റിയൊന്നും ഇനി ഓർക്കുകയേ വേണ്ടെന്നു പലതവണ നിശ്ചയിച്ചിരുന്നു. എന്നാലും ആ രംഗം തലയ്ക്കകത്തു നിന്നും അൽപംപോലും മായുന്നില്ല....ദെലെഗേ കണ്ണൻമാസ്റ്റർ നിയമനത്തിന്റെ കടലാസ് ക്ലാസ് മുറിയിൽ വന്നു തന്നത്. പെട്ടെന്നു, വിദ്യാർഥിനിയായ കൗസോടത്തി, കൂട്ടുകാരുടെ മുന്നിൽവെച്ച്, ശമ്പളം വാങ്ങുന്ന അധ്യാപികയാവുന്നത്. എല്ലാറ്റിനും കാരണക്കാരിയായ മറിയാന് ഒന്നുമറിയാത്തതുപോലെ "ഫെലിസിത്താസ്യോം ഷേറമി," എന്നുമാത്രം പറയുന്നത്....

ഏട്ത്തി വീട്ടിലെത്തുമ്മുമ്പ് വാർത്ത അമ്മയുടെ ചെവിയിലെത്തിയിരുന്നു.

"എന്റെ മോക്ക്...വല്ലോന്റം കണ്ണുതട്ടരുതേ, എന്റെ മുത്തപ്പാ"

"വെറും മൂന്നുമാസത്തേക്കാമ്മേ.'' ഇടറുന്ന ശബ്ദത്തിൽ ഏട്ത്തി പറയുന്നു. "മൂന്നെങ്കില് മൂന്ന്, പിന്നെ ഓള് പറഞ്ഞില്ലെ മറിയാന് മോൾ കോംകൂർ...."

"കോംകൂർ....ഊം"

ഏട്ത്തിയുടെ വാക്കുകൾ കേൾക്കാൻ കഴിയാത്തത്ര താണുപോയി.....

ഏട്ത്തി നടന്നു പോകുന്നതു നോക്കി നിന്നു, അച്ഛനും അമ്മയും ഈ സുകുവും. എല്ലാ ഉദ്യോഗസ്ഥരും ചെയ്യുമ്പോലെ–കാരണം ഈ കൊച്ചു നാട്ടിൽ വീടുകൾക്കും പണിസ്ഥലങ്ങൾക്കുമിടയിൽ നടന്നുപോകാവുന്ന ദൂരം മാത്രമേയുള്ളു. ഉച്ചക്ക് ഏട്ത്തിവരുമായിരുന്നു ഭക്ഷണം കഴിക്കാൻ. കുടകൊണ്ട് തലമറച്ചിരുന്നു. എന്നിട്ടും ആ മുഖം ശരിക്കും തീ തട്ടിയതുപോലെ കറുത്തിരുന്നു. ഒരുപിടി ചോറ്.... വീണ്ടും സ്കൂളിലേക്ക് നടത്തം. വൈകീട്ട് തിരിച്ചെത്തി, ക്ഷീണത്തോടെ പായയിൽ ചെരിഞ്ഞുവീഴൽ.

അടുത്തരംഗം ആസ്പത്രി. ഒരു വ്യാഴാഴ്ച. സ്കൂളില്ല. കാലത്തു തന്നെ ഏട്ത്തിയേയും കൂട്ടി ഡോക്ടരുടെയടുത്തേക്ക്. കുറേ നിർബന്ധിച്ചാണു വന്നത്. തനിക്കൊരു രോഗവുമില്ലെന്നാണ് അവരുടെ വിശ്വാസം. പന്തക്കൽകാരൻ മനോഹരൻ ഡോക്ടർ. കാഴ്ചയിൽ ആ പേരിന് അനുയോജ്യൻ. അദ്ദേഹത്തിന്റെ ചികിൽസയെക്കുറിച്ച് എല്ലാവർക്കും മതിപ്പാണ്. ഏട്ത്തിയെ കണ്ടു പരിചയമുണ്ട്. ചെറുപ്പക്കാരിയായ പുതിയ അധ്യാപിക.

"എക്കോൽ ദ് ഫീയ്യിലാ പണി, അല്ലേ?"

ഡോക്ടർ കുശലം പറയുന്നു. ഫ്രഞ്ചിൽ തന്നെ. "അവിടെ കയറിപ്പോകുന്നതു കണ്ടു, പലപ്പോഴും"

തുടർന്ന് ഡോക്ടർ രോഗവിവരമന്വേഷിച്ചു, നാടൻ ഭാഷയിൽ....." വല്ലാത്ത ക്ഷീണം, ഡോക്ടർ." ഏട്ത്തി പറയുന്നു. "ഒന്നിനും ഉത്സാ

ഹംല്ല്യ....പനിയുണ്ട്?.....ഇടക്ക് ചൂടു തോന്നും....". "വാ, പരിശോധിക്കാം." ഡോക്ടർ അടുത്ത മുറിയിലേക്ക് നടന്നു. പിന്നാലെ ഏട്ത്തിയും അനിയനും.

"പനീല്ലാലൊ ഇപ്പം കൗസു. വിത്താമീൻ കുറവാന്നു തോന്നുന്നു. കുറച്ച് ഇഞ്ചക്ഷൻ തരട്ടെ? പിന്നെ കൊറച്ചു ദിവസം ഉച്ചക്ക് വീട്ടിൽ പോണ്ട. വെയിലത്തു നടത്തം ഒഴിവാക്കുന്നതാ നല്ലത്. ഒരു കാര്യം ചെയ്യാം. രോഗികളെ നോക്കിക്കഴിഞ്ഞാൽ, ഞാൻ അതിലൂടെ വരാം. സ്കൂളില്. എന്താ? അവിടന്നു തരാം ഇഞ്ചക്ഷൻ. മരുന്നും സൂചിം ഞാൻ കൊണ്ടരാം....എടോ, നിന്റെ പേര്? ഞ്ഞി വല്യ കൊമ്മ്യുനിസ്താ, അല്ലേ? കൊഴപ്പംല്ല്യ. കൊറച്ച്സം ഏട്ത്തിക്ക് ചോറ് സ്കൂളിലെത്തിക്കണം എന്താ? ഭക്ഷണം, നല്ലോണം കഴിക്കണം. കേട്ടോ, കൗസു."

സ്നേഹസമ്പന്നൻ. ഓരൊറ്റ കാശുവാങ്ങാതെ ചികിൽസിച്ചു. ഏട്ത്തിക്കു വേണ്ടി സൂര്യതാപമേറ്റു ദിവസവും സ്കൂളിലേക്ക് നടന്നു. എന്നിട്ടൊക്കെ എന്തു ഫലം? ഏട്ത്തി കൂടുതൽ മെലിഞ്ഞു. കൂടുതൽ വിളറി.

"അല്ലാ, പണിയെടുത്താൽ മതിയോ, കുറച്ചു തടീം ഖയാലാക്കണ്ടെ?" അയൽക്കാരായ ചെറുപ്പക്കാർ വഴിയിൽവെച്ച് ചെറുപ്പക്കാരികളോട് സംസാരിക്കുന്ന പതിവില്ല. എന്നിട്ടും ചിലർ അവരുടെ സ്നേഹം നിറഞ്ഞ ഉത്ക്കണ്ഠ പരസ്യമായി പ്രകാശിപ്പിച്ചു. ഏട്ത്തി അവർക്ക് അവരുടേതായ ആ ദയനീയമായ ചിരി നൽകി നടന്നകന്നു.....

പുഴയിലെ നിശ്ചലമായ ജലത്തിൽ പച്ച നിറമുള്ള, മെലിഞ്ഞു നീണ്ട ഉടലും കൊക്കുമുള്ള നാല് തെണ്ട മീനുകൾ അനങ്ങാതെ നിൽക്കുന്നു, ഇങ്ങോട്ടു നോക്കുന്നു. "നിങ്ങൾ പോയ്ക്കോ, കുട്ടികളെ. നിങ്ങളോട് സല്ലപിക്കാൻ പറ്റിയ സ്ഥിതിയിലല്ല ഞാൻ, പൊയ്ക്കോ...." അൽപം അകലേ മത്സ്യം പിടിക്കാൻ കടലിലേക്ക് സാഹസികമായി തുഴഞ്ഞു പോകാറുള്ള കോരൻചൻ കൊച്ചു തോണിയുമായി തിരിച്ചുവരുന്നു. വല്ലതും കിട്ടിയ മട്ടില്ല......

ഏട്ത്തിയുടെ കിടപ്പ്. മായാത്ത ആ ചിത്രം മനസ്സിനെ മഥിക്കുന്നു. മൂന്നു മാസത്തെ പണിയെടുക്കലിനു ശേഷം അവസാനത്തെ ദിവസം ഏട്ത്തി വീട്ടിലെത്തി അച്ഛൻ കിടക്കുന്ന കട്ടിലിൽ വീണു. അതിൽപിന്നെ അവിടെ നിന്നു എഴുന്നേൽക്കാതായി. അച്ഛൻ നിലത്തുവിരിച്ചു കിടന്നു. കട്ടിൽ വെറൊന്നില്ലല്ലൊ പുരയ്ക്കകത്ത്. ഡോക്ടർ സ്നേഹം വാരിക്കോരി നൽകി. വീട്ടിൽവന്നു നോക്കിക്കൊണ്ടിരുന്നു. ഏട്ത്തി കൂടുതൽ അവശയായി. അവസാനം....ഇതിനു സദുവാണ് മുൻകയ്യെടുത്തത്. തലശ്ശേരിയിലെ പ്രഗത്ഭനായ ഡോക്ടറെ കൊണ്ടുവന്നു. അദ്ദേഹം നോക്കി. കുറെ മരുന്നുകളെഴുതി. "വയറ്റിലാ സൂക്കേട്" പോകുമ്പോൾ ഡോക്ടർ സദുവോട് പറയുന്നു.

"ഞെക്കുമ്പം വേദനയുണ്ട്. അൽപം കൂടുതലായിപ്പോയി. മരുന്നു ഫലിക്കോന്നറീല്ല. എല്ലാവരും പ്രാർഥിക്ക്, ദൈവത്തോട്......."

"ഇതെന്താ സുകു, നീ ഇവിടെ ഇങ്ങനെ, ഒറ്റക്ക്" ചോദിക്കുന്നതു കരുണൻ. മറിയാനിന്റെ മുൻകൈ കാരണം സ്കൂളിൽ പുതിയൊരു മാന്യത കൈവരിച്ച സഹപാഠി.

"ട്രെസോറിൽ പോയതാ അല്ലേ? കിട്ട്യോ പൈസ? നീയെന്തിനാ ഒറ്റക്ക് വന്നത്? എന്നെ വിളിച്ചൂടെ നിനക്ക്? വാ വീട്ടിലേക്ക് പോകാം. ഞാൻ വരാം കൂടെ..."

സഹിച്ചില്ല. ആ സ്നേഹവായ്പ് ശരിക്കും കരയിച്ചു. കണ്ണുകൾ നിറഞ്ഞു. കരുണന്റെ നീണ്ട കൈകൾ ദേഹത്തെ ചുറ്റുന്നതറിഞ്ഞു അവന്റെ കൂടെ നടക്കാൻ തുടങ്ങി. രണ്ടുപേരും സംസാരിച്ചില്ല....

കട്ടിലിനടുത്ത്....ഏട്ത്തിയുടെ കാൽക്കൽ ഇരുന്നുകൊണ്ട് ഒരു കവിത വായിക്കുന്നു. *മംഗളോദയം* മാസികയിൽ വന്ന അക്കിത്തത്തിന്റെ രചന. ഏട്ത്തി ആവശ്യപ്പെട്ടാതായിരുന്നു വായിച്ചുകൊടുക്കാൻ. ഒട്ടിയ കവിളുകൾക്ക് മുകളിൽ പകുതിയടഞ്ഞ കണ്ണുകൾ. അവ തന്റെ നേരെ നോട്ടമുറപ്പിച്ചിരിക്കുന്നു. വായിക്കുന്നതിനിടയിൽ എല്ലുമാത്രമായ ഒരു കൈ തന്റെ നേരെ നീളുന്നതു കണ്ടു. ആ കയ്യിൽപിടിച്ചു.

"എന്താ ഏട്ത്തീ?"

അവർ തലയാട്ടുന്നു.

"മതി, സുകുട്ടി മതി. എനിക്ക്...ഒന്നും...മനസിലാവുന്നില്ല."

നെഞ്ചിലാരോ ഒരിടി തന്നതു പോലെ.

ആ മുഖത്തേക്ക് നോക്കി.

"എന്താ ഏട്ത്തി, നിങ്ങൾക്ക്?"

അവർ വീണ്ടും തലയാട്ടുന്നു. ഒന്നുമില്ല എന്നാണോ പറയുന്നത്?

"ഞാനൊന്നു...ഉറങ്ങട്ടെ?"

ആ വാക്കുകൾ കഷ്ടിച്ചു കേൾക്കാം. അവർ ഒരു ദീർഘമായ മയക്കത്തിൽ ആണ്ടുപോകുന്നതു നോക്കിയിരുന്നു.

ഒരു ദിവസം...സ്കൂൾ വിട്ടു. വീട്ടിലേക്കോടി.

ഏട്ത്തിയുടെ വിവരമറിയാനുള്ള വെപ്രാളം. പടവുകൾ പാഞ്ഞു കയറി. ഒരു കാൽവെപ്പിൽ കോലായ് കടന്നു മുറിയിൽ...

ശരിക്കും ഞെട്ടിത്തരിച്ചുപോയി.

ഇത് ഏട്ത്തിതന്നെയോ? ആരാണിപ്പണി ചെയ്തത്?

ഏട്ത്തിയുടെ തലമുടി മുഴുവൻ പറ്റേ വടിച്ചുകളഞ്ഞിരിക്കുന്നു.

"എന്തായിത്"

കഠിനമായ ദേഷ്യത്തോടെ, ഉച്ചത്തിൽ ആരോടെന്നില്ലാതെ ചോദിച്ചു.

"അതു, മോനെ...." അമ്മ വാക്കുകൾ തപ്പിപ്പിടിക്കുന്നു. " എല്ലാവരും പറേന്ന്, മുടി മുറിച്ചളഞ്ഞാല് സൂക്കേട് കുറയുംന്ന്."

ഏട്ത്തിയെ നോക്കി. അവർ മെല്ലെ ചിരിക്കുന്നു.

ഒരു കൊല്ലുന്ന ചിരി....

"ഇതു കുടിക്ക്, മോളെ"

അമ്മ കഞ്ഞി കുടിപ്പിക്കാനുള്ള ശ്രമത്തിൽ.

"മോക്ക് ഒരു കഷ്ണം മീൻ എടുക്കട്ടെ കഞ്ഞിക്ക് കൂട്ടാൻ?"

"മീനോ. മീനും എറച്ചീം ഒന്നും....ഇനി എന്റെ...ലോകത്തിലില്ലമ്മെ"

പ്രയാസപ്പെട്ടുകൊണ്ടുള്ള വാക്കുകൾ...ഹൃദയം തകർന്നവ...

മറ്റൊരു ദിവസം....വൈകീട്ട്...

അമ്മ ഒരു മരുന്ന് കോപ്പയിലൊഴിക്കുന്നു. മകളുടെ നേരെ നീട്ടുന്നു

"അമ്മേ"ഏട്ത്തി ചുണ്ടുകൾ ചലിപ്പിക്കുന്നു.

"സമയെത്ര്യായി?"

"എന്താ മോളെ, ഞ്ഞി സമയം ചോദിക്കുന്നെ?"

ഏട്ത്തി മിണ്ടുന്നില്ല. ആ കാഴ്ച കാണാൻ കഴിയാതെ ഇറങ്ങി നടന്നു. അല്പം അകലേ....ചില കൂട്ടുകാരെ കണ്ടു. അവരോട് സംസാരിച്ചുകൊണ്ടിരിക്കവേ....

വീട്ടിൽ നിന്നും നിലവിളികേൾക്കുന്നു. ഒരു നിമിഷം ഞെട്ടിനിന്നു. പിന്നെ ഓടി.

പിന്നാലെ ചങ്ങാതിമാരും ഓടിവരുന്നുണ്ട്.

അകത്തു കയറിയതും....

ദൈവമേ ഇങ്ങനെ സംഭവിക്കുമോ.

ഏട്ത്തി വായ്തുറക്കുന്നു. അടയ്ക്കുന്നു വീണ്ടും തുറക്കുന്നു.

പിന്നെ ഇളക്കമില്ല. ഇങ്ങനെ സംഭവിക്കുമോ?

ഇരുപത്തിയൊന്നു വയസിൽ...ഇങ്ങനെയൊക്കെ നടക്കുമോ? ഇത്ര എളുപ്പത്തിൽ ഒരാൾക്ക് മരിക്കാൻ കഴിയുമോ?

ഇന്ന്....ഏട്ത്തി മൂന്നാമത്തെ മാസത്തെ ശമ്പളം ഒപ്പിട്ടു വാങ്ങിയിരിക്കുന്നു. ഈ അനിയൻ. ഇതാ രണ്ട് പത്തുറുപ്പിക നോട്ട്, രണ്ട് ഉറുപ്പിക നാണയങ്ങളും.....ഇതാ, ഈ കീശയിൽ.

30

ഒരച്ഛനും ഒരു മകളും

"സ്വർഗീയം അല്ലേ, പപ്പാ?" മൂപ്പൻ സായ്വിന്റെ ബംഗ്ലാവ് കടലും പുഴയും ഒത്തുചേരുന്ന സ്ഥലത്താണല്ലോ . തുടക്കത്തിൽ, ബംഗ്ലാവിന്റെ, മേൽപ്പുര ഓലമേഞ്ഞതായിരുന്നവെത്രെ. ഓട് പ്രചാരത്തിലില്ലായിരിക്കും അന്ന്. വടക്കുവശം കടലിനും പുഴയ്ക്കുമരികെ പണിത കൂറ്റൻ വന്മതിലിനു മുകളിൽ, വിശാലമായ ഒരു മേൽത്തട്ട്. അതാണ് ഭവനത്തിന്റെ മുറ്റം. മൂപ്പൻസായ്വിന്റെ താമസസ്ഥലം മുകളിലാണ്. ആപ്പീസ് താഴെയും. രണ്ടിൽ നിന്നും പിന്നിലൂടെ അങ്കണത്തിലെത്താം.

ഉച്ചക്കത്തെ വിശ്രമം കഴിഞ്ഞ് മുസ്യേ പെത്തിനെല്ലി അൽപനേരം ആപ്പീസിലിരുന്നു. പുതുശ്ശേരിയിൽ നിന്ന് ഇന്ന് തപാൽബാഗ് ഒന്നും വന്നില്ല. നിവേദനങ്ങളുമായി ആരും എത്തിയിട്ടുമില്ല. സെക്രെത്തേർ പൈതൽ വലിയൊരു കണക്ക് പുസ്തകത്തിന്റെ പേജുകൾ മറിച്ചുനോക്കിക്കൊണ്ടിരുന്നു. പണിയൊന്നുമില്ലാത്ത സമയങ്ങളിൽ അയാളങ്ങനെ ചെയ്യും. ഗംഗൻ അടുക്കളയ്ക്കും ഹാളിനുമിടയിൽ അങ്ങോട്ടുമിങ്ങോട്ടും നടക്കുന്നു.

"ഗംഗേൻ!"

സായ്വ് ഗംഗനെ വിളിച്ചു. ഉച്ചത്തിൽ, സ്നേഹം നിറഞ്ഞ ശബ്ദത്തിൽ.

"ഉയ്, മുസ്യേ."

ഗംഗേൻ തിരക്കിട്ടെത്തി.

"ഗംഗേൻ" ഇന്ന് വെളിയിലായ്ക്കൂടെ ചായ? മറിയാനു വീട്ടിലുണ്ടല്ലൊ?"

"ഉണ്ട് മുസ്യേ."

"മറിയാനും ഞാനും ഇന്ന് മുറ്റത്ത്...എന്താ?"

"വളരെ നല്ലതാ, മുസ്യേ ഇപ്പം ഒരുക്കാം."

ഗംഗേൻ ഉടൻ അടുക്കളയിൽചെന്നു ക്യുസിനിബർനാറിനോട് ചായ തയ്യാറാക്കാൻ നിർദേശിച്ചു. അല്പം ചാരിയിരിക്കാവുന്ന രണ്ട് കസേരകളും നടുവിലത്തെ ചെറുമേശയും പൊക്കികൊണ്ടുപോയി. പരന്നുകിടക്കുന്ന മുറ്റത്തിന് ജീവൻ വച്ചു. തുടർന്ന്, ഏണിപ്പടി കയറി മുകളിലത്തെ മറിയാന്നിന്റെ മുറിയിൽചെന്ന്, മെല്ലെ വാതിലിൽ മുട്ടി.

"വരൂ, ഗംഗ്."

മറിയാനന്നിന്റെ ശബ്ദം.

ഗംഗേൻ പതുക്കെ വാതിൽ തുറന്നു അകത്തുകടന്നു അവൻ വാതിലിൽ മുട്ടുന്ന താളം കേട്ടാൽ തിരിച്ചറിയാം. അവന്റെ ചെറിയ പേര് അവളിപ്പോൾ ഒന്നുകൂടെ ചുരുക്കിയാണ് വിളിക്കുന്നത്.

"മദ്മസേൽ, പപ്പ-ചായ-വെളിയിൽ"

അത്രയും മതി സംഗതി അറിയിക്കാൻ.

"എക്സെല്ലാംതിദേ, ഗംഗ്." ആശയം ഗംഭീരം "അഞ്ച് മിനിട്ട് തരുമോ, ചങ്ങാതീ?"

ഗംഗേൻ അടുക്കളയിലേക്ക് പോയി. മറിയാന് കുളിമുറിയിൽ കയറി....

മുസ്യേ പെത്തിനെല്ലിയും മകളും അഭിമുഖമായി ഇരുന്നു. ഗംഗേൻ കപ്പുകളിൽ ചായയൊഴിച്ചു. പതിവുപോലെ ഒരാൾക്ക് പഞ്ചസാരയില്ല. മറ്റെയാൾക്ക് ചെറിയൊരു സ്പൂൺമാത്രം. മേശയുടെ നടുവിൽ, ഒരു പ്ലെയിറ്റിൽ കെയ്ക്കിൻ കഷ്ണങ്ങൾ. തലശ്ശേരിയിലെ കെ ആർ ബേക്കറി പ്രത്യേകമായി കൂട്ടിയത്. വെള്ളക്കാർക്ക് ആവശ്യമായ നിരവധി ഭക്ഷ്യസാധനങ്ങൾ-വെണ്ണ, റൊട്ടി, ജാം-മുതലായവ മയ്യേനാട്ടിൽ ലഭ്യമല്ല. അവയൊക്കെ തലശ്ശേരിയിൽ നിന്നും കൊണ്ടുവരുന്നു. അതിനായി ഒരു കുഞ്ഞിക്കേളൻ എന്നയാൾ സൈക്കിൾ ചവിട്ടിപോകുന്നു. ഇരുചക്രവാഹനത്തിന്റെ പിന്നിൽ ചാക്കിൽ കെട്ടിയ ഒരു വലിയ ഐസിൻകട്ടയുമുണ്ടാകും.

മേശപ്പുറത്ത് ചായയും പലഹാരവും ഒരുക്കിക്കഴിഞ്ഞ് ഗംഗേൻ പിന്മാറുകയായി.

മറിയാന് കിഴക്ക്ഭാഗത്ത് അകലേക്ക് കണ്ണുകളയച്ച് ഒരു ശിൽപം പോലെ ഇരിക്കുന്നു.

"സ്വർഗീയം, അല്ലേ, പപ്പാ?"

"ഇവിടെ എല്ലാം അങ്ങനെതന്നെ, ഷെറീ. എല്ലാം ഇവിടെ സുന്ദരംതന്നെ. ഇവിടത്തുകാർക്ക് അതറിയില്ലെന്ന് മാത്രം."

"പപ്പാ അങ്ങ് ദൂരെ, നീണ്ടുകിടക്കുന്ന ആ നീണ്ട വരയില്ലേ. അതാണ് ഞങ്ങൾ അന്ന് സന്ദർശിച്ച സ്ഥലം കനകമല."

മുസ്യേ പെത്തിനെല്ലി തടിച്ച കഴുത്ത് പ്രയാസപ്പെട്ടുകൊണ്ട് തിരിച്ചുനോക്കി.

"ഞാനത് ഊഹിച്ചിരുന്നു. നിങ്ങൾ അവിടംവരെ നടന്നോ?"

"നടന്നു, പപ്പാ അങ്ങോട്ടുമിങ്ങോട്ടും. ഒരു പാദരക്ഷയുമില്ലാതെ! നല്ലൊരു ജോഡി ഷൂസ് എന്നെ ഇക്കാര്യത്തിൽ മറ്റുള്ളവരിൽനിന്നും

വേർതിരിച്ചു. കൂട്ടുകാരികളില്ലേ, പപ്പാ അവർ സാരിക്കുള്ളിൽ ഒരു സാധനം ധരിക്കുന്നുണ്ട്. പാവാഡ! അതിന്റെ ആവശ്യം മനസിലാക്കാൻ പ്രയാസം. പാവാഡയില്ലാതെ ആറ്മേത്ര് നീളമുള്ള സാരി മാത്രം ചുറ്റിയാൽ പോരേ എന്ന് ഞാനൊരിക്കൽ ചോദിച്ചു. ചോദ്യം സഹപാഠി പെൺകുട്ടികളെ നഗ്നരാക്കികളഞ്ഞതുപോലെ തോന്നി. ആ പാവാഡയുടെ അറ്റം ഉരഞ്ഞു അവരുടെ തൊലി ചുവപ്പ് നിറമായി. എന്നാലും കല്ലുകളിൽ തട്ടിക്കൊണ്ടേയിരുന്ന അവരുടെ കാലടികൾക്ക് ഒരു പോറലുമില്ല. അതെങ്ങനെ പപ്പാ?"

കേയ്ക്ക് രുചി നോക്ക്, മോളെ."

മുസ്യേ പെത്തിനെല്ലി വിഷയം മാറ്റി. ഇവളുടെയോരോ ചോദ്യങ്ങൾ.

മറിയാന് ഒരു വലിയ കഷ്ണമെടുത്ത് വായ പൊളിച്ചുകൊണ്ട് അതിൽ കടിച്ചു. "ഊം" അവൾക്ക് വളരെ ഇഷ്ടമായി.

"ഷെറി. ഉച്ചഭക്ഷണത്തിന് ശേഷം നീ എന്ത് ചെയ്തു? ഉറങ്ങിയോ?"

"ഞാൻ...പപ്പാ....ഞാൻ പഠിക്ക്യാർന്നു...മ-ല-യാ-ളം!"

മുസ്യേ പെത്തിനെല്ലി ഞെട്ടിക്കൊണ്ട് എന്തോ ഒരു ശബ്ദമുണ്ടാക്കി. ചുണ്ടുകളിലെത്തിയിരുന്ന കപ്പിൽനിന്നും ഏതാനും തുള്ളികൾ തെറിച്ചുവീണു.

"ഹെന്ത്? എന്താണ് നീ ചെയ്തത്?"

"മലയാളം പഠിക്ക്യാർന്നു, പപ്പാ. അതിന് പപ്പയെന്തിനാ ഞെട്ടുന്നത്?"

ഞെട്ടേണ്ട കാര്യമില്ല എന്നാലും പപ്പാ സായ്വിന് അദ്ഭുതം മറച്ചുവെക്കാൻ കഴിഞ്ഞില്ല.

"ഷെറീ...." അയാൾ പറയുന്നു. "ഞാൻ നിന്നോട്....അതായത്.... ചില കാര്യങ്ങൾ...."

"പറയൂ പപ്പാ ഈ വാതിൽപ്പുറച്ചായക്ക് ക്ഷണം ലഭിച്ചപ്പോൾ തന്നെ.."

മറിയാന് തന്റെ തനതായ വ്യാപാരമുദ്ര, ആ മധുരിക്കുന്ന പുഞ്ചിരി, പുറത്തെടുത്തു. "എനിക്കറിയാമായിരുന്നു, പപ്പക്കെന്തോ..."

അവൾ പപ്പയെ സൂക്ഷിച്ചുനോക്കി. കുറെ വർഷങ്ങൾക്ക് ശേഷമാണ് അവരൊന്നിച്ച് താമസിക്കുന്നത്. അതും മമ്മാം ഇല്ലാതെ. രണ്ടു പേർക്കും ഇതൊരു രസകരമായ അനുഭവമായിരുന്നു. ജന്മസ്ഥലത്തു നിന്നും ഇത്രയകലെ, തികച്ചും വ്യത്യസ്തമായ ഒരു ലോകത്ത്, ഏറെക്കാലമായില്ലേ പപ്പാ ഇങ്ങനെ...മറിയാന് ഓർത്തു നോക്കി. തന്റെ കുട്ടിക്കാലത്തെക്കുറിച്ച്...ഒരിക്കൽ വടക്കേയാഫ്രിക്കയിൽ. പിന്നെ ആഫ്രിക്കയുടെ തന്നെ കിഴക്ക് ഇന്ത്യാ മഹാസമുദ്രത്തിൽ സ്ഥിതിചെയ്യുന്ന റെയുനിയൊമിൽ....റെയുനിയോം! അവിടെ കഴിഞ്ഞ കുട്ടിക്കാലം നല്ലൊരു ഓർമ്മയായി മനസിലുണ്ട്. കോർസ്പോലൊരു ദ്വീപ് പകുതി വലുപ്പം. ഇരട്ടി ജനങ്ങൾ.

പുതിയൊരു കാലാവസ്ഥ. പഞ്ചസാരയുടെയും റമ്മിന്റെയും നാട്. ഫ്രഞ്ച് വിദ്യാലയങ്ങൾ ഒന്നിലധികം. മമ്മാം ഈ വിദേശയാത്രകൾ ഇഷ്ടപ്പെട്ടിരുന്നില്ല. സുകുവിന്റെ അമ്മക്ക് അവരുമായി സാമ്യമുണ്ട്! ഇത് പപ്പയോട് പറയണമെന്ന് തോന്നിയിരുന്നു, പലപ്പോഴും. പക്ഷേ വേണ്ടെന്ന് വെച്ചു.

"മറിയാനു. എങ്ങനെയാണ് നിന്നോട്....ഊം അതായത്....."

പപ്പാ സിഗരറ്റ് വലിക്കാറില്ല. ഇത്തരം വിഷമംപിടിച്ച സംഭാഷണങ്ങളിൽ ഒരു സിഗരറ്റ് കത്തിക്കുക, വലിക്കുക, പുകവിടുക, കുത്തിക്കെടുത്തുക, മറ്റൊന്നിന് തീ കൊളുത്തുക ഇതൊക്കെ എന്ത് രസമായിരുന്നു, പപ്പ ചെയ്യുകയാണെങ്കിൽ.

പപ്പാപെത്തിനെല്ലിക്ക് പറയാനുള്ളത് ഇതായിരുന്നു. തന്റെ, അതായത് അദ്മിസിസ്ത്രാത്തേറുടെ മകൾ ഈ നാട്ടിൽ എത്തേണ്ടതില്ലാത്ത ഇടങ്ങളിൽ മുഴുവൻ എത്തുന്നു. കാണേണ്ടതില്ലാത്തവരെ മുഴുവൻ കാണുന്നു. പറയേണ്ടതില്ലാത്തത് മുഴുവൻ പറയുന്നു. ഇനിയും എന്തൊക്കെയാണവൾ ചെയ്തു കളയുക എന്ന് തീർച്ചയില്ല. താനവൾക്ക് പൂർണസ്വാതന്ത്ര്യം കൊടുത്തു. അവൾ പുറത്തു പോകുമ്പോൾ അത് ജഡ്ക്കയിലാവണമെന്ന് നിർബന്ധിച്ചില്ല. അവളുടെ അകമ്പടിക്ക് ഒരു പൊലീസ്കാരനെ അയച്ചില്ല. അതിന്റെയൊന്നും ആവശ്യമില്ല. മറിയാനിൽ തനിക്ക് വിശ്വാസമുണ്ട്.

എന്നാലും ഷെറീ ഒരു ചെറിയ ആത്മനിയന്ത്രണം....

"മോളെ, ഞാൻ പറയുന്നത്....."

"പപ്പ പറയുന്നത് നന്നായി മനസിലായി പപ്പാ."

മറിയാന് അവളുടെ ഭാഗം വിശദീകരിക്കുന്നു.

ഒരൊറ്റ വാചകത്തിൽ...."എനിക്കിവിടം ഇഷ്ടമായി! അതാണ് എന്റെ മറുപടി. ഈ കടൽ, ഈ പുഴ. ഇതൊന്നും സാരമില്ല, ഇവിടത്തെ ജനങ്ങളുമായി തട്ടിച്ചുനോക്കുമ്പോൾ. ഇവിടുത്തെ മനുഷ്യർ. അവരുടെ സൗന്ദര്യം. അത് എല്ലാവരും കാണില്ല. ഞാനത് കാണുന്നു. അവരെപ്പറ്റി എനിക്ക് പഠിക്കണം. ഒരു വലിയ വിഷയമാണിത്. ഇവിടെ ഒരു നൂറുകാര്യങ്ങളുണ്ട് അറിയാൻ. പപ്പ ഇവിടെ ഇത്ര വർഷങ്ങൾ ജീവിച്ചിട്ടും അറിയാത്തതാണതിൽ പലതും. ഒരുദാഹരണം ഇവിടത്തെ മൃതദേഹങ്ങൾ സംസ്കരിക്കുന്ന കുന്നാണ്. ഒരു നൂറ് ഇതിഹാസങ്ങൾ അതിനെ ചുറ്റി നിൽക്കുന്നു. പപ്പയ്ക്കറിയുമോ, അവിടെ അർധരാത്രി തീനാളങ്ങൾ നൃത്തം ചെയ്യുന്ന സംഗതി. അവിടെ കുന്നിന്റെ ഉച്ചിയിൽ, വലുതും ചെറുതുമായ ചെടികളും ചെറിയ മരങ്ങളും ഇടതൂർന്ന് വളരുന്ന ഒരു സ്ഥാനമുണ്ട്. അതിനുള്ളിൽ ഒരാൾ താമസിക്കുന്നു. ആരെന്നറിയുമോ? ഒരു മുർഖൻ. രണ്ട് മേത്ര് നീളം. ഇരുമ്പുവളകളിട്ട കൈപോലെയുള്ള ഉടൽ. കണ്ണുകളിൽ തീക്കനലുകൾ. എനിക്കവനെ കാണണം പപ്പാ. അതിനു മാത്രമേ ഞാൻ ശ്രമിക്കുന്നുള്ളൂ.

പപ്പ തെറ്റിദ്ധരിക്കുരുതേ എന്റെയീ പരിപാടിയിൽ സദുവും സുകുവും കൂട്ടാളികളല്ല. അവർ ധീരൻമാരാണ്. അവരുടെ ഒരോ രാഷ്ട്രീയസമരങ്ങളിൽ. അതിനവർ ജീവൻ കൊടുക്കും. എങ്കിലും, ഒരു പട്ടിയെകണ്ടാൽ അവരുടെ കാലുകൾ ഇടറുന്നു....എനിക്കിതിൽ വേണ്ട സഹായം നൽകാമെന്ന് ഒരാൾ ഏറ്റിട്ടുണ്ട്. അത് അതീവ രഹസ്യം. ഞാനത് വെളുപ്പെടുത്തിയാൽ ആ പാവത്തിനെ പപ്പയുടെ പൊലീസുകാർ പിടിച്ച് ജയിലിലിടും...."

മുസ്യേപെത്തിനെല്ലി ചായക്കപ്പ് രണ്ട് വിരലുകളിലിറുക്കി നിശ്ച ലനായി കേട്ടു. ഈ കുട്ടിക്ക് വട്ട്തുടങ്ങിയോ. എങ്കിലും അവൾ പറ യുന്നതിൽ സത്യത്തിന്റെ ചില അംശങ്ങൾ അടങ്ങുന്നില്ലേ എന്ന യാൾക്ക് സംശയം തോന്നുകയും ചെയ്തു......

"പപ്പാ, ഇത് കേൾക്ക്. പുത്തലം ക്ഷേത്രമില്ലേ. അവിടെ എല്ലാ വർഷവും ഉത്സവം നടക്കുന്നു. പടർന്ന് നിൽക്കുന്ന ആൽമരത്തിൻ കീഴെ, ചില ഭീകരവേഷങ്ങൾ ആടുന്നത് കാണാൻ പപ്പക്ക് പ്രത്യേ കമായ സൗകര്യം അവർ ഒരുക്കുന്നു. നാലുവശവും അതിരിട്ട ഒരു പന്തൽ. പപ്പ അതിലിരുന്നുകൊണ്ട് എല്ലാവർഷവും അതൊക്കെ കാണുന്നു. ഞാനും പപ്പയുടെ കൂടെയിരുന്നു. ഒരിക്കൽ. ആ ക്ഷേത്രവും– അതിന് കാവ് എന്നാണ് പറയുക. മൂന്നു പകലും രണ്ട് രാത്രിയും കെട്ടിയാടുന്ന ദൈവങ്ങളും അവരുടെ പ്രദക്ഷിണവും ആന യും...അതിനെക്കുറിച്ച് പഠിക്കണം, പപ്പാ എനിക്ക് ആ ദൈവങ്ങളിൽ ഒന്ന്....പേര് ഓർക്കാൻ വലിയ പ്രയാസമാ.....കാരണോർ എന്നോ മറ്റോ ആണ്. ആ കാരണോർ മുഖം ചുവപ്പും കറുപ്പും. അതുപോലെ കിരീ ടവും ചമയങ്ങളും. കവിളുകളിലും നെറ്റിയിലും രസികൻ വരകൾ. ആകെക്കൂടെ സുന്ദരമായ ഒരു ഭീകരാകാരം. ചെകിടടയ്ക്കുന്ന കൊട്ടിന് അനുസരിച്ച് ആട്ടം. ആ ദൈവം ആരാണെന്ന് പപ്പക്കറി യുമോ. ഒരു കാലത്ത് ഈ നാട്ടിൽ ഫ്രഞ്ചുകാരുടെ ഏറ്റവുമടുത്ത സുഹൃത്തായി ഒരാളുണ്ടായിരുന്നു. ശക്തനായ ഒരു നാട്ടുപ്രമാണി. ഒരു മുസ്യേ തോലൻ. അയാളുടെ പ്രതിരൂപം!"

പപ്പാ സായ്‌വ് ഒരിക്കൽ കൂടെ ഞെട്ടി.

"ഇതെവിടന്ന് കിട്ടി, മറിയാന്?"

"അതാ പപ്പാ, പപ്പയുടെ ഈ കുഞ്ഞിന്റെ മിടുക്ക്. ഒന്നുകൂടേ കേൾക്കണോ? ഇവിടൈത്തെ ഫ്രഞ്ച് ഭരണാധികാരി, അതായത് പപ്പ യുടെ മുൻഗാമി തന്നെ സ്ഥലത്തില്ലാത്ത ചില അവസരങ്ങളിൽ മുസ്യേ തോലൻ അയാളുടെ കസേരയിൽ ഇരുന്നിട്ടുണ്ട്. അതേ, പപ്പയുടെ കസേരയിൽ!"

മറിയാന് സ്വന്തം കഥകളിൽ മുങ്ങിപ്പോയി. പപ്പയാകട്ടെ ഉറക്കേ വിളിക്കുന്നത് കേട്ടു. "ഗംഗേൻ"

ഗംഗേൻ ഓടിവന്നു.

"ഓരോ കപ്പുകൂടെ കൊണ്ടുവാ ഗംഗേൻ. നല്ല ചൂടുള്ളത്."

ഗംഗേൻ ഒഴിഞ്ഞ കപ്പുകളും മറ്റു എടുത്ത് അടുക്കളയിലേക്ക് പോയി. മുസ്യേ പെത്തിനെല്ലി മകളുടെ കടങ്കഥകൾക്ക് കാതു നൽകി ഇരുന്നു.

"പപ്പാ" മറിയാനു ആവേശത്തോടെ തുടരുന്നു. "പുത്തലത്തിനടുത്ത്....ദിവസവും രാത്രിയായാൽ പുരപ്പുറത്ത് കല്ലുകൾ വീഴുന്നു! ദിവസവും ആരാണ്ണെറിയുന്നത്, എന്തിന് എന്നും ആരും അന്വേഷിക്കുന്നില്ല. കാരണം, ആരാണ് എറിയുന്നത്, എന്തിന് എന്ന് എല്ലാവർക്കുമറിയാം. മുസ്യേ തോലൻ കുറെ തെക്കുനിന്നുകൂട്ടികൊണ്ടുവന്ന് പുത്തലത്ത് പ്രതിഷ്ഠിച്ച കുറ്റി...കുറ്റി....കുറ്റിച്ചാത്താൻ മൂപ്പരുടെപണിയാണിത്. എന്താണ് കുറ്റിച്ചാത്തനെ പ്രകോപിപ്പിച്ചത്? ആ പുരയിലെ ഒരു ചെറുക്കൻ ദിവസവും തന്റെ ആസ്ഥാനത്തിന്റെ ഭാഗത്തേക്ക് നീട്ടി മൂത്രം വിടുന്നു! മനസിലായോ പപ്പക്ക്? അതാണ് കാരണം. പയ്യൻ മൂത്രമൊഴിക്കുന്ന ദിശമാറ്റി. എന്നാലും ചാത്തന്റെ അരിശം തീരാൻ കുറച്ചുകൂടെ കഴിയണം. എന്റെ മാർഗദർശിയില്ലേ. ഞാൻ പറഞ്ഞില്ലേ ഒരാളെപ്പറ്റി. അയാൾ തന്നതാണീ വിവരം. ഇതൊന്നും തമാശയല്ല, പപ്പാ. പപ്പാ പറയും കല്ലേറിയുന്നത് ആ കുടുംബത്തോട് വിരോധമുള്ള വല്ലവരുടെയും പണിയാണെന്ന്. പൊലീസിനെകൊണ്ട് അന്വേഷിപ്പിക്കാമെന്ന്. പപ്പയൊന്നു ശ്രമിച്ചു നോക്ക് അറിയാമല്ലോ നമുക്ക്."

ഗംഗേൻ പുതിയ രണ്ട് കപ്പ് ചായ കൊണ്ടുവന്നു. മറിയാന് അവന്റെ നേരെ കണ്ണുകളൊന്നു വെട്ടിച്ചു. അവളുടെ നന്ദി പറയലാണത്. അവൾ കപ്പെടുത്ത് മെല്ലേ ചുണ്ടുകളിൽ തട്ടിച്ചു. പപ്പാ പെത്തിനെല്ലി തെല്ലുനേരം ആ കാഴ്ച ആസ്വാദിച്ചുകൊണ്ടിരുന്നു.

"പപ്പാ" മറിയാന് നിർത്തുന്നില്ല. "ഇന്നലെ ഞാനൊരു രംഗത്തിന് സാക്ഷ്യം വഹിച്ചു. എവിടെനിന്നോ ഒരു ശബ്ദം. "ഓം, ഓം, ഓം." ആരോ ഉച്ചത്തിൽ വിളിച്ചുപറയുന്നതാണ്. ആഫ്രിക്കൻ നാടുകളിലൊക്കെ കാണുന്ന പലാംക്കേൻ ഇല്ലേ? ആനപ്പുറത്തും ഒട്ടകപ്പുറത്തും കൊണ്ടുപോകുന്നത്? ആളുകൾ വഹിച്ചുകൊണ്ട് പോകുന്നതും കേട്ടിട്ടുണ്ട്. അറേബിയൻ കഥകളിൽ. ഇവിടെ അത് തീരെ പ്രതീക്ഷിച്ചിരുന്നില്ല. പക്ഷേ കണ്ടു. ഓരോ വശത്ത് ഓരോ ആൾ. പലാംക്കേന് ഇവിടെ മഞ്ചൽ എന്ന് പറയുന്നു. അതിനകത്ത് ഞാൻ ഏന്തിനോക്കി. അങ്ങനെ ചെയ്തത് ശരിക്കുമൊരു പാതകമാണെന്ന് സഹപാഠി മുകുന്ദൻ പറഞ്ഞു. ഏതായാലും ഞാൻ നോക്കി. ഒരാൾ മൂടിപ്പുതച്ച് മലർന്ന് കിടക്കുന്നു. രോഗിയാണെത്ര. ആസ്പത്രിയിലേക്ക് കൊണ്ടുപോവുകയാണ്. അതിന്ന് മഞ്ചൽ വാഹകർ എന്തിനിങ്ങനെ ഭീതിയുളവാക്കുന്ന ഒച്ചയുണ്ടാക്കുന്നു. ഇതിനെപ്പറ്റി കൂട്ടുകാരി ലക്ഷ്മിയോട് ചോദിച്ചു. അവൾ പറയുന്നു, മഞ്ചലിന്റെ " ഓം,ഓം," അകലേനിന്ന് കേൾക്കുന്ന നിമിഷം അവൾ പേടിച്ച് മുറിയിൽ കയറി വാതിലടക്കുമെന്ന്. രസകരമായ കാര്യം. അസ്പത്രിയിൽ നിന്നും തിരിച്ചുകൊണ്ടുപോകുന്നത് മൃതദേഹമാണെങ്കിൽ ആ "ഓം, ഓം" വിളിയുണ്ടാവില്ല. പപ്പാ ചായ കുടിക്ക് ആറിപ്പോകും!"

കടലിനുമുകളിൽ വെളിച്ചം പെട്ടെന്ന് ഒന്നു കുറഞ്ഞു. സൂര്യനെ ഇപ്പോൾ നോക്കാം. സായ്‌വിന് എന്തോ ചായയിൽ താൽപര്യമില്ലാതെയായി.

"വേറൊരു "ഓ, ഓ" കാരുണ്ട്, പപ്പാ കേൾക്കണോ? നല്ല രസമാ. പത്തമ്പത് പേർ കുറേ ദിവസം സ്വയം നിയന്ത്രണത്തിൽ കഴിയുന്നു. പച്ചക്കറി ഭക്ഷണം. അവർ വീടുകൾ സന്ദർശിക്കുന്നു. ഇളയ തേങ്ങയില്ലേ. ഇളനീർ എന്ന് പറയും. ഓരോ വീട്ടുകാർ ഇളനീരിന്റെ ഒരു കുല സംഭാവന ചെയ്യുന്നു. തെങ്ങിന്മേൽ കയറി കുലവെട്ടി കെട്ടിത്താഴ്ത്തുന്നു. ഇതൊക്കെ ശേഖരിച്ച്, തലശ്ശേരിയിലേക്കുള്ള വഴിയിൽ ഒരു ക്ഷേത്രമുണ്ട്. ഞാൻ കണ്ടു. മൈതാനം പോലത്തെ മുറ്റം. അവിടുത്തെ ദൈവം സാക്ഷാൽ ശിവനാണ്. ശിവനെ അറിയ്യോ, പപ്പക്ക്? ഒരു കാലിൻമേൽ ആണ് നിൽപ്പ്. മറ്റേക്കാല് എതിർവശത്തേക്ക് ഉയർത്തുന്നു. തലയിൽ ഒരു പെണ്ണ്. കഴുത്തിൽ സർപ്പം. ദേഹം മുഴുവൻ ഭസ്മം വാരിത്തേച്ച്....ആ നൃത്തത്തിന് എന്തോ ഒരു പേരുണ്ട്. ഓർമ്മയില്ല. കുറിച്ചുവെച്ചിട്ടുണ്ട്. സർവം ദഹിപ്പിക്കുന്ന മഹാശക്തി. ആ ക്ഷേത്രത്തിലേക്ക്, നിശ്ചയിച്ച ദിവസം അവർ നടക്കുന്നു. തെങ്ങോലയുടെ തണ്ടില്ലേ. മട്ടൽ എന്ന് പറയും. അതിന്റെ രണ്ടറ്റത്തും ഇളനീർ കുലകൾ കെട്ടിതൂക്കി, ചുമലിലെടുത്തുകൊണ്ടുള്ള നടത്തം. അവരുടെ തലവൻ തുടങ്ങുന്നു. "ഓ, ഓ" ആദ്യത്തെ ഓ ഉയർന്നുപോകുന്നു. ഒരു ക്രെസ്സാംദൊ. രണ്ടാമത്തെത് ദ്‌ക്രെസ്സാംദൊ. എന്ന് പറയാം. അവർ നടന്നുപോകുന്നത് ഒരിക്കൽ ഞാൻ കണ്ടു, അതായത് കേട്ടു. അവരുടെ കൂടെ അത്തരമൊരു ഇളനീർ ചുമട് ചുമന്ന്, തലശ്ശേരിവരെ "ഓ, ഓ" ന്ന് വിളിച്ചുപറഞ്ഞു നടക്കാൻ ആഗ്രഹിച്ചു. ഈ അദ്മിനിസ്ത്രാത്തേറുടെ പുത്രി, കോർസുകാരി, പപ്പാ!"

മറിയാന്ന് ഈ ലോകത്തിലൊന്നുമല്ല ഇപ്പോൾ എന്നു തോന്നി മുസ്യേപെത്തിനെല്ലിക്ക്. അയാൾ മകളുടെ നേരെ അൽപമൊന്ന് കുനിഞ്ഞു.

"ചെറിയ സംഭവങ്ങൾ പപ്പാ." മറിയാനു നിർത്തുന്ന മട്ടില്ല. "ചെറിയ മനുഷ്യർ. അവരുടെ ചെയ്തികൾ. വിശ്വാസങ്ങൾ. ചടങ്ങുകൾ. ആചാരങ്ങൾ. ഇതൊക്കെ കാണാനും പഠിക്കാനും മറിയാനു പലേ സ്ഥലത്തും പോകുന്നു. പലരേയും കാണുന്നു. അതൊക്കെ സെക്രത്തേർ പൈതലിന് വേണ്ടാത്ത സ്ഥലമാവും, വേണ്ടാത്തവരാവും!"

പപ്പാ പെത്തിനെല്ലി ഒരിക്കൽകൂടെ ഞെട്ടി.

മറിയാന്ന് ചെറുമേശക്ക് മുകളിലൂടെ അൽപം മുന്നോട്ടാഞ്ഞു. പപ്പയും അറിയാതെ തലനീട്ടി. മറിയാന്നിന്റെ രണ്ട് കവിളിലും ഓരോ ഉമ്മകൊടുത്തു. ഓരോ പകുതിയുമ്മ!

"മാ പെത്തീത്ത്! ഴ് സ്വി ഫിയേർ ദ് ത്വ!"

മോളെ, നിന്നെപ്പറ്റി എനിക്ക് അഭിമാനം തോന്നുന്നു.

31

തൂണിന്മേൽ കയറ്റം

"അല്ലോം സാംഫാം ദ് ലാ പത്രീയ്യ്....."

പാതാറിൽ തടിച്ചുകൂടിയ മയ്യേക്കാരുടെ നടുവിൽ....മൂപ്പൻ സായ്‌വ്, തൊട്ടുവലത്ത് മറിയാൻ മറുവശം മേയർ പത്മനാഭൻ. പിന്നെ, ഒരു ഫ്രഞ്ചുകാരൻ വ്യാപാരി മുസ്യേ പദു, ദെലെഗേ കണ്ണൻ മാസ്റ്റർ, ജഡ്ജി ആരോഗ്യ നായകൻ, അധ്യാപകൻമാർ, വക്കീലൻ മാർ.....

ഇന്ന് കത്തോർസ് ഷെയ്യേ. അതായത് ജൂലായ് മാസം പതിനാല്, ഫ്രഞ്ചുകാരുടെ ദേശീയദിനം. മയ്യേക്കാർ ഒത്തൊരുമിച്ചിരുന്നു. ആഘോഷങ്ങൾക്കായി.

മുസ്യേ പെത്തിനെല്ലിയുടെ വക കൊടി വലിച്ചു കയറ്റൽ. ഇടക്ക് പതാക ഒരു കുടുക്കിൽ കെണിഞ്ഞു. അകലെയല്ലാതെ, ആദ്യവസാനഭാവത്തിൽ വിയർക്കുകയായിരുന്ന സെക്രത്തേർ പൈതൽ ശരിക്കും വിയർത്തു . അങ്ങനെയാണല്ലോ. എല്ലാം നന്നായി നടക്കുമ്പോൾ, പരികർമിയെ ആരും ശ്രദ്ധിക്കാറില്ല. വല്ലതും ഒന്നു പിഴച്ചാൽ, അയാളുടെ നേരെയാവും എല്ലാവരും കണ്ണുരുട്ടുക. ഭാഗ്യം, സായ്‌വ് സമചിത്തത വിടാതെ രണ്ടുതവണ ചരട് ഇളക്കിയതോടെ കുരുക്കഴിഞ്ഞു. നീല-വെള്ള-ചുമപ്പ് നിറങ്ങൾ കാറ്റിൽ ഇളകിമറിഞ്ഞു.

തുടർന്നു...ദേശീയ ഗാനം. "അല്ലോം സാംഫാം ദ് ലാ പത്രീയ്യ്."

മൂപ്പൻ സായ്‌വിന്റേത് തൊണ്ടയുടെ ആഴത്തിൽ നിന്നും പുറപ്പെടുന്ന, തടിച്ചുകൊഴുത്ത ശബ്ദം. പതിനെട്ടാം നൂറ്റാണ്ടിന്റെ ചരിത്രം പഠിച്ച മയ്യേക്കാരുടെ മനസ്സിൽ അതു ബസ്തീയ്യിന്റെ നൊമ്പരമുണർത്തി.....മറിച്ച്, മറിയാനിന്റേത് ലോലം, മധുരം. അവളുടെ നേരെ മുന്നിലാണ് കൂടുതൽ തിരക്ക്. എല്ലാവർക്കും അവളിൽ അല്പനേരം കണ്ണുനിർത്താനുള്ള അസുലഭമായ അവസരമാണിത്. അവളുടെ ഇളകുന്ന ചുവന്ന ചുണ്ടുകളിലേക്ക് അവർ അമ്പരന്നുകൊണ്ട് നോക്കി

നിന്നു. അവരിൽ....ഉണ്ട്, സദുവും സുകുവും. രണ്ടുപേരെയും ഇയ്യി ടെയായി ഒന്നിച്ചു കാണുന്നത് അപൂർവ്വമായിരിക്കുകയാണ്. അവർ തമ്മിലുള്ള അടുപ്പത്തിൽ കുറവുണ്ടായിട്ടല്ല അത്, സദു എന്നും തിര ക്കിലാണ്. ഫ്രഞ്ചുകാർക്കെതിരായ സമരത്തിന്റെ ഒരു പുതിയ വേലി യേറ്റം ആരംഭിച്ചിരിക്കുന്നു. ശങ്കരൻ മാസ്റ്ററുടെ കീഴിൽ പ്രവർത്തി ക്കുന്ന യുവാക്കളുടെ തലവനാണ് സദു. എന്നും പൊതുയോഗവും ജാഥയും പ്രസംഗവും തന്നെ. സുകുവിന്റെ ദിനങ്ങൾ അത്രയേറെ തിരക്കുപിടിച്ചതല്ല. കൗസുവിന്റെ വിയോഗത്തിനുശേഷം അവൻ കഴി വതും പകൽ സമയം വീട്ടിൽ കഴിയാറില്ല. ഇന്ന് രണ്ടുപേരും ഒത്തൊ രുമിച്ചു മറിയാനിന്റെ കച്ചേരി കേട്ടുകളയാമെന്ന് നിശ്ചയിച്ചു. മറി യാന് ഗാനത്തിന്റെ അവസാനത്തെ വരികൾ ഉച്ചത്തിൽ പാടുന്നു. രണ്ടുപേരും ആ കാഴ്ച നന്നായി ആസ്വദിച്ചു. നേരത്തെ, അവളുടെ നോട്ടം ഒരിക്കൽ അവരുടേതുമായി സന്ധിച്ചു. അവൾ പെട്ടെന്ന് ഒരു കണ്ണിറുക്കി. സുകുവും സദുവും പരസ്പരം നോക്കി പിന്നെ, ഉള്ളിൽനിന്നുയരുന്ന ചിരി അമർത്തിപ്പിടിച്ചു.

പതാകയുയർത്തൽ ചടങ്ങ് കഴിഞ്ഞു. ഇനി....
ഇനി പൊടി കപ്പൽ.
കണ്ണുകെട്ടി പാനി അടിച്ചുടക്കൽ
അവസാനം...തൂണിന്മേൽ കയറ്റം.

സെക്രത്തേർ പരക്കെ ഓടി നടക്കുന്നു. എല്ലാററിനും മേൽനോട്ടം വഹിക്കുന്നു. മേശപ്പുറത്ത്, വലിയ ഒരു പരന്ന പാത്രം അതിൽ ധാന്യ മാവ് നിറച്ചുവെച്ചിരിക്കുന്നു. കുറെ നാണയങ്ങൾ മാവിന്റെ അടിഭാ ഗത്തുണ്ട്. മുഖം പൊടിയിലാഴ്ത്തുക. വായകൊണ്ട് പരതുക. തുട്ടു കൾ ചുണ്ടുകൾക്കിടയൽ കിട്ടിയവർക്ക് കൊണ്ടുപോകാം.

കാണികൾ ദേശീയഗാനത്തിന്റെ സംഘർഷത്തിൽനിന്നും മുക്ത രായി, പാതാറിൽ അലഞ്ഞുതിരിഞ്ഞു. കുട്ടികൾ ചെറിയ കല്ലിൻ കഷ്ണങ്ങളെടുത്തു പുഴയിലേക്കെറിഞ്ഞു. മഴക്കാലമായിട്ടും വരണ്ട കാലാവസ്ഥ. പ്രഭാതസൂര്യൻ തെളിഞ്ഞ വെള്ളത്തിൽ വെട്ടിത്തിള ങ്ങുന്നു. സുതാര്യമായ ദേഹവും കൂർത്ത തലയുമുള്ള, നീണ്ടുമെ ലിഞ്ഞ തെണ്ട മത്സ്യങ്ങൾ പതിവുപോലെ നിശ്ചലരായി നിൽക്കുന്നു. ലാ മർസെയേസ് കേട്ടു പരിചയമുള്ളവരാണവർ.

ചടങ്ങുകഴിഞ്ഞയുടൻ മറിയാന് പപ്പയെവിട്ട് തന്റെ പ്രിയ സുഹൃ ത്തുക്കളുടെയരികിലെത്തി. അവരോട് ഹാർദ്ദമായി സംഭാക്ഷണ ത്തിൽ മുഴുകി. എല്ലാവരും അങ്ങോട്ട് തലതിരിച്ചു.

"ഈ സദുവും സുകുവും ഭാഗ്യം ചെയ്തോരാ അല്ലേടാ?" ഫുട്ബാൾ കളിക്കാരൻ സെയ്ത് കൂട്ടുകാരൻ രാമുവിന്റെ ചുമലിൽ കയ്യിട്ടുകൊണ്ട് പതുക്കെ പറഞ്ഞു.

"അത്വന്ന്യാ ഞമ്മളും പറേന്നെ." രാമു പ്രതിവചിച്ചു. "ഇവരു മായി ഇവൾക്കിതുമാതിരിയൊരടുപ്പം....ഊം?"

"വല്ലോം നടക്കുന്നുണ്ടോടാ?"

സെയ്തു വല്ലാതെ അസൂയാലുവായി. അവനും ചങ്ങാതിയും നോക്കി. അൽപം അകലെ അഴിമുഖത്തെ ചതുരത്തിലേക്ക് നീങ്ങുന്നു...മൂന്ന് ചിത്രശലഭങ്ങൾ!

വാസ്തവത്തിൽ സെയ്തും രാമുവും മാത്രമല്ല, മയ്യേനാട്ടിലെ നിരവധി പേർ ഇതുപോലെ ചിന്തിക്കുന്നവരായിരുന്നു. ആണും പെണ്ണും ഇത്ര എളുപ്പത്തിൽ...ഇത്ര അടുപ്പത്തിൽ...ഇത് അസാധാരണം തന്നെ.

പൊടി കപ്പൽ തുടങ്ങുകയാണ്. നാട്ടുകാർ അങ്ങോട്ടു നീങ്ങി. മറിയാനും സുകുവും സദുവും പരിപാടി കാണാൻ തയ്യാറായി നിന്നു.

കളിക്കാർ പാത്രത്തിനടുത്തു നിന്നു. ഓരോത്തരായി മാവിലേക്ക് മുഖമാഴ്ത്തി. അൽപം നേരത്തെ പരതൽ. കാണികൾ കയ്യടിച്ചു. കളിക്കാർ ഓരോന്നായി ശ്വാസംമുട്ടി തലപൊക്കുന്നു തൂവെള്ളപ്പൊടിയിൽ മൂടിയ മുഖം മത്സരിക്കുന്നവരെ തിരിച്ചറിയാൻ കഴിയാതാക്കി. നാട്ടുകാർ ആർത്തുവിളിച്ചു. കൈകൊണ്ട് പൊടി തുടച്ചുമാറ്റി, ശ്വാസം വലിച്ചുകയറ്റി വീണ്ടും മുഖം പൊടിയിലാഴ്ത്തി, ഒരുവൻ ഒരു ഏട്ടണത്തുട്ട് ചുണ്ടുകൾക്കിടയിൽ ഇറുക്കിപ്പിടിച്ചുകൊണ്ട് തുള്ളിക്കളിച്ചു. ആളുകൾ കൂടുതൽ ശക്തിയായി കയ്യടിച്ചു. കുറേനേരം കളി തുടർന്നു. പിന്നെയും ചിലർക്ക് നാണയങ്ങൾ കിട്ടി.

"ഇനി നിങ്ങള് കയ്യിട്ട് വാരിക്കൊ."

അവസാനം സെക്രെത്തേർ പറഞ്ഞു.

പിന്നെ വലിയ ബഹളമായി. സകലരും പാത്രത്തിൽ കൈയിട്ട് തപ്പി. നാലണയും ഏട്ടണയും ഒരുറുപ്പികയും. ഉറുപ്പിക കിട്ടിയവൻ സന്തോഷം കൊണ്ട് നിലത്ത് കെട്ടി മറിഞ്ഞു. തുടർന്ന് പാനിയിലടി. ഒരു വരിയായി കെട്ടിത്തൂക്കിയ വെള്ളം നിറച്ച മൺപാത്രങ്ങൾ. അവയിലുമുണ്ട് സമ്മാനങ്ങൾ . കണ്ണുകെട്ടിക്കൊണ്ട്, കയ്യിലൊരു വടിയുമായി കളിക്കാരെ വിടുന്നു. അവർ മനസ്സിൽ ലക്ഷ്യമുറപ്പിച്ച് മുന്നോട്ടുനീങ്ങുന്നു. ആളുകൾ ആരവംപുറപ്പെടുവിക്കുന്നു. ഒരുവന്റെ അടി കാറ്റിൽ പാഴാവുന്നു. മറ്റൊരുവന്റെ തല്ല് പാത്രങ്ങൾ കെട്ടിത്തൂക്കിയ മുളത്തൂണിലാണ് വിഴുന്നത്. ഒരുവൻ ചെറിയൊരു സൂത്രവുമായി തുടങ്ങി. കാണികളുടെ മുൻനിരയിൽ അവന്റയൊരു ശത്രു–പേര് മിത്രൻ–നിൽക്കുന്നത് കണ്ടിരുന്നു. ഈ കളിയിൽ എവിടെ വേണമെങ്കിലും അടിക്കാമല്ലോ. നല്ലൊരെണ്ണം മിത്രന് കൊടുക്കാം എന്ന് കരുതി നടന്നുതുടങ്ങി. ഉന്നം അടുത്തെത്തി എന്ന് തോന്നി, നല്ല ശക്തിയോടെ ഒരു വീശൽ. ആളുകൾ കൂക്കുന്നു. തന്റെ ഇടി....വീണത് ...മുഖത്തെ കെട്ട് വലിച്ചുമാറ്റി നോക്കി. മിത്രന് കൊടുത്തത്... പാത്രത്തിന് കിട്ടി രണ്ടായാലും കോളടിച്ചു.

ഇനി...സായാഹ്നത്തിലെ പ്രമുഖ ഇനമാണ്. തുണിന്മേൽ കയറ്റം. നേരത്തെ ഒരു കവുങ്ങ് കടയ്ക്ക് വെച്ച് വെട്ടിവീഴ്ത്തി പാതാറിലെ

ത്തിക്കുന്നു. തടിയിലാകെ ആടിന്റെ ചെരവി പുരട്ടുന്നു. മുകളിലത്തെ അറ്റത്ത് നാല് കയറ് കെട്ടിവയ്ക്കുന്നു. അതിന്നടുത്ത് ഒരു ഇരുമ്പ് വളയം. അതിന്മേൽ കുറെ സമ്മാനങ്ങൾ. ഏറ്റവും വിലപിടിച്ചത് ഒരു നല്ല കുട. മാൻമാർക്ക്. വിലകുറഞ്ഞത് ഒരു സോപ്പ് പെട്ടി. കുറേ പേർ തടിപിടിച്ചുപൊക്കി ഒരു കുഴിയിൽ സ്ഥാപിക്കുന്നു. കയറിന്റെ അറ്റങ്ങൾ നാല് ഭാഗത്തായി മരങ്ങളിൽ വലിച്ചുകെട്ടിയുറപ്പിക്കുന്നു.

കളിക്കാർ പലേ ഭാഗങ്ങളിൽ നിന്നും വന്നവർ. മെറി ആപ്പീസിൽ ജനനം എഴുതികൊടുത്തവരെ മാത്രം പങ്കെടുപ്പിച്ചാൽ മതിയെന്ന് ചിലർ പറഞ്ഞുനോക്കി. അങ്ങനെ ചെയ്താൽ തൂണിന്മേൽ കയറുന്നവരുടെ എണ്ണം സമ്മാനങ്ങളുടേതിനേക്കാൾ കുറഞ്ഞുപോകും. അതുകൊണ്ട് വന്നവരെയെല്ലാം മത്സരത്തിൽ ചേർക്കാം എന്നായിരുന്നു തീരുമാനം. അടയ്ക്കാമരത്തിൽ കയറി പരിചയമുള്ള സുദാമനായിരുന്നു ജയസാധ്യത ഏറ്റവുമധികം. എങ്കിലും ഒന്നും നേരത്തെ പറയാൻ കഴിയില്ല. തടിയിൽ പുരട്ടിയ കൊഴുപ്പായിരിക്കും വില്ലൻ. പിടിച്ചു കയറുക വളരെ ശ്രമകരമായിരിക്കും. അഴിയൂരിൽ നിന്നുവരുന്ന മുടിവാസുവിന്റെ കൈകളിലും കാലുകളിലും തെളിഞ്ഞു നിൽക്കുന്ന തഴമ്പ് അവന്റെ തൊഴിലെന്തെന്ന് വിളിച്ചു പറയുന്നു. ഏറ്റവും കഷ്ടം അമ്പുട്ടിയുടേതായിരുന്നു. സ്ഥിരം ശ്വാസംമുട്ടൽ വരുന്ന അവന് തെങ്ങിൽ കയറുന്ന പണി കൊള്ളില്ലെന്ന് എല്ലാവരും താക്കീത് നൽകിയിരുന്നു. അങ്ങനെ താക്കീത് തരാൻ മറ്റുള്ളവർക്ക് എളുപ്പം. അവനാണെങ്കിൽ വേറൊരു തൊഴിലുമറിയില്ല. അതുകൊണ്ട് ഈ മേഖലയിൽ തന്നെ ഉറച്ചുനിൽക്കുന്നു.

ആളുകൾ കൂറ്റൻ തൂണിന് ചുറ്റും സ്ഥാനം പിടിച്ചു കളിതുടങ്ങി.

ആദ്യം മറ്റുള്ള കളിക്കാരെ കയറാനനുവദിക്കലാണ് ഈ മത്സരത്തിലെ ഗൂഢതന്ത്രം. നേരത്തെ കയറുന്നവരുടെ നെഞ്ചിലും കൈയിലും ഏറ്റവുമധികം കൊഴുപ്പ് പുരളും. അവർ അഞ്ചടിപോലും കയറാൻ കഴിയാതെ തൂണിൽനിന്നും വഴുതി താഴേക്ക് വരും . പിന്നീട് വരുന്നവർക്ക് കുറച്ചുകൂടെ എളുപ്പമായിരിക്കും. ഈ വസ്തുത കണക്കിലെടുത്ത് കളിക്കാരുടെ പട്ടിക നറുക്കെടുത്ത് തയ്യാറാക്കുന്നു. അങ്ങനെ നിശ്ചയിക്കുന്ന ക്രമത്തിലായിരിക്കും അവരെ വിളിക്കുക. എല്ലാവരും തങ്ങളുടെ കീശകളിൽ നേരിയ മണ്ണോ പൊടിയോ സൂക്ഷിക്കും. അതുരച്ച് തടിയിലെ മാർദവം കുറക്കും. മുകളിലെത്തുക വളരെ വിഷമകരമായിരിക്കും എന്നർഥം. ഓരോ ആളും കയറുമ്പോൾ ആളുകൾ ആവേശഭരിതരാവുന്നു. നിയന്ത്രണം വിട്ട് തൂണിലൂടെ അതിവേഗത്തിൽ ഊരിത്താഴുന്നത് കാണികളെ വല്ലാതെ രസിപ്പിക്കുന്നു. കുറേശ്ശെയായി ഓരേ കളിക്കാരും കൂടുതൽ കൂടുതൽ ഉയരത്തിലെത്തുന്നു. ഒരുവൻ മുകളിലെ സമ്മാനങ്ങളിൽ തൊട്ടുതൊട്ടില്ല എന്ന അവസ്ഥയിലെത്തുന്നു. ഒരു കൈ ഉയർത്തുന്നതോടെ പിടിയിൽ അയവ് വന്ന് കുത്തനെ നിലംവരെ വഴുതിത്താഴുന്ന കാഴ്ച

എല്ലാവർക്കും ഇഷ്ടമായി, കൈയടിയും ആർപ്പുവിളിയും മയ്യേനാട് മുഴുവൻ കേട്ടു. വലിവുള്ള അമ്പുട്ടി ഒരിക്കൽ മുകളിലെത്തി ശ്വാസ കോശത്തിലേക്ക് വായു ലഭിക്കാൻ പ്രയാസപ്പെട്ടു. തൂങ്ങിനിൽക്കുന്ന രംഗം സകലരെയും ഉദ്വേഗത്തിന്റെ ഉച്ചിയിലെത്തിച്ചു.

അവസാനം....തെങ്ങുകയറ്റമോ, കവുങ്ങ് കയറ്റമോ ഒന്നും പരി ചയമില്ലാത്ത ഭാസി എന്ന മുക്കാളിക്കാരൻ ചെറുക്കൻ.......

അതാ, കുടയുടെ പൊതി പറിച്ചെടുത്തു താഴേക്ക് തൂണിലൂടെ ഊരി വരുന്നു! നാട്ടുകാരുടെ മുഴുവൻ കരഘോഷത്തിനിടയിൽ, ഭാസി നിലത്തിറങ്ങി കുടയുമായി പരക്കെപ്പാഞ്ഞു.

തുടർന്ന് ബാക്കിയുള്ളവർ ഓരോന്നായി സമ്മാനം കൈക്ക ലാക്കി. നല്ലൊരു പന്ത്. ഒരു അലൂമിനിയം പാത്രം, ഒരു കൈയുള്ള ബനിയൻ, ഒരു കൈയില്ലാത്ത ബനിയൻ....അവസാനമായി ഒരു സോപ്പുപെട്ടി! സുദാമൻ മുകളിലെത്തിയപ്പോൾ, കൈയുള്ള ബനി യനോ അലൂമിനിയം പാത്രമോ നല്ലത് എന്ന് നിശ്ചയിക്കാനാവാതെ ഓരോന്നിലുമായി കൈ തട്ടിച്ച് കളിക്കുന്നത് നിലത്തുനിന്നും തല യുർത്തി നോക്കുന്നവരെ രസിപ്പിച്ചതിന് കണക്കില്ല. "അലുമിനിയം പാത്രം,അല്ല ബനിയൻ" എന്ന് അവർ ആർത്തുവിളിച്ചു.

പരിപാടി കഴിഞ്ഞു. മറിയാനിന് സംഗതിയാകെ വളരെ ഇഷ്ട പ്പെട്ടു. സുകുവും സദുവും ഇത് കുറേ കണ്ടതല്ലേ. അതുകൊണ്ട് അവർക്ക് പുതുമയൊന്നും തോന്നിയില്ല. മൂന്നുപേരും പുഴക്കരയിൽ അലസമായി നടന്നു.

"മറിയാന്", സദു പറയുന്നു. "നിങ്ങളുടെയീ ലാ മർസെയ്യേഴ്സു ണ്ടല്ലൊ. ദേശീയഗാനം അത് ശരിക്കും രക്തരൂഷിതം, അല്ലേ? സുകു വിന് എന്ത് തോന്നുന്നു?"

"ഹാവൂ", സുകുവിന്റെ വക. "ഉഴവ് ചാലുകളിലൂടെ....മലിന രക്തം! എന്തൊരു ക്രൂരത."

മറിയാന് പലേ വിശദീകരണങ്ങളും നൽകി വിപ്ലവത്തെ തുടർന്നുള്ള കാലഘട്ടത്തിന്റെ പശ്ചാത്തലം. ഗാനരചനയിലെ ആക സ്മികത. "റൈൻസേനയുടെ യുദ്ധഗീതം" എന്നായിരുന്നു ലാമർ സെയ്യേഴ്സിന്റെ ആദ്യത്തെ പേര് എന്നതും മറക്കരുത്. അങ്ങനെ പലതും.

"ശരി, മറിയാന് ശരി. ഞങ്ങൾ ക്ഷമിച്ചിരിക്കുന്നു."

മുസ്യേ പെത്തിനെല്ലിയും മുസ്യേ പദുവും അവരുടെ കസേര യിൽ ഇരുന്നുകൊണ്ട് ചിലവാക്കുകൾ കൈമാറുന്നു. മേയർ പത്മനാ ഭനും മറ്റും ദേശീയഗാനത്തിന് ശേഷം, കളികൾ കാണാൻ നിൽക്കാ തെ സ്ഥലം വിട്ടിരുന്നു.

സായ്പന്മാർ രണ്ടുപേരും അവസാനം എഴുന്നേറ്റു. ചുറ്റുമുള്ള ഏതാനും ഉദ്യോഗസ്ഥരോട് യാത്ര പറഞ്ഞു. മുസ്യേ പദു തലശ്ശേരി യിലേക്കു പോയി. മുസ്യേ പെത്തിനെല്ലി ബംഗ്ലാവിലേക്കും.

പാതാറിലൂടെ കാലുകൾ ചലിപ്പിക്കവെ.....

മുസ്യേ പെത്തിനെല്ലിയുടെ കണ്ണുകൾ പെട്ടെന്ന് നനഞ്ഞു.

ക്രിസ്തീൻ! അവളിപ്പോൾ എന്ത് ചെയ്യുകയായിരിക്കും. എത്ര വർഷങ്ങളായി കണ്ടിട്ട് ഈ തൂണിന്മേൽ കയറ്റം അവൾക്കെത്ര ഇഷ്ടമാകുമായിരുന്നു. ഇവിടുത്തെ സുന്ദരന്മാരായ പുരുഷന്മാരെയും സുന്ദരികളായ സ്ത്രീകളെയും അവൾ എത്രമാത്രം ഇഷ്ടപ്പെടുമായിരുന്നു. അവളുടെ മകൾ ചെയ്യുമ്പോലെ.

ക്രിസ്തീൻ! നിനക്കറിയാമോ, നിന്റെ മകൾ ഇന്നു ഇവിടത്തെ നമ്മുടെ പ്രജകളുടെ കണ്ണിലുണ്ണിയായിരിക്കുന്നു. അവൾ ഇവിടത്തെ ഓരോ നിമിഷവും ആസ്വദിക്കുന്നു. അവൾക്കിവിടെ നല്ല ചങ്ങാതിമാരുണ്ട്. അവളെപ്പോഴും അതിർകവിഞ്ഞ ആഹ്ലാദത്തിലാണ്.

എല്ലാം നീ കാണേണ്ടതായിരുന്നു. ക്രിസ്തീൻ.

ക്രിസ്തീൻ. അൽപം കൂടേ ക്ഷമിക്കുക.

ഞങ്ങൾ തിരിച്ചെത്തുന്ന നാൾ

ഇനിയും അധികം അകലെയല്ല.

32

സഞ്ചരിക്കുന്ന നാടകം

"**വേ**ണുഗോപാല....."

ആരംഭഗീതം.

സമയം രാത്രി എട്ടുമണി. സ്ഥലം മേയർ പത്നാഭൻ അവർക ളുടെ വിശാലമായ വീട്ടുമുറ്റം. തൊട്ടടുത്ത്, പൊട്ടാത്ത പടവുകളുള്ള, നിറഞ്ഞു നിൽക്കുന്ന വലിയ അമ്പലക്കുളം. അതിനടുത്ത് ബാലഗോ പാലക്ഷേത്രം.

മേയർ പത്നാഭൻ കോലായിൽ കസേരയിലിരിക്കുന്നു. വലതു വശം മറിയാനു. തൊട്ടടുത്ത് മേയറുടെ മകൾ സുനന്ദ. പിന്നിൽ അൽപം മാറി സെക്രത്തേർ പൈതൽ. മുറ്റത്ത് കുറേ അയൽക്കാർ, ബന്ധുക്കൾ, ഒരു പൊലീസുകാരൻ.

മറിയാനു സുനന്ദയെ ആദ്യമായി കാണുകയാണ്. മേയറുടെ മകൾ ചെറുപ്പത്തിൽ തന്നെ സ്കൂൾ വിദ്യഭ്യാസം നിർത്തി. കാരണം അവൾ മേയറുടെ മകളായതുതന്നെ. ഏതെല്ലാംതരം കുട്ടികളാണ് എക്കോൽദ് ഫീയ്യിൽ പഠിക്കുന്നത്. ഉയർന്ന കുടുംബങ്ങളിൽപ്പെട്ടവ രുണ്ട്. അത്ര ഉയർന്നവരല്ലാത്തവരുമുണ്ട്. പോകാനും വരാനും ജഡ്ക്ക ഉപയോഗിക്കാമെന്നുവച്ചാൽ തന്നെ, എല്ലാ ദിവസവും വണ്ടി ലഭ്യമാകണമെന്നില്ല. കുതിരയ്ക്കോ കുതിരക്കാരനോ വല്ല വയറിള ക്കവും വന്നാൽ മുടങ്ങിയതുതന്നെ. എങ്ങനെയാണ് തന്റെ മകൾ കാൽനടയായി പൊതുനിരത്തുകളിലൂടെ അകമ്പടിയില്ലാതെ പോവുക. അതൊന്നും മേയർ പത്മനാഭന് ഇഷ്ടമായില്ല. അതു കൊണ്ട് സുനന്ദമോൾ വീട്ടിലിരുന്നു പഠിച്ചു; പ്രത്യേക അധ്യാപക രുടെ മേൽനോട്ടത്തിൽ.

സുനന്ദയ്ക്ക് ഫ്രഞ്ച് ഭാഷ ഒരു വിധം നന്നായറിയാം. സംസാരി ക്കാൻ അൽപം വിഷമമുണ്ടെന്നുമാത്രം; പരിചയക്കുറവുകാരണം.

"സുനന്ദാ" മറിയാനു പുതിയ കൂട്ടുകാരിയോട് പറയുന്നു. "നിന്റെ പേര് എന്തൊര് ഇമ്പമാണ് കേൾക്കാൻ." സുനന്ദ ധരിച്ച വിലകൂടിയ

സിൽക്ക് പാവാടയും ബ്ലൗസും അവൾക്ക് എത്ര നോക്കിയിട്ടും മതിയായില്ല.

സുനന്ദ ചിരിച്ചു. മറിയാനിന്റേതിനോട് കിടപിടിക്കാവുന്ന ഒരു ചിരി ഈ നാട്ടിലുമുണ്ട്!

"വേണുഗോപാലവിലാസാ......"

മറിയാനു ആ ഈണം മനസിൽ ഏറ്റുപാടി.

"എന്താണതിന്റെ അർഥം?"

പകുതി മേയറോടും പകുതി സുനന്ദയോടുമായിരുന്നു ചോദ്യം.

സുനന്ദ തപ്പിപ്പിടിച്ചു. ഭാഷയിൽ നല്ല പിടിപാടുള്ള പത്നാഭൻ വക്കീൽ പറഞ്ഞു കൊടുത്തു. "അത് ശ്രീകൃഷ്ണനെക്കുറിച്ചുള്ള ഒരു സ്തോത്രം....പരിപാടി ആരംഭിക്കുംമുമ്പ് ഒരു ഈശ്വരസ്തുതി."

"ആ തിരശ്ശീലയിന്മേൽ....കാണുന്നത്?"

രണ്ട് മുളങ്കമ്പുകളിന്മേൽ വിലങ്ങനേ കെട്ടിയുറപ്പിച്ച അൽപം തടിച്ച ഒരു വടി. അതിൽ ഒരു കൂറ്റൻ പടം തൂക്കിയിരിക്കുന്നു. അതാണു നാടകത്തിലെ പ്രധാന കർട്ടൻ. വാസ്തവത്തിൽ ഒരൊറ്റ തിരശ്ശീല. നടീനടൻമാരും ഗായകരും ഹാർമോണിയം-മൃദംഗം വായനക്കാരുമെല്ലാം അതിന്റെ പിന്നിൽ. രംഗത്ത് വരേണ്ടവർ ഓരോ വശത്തൂടെ പ്രവേശിക്കുന്നു. മേക്കപ്പുകാർ ആരുമില്ല. വേഷങ്ങൾ മുഴുവൻ തയ്യാറാവുന്നത് അപ്പു ഗുരുക്കളുടെ വീട്ടിൽ. നാടകം പരിശീലിപ്പിക്കുന്നതും അവിടെവെച്ചുതന്നെ. ഗുരുക്കളാണ് ഓരോ വർഷവും ഓരോ കഥ ഒരുക്കുന്നതും സംഭാഷണങ്ങൾ എഴുതുന്നതും അഭിനയം പഠിപ്പിക്കുന്നതും. വരികളും സംഗീതവും ആശാന്റെ തന്നെ.

"അത് അനന്തശയനം" മേയർ പറഞ്ഞുകൊടുക്കുന്നു. "വിഷ്ണുവാണ് കിടക്കുന്നത്. കട്ടിലും കിടക്കയുമൊക്കെ അനന്തനാണ്. സർപ്പരാജാവ്....."

അപ്പുഗുരുക്കൾ സ്ഥിരം രോഗിയാണ്. കസേരയിൽ ഇരുന്നുകൊണ്ടാണ് വിഷമകരമായ സംവിധാനം പൂർണമായും നിർവഹിക്കുന്നത്. മാസങ്ങൾ നീണ്ടുനിൽക്കുന്ന പരിശീലനം.

ചുരുട്ടിവെച്ച കർട്ടനും വടികളും അത്യാവശ്യ വസ്തുക്കളും വഹിച്ചുകൊണ്ട് നാടകസംഘം പുറപ്പെടുന്നു. നേരത്തെ ബുക്കിങ്ങില്ല. ഗുരുക്കൾ നിശ്ചയിക്കുന്നു. നാട്ടിന്റെ ഓരോ ഭാഗത്ത് ഓരോ ദിവസം. നിലയും വിലയുമുള്ള കുടുംബങ്ങൾ സംഘത്തിന് ആതിഥ്യമരുളുന്നു. പ്രതിഫലമായി ഭക്ഷിക്കാൻ വല്ലതും, പിന്നെ ചെറിയൊരു പാരിതോഷികവും.

"വേണു ഗോപാല വിലാസ.....
സാക്ഷാൽ കാരണ."

കർട്ടന്റെ പിന്നിൽനിന്നുവരുന്ന ശബ്ദം ഓടക്കുഴൽ നാദംപോലെ തോന്നി. ആ ഗാനം അവസാനിക്കുന്നതോടെ....കേൾക്കുന്നു.

"ഇന്ന് അവതരിപ്പിക്കുന്ന കഥ....പ്രഹ്ലാദചരിതം...ശ്രീമാൻ അപ്പു ഗുരുക്കൾ അവർകൾ സൃഷ്ടിച്ച ഈ നാടകം...."

ഹാർമോണിയവും മൃദംഗവും കുറേ നേരം ഒഴിഞ്ഞു കിടക്കുന്ന അരങ്ങ് തകർക്കുന്നു.

മേയർ പത്നാഭന്റെ പിന്നിൽ പൈതൽ റൈറ്റർക്ക് വലിയ സന്തോഷം. മറിയാനിനെ ഈ മനോഹരമായ രാത്രിയിൽ ഇവിടെ കൊണ്ടു വന്നത് അയാളുടെ പ്രത്യേക ശ്രമം കാരണമാണ്. ഈ സഞ്ചരിക്കുന്ന നാടകം അവൾക്കിഷ്ടമാകും. അതു തീർച്ച. അവൾക്കിഷ്ടമാകാനിടയുള്ള ഒന്നും അവളെ കാണിക്കാൻ ഒരിക്കലും തനിക്കവസരം കിട്ടാറില്ല. എല്ലാറ്റിലും ആ സുകുവും സദുവും കൈകടത്തുന്നു. പോരാത്തതിന്, ഈയിടെയായി ആ ഒന്നിനും, കൊള്ളാത്ത കരുണനും പലയിടത്തുമെത്തി മൂക്ക് തട്ടിക്കുന്നുണ്ട്. ഒരു പൂച്ചയെപ്പോലെ.

സായ്‌വോട് പറഞ്ഞ് അനുവാദം വാങ്ങി. സായ്‌വ് മകളെ അറിയിച്ചു. തുടർന്ന് മേയർ പത്നാഭനെ കണ്ടു. വക്കീലിനു വലിയ സന്തോഷം. ഏതായാലും കൊല്ലത്തിലൊരു കളി വീട്ടിലാണ്. ഇത്തവണ അത് മറിയാനിന്റെ സാന്നിധ്യത്തിലാവുന്നത് ഉത്തമം.

മറിയാനിനും വലിയ ആവേശം. അപ്പു ഗുരുക്കളുടെ നാടകസംഘത്തെപ്പറ്റി കേട്ടിരുന്നു. കാണാൻ അവസരം കിട്ടിയില്ല, ഇതുവരെ. പിന്നെ മേയറുമായും സ്ഥലത്തെ മാന്യന്മാരുമായും ബന്ധംവെക്കുന്നതിൽ വിമുഖത കാണിക്കുന്നു താൻ എന്ന പരാതിയുടെ മുനയൊടിക്കാനും ഇങ്ങനെ കഴിയും. വേറൊരു കാര്യം കൂടെ. മുസ്യേ പൈതലിനോട് തനിക്കും ചില കടപ്പാടുകളുണ്ട്. എന്തുതന്നെയായാലും സ്വന്തം മകളെപ്പോലെയാണ് അയാൾ തന്നോട് എന്നും പെരുമാറിയത്. ആവശ്യപ്പെടുന്നതെന്തായാലും, അതൊക്കെ വല്ല വിധത്തിലും നിറവേറ്റിത്തരും. അൽപം കുശുമ്പുകളുണ്ട്, ചിലപ്പോൾ. മനുഷ്യനല്ലെ. ആർക്കാണ് അതുപോലെ ചില ക്ഷീണവശങ്ങളില്ലാത്തത്. മുസ്യേ പൈതൽ ഒരിക്കൽ അലക്കുകാരൻ ഒതേനെ വിളിപ്പിച്ചു. എന്നിട്ട് നിർദേശിച്ചു. മൂപ്പൻ സായ്‌വിന്റെ മകളുടെ വസ്ത്രങ്ങൾ തിരുമ്പുന്നതും ഇസ്തിരിയിടുന്നതുമൊക്കെ ഒതേനന്റെ മകൾ മാത്രമേ ചെയ്യാൻ പാടുള്ളൂ! അതായത് ആൺവർഗത്തിൽപ്പെട്ട ഒരു ജീവിയും ആ ഉടയാടകൾ തൊടാൻപാടില്ല! വിചിത്രവും അനാവശ്യവുമായ ഒരു നിഷ്കർഷ. പപ്പയേയും തന്നേയും അത് ചിരിപ്പിച്ചു. പാവം മുസ്യേ പൈതൽ.

പെട്ടെന്നാണ് ഹിരണ്യ കശിപുവിന്റെ രംഗപ്രവേശം. അത് ഒരു ഉഗ്രൻ പാട്ടോടെയായിരുന്നു. മറിയാനിനു താനീ ലോകത്തിലല്ലെന്നു തോന്നി. പ്രഹ്ലാദനാകട്ടെ, ഭക്തിപാരവശ്യത്തോടെയുള്ള ഒരു പ്രാർഥനാഗാനവുമായാണ് എത്തിയത്.

കഥയുടെ ചുരുക്കം തുടക്കത്തിൽ തന്നെ മേയർ പറഞ്ഞുകൊടുത്തിരുന്നു. അതുകാരണം മാറിയാനു നിശ്ശബ്ദത പാലിച്ചു. മറ്റുള്ള

വർ ആസ്വദിക്കട്ടെ. ഇടക്ക് ഇടപെടുന്നതു ശരിയാവില്ല. രംഗത്തെ ത്തുന്ന ഓരോ കഥാപാത്രത്തെയും അവൾ സസൂക്ഷ്മം നോക്കി മനസിലാക്കി.

നാടകം മുറുകുന്നു. മേയറുടെയും മൂപ്പന്റെ പുത്രിയുടെയും മുന്നിലല്ലേ പരിപാടി അവതരിപ്പിക്കുന്നത്. കലാകാരൻമാരും പിന്നണി ക്കാരും തങ്ങളുടെ കഴിവുകൾ മുഴുവൻ പുറത്തെടുത്തു.

"നാരായണാ, നാരായണാ" എന്നുമാത്രം പറയാനറിയുന്ന പ്രഹ്ലാദൻ മറിയാനിന്റെ ജിജ്ഞാസയെ ഉണർത്തി.

"അതെന്താ നാരായനാ?"

ക്ഷമയറ്റ ഫ്രഞ്ചുകാരി പതുക്കെ ചോദിച്ചു. നാടകത്തിൽ ശ്രദ്ധ പതിപ്പിച്ചിരുന്ന മേയർ അതു കേട്ടില്ല.

"അതും വിഷ്ണുതന്നെ. മദ്മസേൽ."

പിന്നിൽ നിന്ന് പൈതൽ റൈറ്ററാണ് മെല്ലെ പറഞ്ഞത്. ഇങ്ങ നെയൊരവസരം കിട്ടാൻ ആൾ കാത്തു നിൽക്കുകയായിരുന്നു. മറി യാനു തലയാട്ടി, നന്ദിപൂർവം.

പുരുഷൻ സ്ത്രീവേഷം കെട്ടി വന്നതു അവൾക്ക് നല്ല തമാശ യായി.

"അതു പ്രഹ്ലാദന്റെ അമ്മയാ" റൈറ്റർ അവളുടെ ചെവിയിൽ പറഞ്ഞു, "അതായത് ഹിരണ്യരാജാവിന്റെ മദാം".

ഇത്തവണ മേയർ മൂപ്പൻ അതുകേട്ടു അയാൾ തലതിരിച്ചൊന്നു നോക്കി. ഹിരണ്യ രാജാവിന്റെ മദാം–അയാൾക്ക് ചിരി നിയന്ത്രിക്കാൻ പ്രയാസമായി.

സംഭാഷണങ്ങളും പാട്ടുകളും അരങ്ങ് തകർത്തു. പെട്ടെന്നു മുഴുവൻ പരിസരത്തെയും കുലുക്കികൊണ്ട് ഒരു അട്ടഹാസം. പകുതി മനുഷ്യൻ പകുതി സിംഹം. മറിയാനു വാസ്തവത്തിൽ ഞെട്ടിപ്പോ യി. ഏതോ ഒരു കഥാപാത്രം പ്രഹ്ലാദന്റെ രക്ഷക്കായി എത്തും എന്നു മേയർ പറഞ്ഞുതന്നിരുന്നു. മറിയാനു അയാളെ തലചെരിച്ചു നോക്കി.

"ഇതു നരസിംഹം. വിഷ്ണുവിന്റെ അവതാരം–വാൽസല്യ പൂർവം മേയർ പറയുന്നു. പത്നാഭൻ വക്കീലിന് പുരാണങ്ങളിൽ നല്ല അവഗാഹമുണ്ടായിരുന്നു. കുടാതെ പലതവണ കഥകളി അര ങ്ങേറിയ ഇടമാണ് അയാളുടെ വീട്ടുമുറ്റം. ഗുരുകുഞ്ചുക്കുറുപ്പ് ഇവിടെ കളിച്ചിട്ട് അധികകാലമായില്ല.

"പേടിക്കാതിരിക്കണം. ഇനി വരുന്ന ഭാഗം കൂടുതൽ....കൂടുതൽ ഭയങ്കരമാ."

മറിയാനു നോക്കി, കണ്ണു മിഴിച്ചു കൊണ്ട് ഭീകരമായ ഏറ്റുമുട്ടൽ നടക്കുന്നു. ഒരു മൃഗത്തപ്പോലെ പതിഞ്ഞുകൊണ്ട് നരസിംഹം ആക്ര മിക്കുന്നു. ഹിരണ്യൻ വാൾവീശി രംഗത്താകെ തുള്ളിച്ചാടുന്നു. അതി നിടക്ക് രണ്ടു പേരും പരസ്പരം അധിക്ഷേപിച്ചും വെല്ലുവിളിച്ചും കൊണ്ട് ഒരു പാട്ടുപാടുന്നു. അവസാനം.....

നരസിംഹം ഹിരണ്യനെ കീഴടക്കുന്നു. തല്ലിച്ചതയ്ക്കുന്നു. മടിയിൽ മലർത്തിക്കിടത്തി വയർ കീറുന്നു....

തുടർന്നു കാണാൻ കഴിയാതെ മറിയാനു മുഖം താഴ്ത്തി അൽപ സമയം കഴിഞ്ഞ്....വളരെ മൃദുലമായ സ്നേഹം വഴിഞ്ഞൊഴുകുന്ന ഒരു ആലാപം കേട്ടുതുടങ്ങുന്നു. അവൾ മെല്ലെ കണ്ണുതുറന്നു നോക്കി അദ്ഭുതം. മനുഷ്യ മൃഗം അതായത് മനുഷ്യൻ പ്രഹ്ലാദനെ കൈകളിലിറുക്കി, നെഞ്ചോടടുപ്പിക്കുന്നു., തലോടുന്നു, അനുഗ്രഹിക്കുന്നു. മറിയാനിനു എന്തൊക്കെയോ തോന്നി. ഇതൊക്കെ ഗ്രഹിക്കാൻ ഒരു ജീവിതകാലം മുഴവൻ പോരാ അവൾ മനസ്സിൽ പറഞ്ഞു.

കാഴ്ചക്കാർ ഒന്നിളകി. പുരാണങ്ങളുടെ ലോകത്തുനിന്നും അവർ മയ്യേനാട്ടിലേക്ക് തിരിച്ചുവരുന്നു.

നാടകക്കാരെല്ലാം കർട്ടന്റെ മുന്നിൽ. മംഗളഗാനം. അതും കഴിഞ്ഞ് അവർ മുന്നോട്ടു വരുന്നു. മേയറെ വന്ദിക്കുന്നു. പിന്നെ മറിയാനിനെയും സുനന്ദയെയും. പരിചാരകൻ അടുത്തുവന്നു. ഒരു ചെറിയ കിഴി മേയറെ ഏൽപ്പിക്കുന്നു. മേയർ അതിൽനിന്നും നാണയങ്ങളെടുത്ത് ഓരോത്തർക്കും പാരിതോഷികം നൽകുന്നു. തുടർന്ന് സഹായി വേറൊരു പൊതി നീട്ടുന്നു. മേയർ അതെടുത്തു കലാകാരൻമാരുടെ നേരെ നിൽക്കുന്നു.

"ഇത്...അപ്പു ഗുരുക്കൾക്ക് കൊടുക്കണം, കേട്ടോ, എന്റെ അമ്പേഷണോം പറ."

സംഘത്തിനുവേണ്ടി ഹിരണ്യനാണ് സമ്മാനം ഏറ്റുവാങ്ങിയത്. രാജാവ് മേയറെ താണുവണങ്ങി. തുടർന്ന് മറിയാന്നും നേരത്തെ കരുതിയ നാണയങ്ങൾ കീശയിൽ നിന്നെടുത്ത് അഭിനേതാക്കൾക്കും ഗായകർക്കും നൽകി.

"ശരി, മറിയാന്നു. ഇനി പോയുറങ്ങ്. വല്ലാണ്ട് താമസിച്ചുപോയി."

മെർസി, മുസ്യേല് മേർ, മെർസി പുർതൂ."

എല്ലാററിനും നന്ദി. "ഓ റ്റ്വാർ, സുനന്ദാ" അവൾ അൽപം കുനിഞ്ഞ് സുനന്ദയുടെ കവിളിൽ ചുംബിച്ചു. മേയറുടെ മകൾ അങ്ങോട്ടും കൊടുത്തു ഒരു ചുംബനം. എല്ലാം ശുഭം....

മേയറും സുനന്ദയും ഗെയ്റ്റുവരെ മറിയാനിനെ അനുഗമിച്ചു. അവിടെ പൊലീസുകാരൻ തയ്യാർ. തൊട്ടുമുമ്പിൽ കയ്യിൽ ഭംഗിയായി കത്തുന്ന ഒരു ചൂട്ടുമായി മറ്റൊരാൾ.

"ഇതാരാ?" മറിയാനു തെല്ലൊന്നു പരിഭ്രമിച്ചു. "പൊലീസുകാരനുണ്ടല്ലോ അയാളുടെ കയ്യിൽ ടോർച്ചുമുണ്ട്. പിന്നെ ഇതിന്റെ ആവശ്യം?"

"പൊലീസുകാരൻ അക്രമിയുടെ അടിതടയും." മേയറുടെ മറ്റൊരു ഭാവം "പക്ഷേ ഇവൻ...." മുന്നിൽ നടന്നു തുടങ്ങുന്ന സ്വന്തം അംഗരക്ഷകൻ നരിക്കുട്ടി നാണുവിനെ നോക്കികൊണ്ട് ആൾ തുടരുന്നു: "ഇവൻ ആക്രമണത്തെ മുൻകൂട്ടി അറിയുന്നു."

മറിയാന് മേയറെ അൽപനേരം വെറുതെ നോക്കിനിന്നു. എന്നിട്ട് പിറുപിറുത്തു. "ഓ റെവ്വാർ മുസ്യേല് മേർ."

മുന്നിൽ....ഒരു പത്തുവാര അകലെ....ചൂട്ടുവീശികൊണ്ട് നരിക്കുട്ടി. തൊട്ടുപിന്നിൽ അൽപം വലത്ത് ടോർച്ചുമായി കാക്കിക്കുപ്പായക്കാരൻ. അപ്പോൾ ഒരു ചോദ്യം ഉയർന്നു വന്നു.

ആരാണു തന്നെ കയ്യേറാൻ പോകുന്നത്?

തന്നെ കാത്തുസൂക്ഷിക്കാൻ...കല്ലിലും മണ്ണിലും തൂണിലും ചവോക്ക് മരത്തിലുമെല്ലാം....ഒരാൾ സദാ കാവൽ നിൽക്കുന്നില്ലേ?

മഹാവിഷ്ണു.

അവൾ ഇരുട്ടിൽ നിശ്ശബ്ദമായി ചിരിച്ചു. അവളുടെ ചിരി കാണാൻ വഴിയിൽ ആരുമുണ്ടായിരുന്നില്ല.

33

ഇല്ല, എനിക്കത് ആവില്ല

"മറിയാന്,"

ബുൽവാർറോഡിലൂടെ നടന്നുകൊണ്ടിരിക്കേ മുസ്യേ പെത്തിനെല്ലിയുടെ വാക്കുകൾ.

മറിയാനു കൗതുകത്തോടെ ശ്രദ്ധിച്ചു. മുമ്പൊരു ദിവസം....ഗംഗൻ ഒരുക്കിയ ചായ കഴിഞ്ഞതോടെ, മുസ്യേ പെത്തിനെല്ലിയുടെ വൈകിട്ടത്തെ നടത്തത്തിന്റെ സമയമായിക്കഴിഞ്ഞിരുന്നു. മനസിലുള്ളത് മകളോട് പറയാൻ പറ്റിയില്ല. അതെങ്ങനെ കഴിയും. ഉള്ള സമയം മുഴുവൻ അവൾ കുത്തകയാക്കി കളഞ്ഞില്ലേ. ഇന്നും അതുപോലൊരു ചായക്കുശേഷം, വെള്ളക്കാരൻ സായാഹ്നസവാരിക്ക് പുറപ്പെടുകയായിരുന്നു. അപ്പോൾ മറിയാനിന് ഒരാഗ്രഹം. പപ്പയുടെ കൂടെ നടക്കാൻ! സായ്‌വിനത് വലിയ സന്തോഷമായി.

രണ്ടുപേരും കൂടെ ഇറങ്ങി. പാതാർ കഴിഞ്ഞ്, ഇടത്തോട്ട് തിരിഞ്ഞു....മുണ്ടോക്കിലെ ശ്രീഹരീന്ദ്ര ക്ഷേത്രം. തൊട്ടടുത്ത് സുബ്രഹ്മണ്യക്ഷേത്രം. പിന്നെ....പുഴക്കരയിലൂടെ....മയ്യഴിപ്പുഴയ്ക്ക് ഇവിടെ വീതി അധികമാണ്. ഒരു തടാകത്തിലേതുപോലെ നിശ്ചലമായ ജലം.

"സുപ്രധാനമാണ് സംഗതി, മോളെ..." മുസ്യേ പെത്തിനെല്ലി പറഞ്ഞുതുടങ്ങവേ, മറിയാനു കൈകാട്ടിത്തടഞ്ഞു.

"ആയിട്ടില്ല, പപ്പാ പ്രധാനപ്പെട്ട കാര്യം വല്ലിടത്തും ഇരുന്നുകൊണ്ട് വേണം പറയാൻ. അതാണ് രസം."

"ഇരിക്കാനോ. എവിടെ?"

മറിയാനു ചെറുതായി ചിരിച്ചു.

"ഓ, പപ്പാ ഞാനത് മറന്നു. എനിക്ക് എവിടെവേണമെങ്കിലും ഇരിക്കാം. പുല്ലിലോ, കല്ലിലോ, മണ്ണിലോ എവിടെയും. പക്ഷേ, പപ്പക്കത് പാടില്ലല്ലോ. എന്നാലും ഞാനൊരു സ്ഥലം കാട്ടിത്തരാം. വാ, പപ്പാ."

അനുസരണയുള്ള കുട്ടിയെപ്പോലെ പപ്പാ പെത്തിനെല്ലി നടന്നു, അവളുടെ വലതുവശം, ഒരടി പിന്നിലായി. മകളോട് പലതും പറയാനുണ്ട്. അന്നത്തെ നീണ്ട സംഭാഷണത്തിന്റെ തുടക്കത്തിൽ താനുന്നയിച്ച പരാതിക്ക് ഉത്തരവാദി മുസ്യേപൈതലാണെന്ന ഒരു തെറ്റിധാരണ അവൾക്കുണ്ട്. മറ്റൊരു ഭാഗത്തുനിന്നും അത്തരമൊരു വിമർശനം തനിക്ക് ലഭിച്ചിരുന്നു. ഇന്നാട്ടിൽ, അദ്മിനിസ്ത്രാത്തേർ കഴിഞ്ഞാൽ ഏറ്റവും ഉന്നതസ്ഥാനത്തിരിക്കുന്ന മറ്റു ചിലരിൽനിന്ന്.

"പപ്പാ", പപ്പയെ ഇരിക്കാൻ സഹായിച്ചുകൊണ്ട് അവളാണ് വീണ്ടും തുടങ്ങുന്നത്. "ഈ പാറക്കൂട്ടം പപ്പ ഇതുവരെ വേണ്ടുംവിധം ശ്രദ്ധിച്ചിട്ടുണ്ടാവില്ല. പുഴയിൽ കാണുന്ന ആ പാലമില്ലേ. അതിന്മേലൂടെ ഒരു തീവണ്ടി പോകുന്ന കാഴ്ച....പുകയൂതിവിട്ട് ച്യുക്ക് ച്യുക്ക്! ഓ ഞാൻ പപ്പയെ മടുപ്പിക്കുന്നില്ലല്ലോ."

"നിന്നെ കേൾക്കുന്നത് എനിക്കിഷ്ടമാണ്, കുട്ടീ."

"അതാ, പുഴയിലേക്കിറങ്ങുന്ന ആ ഇടുക്ക് കണ്ടോ. ഇവിടെയടുത്ത് താമസിക്കുന്ന ഒരു...പേരു കുഴപ്പമാ ....കുഞ്ഞി....കുഞ്ഞി....ക്കണാരൻ...."

അവൻ ഞണ്ടിനെ പിടിക്കുന്നത് എനിക്ക് കാട്ടിത്തന്നു പപ്പാ, ഒരിക്കൽ. അവൻ എന്തൊക്കെയോകോർത്ത് കെണിയുണ്ടാക്കുന്നു. തെങ്ങോലയിലെ... ഓരോ കണിയിലും നടുവിൽ നീണ്ട ഒരു ഈർക്കിൽ എന്നാണതിനു പറയുക. ഇതൊക്കെ എനിക്കിപ്പൊ അറിയാം. ഈർക്കിലിൽ ഒരു.....വട്ടമുണ്ടാക്കി കല്ലുകൾക്കിടയിൽ വെക്കുന്നു. പാവം ഞണ്ട്....രണ്ട് കിലോ വരെയുണ്ട് പപ്പാ വലുപ്പം."

മറിയാനു കണ്ണുകൾ മിഴിച്ചു. കൈകൾ രണ്ട് വശത്തേക്കും വലിച്ചു നീട്ടി ഞണ്ടിന്റെ അളവും തൂക്കവുമൊക്കെ കാണിക്കുന്നു.

"പപ്പാ, ഞണ്ട് അതിന്റെ കൈ സുഖമായി കെണിയിൽ കടത്തുന്നു. കണാരൻ സാവാധാനം വലിക്കുന്നു. ഈ പുഴയിലെ, അതും ഈ പാറയിലെ ഞണ്ടാണത്രെ ഏറ്റവും രുചിയുള്ളത്. പപ്പ തിന്നിട്ടില്ലെ."

"വാസ്തവം. പുഴഞണ്ട് ഞാൻ തിന്നിട്ടുണ്ട്, പലതവണ. ശരിക്കും ദെലിസിയേ."

"പിന്നെ പപ്പാ." അവൾ മറ്റൊന്ന് പുറത്തെടുക്കുന്നു. "പപ്പക്ക് ഇടക്ക് നടുവിന് വേദനയുണ്ടാകുന്നില്ലെ. അതിനുള്ള പ്രതിവിധി കേൾക്കണോ? പറഞ്ഞുതരാം. നമ്മൾ ഇരിക്കുന്ന ഈ കുറ്റൻ പാറകളില്ലെ. പകൽ മുഴുവൻ സൂര്യന് കീഴിലാണ് . ഒരുതണലുമില്ല. വൈകീട്ടാവുമ്പോഴേക്ക് ആകെ ചൂടാവുന്നു. ഈ ചൂട് അർധരാത്രി വരെ തുടരുന്നു. പപ്പ നടത്തത്തിനിടയിൽ ഇവിടെ വന്നിരിക്കുക. പാറകളിൽ നിന്ന് പുറപ്പെടുന്ന നേരിയ താപം പപ്പയുടെ ദേഹത്തിൽ കടക്കുന്നു. എല്ലുകളിൽ തട്ടുന്നു വെള്ളം ചൂടാക്കി കുപ്പിലിയാക്കി വേദനയുള്ളിടത്ത് വെക്കുന്നില്ലേ, പപ്പാ അതുപോലെ. പക്ഷേ, അതു

പോലെയല്ല. പ്രകൃതിയുടെ സ്വന്തം ഊഷ്മാവാണ് പപ്പയുടെ നാഡികളിൽ പ്രവേശിക്കുന്നത്. ഇത് നമുക്ക് പടിഞ്ഞാറൻ നാടുകളിൽ കിട്ടുകയില്ല. കാരണം ഇത്ര ശക്തിയുള്ള സൂര്യൻ അവിടെയില്ല!"

മറിയാനു ഒന്നു നിശ്വസിച്ചു, ഒരു പ്രധാനമായ ക്ലാസെടുത്തു തീർത്ത അധ്യാപകനെപ്പോലെ. പപ്പാ പെത്തിനെല്ലി വായ് അൽപം തുറന്നുകൊണ്ട് കേട്ടിരുന്നു. മടിയനായ ഒരു വിദ്യാർഥിയെപ്പോലെ. തനിക്ക് പറയാനുള്ളത് അങ്ങോട്ട് പറയാൻ ഇവൾ അൽപം സമയം തരുമോ എന്ന് അയാൾ അദ്ഭുതപ്പെട്ടു.

"ഷെറി" അയാൾ അവസാനം അൽപം ഉറച്ച ശബ്ദത്തിൽ തുടങ്ങി. "സെക്രത്തേർ പൈതലിനെ നീ കുറ്റം പറയേണ്ട കേട്ടോ. പൈതൽ അൽപം കുസൃതികാട്ടും, ഇടക്ക്. പക്ഷേ ആൾ പാവമാണ്. വലിയവർ ഈ നാട്ടിൽ ഏറെയുണ്ട് വലിയ വക്കീലൻമാർ, ഫ്രഞ്ച് വിദ്യാഭ്യാസം നേടിയ ചില ഭൂവുടമകൾ മുതലായവർ. ഉദ്യോഗസ്ഥർക്ക് പുറമെയാണിത്. പിന്നെ, നമ്മുടെ മേയർ പത്മനാഭൻ. നല്ലൊരു കുടുംബമാണ് അയാളുടേത്. ഇവരിൽ ചിലർക്ക് പരാതിയല്ല. ദുഃഖമാണ്. അദ്മിനിസ്ത്രാത്തേറുടെ മകൾ ഈ നാട്ടിന്റെ അതിഥിയാണെന്നവർ പറയുന്നു. നാട്ടുകാരുമായി ഇടപഴകണമെങ്കിൽ തങ്ങളുടെ കുടുംബങ്ങളിൽ എന്തുകൊണ്ട് അവർ എത്തുന്നില്ല. സ്വന്തം മകളെപ്പോലെ അവളെ ഞങ്ങൾ സ്വീകരിക്കുമല്ലോ. അതിന് പകരം....കണ്ട...."

സായ്‌വ് പെട്ടെന്ന് നിർത്തി മറിയാനിന്റെ കൂട്ടുകാർ അധികവും പാവങ്ങളാണ് . രാഷ്ട്രീയക്കാരാണ്. അതുകൊണ്ട് കുഴപ്പക്കാരുമാണ്. എങ്കിലും അവർക്ക് അവരുടേതായ കഴിവുകളും ഗുണങ്ങളുമുണ്ട്. ഒരു തരം പരിശുദ്ധി അവരുടെ തലയ്ക്ക് ചുറ്റും ഒരു വളയമായി നിൽക്കുന്നു. വെള്ളക്കാരനായ താൻപോലും അതു കാണുന്നു. അവരെ ഇവിടത്തെ വലിയവരുടെ ഭാഷയുപയോഗിച്ച് ഇടിച്ചുതാഴ്ത്തരുത്.

"പപ്പാ", അൽപനേരം ചിന്തിച്ചിരുന്നതിന് ശേഷം മറിയാനു പറയുന്നു. "ശരിയാണ്, ഞാനവരെ ഇതുവരെ അവഗണിച്ചു. പക്ഷേ, അത് അറിഞ്ഞു കൊണ്ടല്ല. അക്കൂട്ടർ അവരുടെ ഗോപുരങ്ങളിൽ നിവസിക്കുന്നു. അവിടെച്ചെന്ന് അവരെ കണ്ടതുകൊണ്ട് എനിക്ക് പ്രത്യേകമായി ഒന്നും ലഭിക്കുന്നില്ല. എന്റെ ചങ്ങാതിമാരും പരിചയക്കാരുമാകട്ടെ. അവർ എന്റെ കൂടെ ഈ നാട്ടിന്റെ മുഴുവൻ കോണുകളിലും നിരത്തുകളിലും ഇടവഴികളിലും ചലിക്കുന്നു. ആരും എത്തിനോക്കാത്ത കുന്നുകളുടെ ഉച്ചിയിൽ ...സാധാരണക്കാരായ മനുഷ്യരുടെ മനസ്സിൽ.....എല്ലായിടത്തും. അതാണ് വ്യത്യാസം."

"അറിയാം. കുട്ടീ നിന്റെ വഴി ആ വലിയവരുടേതല്ല. എന്നാലും അവരുടെ വികാരങ്ങളിൽ മുറിവേൽപ്പിക്കരുതല്ലോ."

"തീർച്ചയായും. പപ്പാ. വാസ്തവത്തിൽ ഞാനാ മേഖലകളിൽ ആക്രമണം തുടങ്ങിക്കഴിഞ്ഞു. അപ്പുഗുരുക്കളുടെ നാടകം ഞാൻ

കണ്ടില്ലേ, പപ്പാ. അത് മേയറുടെ വീട്ടിലായിരുന്നില്ലെ. സുനന്ദയുടെ കൂടെ."

അവൾ പുഞ്ചിരിതൂകി. മുസ്യേ പെത്തിനെല്ലിക്ക് അതാണല്ലൊ, കാണേണ്ടത്.

മറിയാനു പാറകൾക്കിടയിൽനിന്നും ഒരു കല്ലിൻ കഷ്ണം തപ്പിപ്പിടിച്ച് പുറത്തെടുത്തു. അത് പുഴയിൽ കഴിവതും ദൂരേക്ക് വലിച്ചെറിഞ്ഞു.

സായ്‌വിന് വാസ്തവത്തിൽ ഇതിലുമൊക്കെ പ്രധാനമായ മറ്റൊരു കാര്യമായിരുന്നു പറയാനുള്ളത്. പൊതുവെ വരാൻ പോകുന്ന നാളുകളെക്കുറിച്ച് ഒരു പാവത്താനാണെങ്കിലും, അയാൾ പുതുശ്ശേരിയിൽനിന്നും വല്ലപ്പോഴും വരുന്ന ഫ്രഞ്ച് വാരികകൾ വായിക്കുന്നു. ലോകത്തു നടക്കുന്ന സകലസംഭവങ്ങളും സൂക്ഷ്മമായി പഠിക്കുന്നു.

"മറിയാന്....." മുസ്യേ പെത്തിനെല്ലി തന്റെ സ്വന്തം ഭാഗം വിശദീകരിക്കുന്നു.. "നിനക്കറിയാം .യുദ്ധം കഴിയാൻ പോകുന്നു. സഖ്യകക്ഷികൾ നൊർമാന്തിയിൽ കടന്നു കഴിഞ്ഞു. ഇനി നാളുകൾകൾക്കകം അവർ പറിയിലെത്തും. ഇപ്പോൾ തന്നെ തലസ്ഥാനത്ത് ചെറുത്തുനിൽപ് വിജയത്തിനടുത്താണ്. വിഷിഗവൺമെണ്ടിന്റെ അന്ത്യം അടുത്തുകഴിഞ്ഞു. പുതിയ ഭരണകൂടം വന്നാൽ അധികം താമസിയാതെ മറുരാജ്യങ്ങളിൽ സേവനമനുഷ്ഠിക്കുന്ന എന്നെപ്പോലെയുള്ളവരെ തിരിച്ചുവിളിക്കും. പുതിയ നിയമനങ്ങൾ നൽകും....ചുരുക്കത്തിൽ മറിയാന്, നിനക്ക് ഇത്രയും പ്രിയപ്പെട്ട ഈ നാട്.....അത് വിടാനുള്ള സമയം അധികം ദൂരത്തല്ല ഇനി."

മറിയാനിന്റെ കുട്ടിക്കളി പെട്ടെന്ന് നിന്നതുപോലെ തോന്നി. അവൾ ശ്രദ്ധാപൂർവം കേൾക്കുന്നു. അധ്യാപകനും വിദ്യാർഥിയും ഇപ്പോൾ സ്ഥാനം മാറിയിരിക്കുന്നു.

"മോളെ അതുകൊണ്ട്, തിരിച്ചു പോകുന്നതിനെകുറിച്ച് ബോധവതിയാവുക. മാനസികമായ തയ്യാറെടുപ്പ് നടത്തുക!"

മറിയാനിന്റെ മുഖത്ത് ഒരിക്കലും കാണാത്ത ഒരുതരം പരിഭ്രാന്തി. അവളുടെ പപ്പ അത് ശ്രദ്ധിച്ചു.

"പെട്ടെന്നായിരിക്കും ചിലപ്പോൾ ആജ്ഞ ലഭിക്കുക. ആ ആഘാതം ഒഴിവാക്കാനാണ് നേരത്തെ ഞാൻ മുന്നറിയിപ്പ് തരുന്നത്."

മറിയാനു ചിന്താമഗ്നയായി. അവൾ നീണ്ട വിരലുകൾകൊണ്ട് പാറയിടുക്കിൽ പരതി. കല്ലുകളൊന്നും കിട്ടുന്നില്ല.

"പപ്പാ", അവസാനം അവൾ ചോദിക്കുന്നു. "പപ്പക്ക്.....ഇവിടത്തെ നിയമനം.. നീട്ടിക്കിട്ടില്ലേ?"

പാവം മറിയാൻു! മുസ്യേ പെത്തിനെല്ലി മനസിൽ പറഞ്ഞു. പാവം കുട്ടി ഇപ്പോഴെവിടെപ്പോയി ഇവളുടെ വായാടിത്തം.

"മറിയാന്ന്. എത്ര വർഷമായി മോളെ, ഞാനിവിടെ നിന്റെ അമ്മ അവിടെ. മാസത്തിൽ ഒരു കത്ത്....അതാണിപ്പോൾ ഞങ്ങൾ തമ്മിലുള്ള ബന്ധം!"

"ക്ഷമിക്കണം, പപ്പാ" അവൾ ഇടയിൽ കയറി പറയുന്നു. "ഞാനത് തീരെ ശ്രദ്ധിച്ചില്ല."

"മാ പെത്തീത്ത്!സാരമില്ല."

മുസ്യേ പെത്തിനെല്ലി തുടരുന്നു

"അമ്മക്ക്....പിന്നെ....നിന്നെപ്പറ്റിയും വേവലാതിയില്ലെന്നാണോ. നിന്റെ പഠിത്തത്തെക്കുറിച്ചുള്ള ആശങ്ക, പരിചയമില്ലാത്ത ഭക്ഷണ മൊക്കെ കഴിച്ച് അസുഖം വല്ലതും വരുമോ നിനക്ക് എന്നഭയം...ഇ തൊക്കെ അമ്മയ്ക്കുണ്ടാവില്ലേ....ഞാൻ നിന്റെ അമ്മയെ മനസിൽ കാണുന്നു. സന്ധ്യയായാൽ വാതിൽഅടച്ചു പൂട്ടി...ഒറ്റക്ക് മേശക്കിരി ക്കുന്നു. നിന്റെ അമ്മ വല്ലതും ഭക്ഷിക്കുമോ. പീടികയിൽ പോയി അവർ ഒരു ബഗേത്ത്* വാങ്ങിക്കുമോ. വല്ല മീനും വാങ്ങി കഷണ ങ്ങളാക്കുമോ. ഏകാന്തത അവരെ വിഷാദാവസ്ഥയിലേക്ക്....ഇല്ലേ, മറിയാന്? ഞാൻ പറയുന്നത് ശരിയല്ലേ? എല്ലാം അറിയുന്നവളല്ലെ നീ?"

മറിയാനിന്റെ കണ്ണുകൾ നീണ്ടുപോകുമ്പോലെ....നീണ്ടുനീണ്ട് അങ്ങ് കോർസ് ദ്വീപിൽ....അഴാക്സിയോ നഗരത്തിൽ...."ദൈവമേ!" അവൾ പിറുപിറുത്തു.

"പിന്നെകൂടുതൽ വിശാലമായ കാഴ്ചപ്പാടിലൂടെ നോക്കിയാൽ," മുസ്യേ പെത്തിനെല്ലി തുടരുന്നു...."ഇവിടെവരാൻ പോകുന്ന വർഷ ങ്ങൾ....സംഭവബഹുലമായിരിക്കുമെന്ന് എനിക്ക് തോന്നുന്നു, യുദ്ധ ത്തിന് ശേഷം...ഇന്ത്യയിലെ നാൽപതുകോടി ജനതയെ ഇനിയും കാൽക്കീഴിൽ വെക്കാൻ ബ്രിട്ടീഷുകാർക്ക് കഴിയില്ല. ഒന്നുകിൽ അവർ ഒഴിഞ്ഞുപോകണം. അല്ലെങ്കിൽ കലാപം. അതാണ് സംഭവിക്കാൻ പോകുന്നത്.

"ഇതുതന്നെയാണ് മററുകോളനികളിലും നടക്കുക. ഇന്തോ ചൈന, അൾജീറിയ ഇവിടങ്ങളിലൊക്കെ ഉയിർത്തെഴുന്നൽപ്പുണ്ടാ വും. നമ്മൾ ചായ കുടിക്കാനിരുന്നപ്പോൾ....ഞാൻ പടിഞ്ഞാറോട്ട് തിരി ഞ്ഞാണിരുന്നത്. നീ.....അദ്ഭുതമില്ല....കിഴക്കോട്ട് നോക്കിയും! ഫ്രഞ്ചു കാർ രണ്ടുനൂറ്റാണ്ടിന് മുമ്പ് വന്ന വഴിയായിരുന്നു ഞാൻ കണ്ടത്. കച്ചവടത്തിനു വന്നവരായിരുന്നു എല്ലാവരും.

"പക്ഷേ, നാം യൂറോപ്പിൽ നിന്നെത്തിയവർ, എത്തിയേടമൊക്കെ സ്വന്തമാക്കി. ഇനിയും എത്രകാലം. യുദ്ധത്തെത്തുടർന്നുള്ള വർഷ ങ്ങൾ ബ്രിട്ടീഷുകാർ ഭൂഖണ്ഡസമാനമായ ഇന്ത്യയിൽനിന്ന് പോകേ ണ്ടിവരും അങ്ങനെ നടന്നാൽ.....

"ഉടൻ ഇവിടത്തെ ശങ്കരനും കൂട്ടരും ശബ്ദമുയർത്തും. അവർ ചോദിക്കും. ഇത്രയും വലിയ മാതൃരാജ്യത്തിൽനിന്നും ഇംഗ്ലീഷ് സംസാരിക്കുന്നവർ പോയി. ഇനി നിങ്ങൾ, ഫ്രഞ്ച് സംസാരിക്കുന്ന വർ, ഇവിടെയെന്ത് ചെയ്യുന്നു?"

---

* ബഗേത്ത് – നീണ്ട ഒരുതരം റൊട്ടി

"അവർ ശരിക്കും ചോദിക്കും. മറുപടി എന്തായിരിക്കും? നമ്മൾ പറയും- അതിന് കുറച്ച് അനുകൂലികളെയും നമുക്കിവിടെ കിട്ടും- ഫ്രാൻസിന്റെ അവിഭാജ്യ ഘടകമാണ് ഫ്രഞ്ചിന്ത്യ. അതുകൊണ്ട് ഒരു ഹിതപരിശോധന വേണം. ദേശീയവാദികൾ പറയും കെട്ടു കെട്ടുക!"

"അപ്പോൾ...ഞാൻ, മറിയാനു,ഷെറീ, ഞാനിവിടെ തുടർന്നാൽ....

"ഇല്ല, എനിക്കതാവില്ല."

"എന്റെ കയ്യിൽ ഒരു അസ്സൽ തോക്കുണ്ട് ഇരട്ടക്കുഴലുള്ളത്. അതുകൊണ്ട് ഞാൻ കൊറ്റികളെ വെടിവയ്ക്കുന്നു. അത്.... അത് തിരിച്ച്....... നിന്റെ സദുവിന്റെയും സുകുവിന്റെയും നേരെ ചൂണ്ടുക... എനിക്കതാവില്ല മോളെ."

മറിയാനിന്റെ കണ്ണുകൾക്ക് പെട്ടെന്നെന്തോ സംഭവിക്കുന്നതു പോലെയുണ്ട്. ആ സ്ഥിരമായ ആകാശനീലിമയിൽ കലർപ്പ് കയറുന്നു.

ഒരു വലിയ....കടുപ്പമേറിയ....ഇരുട്ട് വന്നു. പുഴയെയും പാറക്കൂട്ടത്തെയുമെല്ലാം മൂടുന്നതറിയുന്നു.

"വാ. നമുക്ക് പോകാം."

മുസ്യേ പെത്തിനെല്ലി എഴുന്നേൽക്കാൻ ശ്രമിച്ചു. ഓ ദേഹത്തിന്റെ പിന്നിൽ നടുഭാഗത്ത്, ഒരു ഭാരക്കുറവ് തോന്നുന്നു. അയാൾ കൈനീട്ടി. മറിയാനു അതിൽ പിടിച്ചു.

34

ചക്കയും ചക്കരയും

ക്ലാസ്മുറിയിൽപോലും ആ മണം കടന്നുവരുന്നു. സ്കൂളിന്റെ നേരെ മുമ്പിൽ, ക്രിസ്തീയാരാധനാലയത്തിന് തൊട്ട്....ചെക്കച്ചന്റെ ചായപ്പീടിക. അവിടെ ദിവസവും തയ്യാറാക്കുന്ന പലഹാരത്തിന്റെ മണം. അത് എല്ലാവരെയും ഉണർത്തി വിടുമായിരുന്നു. പുരുഷോത്തമൻ മാസ്റ്ററെയടക്കം.

മറിയാനിന് ആ സാധനം ഒന്നു രുചി നോക്കണമെന്നുണ്ടായിരുന്നു. സദുവോടും സുകുവോടും പറഞ്ഞിട്ട് കാര്യമില്ല. നാടൻ ചായപ്പീടികയിൽ നിന്ന് വല്ലതും വാങ്ങി മദാമ്മകുട്ടിക്ക് കൊടുത്താൽ.... അവളുടെ വയറ്റിന് അതു പിടിച്ചില്ലെങ്കിൽ കുറ്റം തങ്ങളുടെ ചുമലിൽ ആകും. കുഴപ്പം വേണ്ട. അതാണ് രണ്ടുപേരുടെയും പൊതുനയം. ഒരുവൻ മാത്രമേയുള്ളു ധൈര്യമുള്ളവനായി, പിൻബെഞ്ചുകാരൻ കരുണൻ. ആലോചിച്ചപ്പോൾ ആ ആശയം മറിയാനു തന്നെ ഉപേക്ഷിച്ചു. അവന് അല്ലെങ്കിലും ചീത്തപ്പേരാണ്. ഇതുകൂടെയായാൽ വേണ്ട. പിന്നെയുള്ളത്...ങ്ഹാ, ഹരിദാസൻ, തഞ്ചം കിട്ടുമ്പോഴൊക്കെ തന്നെ പെണ്ണേ എന്ന് വിളിക്കുന്ന വികൃതിക്കുട്ടൻ. അവനോട് പറഞ്ഞു. "രണ്ട് ചക്കപൊരിച്ചത് വാങ്ങിത്താടാ." ഇപ്പോൾ കൂട്ടുകാരോട് സംസാരിക്കുമ്പോൾ ഫ്രഞ്ച് വാക്കുകളുടെ കൂടെ, എടാ എന്ന് ചേർക്കാൻ അവൾ പഠിച്ചിരിക്കുന്നു!

അങ്ങാടിയിൽ കാണുന്ന മറ്റൊരു അദ്ഭുതവസ്തുവാണ് ചക്കര. അതൊരു കഷണം വായിലിടണമെന്നതും മനസിലുള്ള ഒരാഗ്രഹം. ചക്ക പൊരിക്കുന്ന വിദ്യ അകലേ നിന്നെങ്കിലും കണ്ടും കേട്ടും അറിഞ്ഞിട്ടുണ്ട്. ചക്കച്ചുള എടുക്കുക. അത് 'പഴം' എന്ന വർഗത്തിൽ പെട്ടതായിരിക്കണം. പഴം ചക്ക. ചുള വേർപെടുത്തി അരിമാവിൽ മുക്കി തിളക്കുന്ന എണ്ണയിൽ താഴ്ത്തി പൊരിക്കുക. ചെക്കച്ചന്റെ ചക്ക പൊരിച്ചത് പേരുകേട്ടത്. എങ്കിലും ഈ ചക്കര അത് തെങ്ങിൽ

നിന്നെടുക്കുന്ന, ''കല്ലു'' എന്ന് ഫ്രഞ്ചിൽ എഴുതിക്കാണിക്കുന്ന, ലഹരി പാനീയത്തിൽനിന്ന് ഉൽപ്പാദിക്കുന്നു എന്നറിയാം. എങ്ങനെ? അതാണ് ചോദ്യം.

അതു കണ്ട് മനസിലാക്കിയ ഏക വിദ്യാർഥി സുകുവാണ്. കള്ളൻ തന്നെയത് കാട്ടിത്തരാമെന്ന് പറഞ്ഞു കളിപ്പിക്കുകയാണ്. സുകുവിന്റെ ചില പൂർവികർ അങ്ങ് അഴിയൂരിലുണ്ട്. റെയിൽവേ സ്റ്റേഷന് കിഴക്ക് വശം. അവിടെ ചക്കര വാർക്കൽ നടക്കുന്നുണ്ടത്രെ.

ഏതായാലും ഈ രണ്ട് ആഗ്രഹങ്ങളും നിറവേറ്റുന്നു. ഇന്ന് വ്യാഴാഴ്ച,, സ്കൂളില്ലാത്ത ദിവസം. ഉച്ചക്ക് അഴിയൂരിലെത്തിയാൽ ജാലവിദ്യ കാണാം. അതിന് മുമ്പ് ഹരിദാസൻ രഹസ്യമായി ചക്ക പൊരിച്ചത് വാങ്ങിക്കൊണ്ടു വരും. സുകു സ്റ്റേഷനിൽ കാത്തുനിൽക്കു മെന്ന് പറഞ്ഞു. പന്ത്രണ്ട് മണിക്ക് അരമണിക്കൂർ മുമ്പ് ഹരിദാസൻ ചക്കപൊരിച്ചത് വാങ്ങി താത്തക്കുളത്തിന്നരികിലെത്തും. അവിടെ വച്ച് രണ്ടുപേരും അത് ശാപ്പിടും. പാവം സുകുവിന് കൊടുക്കാതെ തിന്നു ന്നതിൽ വിഷമമുണ്ട്. പക്ഷേ അവൻ സത്യസന്ധൻ. കള്ളൻ ഇത്തരം കുരുത്തക്കേടുകളിലൊന്നും ചേരാനിഷ്ടമില്ല.

"ഈ കൈ കണ്ടോ നീ. പൊള്ളി പണിതീർന്നു."

ഹരിദാസൻ ചുവന്നിരിക്കുന്ന ഉള്ളം കൈ കാട്ടിക്കൊണ്ട് പറ ഞ്ഞു. ചൂടുള്ള ചക്ക പൊരിച്ചത് ഇലയിൽ പൊതിഞ്ഞാണ് കൊണ്ടു വന്നിരിക്കുന്നത്. അവൻ പൊതി തുറന്നു നീട്ടി. അതിൽനിന്ന് മറി യാനു ഒരെണ്ണം വിരലറ്റം കൊണ്ട് പൊക്കി വായിൽ തട്ടിച്ചു. ഇതിന്റെ പുറം ആറിയിരിക്കുന്നു. എങ്കിലും ഉള്ളിൽനിന്ന് വലിഞ്ഞുവരുന്ന ചഗ യുടെ പശപോലുള്ള ഭാഗത്തിന് നല്ല ചൂട് എന്തൊരു സ്വാദാണിതിന്.

"നീയും തിന്ന്, ഹരിദാസൻ."

''വേണ്ട, നീ തന്നെ ഇതു മുഴുവൻ അകത്താക്കണം, കൊതിച്ചി."

ഒന്ന്, രണ്ട്...മറിയാനിന്റെ വയർ നിറഞ്ഞു.

"ഇനി നടപ്പില്ല. ഒന്നും കൂടെയുണ്ട്, ബാക്കി. ഇത് നീ തിന്നോ."

"ഇത് ....സുകുന് കൊടുത്താലോ."

"അയ്യോ വേണ്ട അവന് ദേഷ്യം വരും. അതുമാത്രം കാണാൻ കഴിയില്ല. എനിക്ക്."

ഹരിദാസൻ നടന്നുകൊണ്ട് സാധനം കടിച്ചുതിന്നു. മറിയാനു എണ്ണ തട്ടിയ വിരലുകൾ കൊച്ചു സഞ്ചിയിൽ നിന്നു തൂവാലയെ ടുത്ത് തുടച്ചു. ഹരിദാസൻ അവന്റെ വിരലുകൾ, മെല്ലേ, മറിയാനിന്റെ മുറിപ്പാവാടയിൽ " എടാ" എന്ന് വിളിച്ചുകൊണ്ട് അവൾ അവനെ അടിക്കാൻ കയ്യോങ്ങി. രണ്ടു പേരും ചിരിച്ചും പറഞ്ഞും നടന്നു, സ്റ്റേഷ നിലേക്ക്. അവിടെയെത്തിയതും സുകു അവരെ സൂക്ഷിച്ചു നോ ക്കുന്നു.

"രണ്ടാളും....മുഖം കണ്ടിട്ട് എന്തോ ഒരു വേണ്ടാതനം ഒപ്പിച്ചതു പോലെയുണ്ട് പറയ്, എന്താത്?"

മറിയാനു പാവം നിരപരാധി, എന്ന ഭാവത്തിൽ നിന്നു. ഹരിദാസൻ അതിലും കൂടുതൽ!

"ഒന്നുംല്ല, പോവ്വാ, വാ, വാ നടക്ക് സമയം പോകുന്നു."

ഹരിദാസൻ നടന്നു തുടങ്ങുന്നു. മറിയാനും സുകുവും പിന്നാലെ പൊട്ടിപ്പൊളിഞ്ഞ ഇടവഴിയിലൂടെ, നട്ടുവെയിലത്തുള്ള നടത്തം. അവരുടെ നെറ്റിയിലും കഴുത്തിലും നനവുണ്ടാക്കി. പെട്ടെന്ന്, ഹരിദാസൻ തിരിഞ്ഞു നിന്നു.

"സുകു. നീ മുന്നിൽ നടക്ക് ഇനി എനിക്ക് വഴിയറീല്ല്യ."

സുകു മറിയാനിനെയും ഹരിദാസനെയും തൊട്ടു തൊട്ടില്ലെന്ന മട്ടിൽ കടന്ന് മുന്നിലെത്തി. ഹരിദാസൻ മറിയാന്നിന്റെ പിന്നിൽ.

"നോക്കട്ടെ". സുകു മറിയാനിനോട്, "നിന്റെ കൈ." അവൻ മറിയാനിന്റെ വിരലുകൾ പിടിച്ചുയർത്തി മണപ്പിച്ചു നോക്കുന്നു. തുടർന്ന് ഹരിദാസന്റേയും.

"ചക്കപൊരിച്ചത് അടിച്ചു അല്ലേ?"

രണ്ടുപേരും പരുങ്ങി. കൂടുതലൊന്നും പറയാതെ സുകു നടന്നു. മറ്റു രണ്ടു പേർ അവനെ പിന്തുടർന്നു. ചെറിയൊരു കുന്ന് കയറുകയാണ്. ഈ നാട്ടിൽ സകലയിടത്തും കുന്നുകൾ തന്നെ. മറിയാന് മനസ്സിൽ പറഞ്ഞു. വഴിയിൽ രണ്ടുമൂന്ന് കുഞ്ഞുങ്ങൾ അവരുടെ കൂടെ ചേർന്നു. "സായ്പ്പിച്ചി, സായ്പ്പിച്ചി", അവർ ഉറക്കെ പറയുന്നു. അവർ കണ്ണു മാറ്റുന്നില്ല. അവളുടെ സ്വർണ്ണനിറം, ഇടക്ക് അവൾ അവർക്ക് നൽകുന്ന പുഞ്ചിരി മുത്തുകൾ....അവർ അവളുടെ കൂടെ നടന്നു. അഴിയൂർ മനേക്കരക്കാവിലെ പ്രധാന തിറ ദൈവമായ വസൂരിമാലത്തമ്പുരാട്ടിയുടെ പിന്നിൽ കൊടിക്കൂറകളുമായി കൂകിവിളിച്ചു പായുന്ന പിള്ളേരെപ്പോലെ.

അൽപം വലുതെന്ന് പറയാവുന്ന ഒരു കട്ടപ്പുരയുടെ മുററത്ത് കയറി. കോലായിൽ...."ഹാവൂ", സുകു മറിയാനിനോട് പതുക്കെ പറഞ്ഞു. "തക്ക സമയത്ത് തന്നെ എത്തി കേട്ടോ. ചക്കര വാർക്കൽ യജ്ഞം ആരംഭിക്കുന്നു!"

മറിയാനു മിഴിച്ചു നോക്കി. ഹരിദാസനും ഈ കാഴ്ച ഇതുവരെ കണ്ടിരുന്നില്ല. സുകു ചെറുപ്പത്തിൽ അമ്മയുടെ കൂടെ പലതവണ ഇവിടെ വന്നിട്ടുണ്ട്.

"ആരാദ്?"

സുകുവിന്റെ വല്യമ്മാമൻ ചോദിക്കുന്നു. അകത്തുനിന്ന് ഒരു ചെറുപ്പക്കാരി കോലായിലെത്തി. അവളും ഇതേ ചോദ്യം പുറപ്പെടുവിക്കുന്നു. വല്യമ്മാമനും അവളും തൊലി വെളുത്തവളെ മാത്രമേ കാണുന്നുള്ളൂ. അവർ ശരിക്കും സ്തംഭിച്ചുപോയി. ചരിത്രത്തിൽ ഇതുവരെ ഈ കോട്ടാലക്കുന്ന് എന്നറിയപ്പെടുന്ന സ്ഥലത്ത്, ഇവരെപ്പോലെ വെട്ടിത്തിളങ്ങുന്ന ഒരു വെള്ളക്കാരി കാലുകുത്തിയിട്ടുണ്ടാ

വില്ല. വല്യമ്മാമൻ ഒരു തോർത്തെടുത്ത് പരക്കെ പൊടിതട്ടുന്നു. അപ്പോഴാണ് ചെറുപ്പക്കാരി മറ്റുള്ളവരെ ശ്രദ്ധിക്കുന്നത്.

"അല്ല സുകുംണ്ടോ. അച്ഛാ. ഇതാരാ വന്നത്?"

വല്യമ്മാമൻ സുകുവിനെ കണ്ടു.

"ങ്ഹ. എടാ ഇവ്ടെ ഇരിക്ക്യേനൊന്നും..."

"സാരല്ല്യ. വല്യമ്മാവാ ഞങ്ങൾ നിന്നോളാം."

അപ്പോൾ സുകു ശ്രദ്ധിച്ചു. ഹരിദാസൻ ചെറുപ്പക്കാരിയെ തുറിച്ചുനോക്കുന്നു. മറിയാനും അവളെ കൗതുകപൂർവം മാറി മാറിനിന്നു നോക്കുന്നു. പെട്ടെന്നവൾ അകത്തേക്ക് ഓടുന്നത് കണ്ടു. ഓ! സുകു മനസ്സിൽ പറഞ്ഞു. ഇതിവിടെ അസാധാരണമല്ല. മാറുമറയ്ക്കാതെ നടക്കൽ.....കല്ലേടത്തി...ബ്ലൗസ് ധരിച്ചിട്ടില്ല! ഒരു നേരിയ മേൽമുണ്ട് മുൻവശം മറച്ച് അരയിൽ കുത്തിവെച്ചിരിക്കുന്നു.

വല്യമ്മാമനും തുറിച്ചുനോക്കുകയാണ്, മറിയാനിനെ! അവളുടെ കാൽ നഖങ്ങൾപോലും മൂപ്പർ പഠിക്കുന്നു!

"അപ്പോ എടാ സുകു. ഞ്ഞ്യെന്തിനാ ഇവരേം കൂട്ടി ഇങ്ങോട്ട് .....ങ്ഹെ?"

സുകു സന്ദർശനോദ്ദേശ്യം അറിയിച്ചു.

"എണേ കല്ലൂ." വല്ല്യമ്മാമൻ പെട്ടെന്ന് ഇളകി. "ഞ്ഞ്യെന്തെടുക്കാ, അവ്ടെ? ഇവര് ചക്കര വാർക്കുന്നെ കാണാൻ വന്നതാ കള്ള് കുറ്ക്ക്യോ?"

കല്ലു തിരിച്ചുവന്നു. ഇപ്പോൾ അവൾ നേരിയൊരു മേൽക്കുപ്പായം ധരിച്ചിരിക്കുന്നു. അതിന്മേൽ വേറെ തുണിയൊന്നുമില്ല! മുണ്ടും ബ്ലൗസും അവളെ ഒരു കൊച്ചുസുന്ദരിയാക്കിയിരുന്നു. ഹരിദാസന്റെ കണ്ണുകൾ വീണ്ടും ആ ദേഹത്തിൽ പതിഞ്ഞു. ചെറുപ്പക്കാരികൾക്ക് മാറിടം എന്നൊന്നുണ്ടെന്ന് അവൻ ആദ്യമായി മനസിലാക്കുമ്പോലെയുണ്ട്.

"എടാ ഹരി...."

സുകു മെല്ലെ അവനെ നുള്ളി. അവൻ പെട്ടെന്ന് നോട്ടം മാറ്റി.

"ഇവരൊക്കെ?"

കല്ലു ചോദിക്കുന്നു.

"ഇത്......മൂപ്പൻ സായ്പിന്റെ പൊന്നാരമോൾ....മറിയാന്നു. അത് ഹരിദാസൻ ഞങ്ങൾ മൂന്നാളും ഒരേ ക്ലാസിൽ."

കല്ലു മുന്നോട്ടുവന്നു മറിയാനിന്റെ കയ്യിൽ പിടിക്കുന്നു.

"കോമ്മേലേ ബേല്ല് സുകു." മറിയാനു പിറുപിറുക്കുന്നു. എന്തൊരു ചന്തമാണിവൾക്ക്.

"എന്താ പറേന്നെ?" കല്ലുവിന് കാര്യമറിയണമെല്ലൊ.

"ഏട്ത്തി കുളിച്ചിട്ടില്ലെന്ന്."

"പോടാ, സത്യം പറ. എന്താ ഇവള് എന്നെപ്പറ്റി....?"

"നിങ്ങൾ കാണാനെന്തു രസാന്ന്. സന്തോഷമായോ?"

"സുകു" മറിയാനിന്റെ ചോദ്യം.

"നിന്റെ ഏട്ടത്തീടെ പേരെന്താ?"

"കല്ലു."

കല്ലു. മറിയാനു ഓർത്തു. ഇത് കള്ള് എന്നതിന്റെ...അവൾ ഉള്ളിൽ ചിരിച്ചു.

"എണേ," വല്യമ്മാമൻ ഇടപെടുന്നു. "ഇവര് വന്നെന്തിനാ? മറന്നു പോയോ, ഞ്ഞി? പോയി കള്ള് കുറ്ക്യോന്ന് നോക്ക് ഊം."

കല്ലു അടുക്കളയിലേക്കോടി.

"അമ്മായി....കണ്ടിലാല്ലോ." സുകു അന്വേഷിച്ചു.

"ഞ്ഞി അകത്തുപോയി നോക്കെടാ."

എല്ലാവരും കൂടെ പുരയ്ക്കുള്ളിൽ കയറി ആകെ ചെറിയ മൂന്നു മുറികൾ ഒന്നിൽ....പുതിച്ചുമൂടി കിടക്കുന്നു, അമ്മായി.

"ആരാ?"

"ഞാനാ. സുകു. മനസിലായില്ലേ.....മയ്യേന്ന്."

"ശാരദേട്ത്തീന്റെ മോനാ, അമ്മെ." കല്ലു ഇടയ്ക്ക് വന്നുകൊണ്ട് പറയുന്നു. "മീശ്യൊക്കെ പൊടിച്ചിന്."

അമ്മായി പെട്ടെന്ന് കരയാൻ തുടങ്ങി. ഓ കൗസേടത്തിയെ ഓർത്തിട്ടാണ്. എല്ലാവരും തെല്ലുനേരം നിശ്ശബ്ദരായി.

കല്ലു തന്നേക്കാളും മൂന്നുവർഷം ചെറുപ്പമായ മച്ചുനനെ നോക്കി, സ്നേഹം അവളുടെ ഹൃദയത്തിൽ നുരച്ചു പൊങ്ങി.

"സുകു. ഇനിക്ക് എടക്ക് ഇവ്ടെ വന്നൂടെ കാണാൻ കൊതിയാ യിട്ടാ."

കല്ലു സുകുവിനെ തൊട്ടുരുമ്മി നിന്നു.

സുകു ചിരിച്ചു. മറിയാനിന് ആ രംഗം ഏറെ ഇഷ്ടമായി. ഹരി ദാസൻ ഒന്നുകൂടെ കല്ലുവിനെ ഒളിഞ്ഞു നോക്കി.

"വാ." കല്ലു ഒരു മടിയുമില്ലാതെ സുകുവിന്റെ കയ്യിൽ പിടിച്ച് മുറിയിൽനിന്ന് വെളിയിൽ വന്നു. "വാർക്കുന്നത് കാണിച്ചുകൊടുക്കാം. ഇന്റെ മറിയാനിന്നു."

കല്ലേടത്തി. സുകു ആലോചിച്ചു ഇവിടെ പെണ്ണുങ്ങൾ പതി നാലും പതിനഞ്ചുമാവുമ്പോൾ വിവാഹിതരാകുന്നു. പതിനാറിൽ അമ്മ. പത്തൊമ്പത് കഴിഞ്ഞിട്ടും ഈ കല്ലേടത്തിയെ ആരും കൊണ്ടു പോകാത്തതെന്തേ? അമ്മ പറയുന്നത് കേട്ടിട്ടുണ്ട്. ഒരു വിധം വയ സായപ്പോഴാണ് അമ്മായി ഇവരെ പ്രസവിച്ചത്. അതുകൊണ്ടാവാം ഏട്ത്തി ഇത്ര സുന്ദരിയായത്. ഇവരെ വിവാഹം കഴിക്കാൻ ആരും ധൈര്യപ്പെടുന്നില്ലായിരിക്കും.

കോലായിൽ ഒരു വലിയ മരപ്പലക അതിനടുത്ത് ഒരു ചെറിയ മണ്ണടുപ്പ്. പലകമേൽ അമ്മാമൻ ചെയ്യുന്നതെന്താണ്. മറിയാനു അടു ത്തുചെന്നു. തെങ്ങോലക്കണ്ണി കീറി നേരിയ നൂലുപോലാക്കുന്നു. ഒരേ നീളത്തിൽ മുറിക്കുന്നു. രണ്ടറ്റത്തും കത്തികൊണ്ട് ഓരോ

ചെറിയ പ്രയോഗം. ഒന്ന് ആൺ മറ്റേത് പെണ്ണ്. രണ്ടും കൂട്ടിക്കൊളുത്തുമ്പോൾ, വളകളുണ്ടാവുന്നു. ചെറിയവ. ഇവ പലകമേൽ വരിയായി വെക്കുന്നു.

"നീളത്തിൽ പന്ത്രണ്ട് വിലങ്ങനെ എട്ട്." ഹരിദാസന്റെ വക മറിയാനിന് ഒരു വിശദീകരണം...."ആകെ തൊണ്ണൂറ്റി ആറ്" തൊണ്ണൂറ്റിയാറ് ചക്കര ഒറ്റയടിക്ക്."

കല്ലു ഓലക്കണ്ണിയെടുത്ത് ചീന്താതെ ഓരോ കഷണം വെട്ടിയെടുത്ത് മൂന്നുപേർക്കും ഓരോന്ന് കൊടുക്കുന്നു. അവൾ വേറൊരു കത്തിയാണ് ഉപയോഗിക്കുന്നത് എന്നത് മറിയാനു ശ്രദ്ധിച്ചു. വെള്ളക്കാരി രണ്ട് കത്തികളിലേക്കും മാറിനോക്കി.

"അച്ഛന്റെ കത്തി...വേറെയാരും തൊടൂല്ല. തൊട്ടാ. കൊന്നുളയും."

കല്ലുവിന്റെ വാക്കുകൾ ഇത്തവണ ഹരിദാസനാണ് മറിയാന്നിനു പറഞ്ഞുകൊടുത്തത്.

"ഇതെന്തിനാ?"

കയ്യിലുള്ള ഓലക്കണ്ണിത്തുണ്ട് അൽപം നീട്ടികൊണ്ട് മറിയാന് ചോദിച്ചു.

ഇപ്പോൾ കാണാം എന്ന് കല്ലു കൈകൾ കുലുക്കിക്കാട്ടി. തുടർന്ന്, അച്ഛനും മകളും അകത്തേക്ക് പോകുന്നു. ഒരു വലിയ വട്ടച്ചെമ്പ് രണ്ടു വശവും പിടിച്ച് കൊണ്ടുവരുന്നു. അതിൽ തിളച്ചു മറിയുന്ന....കള്ള് .ചെമ്പ് കോലായിലുള്ള ചെറിയ അടുപ്പിന്മേൽ വെക്കുന്നു. എന്നിട്ട് കല്ലു വീണ്ടും അകത്തേക്ക് പോകുന്നു. ഒരു വലിയ കൊള്ളിക്കിഴങ്ങ് കയ്യിലെടുത്തു വരുന്നു. അത് തൊലി കളഞ്ഞു തുണ്ടുകളാക്കി തിളക്കുന്ന കള്ളിലേക്കിടുന്നു.

വല്ല്യമ്മാമൻ പണിതുടരുന്നു. ഒരു നീണ്ട വടിയിലുറപ്പിച്ച ചിരട്ട കൊണ്ട് ദ്രാവകം കോരി ഓരോ വളയ്ക്കുള്ളിൽ ഒഴിക്കുന്നു. ഓരോന്നിലും ഓരോ ചക്കര വിളയുന്നു. വല്യമ്മാവൻ ഓരോന്നിൻമേലും ഓരോ ചിത്രമുണ്ടാക്കുന്നു. ഒരു വളയിൽ നിന്ന് മറ്റൊന്നിലേക്ക് ചിരട്ടിക്കരണ്ടി നീങ്ങുമ്പോൾ, ഇത്തിരിക്കള്ള് പലകയിന്മേൽ ഇറ്റിവീഴുന്നു. അൽപസമയം...ചക്കര ഉറച്ചുകഴിഞ്ഞു, ഒരുവിധം.

"നോക്കിക്കൊ."

സുകു മറിയാനിനെ കാണിക്കുന്നു. അവൻ കയ്യിലുള്ള ഓലക്കഷണംകൊണ്ട് പലകയിൽ വളകൾക്കിടയിൽനിന്നും മധുരക്കനി കോരിയെടുക്കുന്നു. ഒന്ന് മെല്ലെ ഊതിത്തണുപ്പിക്കുന്നു. എന്നിട്ട് വായിലാക്കി നുണക്കുന്നു.

"ഊം" അവൻ മറിയാന്നിനെയും ഹരിദാസനെയും അതേപോലെ ചെയ്യാൻ ക്ഷണിച്ചു. രണ്ടുപേരും കുനിഞ്ഞു കോരി ഊതി വായിലാക്കി നുണച്ചു.

"എന്തു രസമാ." മറിയാനിന്റെ ആഹ്ലാദം.

ഹരിദാസൻ ഒന്നും പറയുന്നില്ല. കോരിക്കോരി വായിലിടൽ മാത്രം. കല്ലുവിന് ആ കാഴ്ച ആനന്ദം പകരുന്നതായി തോന്നി. വല്ല്യ

മ്മാമനും നോക്കി ചിരിച്ചു. നിമിഷങ്ങൾക്കകം മൂന്നുപേരും കൂടേ ചക്കരയൊഴികെ പലക മുഴുവൻ വൃത്തിയാക്കി! തീർന്നില്ല. കല്ലു പറമ്പിൽനിന്ന് ഒരു വാഴയില വെട്ടികൊണ്ടുവരുന്നു. ഓരോ വലിയ കഷണം മുറിച്ചെടുത്ത് വെക്കുന്നു. മൂന്നുപേരുടെയും മുന്നിൽ തുടർന്ന് വലിയൊരു ചട്ടുകം കയ്യിലെടുക്കുന്നു. ഓരോ ചക്കര കോരിയെടുത്ത് ഇലകളിൽ വെക്കുന്നു.

"ഉം" കല്ലു നിർദേശിക്കുന്നു, തിന്നാൻ. ഹരിദാസനാണ് കൂട്ടത്തിൽ വലിയ തീറ്റക്കാരൻ. അവൻ ചക്കര പൊട്ടിച്ച് ഓരോ തുണ്ട് വായിലിടുന്നു. മറ്റുള്ളവരും അതുതന്നെ ചെയ്യുന്നു. കല്ലുവിന് എന്താണ് ചെയ്യേണ്ടതെന്ന് മനസിലാവുന്നില്ല. എന്ത് ചെയ്താലും മയ്യേനാട്ടിൽനിന്നു വന്ന വിശിഷ്ടാതിഥിക്ക് കൊടുക്കുന്ന സ്വീകരണം അധികമാവില്ല. അവൾ ചിരട്ടക്കരണ്ടിയെടുത്ത് ദ്രാവകത്തിലിടുന്നു. ഇളക്കുന്നു. കിഴങ്ങിൻ തുണ്ടുകൾ കോരിയെടുക്കുന്നു. ഇലയിൽ ചൊരിയുന്നു.

"കള്ളിൽ വെന്ത കിഴങ്ങാ," സുകു പറയുന്നു.

"തലക്ക് പിടിക്കൂല്ല." കല്ലു മറിയാന്നിനോട് ആംഗ്യഭാഷയിൽ.

ഹരിദാസൻ വെന്ത് മലർന്ന കിഴങ്ങിൻ കഷണങ്ങളെ ആക്രമിക്കാൻ തുടങ്ങുന്നു.

"നാവ് കരിഞ്ഞുപോകും. കൊറച്ച് ക്ഷമ വേണം." കല്ലു ഹരിദാസനോട് പറയുന്നു.

നിമിഷങ്ങൾക്കകം മറിയാനു ഉദ്ഘാടനം ചെയ്യുന്നു. ഒരു കിഴങ്ങിൻതുണ്ട് വിരലറ്റംകൊണ്ട് പൊക്കി വായിലിടുന്നു. "അയ്യോ ഇതെന്ത് രസാ" അവൾ ഒന്നുകൂടെ എടുക്കുന്നു.

"മറ്റുള്ളോർക്കൊന്നും ബാക്കി വെക്കൂല്ല അവൾ", ഹരിദാസന്റെ നർമം.

കല്ലു അവനെ നോക്കി ചിരിച്ചു.

"അപ്പോ, കല്ലേടത്തീ."

അവനെന്തോ പറയാൻ തുടങ്ങുന്നു....സുകു ആ വിളി ശ്രദ്ധിച്ചു. വലിയ അടുപ്പമാണല്ലോ രണ്ടുപേരും തമ്മിൽ. കല്ലുവിനും കാര്യങ്ങളുടെ പോക്ക് വളരെ ഇഷ്ടമായെന്ന് തോന്നുന്നു. അവൾ ഹരിദാസന്റെ വാക്കുകൾക്ക് കാതുകൊടുത്തു.

"അപ്പോ ഞങ്ങളിപ്പം കോരിത്തിന്ന ചക്കരേന്റെ ആവശ്യമില്ലാത്ത ഭാഗണ്ടല്ലൊ. അത് സാധാരണ ആരാ തിന്ന്വാ? അങ്ങാടിയീല് ആരും വാങ്ങൂല്ല അത്. പിന്നെ നിങ്ങൾ, കല്ലേടത്തീ, നിങ്ങൾ ഒറ്റക്ക് ദിവസോം തട്ടോ, ഇത് മുഴുവൻ?"

കല്ലു ഹരിദാസിന്റെ പുറത്ത് ഒരടി കൊടുത്തു. എന്നിട്ട് ഞാനിപ്പം വരാമെന്ന് കൈകൊണ്ട് കാട്ടി അവൾ വീണ്ടും ഓടി. ഉടൻതന്നെ തിരിച്ചുവന്നു.

"ഇതാ നോക്ക്."

അവൾ കൈയിലുള്ള പഴയൊരു ടിൻ തുറന്നു കാട്ടി. അതിൽ കുറെ ഉരുണ്ട വസ്തുക്കൾ.

"ആവശ്യല്ലാത്ത ഭാഗല്ല്യേ അതു ഞാൻ ചട്ടുകംകൊണ്ട് കോരി ഉരുട്ടി സൂക്ഷിക്കുന്നു. കുറേക്കാലം നിൽക്കും. വെറുതെ വായിലിടാൻ രസാ. പിന്നെ കട്ടൻ കാപ്പിയുണ്ടാക്കും ഇതുകൊണ്ട്."

കല്ലു ആ ഉരുളകൾ വാഴയിലയിൽ മൂടിക്കെട്ടുന്നു.

"ഇതാ കൊണ്ടോയ്ക്കോ ഇഷ്ടമാവും മയ്യേക്കാർ കുട്ട്യോൾക്ക്."

അവളാ പൊതി ഹരിദാസനെയാണ് ഏൽപ്പിക്കുന്നത്!

അൽപനേരമായി വല്യമ്മാമനെ കാണാനില്ലായിരുന്നു അതാ, ആൾ വരുന്നു., ഒന്നാന്തരം കരിക്കുകളുമായി, വാസ്തവം, കിഴങ്ങു തിന്നുമ്പോൾ കുടിക്കാൻ വല്ലതും വേണം. അല്ലെങ്കിൽ തൊണ്ടയിൽ കുടുങ്ങും. മറിയാനു സാമർഥ്യം കാട്ടികൊണ്ട് ഇളനീർ വെള്ളം നിലത്ത് വീഴ്ത്താതെ കുടിക്കുന്നു. വീണ്ടും കിഴങ്ങിൻ തുണ്ടുകളിലേക്ക് കൈനീട്ടുന്നു.

"മതി" സുകുവിന്ന് അരിശം. "ചക്കപൊരിച്ചതും ചക്കരേം. പോരാണ്ട് മരക്കിഴങ്ങും എളനീരും."

ഓ, മോംദ്യേ. മറിയാനു മനസ്സിൽ പറഞ്ഞു. ദൈവമേ ഇവരെയും ഈ നാടും വിട്ടുപോവുകയെങ്ങനെ. പോകണമെന്നല്ലെ പപ്പ പറയുന്നത്. ഉള്ളിൽ ദുഃഖം അണപൊട്ടുമ്പോലെ തോന്നി അവൾക്ക്.

"ഓ, അത് ശരി." ഹരിദാസ് ഇടപെടുന്നു. "കെഴങ്ങ് ഒരു കഷണോം കൂടേ എടുത്തോ. കരയൊന്നും വേണ്ട."

"ഓ, ററരി."

മറിയാനിന്റെ മുഖത്തെ കരിനിഴൽ മാഞ്ഞു. പകരം അവളുടെ ഒരു ചിരി പരിസരങ്ങളിൽ വെളിച്ചം പരത്തി.

ഇതൊക്കെ നടക്കുമ്പോൾ, സായ്പിച്ചിയെ പിന്തുടർന്ന് പിള്ളേർ അൽപം അകലെ നിലത്തിരുന്നു. കാഴ്ചകൾ കാണുകയായിരുന്നു. ചിരിക്കുകയായിരുന്നു. കല്ലു ഒരു ചക്കര പൊട്ടിച്ച് അവർക്ക് കൊടുത്തു. അവരത് ചെറുതായി കടിച്ചുതിന്നു.

"ഹാവൂ എൻെറ വയറ്..." മറിയാനു കൈ മധ്യഭാഗത്ത് തട്ടിച്ചു.

"സമയം കുറേയായി ഇനി നമുക്ക്..."

സുകു എഴുന്നേൽക്കുന്നു. തുടർന്ന് കൂട്ടുകാരും. അവർ പിൻവശം കൈകൊണ്ട് തട്ടി വൃത്തിയാക്കുന്നു.

"സുകു"

മറിയാനു മെല്ലെ ഒരു വശത്തേക്ക് നടക്കുന്നത് കണ്ട് സുകു അവളെ സൂക്ഷിച്ച് നോക്കി. ആ മുഖം...അതിൽ പിറക്കുന്ന ഓരോ ചെറിയ ഭാവവും അവന് തിരിച്ചറിയാം. പക്ഷേ, ഇത്....വേർപ്പെടുത്താൻ കഴിയുന്നില്ലല്ലൊ.

"സുകു, വയറ്....വേദനിക്കുന്നു. "

കണക്കായി. അറിയാമായിരുന്നു. തീറ്റ ഒന്ന് കുറയ്ക്കണമെന്ന് പറഞ്ഞിട്ട് കാര്യമെന്ത്.

"എന്നാ വാ, പോകാം."

"സുകു. എനിക്ക്....കക്കൂസ്സ്."

ചതിച്ചോ! ഇവിടെ അവൾക്ക് പറ്റിയ കക്കൂസ്സെവിടെ. ഇവരൊക്കെ ഒഴിഞ്ഞുകിടക്കുന്ന വിശാലമായ പറമ്പിലാണ് വെളിക്കിരിക്കുക. ഇതെങ്ങനെ അവളെ പറഞ്ഞു മനസിലാക്കും.

"ബംഗ്ലാവിലെത്തീട്ട് പോരെ."

മറിയാനു തലയിളക്കി.

"ഉം പോരാ. വല്ലാത്ത വേദന സുകു, ദ്വേഷ്യപ്പെടല്ലെ."

കല്ലു ഇതൊക്കെ കാണുന്നുണ്ടായിരുന്നു അവൾ മുന്നോട്ട് വന്നു കാര്യം അന്വേഷിച്ചു. സുകു പറഞ്ഞു. കല്ലുവിന്റെ സ്വതവേയുള്ള ആത്മവിശ്വാസം പമ്പ കടന്നു. 'എന്താപ്പം ചെയ്യാ, മുത്തപ്പാ. ഇവിടെ....നോക്ക്, അതാ അവ്ടെ ഇരിക്ക്വോ?'' മരങ്ങൾ നിറഞ്ഞ് കാടുപിടിച്ച പറമ്പിന്റെ കിഴക്കേവശം ചൂണ്ടിക്കൊണ്ട്, അവൾ കുപ്പായംപൊക്കി ഇരിക്കുന്നത് അഭിനയിച്ചു കാട്ടി. ചോദ്യം വ്യക്തം. മറുപടിയും വ്യക്തം. സമ്മതം തന്നെ.

സാധാരണ ഉപയോഗിക്കുന്ന പൊട്ടിപ്പൊളിഞ്ഞ ടിന്നിന്ന് പകരം കല്ലു അല്പം മാന്യമായ ഒരു പാത്രത്തിൽ വെള്ളം നിറച്ചു. "വെള്ളൊന്നും വേണ്ട." മറിയാന് പറയുന്നു, "എന്റടുത്ത് കടലാസുണ്ട്."

"ഒക്കെ ശരി എന്നാലും വെള്ളം എടുത്തോ അല്ലെങ്കിൽ..." സുകു പതുക്കെപ്പറഞ്ഞു, പ്രിയ സ്നേഹിതയുടെ ചെവിയിൽ. "ഈ പിള്ളേർ നാട്ടിലാകെ പറഞ്ഞുനടക്കും, സായ്പിച്ചി ചന്തി കഴുകൂലാന്ന്"

കല്ലു വെള്ളം നിറച്ച പാത്രമെടുത്തു നടന്നു. ഒപ്പം മറിയാനും അപ്പോൾ....ഒന്നും മനസിലാകാതെ പിള്ളേർ ഒന്നിച്ച് പിന്നാലെ നടന്നുവരുന്നു. കാഴ്ച കാണാൻ. കല്ലു അവരെ ആട്ടിയോടിച്ചു. സുകവിനും ഹരിദാസനും നല്ല തമാശയായി.

മരങ്ങൾ കാടാക്കി മാറ്റിയ ഒരു ചെറിയ സ്ഥലം.

"അങ്ങോട്ട് പൊയ്ക്കോ." കല്ലു ചൂണ്ടിക്കാട്ടി.

മറിയാനു അങ്ങോട്ട് പോയി വാസ്തവം, ഇവിടെ ആരും കാണില്ല, ആരും അറിയില്ല, കൊന്നാൽപ്പോലും.

അപ്പുറം....കിഴക്ക് വശം....അവളുടെ കണ്ണുകൾ തുറിച്ചു പോയി.

വളരെത്താഴെ......വെയിൽ വെട്ടിത്തിളങ്ങുന്നു.....

പുഴ.

കുന്നിനെ ചുറ്റിവരുന്ന.....

മയ്യേപ്പൊയ!

35

ആത്മഗതം

വളരെപ്പെട്ടെന്നായിപ്പോയി.

പപ്പ താക്കീതു തന്നിരുന്നു. യുദ്ധം കഴിയുന്നതോടെ തീരുമാനം വൈകില്ല. എന്നാലും...ഇത്ര പെട്ടെന്ന് അറിയിപ്പു വരുമെന്നു കരുതിയിരുന്നില്ല. ഒരിക്കൽമാത്രം....അഴിയൂരിൽ ചക്കരവാർക്കുന്നതുകാണാൻ പോയ ആ ദിവസം....എന്തോ ഒരു തോന്നലുണ്ടായിരുന്നു, ഈ നാട്ടിനെ കണ്ടെത്തൽ എന്ന പുസ്തകത്തിന്റെ അവസാനത്തെ ഏടാണു മറിച്ചിടുന്നതെന്ന്. എന്നിട്ടും ആ ആശയത്തെ അംഗീകരിക്കാൻ മനസ്സ് അനുവദിച്ചില്ല, ഇല്ല, ഇവിടം വിട്ടുപോവുകയെന്ന കഠിനമായ, ക്രൂരമായ അനുഭവം തനിക്കുണ്ടാവില്ല, അടുത്തൊന്നും.

പുഴയ്ക്കും കടലിനും മുകളിൽ പരന്നു കിടക്കുന്ന മുറ്റത്തൂടെ മെല്ലെ നടന്നു. സമയം....വൈകീട്ട് അഞ്ചുമണി. പെട്ടെന്നു ഉള്ളിൽ ഒരു കിടിലമനുഭവപ്പെട്ടു. പ്രിയ സ്നേഹിത കൗസു എന്നേയ്ക്കുമായി കണ്ണടച്ച നിമിഷം അഞ്ചുമണി ദൈവമേ.....

കടലിൽ തിരകളെ കാണുന്നില്ല. എല്ലാം മരവിച്ചു കിടക്കുന്നു. ഉഷ്ണകാലം എത്തിയിരിക്കുന്നു. അങ്ങ് സ്വന്തം നാട്ടിൽ ഇതു വസന്തമാണ്. പുഷ്പങ്ങളുടെ കാലം. യുദ്ധാനന്തരം എത്തുന്ന ആദ്യത്തെ വസന്തം. ആളുകൾക്ക് ഭയമില്ലാതെ ഇപ്പോൾ വെളിയിലിറങ്ങി നടക്കാം. ആഹ്ലാദത്തിന്റെ അലയടികളായിരിക്കും പരക്കെ. മമ്മാം സംഗതി അറിഞ്ഞിരിക്കുമോ. ഭരണത്തിന്റെ സിരാകേന്ദ്രത്തിൽ പഴയൊരു കൂട്ടുകാരനുണ്ട്, അയാളാണ് ഇടക്ക് കോർസിലേക്ക് വിവരങ്ങൾ എത്തിക്കുക. വണ്ടിയിലും കപ്പലിലുമായി അങ്ങോട്ട് വരുന്നവരുണ്ട്. അവരുടെ വശം ചെറിയ കുറിപ്പുകൾ കൊടുത്തയ്ക്കുന്നു. കഴിഞ്ഞ ദിവസങ്ങളിൽ വല്ലവരും അങ്ങനെ അഴാക്സിയോവിൽ എത്തിയോ. മമ്മാം ആരെയെങ്കിലും കണ്ടുവോ.

“മദ്മസേൽ”സ്നേഹവും ആദരവും ഒരിക്കലും കൊഴിഞ്ഞുപോകാത്ത ഗംഗന്റെ ശബ്ദം.

"എന്താ ഗംഗൻ"

വാസ്തവത്തിൽ തൊണ്ടയിടറി. ഉടൻ തന്നെ അതു നിയന്ത്രിച്ചു. ബംഗ്ലാവിൽ ആരും അറിയില്ല കാര്യം. അടച്ചു സീൽ വെച്ച ലക്കോട്ട് പപ്പയുടെ മുന്നിൽ നീട്ടി വെച്ചു. സെക്രത്തേർ പൈതൽ ഒതുങ്ങി നിന്നിരിക്കും. ഉള്ളടക്കം എന്തായാലും അതിന്റെ ചുരുക്കം പപ്പ അയാൾക്ക് ഉടൻ തന്നെ കൈമാറും. ഇത്തവണ അതുചെയ്തു കാണില്ല. മുഖത്തുവരാനിടയുള്ള ഭാവവ്യത്യാസം തടയാൻ പപ്പ പ്രയാസപ്പെട്ടിരിക്കും. 'മെർസി' എന്നുമാത്രം പറഞ്ഞിരിക്കും. വിശ്വസ്തനായ സഹായിയോട്. സൂചന ഉൾക്കൊണ്ട് മുസ്യേ പൈതൽ പിൻമാറിയ ഉടൻ, പപ്പ മുകളിലെത്തി, ഈ മകളോട്.....

"ഒന്നുമില്ല, മദ്മസേൽ."

ഗംഗൻ വന്നതുപോലെ തിരിച്ചുപോകാൻ തുടങ്ങുന്നു. അവന് സംശയം തോന്നിക്കാണും. തന്റെ മുഖം അതിൽ ഇടയ്ക്ക് മങ്ങുകയും മയങ്ങുകയും ചെയ്യുന്ന വിവിധ ഭാവങ്ങൾ....അതവൻ ദിവസവും കാണുന്നതല്ലേ. സുകുവിനെപ്പോലെ ഒക്കെ അവന് തിരിച്ചറിയാൻ കഴിയും.

"ഗംഗൻ".

അവനെ വിളിച്ചു. അവനു തന്റെയീ വിളിക്കേൾക്കുന്നത് ഇഷ്ടമാണെന്നറിയാം. അതിനല്ലേ കാരണമൊന്നുമില്ലാതെ അവൻ വന്നത്.

"ഗംഗൻ കുറച്ചുസമയം ഞാനിവിടെയൊക്കെ നടക്കട്ടെ. എനിക്കൽപം ശാന്തത വേണം. ആരെയും ഇങ്ങോട്ടു വരാൻ സമ്മതിക്കണ്ട കേട്ടൊ."

ഗംഗൻ പരിഭ്രാന്തനായിക്കണ്ടു. കുഴപ്പമായോ. "ഗംഗൻ ഞാനീ പറഞ്ഞതു ഒരാൾക്ക് ബാധകമല്ല, പപ്പയക്ക്....പിന്നെ ഗംഗനും."

"ത്രേ ബ്യേം മദ്മസേൽ"

അവന്റെ മുഖം തെളിഞ്ഞു. ഇതൊക്കെയാണ് ജീവിതം, അല്ലേ മറിയാനു? അവൾ സ്വയം ചോദിച്ചു. ചെറുതായി ചിരിച്ചു. കൗസുവിന്റെ ദയനീയമായ ചിരി ഉള്ളിൽ പാഞ്ഞുകയറുമ്പോലെ തോന്നിപ്പോയി. അവളെ വിട്ടുപോകുന്നതാണ് ഏറ്റവും വിഷമകരം! കൗസുവിന്റെ വിയോഗത്തോടെ കുന്നിൻമേലിരുന്നു ചെയ്യുന്ന ധ്യാനം അവസാനിച്ചു. അതുപോലെ സദുവും സുകുവും അതിൽപിന്നെ അവിടെ പോയിട്ടില്ലെന്നറിയാം. അവളുടെ ദേഹം അടക്കം ചെയ്ത സ്ഥലത്തുണ്ടായ മണ്ണിന്റെ ഉയർച്ച....അതുകാണാനുള്ള ധൈര്യം ആർക്കുമില്ല, ഈ മറിയാനിനും കൂട്ടുകാർക്കും എല്ലാവരും കൗസുവിനെ ആ കുന്നിന്മേൽ ഒറ്റക്കിട്ടു പോന്നു. അവളവിടെ ഒറ്റക്ക്....പകലും രാത്രിയും..... ആറടി ആഴത്തിൽ.....കൂരിരുട്ടിൽ....ദൈവമേ മറിയാനിന്റെ കണ്ണുകളിൽ നിന്നും പെട്ടെന്ന് ചെറിയൊരു പ്രവാഹം തന്നെ പൊട്ടിപ്പുറപ്പെട്ടു.

തുറസ്സായ മുറ്റത്തിന്റെ അറ്റത്ത്....അധികം ഉയരമില്ലാത്ത കന്മതിലിന്മേലിരുന്നു. രണ്ടുവശവും നോക്കി. വലത്ത്....എത്ര കണ്ടാലും

മതിവരില്ല. രണ്ട് തടിച്ച പച്ച വരകളുടെ തൊട്ടിലിൽ അനന്തമായ മയക്കത്തിൽ അമർന്നു കിടക്കുന്ന പുഴ ഇടത്ത്....ഗംഭീരമായ, ഭീതിയുളവാക്കുന്ന, അജ്ഞാതമായ കടൽ.

പുഴയിൽ എന്താണത്. പറഞ്ഞു കേട്ടതേയുള്ളു. വെള്ളത്തിൽ നിന്നു പെട്ടെന്നുയുർന്നു, ഒരു മലക്കം മറിഞ്ഞ്, വീണ്ടും മൂക്ക് കുത്തി വീഴുന്നു. ഒരു വലിയ പന്നിയുടെ പിൻഭാഗംപോലെ തോന്നും അതിന്റെ മുഖം...ശരിക്ക് കാണാൻ സമയം തരുന്നില്ല. അൽപം കൂർത്തിട്ടാണ്. അതാ തെല്ലകലെ അതു വീണ്ടും പാലത്തിനരികിലെത്തി. അതുതിരിച്ചു പോരുന്നു. മൂന്നുതവണ അപരിചിതരായ മനുഷ്യർക്ക് ദർശനം നൽകി അത് അഴിമുഖത്തു വെച്ച് അപ്രത്യക്ഷമാകുന്നു. 'ഏടിമൽസ്യം' അപൂർവമായ ഇത്തരമൊരു കടൽ ജന്തുവിനെപ്പററി സ്കൂളിലെ പരിചയക്കാരനും കടപ്പുറം നിവാസിയുമായ ഒരു ഭാർഗവൻ ഒരിക്കൽ പറഞ്ഞതോർക്കുന്നു. സമുദ്രത്തിൽനിന്നും പുഴയിൽ ഒന്നെത്തിനോക്കി തിരിച്ചുപോകുന്നു. ഒരുമിന്നൽ സന്ദർശനം. "മദ്മസേൽ. നിങ്ങളുടെ ദൊഫേം ഇല്ലേ? അവൻ തന്നെയാണ് ഇവൻ." ആ മീനിന്റെ ഫ്രഞ്ച്പേരുപോലും ഭാർഗവൻ പറഞ്ഞുതന്നതു വിശ്വസിക്കാൻ പ്രയാസമായിരുന്നു.

അതാ....അൽപം അകലെ അവൻ ഒരിക്കൽകൂടി ജലനിരപ്പിനു മുകളിൽ മറിഞ്ഞു വീഴുന്നു. അതു ഈ മറിയാനു വേണ്ടിയുള്ള വളരെ പ്രത്യേകമായ പ്രകടനം.

"വിട, ചങ്ങാതി."

മനസ്സ് പിടഞ്ഞു. ഇനി നിന്നെ ഞാൻ കാണില്ല. തീർച്ച. അദ്യേ. തലച്ചോറ് ഒരു ക്യാമറയെപ്പോലെ ആ രംഗം ഒപ്പിയെടുത്തു സൂക്ഷിച്ചു.

മെല്ലെ എഴുന്നേറ്റു. പടിഞ്ഞാറോട്ട് നടന്നു. രണ്ടു പടവുകൾ ചവിട്ടിക്കയറി വൃക്ഷങ്ങൾ ഓരോന്നിനെയും വീക്ഷിച്ചു. നിരീക്ഷിച്ചു. ചെടികളെ തഴുകി. സദുവും സുകുവുമൊപ്പം ഈ കൊച്ചു കാട്ടിലൂടെ നടന്നത് ഓർമ്മയിൽ വരുന്നു. സ്ഥലത്തെത്തി കഠിനമായ ഏകാന്തതയനുഭവിക്കവേ....ആദ്യമായി ബന്ധം സ്ഥാപിച്ച ചങ്ങാതിമാർ പപ്പ അവരെ തനിക്ക് പരിചയപ്പെടുത്തിയത് ഇന്നലെയെന്ന് തോന്നിപ്പോകുന്നു. അതിനുശേഷം അവരുടെ കൂടെ എത്ര സമയം ചെലവഴിച്ചു. എത്ര ദൂരം നടന്നു എന്തെല്ലാം കണ്ടു, പറഞ്ഞു, എത്ര ചിരിച്ചു പരിഹസിച്ചു.

കിണറിനടുത്ത് എത്തി. ഇത്രയും ആഴം ഇതിനുമുമ്പ് കണ്ടിട്ടില്ല. തലനീട്ടി അടിത്തട്ടിലേക്ക് നോക്കി. ഇരുട്ട് മാത്രം. ഒരു കല്ലെടുത്തിട്ടു. കുത്തനെ ഏതാനും നിമിഷങ്ങൾ വേണ്ടിവന്നു അത് വെള്ളത്തിൽ തട്ടുന്നതു കേൾക്കാൻ. ക്ലും എന്ന ആ ശബ്ദം എന്തോ അസ്വസ്ഥതയുളവാക്കുന്നു. ജീവിതം മതിയെന്നു തോന്നുമ്പോൾ.... ആ കല്ലിനുപകരം......പെട്ടെന്ന് ആ സ്ഥലം വിട്ടു. മുന്നോട്ടു പോയി. വീണ്ടും മരങ്ങൾ. ചെടികൾ, വള്ളികൾ, മുള്ളുകൾ, ദീപഗോപുരം

ഇതിന്റെ മുകളിൽ കയറി.....കണ്ണടച്ചുകൊണ്ട്......സാവധാനം......അങ്ങനെയുമാകാം.

വീണ്ടും നടന്നു കുന്നിന്റെ മുനമ്പിൽ, ഒരു കല്ലിന്മേലിരുന്നു. താഴെ....പാറക്കൂട്ടങ്ങൾ വലതുവശം......കടൽ . നേരെ മുന്നിൽ......... കടൽ ഇടതുവശം.....കടൽ. മൂന്നുഭാഗവും വെള്ളം. ഒരു തുരുത്തിൽ അകപ്പെട്ടതുപോലെയുണ്ട്. എത്ര ചെറുതാണ് താൻ.

മറിയാന്നു. എന്താണു നിന്റെ രോഗം? സ്വയം ചോദിച്ചു. വാസ്തവം. ഇതിനുമുമ്പ് വിദേശത്തു ജിവിച്ചില്ലെ? റെയുനിയോം ദ്വീപിൽ എന്തു രസമായിരുന്നു. പക്ഷേ, ഇവിടെ....മറ്റെന്തോ ഉണ്ട്. പ്രകൃതിക്ക് ജീവൻ നൽകുന്ന മറ്റെന്തോ ചിലത്. മനുഷ്യജീവികൾ. ഇത്രയും നല്ല അധ്യാപകരെ മുമ്പ് എവിടെയും കണ്ടിട്ടില്ല. ഇത്രയും നല്ല കൂട്ടുകാരെയും കൂട്ടുകാരികളെയും. ആശ്ചര്യം. ഇവിടെയെത്തിയതിൽ പിന്നെ. ഒരു ചെറുപ്പക്കാരനെങ്കിലും....പറ്റിയ എത്രയെത്ര അവസരങ്ങളുണ്ടായിരുന്നു. പകലും രാത്രിയും ഒന്നിച്ച് നടന്നിട്ടും; ഇല്ല, ഒരാളും തന്റെ നേരെ അതിരുവിട്ടില്ല. എന്തൊരു തങ്കക്കുടങ്ങൾ!

ആകാശത്ത്....കൂടുകളിലേക്ക് തിരിച്ചുപോകാൻ വെമ്പുന്ന പറവകൾ....വരികളായി, നിശ്ചലരായി പറക്കുന്നു.

തന്നോടു കൂട്ടിലേക്ക് മടങ്ങിപ്പോകാൻ ആണ് പറയുന്നത്. ഇതിലെന്താണു അസാധാരണമായുള്ളത്.

സമയമായി. കുറേ കളിച്ചു നടന്നില്ലെ. കറകളഞ്ഞ സ്നേഹം നുകർന്നില്ലെ. ആഹ്ലാദം അനുഭവിച്ചില്ലെ.

ഇനി....

ഇനി മടക്കം

സന്ധ്യയായിക്കഴിഞ്ഞു. പോകണം.

എന്താണിതിൽ കുഴപ്പം.

ആലോചിക്കുമ്പോൾ ഒരു കുഴപ്പവുമില്ല.

എന്നിട്ടും ഉള്ളം തകരുന്നു.

36

കഥാന്ത്യം

പൂകയുടെ നിറവും മണവും ഒരിത്തിരി ഇനിയും തങ്ങിനിൽക്കുന്നു കാറ്റിൽ.

തിരക്കും ബഹളവും പെട്ടെന്ന് ഉരുകിയില്ലാതായി.

ഒഴിഞ്ഞുകിടക്കുന്ന പ്ലാറ്റ്ഫോമിന്റെ തെക്കേയറ്റത്ത്, ഒരു ബെഞ്ചിൽ നിശ്ചലരായി ഇരിക്കുന്നു സദുവും സുകുവും. അവർ നിശ്ചലരും മൂകരും.

ഒന്നും പറയാൻ തോന്നുന്നില്ല. ബുദ്ധി ഒന്ന് പ്രവർത്തിപ്പിക്കാൻ പോലും അവർക്ക് മനസ്സ് വരുന്നില്ല. ഒരു സ്വപ്നത്തിൽ നിന്നു ഞെട്ടിയുണർന്നതുപോലെ. ആ സ്വപ്നം സുന്ദരം, മധുരം. അതിനി ഉള്ളിൽ ഒരു തൂവൽ സ്പർശമായി അവശേഷിക്കും, കുറേക്കാലം.

ഇതിൽ കൂടുതൽ എന്താണ് രണ്ടുപേർക്കും വേണ്ടിയിരുന്നത്.

സൂര്യൻ മുകളിൽനിന്ന് പടിഞ്ഞാറുഭാഗത്തേക്ക് ചെരിയുന്നു. പെട്ടെന്ന് പിന്നിൽനിന്ന് നിഴലുകൾ നീളുന്നതറിഞ്ഞു. സദു മെല്ലെ തിരിഞ്ഞുനോക്കി. മരങ്ങൾക്കിടയിലൂടെ കുറേ തടിച്ച രശ്മികൾ അവന്റെ കണ്ണുകളെ വിറപ്പിച്ചു. കൂട്ടുകാരനാകട്ടെ, ഇപ്പോഴും മരവിപ്പിൽ തന്നെ.

"സുകു"

സദു മെല്ലെ ചങ്ങാതിയുടെ ചുമലിൽതൊട്ടു. സുകുവിന് സംഭാഷണത്തിൽ താൽപര്യം തോന്നിയില്ല.

"കേൾക്ക് സായ്പിന്റെ പതിനാറുകാരി മകൾ ഈ നാട്ടിൽ എത്തുന്നു. വാർത്തയറിഞ്ഞപ്പോൾ. നമുക്കുണ്ടായ ചില....എന്താ പറയുക. ചില...."

"വിഭ്രാന്തികൾ?"

"വിഭ്രാന്തികളോ? ഏയ്, അതല്ല."

"ഇളക്കങ്ങൾ?"

"ഊം. ഒരുവിധം ഒപ്പിക്കാം. മനസിലുണ്ടായ ചില ചലനങ്ങൾ!"

"സദു" സുകു ഒന്നുണർന്നതുപോലെയുണ്ട്. "പ്രസംഗത്തിലും എഴുത്തിലും വാക്കുകൾ ഒഴുകാറുണ്ടല്ലോ. ഇപ്പോളെന്തേ നിന്റെ.... അതായത്....നിന്റെ പദസമ്പത്ത്.....വറ്റിപ്പോയോ?"

സദുവിന്റെ നേരിയ, അല്പം വിളറിയ, എന്നിട്ടും ഭംഗിയുള്ള ചുണ്ടുകളിൽ ഒരു പകുതിച്ചിരി പ്രത്യക്ഷപ്പെട്ടു.

"എല്ലാദിവസവും റെയിൽവെ സ്റ്റേഷനിലെത്തി, മദ്രാസ് മെയിലിൽ അവൾ വന്നിറങ്ങുന്നുവോ എന്ന് നോക്കണംന്ന് പറഞ്ഞത് ഓർക്കുന്നുണ്ടോ?"

"അത് ഞാനല്ല പറഞ്ഞത് നീയാണ്."

"തീർച്ച?"

"തീർച്ച...നീയല്ലെങ്കിൽ ഞാൻ. ഞാനല്ലെങ്കിൽ നീ."

രണ്ടുപേരും ശ്രമിക്കുന്നത് ഉള്ളിൽ വിങ്ങുന്ന ദുഃഖത്തെ വല്ല വിധത്തിലും തിരിച്ചുവിടാനായിരുന്നു.ഹരിദാസൻ അൽപസമയം അവരുടെ കൂടെയുണ്ടായിരുന്നു, ഈ ബെഞ്ചിൽ. മെയിൽ പോയപ്പോൾ, അവർ മൂവരും അറിയാതെ നടന്നു. വണ്ടിയെ പിന്തുടർന്നതുപോലെ. പ്ലാറ്റ്ഫോമിന്റെ തെക്കേയററത്തെത്തി. മറിയാനു യാത്രയായതിൽ വിശ്വാസം വരാത്തതുപോലെ ഏതാനും നിമിഷങ്ങൾ നോക്കിനിന്നു. പിന്നെ തൊട്ടടുത്ത ബെഞ്ചിലിരുന്നു. ഹരിദാസൻ താമസിയാതെ സ്ഥലം വിട്ടു. അവനുണ്ടെങ്കിൽ വല്ലതും കശപിശയുണ്ടാകുമായിരുന്നു. ഇപ്പോൾ സദുവിന്നും സുകുവിന്നും വേണ്ടത് അതായിരുന്നു.

"അവളെ കണ്ടതുമുതൽ.....അവളുടെ പപ്പ പരിചയപ്പെടുത്തിയതോടെ...."

"ആ കൈയിൽ പിടിച്ചതോടെ"

"ങ് ഹാ. അതുതന്നെ. ഒക്കെ അതോടെ കഴിഞ്ഞു, അല്ലേ? എല്ലാവിധ ഇളക്കങ്ങളും.!"

"അതു തന്നെ."

"നല്ല തമാശ അല്ലേ?"

രണ്ടുപേരും അല്പനേരം ചിന്തിച്ചുകൊണ്ടിരുന്നു.

"അവൾ....സുന്ദരമായ ഒരു മാനുഷിക മാതൃക!" സദു പിറുപിറുത്തു.

സുകുവിന് അത് ശരിക്ക് പിടി കിട്ടിയില്ല.

"എന്താദ്" അവൻ ചോദിച്ചു.

"ഏം സ്യൂപ്പേർബ് മൊദേൽ ഹ്യുമേൻ."

"ഓ."

മറിയാനിന്റെ പോക്ക് സഹിക്കാനാവുന്നില്ല. ഇനിയവളെ കാണില്ല എന്ന യാഥാർഥ്യം താങ്ങാൻ പ്രയാസം. അവളുടെ ശബ്ദം, അവളുടെ ചിരി, ആ നടത്തം, രീതികൾ, ചേഷ്ടകൾ.....ഇതേപോ

ലൊരു മാനസികാവസ്ഥയിലായിരിക്കും അവളും. പായുന്ന വണ്ടിയിൽ, പപ്പ പറയുന്നതൊന്നും അവൾക്കിന്ന് മനസിലാവില്ല.

ഇവിടെയെല്ലാവർക്കും കൂടെ അവൾ ഒരുവളെ നഷ്ടപ്പെട്ടു. അവൾക്കാട്ടെ, ഒരു നൂറുപേരെയാണ് കൈമോശം വരുന്നത്. അവളുടെ യാത്രയിൽ മനംനൊന്ത് കരയുന്ന ഒരു നാടു മുഴുവൻ.

"ഇന്നലെ പപ്പാ പറയുന്നു." പോകുന്നതിന്നടുത്തൊരു നാൾ മറിയാനിന്റെ വക ഒരു നുറുങ്ങ്. "എത്രകാലമായി ഇവിടെ അദ്മിനിസ്ത്രാത്തോറായി സേവനമനുഷ്ഠിക്കുന്നു. പപ്പാ പറയാ"

"പ്രജകൾക്ക് വേണ്ടി ശേഷിയനുസരിച്ച് പ്രവർത്തിച്ചു. ആത്മാർഥതയോടെ. എന്നിട്ടും, വിട്ടുപോകുമ്പോൾ എനിക്ക് കേവലം ഒരു യാത്രയയപ്പ്. മുറയനുസരിച്ചുള്ളത്. കളിച്ച് ചിരിച്ച് നടന്ന ഇവൾക്ക് കണ്ണീരിൽ കുതിർന്ന വിട പറയൽ, ഒരു പൗരാവലിയുടെയാകെ!"

മറിയാനിന്റെ പ്രിയതോഴർ വീണ്ടും നിശ്ശബ്ദതയിലാണ്ടുപോയി. ഒരു കടൽക്കാറ്റ്, തടസ്സങ്ങൾ തട്ടിമാറ്റി, ഒന്നര കിലോമീറ്റർ യാത്ര ചെയ്തു വന്നെത്തുന്നതറിഞ്ഞു. കൂട്ടത്തിൽ, പിന്നിലെ മരങ്ങളുടെ ഒരായിരം ഇലകളെ അത് പുളകം കൊള്ളിച്ചു. ആകാശത്തിലുയർന്നു, ചുറ്റുമുള്ള സകലതിന്റെയും മുകളിൽ ഏന്തിനോക്കുന്ന കടുക്കാച്ചി മരം ചെറിയൊരു പഴുത്ത മാമ്പഴം വേർപാടിന്റെ വേദനയനുഭവിക്കുന്നവരുടെ മുന്നിലേക്കെറിഞ്ഞു.

സുകു കുനിഞ്ഞ് സാധനം പെറുക്കിയെടുത്തു; മണത്തു. ഈ കടുക്കാച്ചിമാങ്ങയും മറിയാനിനെ....പോട്ടെ, ഇങ്ങനെ വികാരജീവികളാകരുത്. എന്നാലും....ഈ നാട്ടിലെ കല്ലും മുള്ളും പൂവും പാമ്പും കുറുക്കനുമെല്ലാം അവളെ ഓർമ്മിക്കും, ഓർമ്മിപ്പിക്കും. ഓരോന്നിനും അതിന്റേതായ കഥകളുണ്ടാവും പറയാൻ. ഇനി അതൊക്കെ വേഗം മറക്കണം. പുതിയ തലമുറയിലെ യുവത്വത്തിന്റെ സ്വാഭാവിക നേതാക്കളാണ് തങ്ങൾ രണ്ടുപേരും. നാട്ടിനോട് പ്രതിബദ്ധതയുള്ളവർ. ഒക്കെ മറക്കണം, വേഗം. ഇല്ല, മറക്കില്ല. മറക്കും. മറക്കരുത്. മറക്കണം, ഇല്ല.

ച്ചുക്ക് ച്ചുക്ക് വണ്ടിയിൽ മറിയാൻ ഇരിക്കുന്നു .അവളും മൗനി. മകളെ ഒന്ന് സംസാരിപ്പിക്കാൻ പപ്പാ പെത്തിനെല്ലി പല തവണ ശ്രമിച്ചു. മറിയാനിന്റെ മനസിൽ ഒരായിരം ചിത്രങ്ങൾ മിന്നിയും മങ്ങിയും കൊണ്ടിരുന്നു. ആരെയൊക്കെയാണ് ഓർക്കേണ്ടത്. എന്തൊക്കെയാണ് അയവിറക്കേണ്ടത്. കാലത്ത് മുതൽ സകലരും വന്നും പോയും കൊണ്ടിരുന്നു. ബംഗ്ലാവിൽ മേയറും മകളും തലേ ദിവസം തന്നെ എത്തി. മറിയാനും സുനന്ദയും തങ്ങളുടെ സഹജമായ വശ്യമായപുഞ്ചിരികൊണ്ട് പരസ്പരം മാറ്റുരച്ചു. പത്മനാഭൻ വക്കീൽ അവൾക്ക് തികച്ചും അസാധാരണമായ ഒരു സമ്മാനം

കൊടുത്തു. ദിവംഗതയായ അമ്മമ്മയുടെ നൂറുവർഷം പഴക്കമുള്ള ഒരു മോതിരം. മറിയാ്ിന്റെ കണ്ണുകൾ തുറിച്ചുപോയി.

"മറിയാന്" മേയർ പറഞ്ഞു. "നീ വല്ലപ്പോഴും സൗകര്യമായി വന്നെങ്കിൽ, ഞാൻ കാട്ടിത്തരുമായിരുന്നു പലതും. ഉദാഹരണം അമ്മമ്മയുടെ വിലപിടിച്ച തക്ക."

മറിയാനു ആലോചിച്ചു. തക്ക. പെണ്ണുങ്ങളുടെ കാതിൽ തൂങ്ങുന്നത്. അതിന്റെ ഭാരം കാരണം ചെവി അറ്റുപോകാത്തത് അവൾക്ക് ഒരു വിസ്മയമായിരുന്നു. മേയറുടെ അമ്മമ്മയുടെ തക്ക! ഇപ്പോൾ അവൾക്ക് ഖേദം തോന്നി, സുനന്ദയുടെ വീട്ടിൽ ഇടയ്ക്കൊക്കെ സന്ദർശകയാകാൻ ശ്രദ്ധിക്കാതിരുന്നതിൽ!

കാലത്ത് സദുവും സുകുവും വന്നുപോയി, തീവണ്ടിയുടെ സമയത്ത് വീണ്ടും വരാമെന്ന് ഉറപ്പുതന്നു കൊണ്ട്. തുടർന്നു നിരവധി പേർ. അധികവും ചെറുപ്പക്കാർ. മാലതി, ലക്ഷ്മി, സരസ്വതി, രേവതി, തെരേസ, സഹപാഠികളിൽ ചിലർ വിതുമ്മി. ചിലർ ശരിക്കും നിലവിളിച്ചു. അങ്ങനെ എത്രയെത്ര സുഹൃത്തുക്കൾ, കണ്ട് പരിചയം മാത്രമുള്ളവർ. മാങ്ങ എറിഞ്ഞുവീഴ്ത്തിയ ചന്ദ്രനും ബാലനും. അപൂർവ മത്സ്യത്തിന്റെ പേരുപറഞ്ഞുതന്ന ഭാർഗവൻ.....

അതിന്നിടയിൽ എന്നും കാണണമെന്നാഗ്രഹിച്ച ഇതുവരെയും കാണാൻ കഴിയാതിരുന്ന ഒരുവൻ അകലെ നിന്ന് മാടിവിളിക്കുമ്പോലെ. കുറേ ദിവസമായി ആ വിചാരം തന്നെ മനസിൽ. അവനെ കാണാതെങ്ങനെ സ്ഥലം വിടും.........

കണ്ണുകളിൽ അഗ്നി. മുപ്പല്ലി നാവ്. ദേഹത്തിൽ വെള്ളിവളകൾ. സാക്ഷാൽ ശിവൻ കഴുത്തിലണിയുന്ന....ശവം വെക്കുന്ന കുന്നിന്റെ ഉച്ചിയിലെ താമസക്കാരൻ. മൂർഖൻ. അവനെപ്പെറ്റി എല്ലാവരും പറയുന്നു. കണ്ടതുപോലെയാണ് ഓരോ ആളുടെയും വിവരണം. വാസ്തവത്തിൽ ഒരൊറ്റയാൾക്കും ആ മോഹനരൂപത്തിൽ നോട്ടം തട്ടിക്കാൻ അവസരം കിട്ടിയിട്ടില്ല. ഒരാൾക്കൊഴിച്ച്. അവന്റെ കണ്ണുകളിൽനിന്ന് വിഷം വമിക്കുന്നുവത്രെ. അവന്റെ നേരെ നിൽക്കുന്നവൻ കുഴഞ്ഞു വീഴുമത്രെ. അവനെയൊന്ന് കാണാതെ എങ്ങനെപോകും. കണ്ടതായി പറയുന്നത് ഒരാൾ മാത്രം. കർപ്പൂരൻ. കൊല്ലൻ കർപ്പൂരൻ. പപ്പയുടെ കൊറ്റിയുടെ ഒരു കാൽ മോഷ്ടിച്ച സൂത്രശാലി. ചതിയൻ. മന്ത്രവാദി. അയാളുമായി ബന്ധം വെച്ചിട്ടുണ്ട്. നാടുവിടുംമുമ്പ് കാട്ടിത്തരാമെന്ന് ഉറപ്പു തന്നതാണ്. ആ ദിവസം കർപ്പൂരൻ നീട്ടികൊണ്ടുപോകുന്നു. എല്ലാറ്റിനും അതിന്റേതായി നാളും സമയവുമുണ്ടത്രെ. മൂർഖൻ, അതും കോരക്കുറുപ്പാളെ കുന്നിന്മേലെ കരിമൂർഖൻ. തോന്നിയപ്പോൾ വിളിച്ചാൽ വരില്ല. അതിനൊക്കെ കണക്കുണ്ട്. അത് കർപ്പൂരനു മാത്രമെ അറിയൂ. ആ ദിവസം അയാൾ വ്രതമനുഷ്ഠിക്കുന്നു. മരുന്നും മന്ത്രവുംകൊണ്ട് ഒരു പുകമറയുയർത്തുന്നു. അതിൽപെട്ട്, അതിനാൽ ആകൃഷ്ടനായി, സർപ്പരാജൻ പ്രത്യക്ഷപ്പെടുന്നു.

അപ്പോൾ കുന്നിൻമുകളിൽ ഒരു കൊടുങ്കാറ്റുയരുന്നു. ആകാശത്ത് ഇടിമുഴങ്ങുന്നു.

ഇന്നാണ് ചെല്ലാൻ പറഞ്ഞിട്ടുള്ളത്. മറിയാനിന്റെ അവസാന ദിവസം. എങ്ങനെയാണ്. എല്ലാവരുടെയും ശ്രദ്ധാകേന്ദ്രമായിരിക്കവെ, ഇവിടെ നിന്ന് രക്ഷപ്പെടുക. പത്തുമണിക്ക് പപ്പയോട് മാത്രം പറഞ്ഞു. ഗംഗനോടും . ഒരു മണിക്കൂർ ഈ നാട്ടിൽ ചുറ്റാൻ പോകയാണ്. ഒറ്റക്ക്. ആരും കൂടെ വരേണ്ട ആരെയും അറിയിക്കുകയും വേണ്ട. അവസാനത്തെ ഒരു പര്യടനം. പപ്പ ചെറുതായൊന്ന് ചിരിച്ചു. ഗംഗന് ഒന്നുകൂടെ കരയാനൊരു കാരണവുമായി അപ്പോൾ....

മുങ്ങി. പോയത് നേരെ കുന്നിൻ മുകളിലേക്ക്. പോവുംമുമ്പ് തോട്ടത്തിൽ നിന്ന് ഒരു പൂവറുത്തെടുത്ത് ബാഗിൽ സൂക്ഷിച്ചു. അത് കൗസുവിന്. കൂട്ടുകാരികളിൽ അവളാണ് തന്റെ മനസിലൊരിടം നേടിയത്. ആദ്യം തന്നെ എന്നേക്കുമായി. സ്കൂളിൽ ചേർന്ന ദിവസം.... ഓർക്കുന്നു...., നിങ്ങളുടെ ബഞ്ചിൽ ഒരിത്തിരിസ്ഥലം തരുമോ എനിക്ക്? അവൾ പറഞ്ഞു, ഞങ്ങൾ സ്ഥാനം തരുന്നു, നിനക്ക് , ഞങ്ങളുടെ ഹൃദയങ്ങളിൽ! ആ കൗസു നിത്യനിദ്രയിലാണ്ടു കിടക്കുന്ന മണ്ണിൽ അർപ്പിച്ചു പനിനീർപ്പൂവ്. വെള്ളനിറത്തിലുള്ളത്.

'കൗസു. ഞാൻ പോകുന്നു. ഇനി നമ്മൾ കാണില്ല; അദ്യേ, മാഷേർ."

മെല്ല നടന്നു അപൂർവങ്ങളിൽ അപൂർവമായ കണ്ടു മുട്ടിലിന്നായി. കർപ്പൂരൻ അവിടെ ഇരിപ്പുണ്ട്. അടുത്തുചെന്നു. തനിക്കായി അയാൾ ഇലകൾ കൊണ്ട് ഒരു തടിച്ച കിടക്കയുണ്ടാക്കിവെച്ചിരിക്കുന്നു. അതിലേക്ക് കർപ്പൂരൻ കണ്ണുകൊണ്ട് ചൂണ്ടി. അപ്പോൾ സഞ്ചിയിൽ കരുതിയിരുന്ന ടവ്വൽ പുറത്തെടുത്തു. മഞ്ചത്തിലിരുന്നു. മുറിപ്പാവാട ചുരുങ്ങിയപ്പോൾ വെളിച്ചത്തുവന്ന തുടകൾ ഉടൻ ആ തുണികൊണ്ട് മൂടി. താനിപ്പോൾ പടിഞ്ഞാറൻ നാട്ടിലല്ല. ഇവിടെ പെൺകുട്ടികൾ കണങ്കാലിന് മുകളിൽ തൊലി കാണിക്കില്ല.

കർപ്പൂരൻ മന്ത്രം ചൊല്ലുന്നു. അപരിചിതമായ ഒരു പുക കാറ്റിൽ. തലക്കയ്കത്ത് എന്തൊക്കെയോ പടരുന്നതുപോലെ തോന്നുന്നു. മുന്നിൽ.....അൽപം അകലെ...അധികം വൈകാതെ...ഉണക്കിലകൾക്കിടിയിൽ ചെറിയൊരു ചലനമുണ്ടായോ. പെട്ടെന്ന് വല്ലാത്തൊരു ഭയം ഉള്ളിൽ പൊട്ടിപ്പുറപ്പെടുന്നതറിഞ്ഞു. വേറെഏതോ ഒരു ലോകത്തിലേക്ക് തന്നെയാരോ കൈകളിലേന്തിക്കൊണ്ടുപോകുമ്പോലെ. കണ്ണുകൾ പകുതിയടഞ്ഞു. ഇലകളിൽ ഒരു മർമ്മരം. ആകാശത്ത് ഇടിമുഴക്കം. എല്ലാം വെറുതെ തോന്നുന്നതാണെന്നറിയാം എന്നാലും...

കണ്ടു. സർപ്പശ്രേഷ്ഠനെ.....ഒരു നോക്ക് .

ഭൂമിക്ക് മുകളിൽ.....തലയുർത്തിനിൽക്കുന്നു.

പ്രജ്ഞയറ്റുപോകുമോ എന്ന് സംശയിച്ചു. അതിനിടയിൽ....മടക്കിവെച്ച കാലുകളിൽ ഒരു സ്പർശനമറിയുന്നു. അതിൽ ശ്രദ്ധിക്കാതെ ഒന്നുകൂടെ നോക്കി.

അനന്തനെ. കുത്തനെ നിൽക്കുന്ന ഫണം, കഴുത്ത്. മൂന്ന് വളകൾ വീതമുള്ള....വിവരണത്തിന് അതീതമായ രൂപകൽപന. ഞൊടിയിടയിൽ.....പക്ഷേ, വീണ്ടും, കാലുകൾ മറച്ചുവെച്ച തുണിക്കിടയിൽ.... എന്താണിഴയുന്നത്.

"ഇളകരുത്."

കർപ്പൂരന്റെ ശബ്ദം.

ഒരു ബലിഷ്ഠമായ കൈ തന്നെ ചുറ്റിപ്പിടിക്കുന്നു. മറ്റെ കൈ ഇഴയുന്നു.

"ഛീ."

അവനെ തട്ടിമാറ്റാൻ ശ്രമിച്ചു. അവൻ മാറുന്നില്ല. അവന്റെ കണ്ണുകളിൽ....

"അനങ്ങരുത്. ഇതും ഒരു ചടങ്ങ്. സർപ്പകോപം ഒഴിവാക്കാൻ."

ദൈവമേ സ്വന്തം നാട്ടിൽ ചാരിത്ര്യം എന്ന വാക്ക് പ്രചാരത്തിലില്ല. പക്ഷേ ഇവിടെ കൗസുവിന്റെയും കൂട്ടുകാരികളുടെയും നാട്ടിൽ....തന്റേത് നഷ്ടപ്പെടാൻ... ഇല്ല, ജീവനുണ്ടെങ്കിൽ സമ്മതിക്കില്ല.

പിശാചിനെ ഒന്നുകൂടെ തള്ളി. പ്രയാസമാണ് അവനെ അകറ്റാൻ.

പെട്ടെന്ന് നിസ്സഹായിയായി നിലവിളിച്ചു. ഉച്ചത്തിൽ. അതിനുള്ള മറുപടിപോലെ.

"എടാ നായിന്റെ...."

വടികൊണ്ടുള്ള ഒരടിയേറ്റ് കർപ്പൂരൻ ഞെട്ടിത്തെറിച്ചു. മിന്നൽ വേഗത്തിൽ അവൻ കുതിച്ചു. നാലുകാലുകളിൽ, ചെടികൾക്കിടയിലൂടെ, ഒരു കുറക്കനെപ്പോലെ, കുന്നിന്റെ മറുവശത്തേക്ക്.

"കരുണൻ, നീ."

"സംസാരിക്കേണ്ട വേഗം പോയ്ക്കോ. അവിടെ എല്ലാവരും നിന്നെ കാണാതെ..."

"കരുണൻ, നീ...എങ്ങനെ...?"

"എനിക്കറിയാമായിരുന്നു. ഇങ്ങനെ വല്ലതും സംഭവിക്കുമെന്ന്. അതുകൊണ്ട് കുറേയായി കർപ്പൂരനുമായി നീ നടത്തുന്ന കൂടിക്കാഴ്ചകളിൽ ഞാൻ ചാരപ്പണി....ശരി, പൊയ്ക്കോ, മറിയാന്നു."

മറിയാനു എഴുന്നേറ്റു. നേരെ നിൽക്കാൻ ശ്രമിച്ചു.

"ഓ കരുണൻ."

അവൾ അറിയാതെ ക്ലാസിലെ പിൻബഞ്ചുകാരന്റെ മാറിലേക്ക് ചാഞ്ഞു. കരുണൻ അവളെ പിടിച്ചുനിർത്തി. മെല്ലെ അവളുടെ മുടിയിലൊന്നു തടവി.

അപ്പോൾ...ഉണക്കിലകളിൽ വീണ്ടും ഒരു കിറുകിറ ശബ്ദം. രണ്ടുപേരും അങ്ങോട്ട് നോക്കി. വെള്ളി വളയങ്ങളണിഞ്ഞ നീണ്ടൊരു പൊൻകയർ.....പുളഞ്ഞു, ഒഴുകി, അകലുന്നു. മറിയാനും കരുണനും ഒരു നിമിഷം മരവിച്ചു നിന്നു.

"ശരി മറിയാനു ഇനിയും വൈകരുത്. പൊയ്ക്കോ വേഗം. യാത്ര യുടെ സമയമായി."

"അദ്ര്യേ, കരുണൻ."

"അദ്ര്യേ മാഷേർ. പിന്നെ ഒന്നുണ്ട്. ഈ സംഭവം ഒരു രഹസ്യ മായിരിക്കും. നമ്മുടെ രണ്ടുപേരുടേത്. കരുണൻ തക്ക സമയം എത്തി യില്ലെങ്കിൽ...അങ്ങനെയൊന്നും തട്ടിവിടരുത്, ഒരാളോടും."

"ശരി, കരുണൻ ഇത്...സ്വകാര്യം. നമ്മുടെ മാത്രം."

മറിയാനു അകന്നു. അവൾ ഒന്നു ചാളി. പിന്നെ നടന്നു പിന്നെ ഓടി.

കരുണനാകട്ടെ, അവന് അവസാനം...പൊന്നിക്കാനൊരോർമ്മ. മറ്റാർക്കും ലഭിക്കാത്തത്. അനർഘം.

രണ്ടുമൂന്നു തവണ വീണ്ടും കാറ്റടിച്ചു. കടുക്കാച്ചിമാങ്ങ വീണു. രണ്ടെണ്ണം കൂടെ ആകെ മൂന്നായി.

"സദു ഇതാ തിന്ന്. മധുരമുള്ള ജാതിയാ."

"ഒന്ന് നീയും തിന്നോ. സുകു"

"മൂന്നാമത്തേത്....ഹൊ."

"ഇത് നമുക്ക് സൂക്ഷിച്ചു വച്ചുകൂടെ?"

"അവൾക്ക് വേണ്ടിയോ.?"

"വെറുതെ."

വണ്ടി പോയിട്ട് മണിക്കൂർ ഒന്നുകഴിഞ്ഞു. ഇവിടെ നിന്ന് പോകാൻ സദുവിന്നും സുകുവിന്നും കഴിയുന്നില്ല. വെറുതെ അല സമായി ചിന്തിച്ചു കൊണ്ടേയിരുന്നു. മറിയാനും പപ്പയും ബംഗ്ലാവ് വിടുന്ന കാഴ്ച ഹൃദയമലിയിക്കുന്നതായിരുന്നു. പൈതൽ റൈറ്റർ മുതൽ തൂപ്പുകാരി വരെ സകലരും കണ്ണുകളിൽ വെള്ളം നിറച്ചു നിന്നു. ഗംഗനോട് മറിയാനു നേരത്തെ പ്രത്യേകമായി കുറെ സംസാ രിച്ചിരുന്നു, കരച്ചിൽ മറച്ചുവെക്കാൻ. എന്നിട്ടും, അവന് കഴി ഞ്ഞില്ല.

അവസാനം...പപ്പയും മകളും കൂടെ ശങ്കുവിന്റെ ജഡ്ക്കയിൽ കയറി നീങ്ങി. മറ്റുള്ളവരിൽ അധികം പേരും കുളമ്പടികളെ പിന്തു ടർന്നു. സ്റ്റേഷനിൽ വലിയൊരു ആൾക്കൂട്ടമായിരുന്നു.

തിരക്കിൽ, അകലെ , പരുങ്ങിനിൽക്കുന്ന ഒരുവളെ മറിയാന് ശ്രദ്ധിച്ചു. കല്ലു! തന്റെ വേറൊരു രഹസ്യം സൂക്ഷിപ്പുകാരി. മറിയാ നിന് ചിരിക്കാതിരിക്കാൻ കഴിഞ്ഞില്ല. അവൾ സുകുവിന്റെ മച്ചുനി ച്ചിയുടെ അരികിലേക്ക് ചെന്നു. ആ മാറിടത്തിലേക്ക് നോക്കി. ഓ, ഇവളിന്ന് ബ്ലൗസ് ധരിച്ചിരിക്കുന്നു. പോരാത്തതിന് റൗക്കയും! എവിടെ ഹരിദാസൻ? കാണുന്നില്ലല്ലോ. അവനോട് പറയാൻ തോന്നി– "എടാ ഇതാരാ വന്നിരിക്കുന്നത്, നോക്ക്!" കല്ലു ഒരു പൊതി നീട്ടി. കൈകൾകൊണ്ട് അറിയിച്ചു. "കുറച്ചു ചക്കരയാ. വണ്ടിയിൽ നിന്ന് നുണക്കാൻ."

അകലെ നിന്ന് ച്ചുക്ക് ച്ചുക്ക് കേട്ടപ്പോൾ സുകുവും സദുവും എങ്ങനെയാണ് മറിയാനിനോട് യാത്ര പറയുക എന്നിറയാതെ പക

ച്ചുനിന്നു. അവളും പപ്പയും വണ്ടിയിൽ കയറി. പപ്പ എല്ലാവരുടെയും നേരെ കൈ പൊക്കിക്കാട്ടി അകത്തേക്ക് പോയി.

മയ്യേക്കാരുടെ പ്രിയങ്കരി വാതിക്കൽ തന്നെ നിന്നു. ഇടം കൈ കൊണ്ട് കമ്പിയിൽ പിടിച്ച് മറ്റേ കൈ പതുക്കെ കാറ്റിൽ വീശി അവൾ വിടപറയുന്നു.

എല്ലാവരോടും ഓരോരുത്തരോടും.

ആ കണ്ണുകൾ വട്ടത്തിൽ കറങ്ങിക്കൊണ്ടിരുന്നു. പെട്ടെന്ന്, അവ ആൾക്കൂട്ടത്തിൽ രണ്ടുപേരുടെ മേൽ വീണു.

സദുവിന്റെയും സുകുവിന്റെയും മേൽ.

രണ്ടുപേരുടെയും നോട്ടം നേരത്തേത്തന്നെ അവളിൽ അമർന്നു നിൽക്കുകയായിരുന്നു.

തമ്മിലുള്ള അകലം വർധിക്കവെ....ആ മൂന്നുജോഡി കണ്ണുകൾ വലുപ്പംവെച്ചുകൊണ്ടിരുന്നു. അവസാനം, അവ മാത്രമെ അവർക്ക് പര്സ്പരം കാണാൻ കഴിഞ്ഞുള്ളൂ.

നനഞ്ഞ, തുടുത്ത, ഗോളങ്ങൾ.

രണ്ടെണ്ണം നാലെണ്ണത്തെയും മറിച്ചും ആഴത്തിൽ ഊറ്റിക്കുടിച്ചുകൊണ്ടിരുന്നു.

....

"ഇനി?"

പെട്ടെന്ന് സദു ചോദിക്കുന്നു, രണ്ടു കൈകൾ

ബെഞ്ചിൽ മുറുകെപിടിച്ചുകൊണ്ട്.

"ഇനി....നമ്മളെന്താ ചെയ്യാ, സുകു?"

"ഇനി"

സുകു മൂക്കിന് താഴെ പൊടിച്ചുവളരുന്ന രോമങ്ങളിൽ തടവി.

"നമുക്ക് പോകാം."

അവർ എഴുന്നേൽക്കാൻ ശ്രമിച്ചു. മനസ്സ് വരുന്നില്ല.

"എനിക്കേയ് എന്തൊക്കെ ചെയ്യാനുണ്ട്."

"എനിക്കുമുണ്ട് ഒരുപാട് പണി."

"എന്നാൽ....പോയ്ക്കൂടെ?"

പിന്നിൽ നിന്ന് തേക്ക് മരങ്ങൾക്കിടയിലൂടെ പുതിയൊരു കാറ്റ് വരുന്നു. എങ്ങോട്ട് പോകണമെന്നറിയാതെ, അത് അവരെ ചുറ്റിപ്പറ്റി നിന്നു.

അവസാനം രണ്ടുപേരും എഴുന്നേറ്റു നടന്നു. പിന്നെ തിരിഞ്ഞു നിന്നു.

അകലേക്ക് നോക്കി.

മറിയാൻ പോയ വഴിയിലേക്ക്.

www.ingramcontent.com/pod-product-compliance
Lightning Source LLC
LaVergne TN
LVHW090331051026
849518LV00005B/1932
* 9 7 8 8 1 2 6 2 0 2 0 5 8 *